విషయ సూచిక

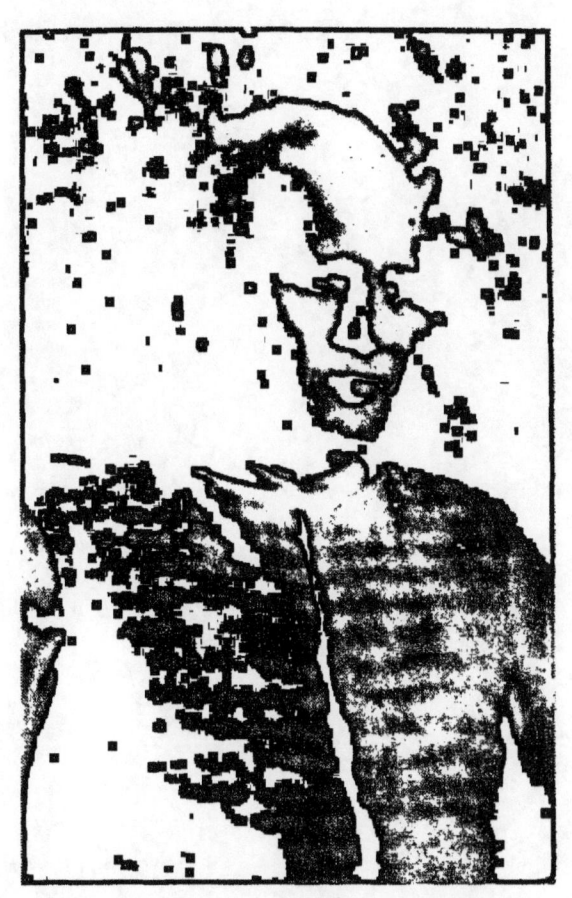

కీ॥ శే॥ శ్రీ సురవరము ప్రతాపరెడ్డి

ప్రథమ ముద్రణ పీఠిక

పూర్వకాలమందు హిందువులాధ్యాత్మ చింతాసాగరమున తల మున్కలు వేయుచు ఇహలోక విషయాలపై స్పృహ తప్పినవారై చరిత్రలు వ్రాసిపెట్టు నాచారము లేనివారై యుండిరని యూరోపుఖండ పండితులు వ్రాయుట పరిపాటి యైపోయినది. తర్వాత వారి పరిశోధన మూలముననే అసంఖ్యాకములగు చరిత్రాత్మక గ్రంథాలు వెలువడెను. అనేక పుస్తకాల జాడ లీనాటివరకు పరిశోధకులకు కానరాలేదు. ముసల్మానువిజేత లనేక పుస్తకాలయములను, దేవాలయములను, విద్యాపీఠములను ధ్వంసము చేయునప్పు డందలి గ్రంథాలను కాల్చిరి. ఈ విధముగా మన చరిత్రకు అపారనష్టము కలిగెను.

పాశ్చాత్యులు నేటివరకు వ్రాసిన చరిత్రలు, రాజుల చరిత్రలు, ఎనిమిదవ హెన్రీకి ఏడ్గురు భార్యలనియు, ముప్పైయేండ్ల యుద్ధము అముక తిథులందు జరిగెననియు ౧౭౫౭, హిందూస్థాన చరిత్రలో ప్రసిద్ధి యనియు, క్యాథరీన్ రష్యా చక్రవర్తిని కింద రుపభర్తలుండిరనియు చరిత్రలో మరచిపోకుండా వ్రాయుదురు. వాటివల్ల మన కేమిలాభం? రాజుల యుద్ధాలు, తంత్రాలు, దౌష్ట్యాలు, సంఘానికి నష్టము కలిగించినట్టివే. ఈ విషయము నిటీవల గుర్తించి పాశ్చాత్యులు సాంఘిక చరిత్ర కెక్కుడు ప్రాధాన్య మిస్తున్నారు. ఇదియే సరియగు పద్ధతి.

రాజుల చరిత్రలు మన కంతగా సంబంధించినవి కావు. సాంఘిక చరిత్రలు మనకు పూర్తిగా సంబంధించినట్టివి. అవి మన పూర్వుల చరిత్రను మనకు తెలుపును. మన తాత, ముత్తాత లెట్టివారై యుండిరో, మన అవ్వలు ఎట్టి సొమ్ములు దాల్చిరో, యెట్టి అలంకరణములతో నుండిరో, మన పూర్వు లే దేవతలను గొలిచిరో, ఏ విశ్వాసాలు కలిగియుండిరో, ఏ యాటపాటలతో వినోదించిరో, దొంగలు, దొరలు దోపిడీలు చేసినప్పుడు క్షామాదీతి బాధలు కలిగినప్పు డెటుల రక్షణము చేసుకొనిరో, జాడ్యాల కే చికిత్సలు పొందిరో, ఎట్టి కళలందు ప్రీతి కలవారై యుండిరో, ఏయే దేశాలతో వ్యాపారాలు చేసిరో యన్న తెలుసుకొనవలెనని మనకు కుతూహలముండును. అదే విధముగా మన తరమును గురించి

ముందు వచ్చువారు తెలుసుకొన నభిలషింతురు. తేలిన సారాంశమేమన సాంఘిక చరిత్ర మన చరిత్రయే! మనముకూడ చరిత్ర కెక్క దగినవారమే!! అలాఉద్దీన్ ఖిల్జీ, ఔరంగజేబు ఆసఫజా చరిత్రలకంటే మన చరిత్రలు మాత్రము తక్కువ వైనవా? మనము వారివలె ఘోరాలు చేసినవారము కాము కాన బహుశ మనమే మెరుగేమో!

సాంఘిక చరిత్ర మానవ చరిత్ర - ప్రజల చరిత్ర, అది మన సొంత కథ!! అది జనుల జీవనమును ప్రతి శతాబ్దమం దెట్లుండెనో తెలుపునట్టిది. అది మన తాతముత్తాతల చరిత్ర; వారి యిండ్లు, వారి కట్లు, వారి తిండి, వారి ఆటలు, వారి పాటలు, వారు పడిన పాటులు, వారు మనకిచ్చిపోయిన మంచి చెడ్డలు, ఇవన్నీ తెలిపి మనకు సహాయపడును.

ఇంగ్లీషువారు తమ దేశ సాంఘిక చరిత్రను ౨౦౦ ఏండ్లనాడే వ్రాసిరి. నాటినుండి నేటివరకెందరో ఎన్నియో పుస్తకా లీ విషయమై వ్రాసిరి. ఆ పుస్తకాలలో ౩౦౦ ఏండ్లనుండి తమ పూర్వు లెట్టివారో, వారి పరిశ్రమ లెట్టివో తెలుపు పటాలు నిండుగా ముద్రించినారు. తమ దేశమును గురించియే కాక, ప్రపంచమం దితరుల చరిత్రలను గూడ వారు వ్రాసి ప్రకటించినారు. మన చెంచులను గురించి, సహారా ప్రాంతపు నగ్నులను గురించి, ఆఫ్రికా కాఫిర్లను గురించి, ఆసాం నాగులను గురించి శాంతి మహాసాగర మందలి కొన్ని దీవు లందలి మనుష్య భక్షకుల (రాక్షసుల) ను గురించి, ఉత్తరధ్రువ ప్రాంతాలలో ఆరు నెలలు చీకటి ఆరు నెలలు ఎండలో జీవించు ఎస్కిమోలను గురించి యిట్టి సహస్రాధిక విషయాలను గురించి తెలుసుకొనవలెనంటే మనకు ఇంగ్లీషు (శారద సీరదేందు) శారదయే ఉపాస్య యగును. అందలి సారస్వతమందు సర్వజ్ఞత కలదు. ఇంగ్లీషులో మానవజాతి కథ (Story of all nations) అనేక బృహత్సంపుటములలో సచిత్రముగా ముద్రింపబడి బహుకాల మయ్యెను. దానినైనను మనము తెనుగులోనికి తెచ్చుకొన్నామా?

మన బళ్ళలో విద్యార్థులకు చదివించే చరిత్రలలో చాలా కల్మషము కలదు. పాలలో విషముష్టి పడినది; ఇంగ్లీషువారు తమ ఘనతను భారతీయుల కొంచెపుదనమును నిరూపించునట్లుగా చరిత్రలు వ్రాసిరి. ముస్లిములలో పూర్వము ఫిరిష్తా అబద్ధాలతో తనచరిత్రను నింపెను. బాబగు హిందూద్వేషముతో వ్రాసెను. నేడును ఉస్మానియా విద్యాపీఠమందును చిన్న తరగతులనుండి బి. ఏ. వరకు

హిందూ దూషణగల హాషిమీ అనువానిచే రచితమగు హిందూస్థాన చరిత్రను చదివిస్తున్నారు హిందూ మతాభిమానులు ప్రపంచ మంతటను తమ పూర్వులే ఘనులని కొన్ని చరిత్రలను వ్రాసిరి. ఇవన్నియు పాక్షికము లగుటచే అనాదరణీయము లగును. ఇటీవల సరియగు భారతీయ చరిత్రను వ్రాయించుటకై జాతీయ నాయకులు సమాలోచనలుచేసి అందు గుప్తరాజుల చరిత్రను ప్రకటించిరి. అది యాదర్శమగు చరిత్ర గ్రంథము. ౧౯౪౮ సంవత్సరములో ప్రకటితమైన శ్రీ మల్లంపల్లి సోమశేఖరశర్మగారి "రెడ్డిరాజ్యాల చరిత్ర" అను ఇంగ్లీషు గ్రంథము కూడ అట్టిదే.

మన దేశమందలి ఆటవికులగు చెంచు, ముండా, గోండు, సంతాల్, నాగులు మున్నగువారిని గూర్చి బహు గ్రంథాలు కలవు. మన దేశములోని కులములను గూర్చి థర్‌స్టన్ (THURSTON'S Castes and Tribes of South India) ఏడు పెద్ద సంపుటాలు ప్రకటించెను. హైద్రాబాదు రాష్ట్ర మందలి కులాలను గూర్చి సిరాజుల్హసన్ అనునతడు పెద్ద గ్రంథాన్ని ప్రకటించెను. భారతీయ ప్రాచీన జాతుల (Tribes of Ancient India) ను గూర్చి ఒక బెంగాలీ వ్రాసెను. ఈ విధముగా కొన్ని గ్రంథాలు వెలువడెను కాని జనుల సాంఘిక చరిత్రలు ప్రత్యేకముగా ప్రకటితమగుట అరుదు.

మన తెలుగులో సాంఘిక చరిత్రలు లేవు. వాటిని వ్రాయవలెనని పలువురు సంకల్పించినట్లున్నది. చిలుకూరు వీరభద్రరావుగారు ఆంధ్రుల చరిత్రము రెండవ భాగములో వెలమ వీరుల చరిత్ర ప్రకరణాదిలో (పు ౨౭౧) పుట అడుగున నిట్లు వ్రాసెను.

> "ఆంధ్రుల సాంఘిక చరిత్రము ప్రత్యేకముగా విరచింపబడుచున్నది. కావున నీ విషయమై (వెలమాది జాతులవిషయమై) యిందు సవిస్తరముగా చర్చింపబడదు."

ఆ చరిత్రను వ్రాయనేలేదేమో! వ్రాయ సంకల్పించియుందురు. అట్టి సిద్ధహస్తుని వ్రాత మనకు లభింపదయ్యెను. అదే విధముగా పలువురు వ్రాయ సంకల్పించినట్లున్నది. శ్రీ నేలటూరు వేంకటరమణయ్యగారి వ్యాస మింగ్లీషులో ఆంధ్ర చరిత్ర పరిశోధక సంఘ పత్రికలో క్రీ. శ. ౧౯౩౮ లో ముద్రితమైనది. నేనీ గ్రంథములోని నాల్గవ ప్రకరణము వ్రాయునప్పుడు దానిని చూడ దటస్థించినది. నేను నిర్ణయించుకొన్న మార్గములనే వారు సూచిగా వాటినే సూచించి

నారు. ఆదే పద్ధతులపై శ్రీ మల్లంపల్లి సోమశేఖరశర్మగారును తమ రెడ్డి రాజ్య చరిత్రమందలి సాంఘిక చరిత్ర భాగమును రచించినారు. పెదపాటి ఎర్ర నార్యుని మల్హణ చరిత్ర కావ్య పీఠికలో నిట్లు వ్రాసినారు.

"కృష్ణరాయ యుగమునకు పిమ్మట ఆంధ్రుల పరాక్రమ పౌరుషము లెట్లు క్షీణించినవో ఆదరాభిరుచులును అట్లే కుంటుపడినవి. అందువలన ఆ యుగమున ప్రభవిల్లిన కావ్యసంతతి అత్యుత్తమమైనది కాకపోయినప్పటికిని ఆ యుగమందలి సాంఘిక జీవనమును, ప్రజాభిరుచిని ప్రతిబింబించునట్టివి. ఈ దృష్టితో మనము చూడగలిగినప్పుడు ఏకవి రచించిన కావ్యమైనను శిథిలము కాకుండ రక్షించుట మన బాధ్యత యని తేటపడును."

పలువురు మన పూర్వుల సాంఘిక జీవనమును గూర్చి ముఖ్యముగా క్రీడాభిరామాధారముపై కొన్ని వ్యాసాలు వ్రాసిరి. కాని సమగ్రమగు ఆంధ్రుల చరిత్ర ఇంతవరకు వెలువడలేదు. నేను మే నెల ౧౯౪౯ లో హైదరాబాదు నుండి వెలువడుచుండిన "సుజాత" మాసపత్రికలో "తెనాలి రామకృష్ణుని కాలమందలి ఆంధ్రుల సాంఘిక జీవనము" అను వ్యాసమును కేవలము పాండురంగ మాహాత్మ్యములోని వర్ణనల సమయ సందర్భములనుబట్టి విషయములను తేల్చి వ్రాసితిని. ఆ పద్ధతి నాకు సరిగా కనబడెను. ఆ జాడను బట్టుకొని అప్పు డప్పుడు కాకతీయుల కాలమందలి సాంఘిక చరిత్ర, కృష్ణరాయల కాలపు సాంఘిక చరిత్ర, కదిరీపతికాలపు సాంఘిక చరిత్ర, రెడ్డియుగపు సాంఘికచరిత్ర. ఆంధ్ర దశకుమార చరితము తెలుపు తెనుగువారి సాంఘిక చరిత్ర మొదలగు వ్యాసాలను వ్రాస్తిని. తత్పర్యవసానమే యీ గ్రంథము.

ఆంధ్రులకు ప్రత్యేక చరిత్ర యేల? వారికి భారతీయ హిందువుల నుండి భిన్నించిన సంస్కృతి (Culture) కూడ కలదా? యని తెలంగాణములో ఆంధ్ర సభలో ౧౨ ఏండ్లనాడొకవాదము బయలుదేరెను. అప్పుడు (క్రీ. శ. ౧౯౩౭ ఈశ్వర పుష్యము) ఆంధ్ర సంస్కృతి యను వ్యాసమును ప్రకటించి యుంటిని. అందిట్లు వ్రాసితి.

"ఆంధ్రత్వ మాంధ్రభాషా చ । నాల్పస్య తపసః ఫలం॥"

అని తమిళుడగు అప్పయ్య(ర్) దీక్షితులు వ్రాసిరి. ౩౦౦ ఏండ్ల క్రిందటనే తమిళ ప్రసిద్ధ పండితునికి ఆంధ్రత్వమందు భిన్నత్వము కానవచ్చెను...... సంస్కృతి యనగా నాగరికత, లలితకళలు, సారస్వతము, సభ్యత, దైనంది

నాభివృద్ధి మున్నగు నుత్తమగుణము లన్నియు కలసిన విశిష్టగుణము...ఆంధ్రులకు ప్రత్యేక సంస్కృతి కలదు ఆంధ్రుని, అరవను, బంగాళీని, పఠానును చూచిన వెంటనే వీరు వీరని వేరుపరుపవచ్చును. ఎందుకు? అది వారి వేష భాషలను బట్టియే! అందుచేత ఆ సకల భాషావాగనుశాసనులు, స్వస్థాన వేష భాషాభిమతా: స్వంతో రసప్రలుబ్ధ ధియః అని సెలవిచ్చిరి. ఆంధ్రుల నుండి వారి భాష, భాషలోని నుడికారము, వారి భావములు, వారి శిల్పకళ, నారి పల్లె పాటలు (Folk Song)s, కథలు (Folk Tales), విశ్వాసములు, వారి చరిత్ర, వారి సాంఘీకాచారములు, తీసివేసిన, రేపే వారుఅద విజాతులలో కలిసిపోగలరు ఇతరులలోని ఉత్తమ కళలను స్వీకరించి తమవాటితో మేళవించి తమవిగా చేసుకొనుట నాగరిక లక్షణము. విజయనగర సమ్రాట్టులు, మధురా, తంజాపురీ నాయక రాజులును, హిందూ ముస్లిం శిల్ప సమ్మేళనము గావించి ప్రత్యేకాంధ శిల్పమును స్థాపించిరి. ఆంధ్రులు తమ భాషకు శ్రావ్యతను సమకూర్చి కర్ణాటక సంగీతమను పేరుతో ఖ్యాతిగాంచిన కళను దక్షిణాపథమున కంతటికిని ప్రసాదించిరి. మళయాళములో కథాకళి, గుజరాతులో గర్బనృత్యము. ఉత్తర హిందూస్థానములో రామలీల, కథక్ నృత్యము, అసాములో మణిపురీ నృత్యము మున్నగు విశిష్టవైవిధ్య నృత్యాలు భారతదేశమందలి నానాప్రాంతాలలో నే విధముగా వెలసెనో! ఆంధ్రులందున కూచిపూడి భాగవతులచే పరిరక్షితమైన నృత్యమునకు ప్రత్యేకత కలదు. రామప్ప గుడిలోని నృత్యశిల్పములు జాయసేనాని నృత్య రత్నాకరానికి ఉదాహరణములు.

హిందువు లందరికిని పండుగలు పబ్బములు ఒకటే యన వీలులేదు. ఔత్తరాహులకు హోలీ, వసంత పంచమీలు ప్రత్యేకాభిమతములు. తమిళులకు పొంగల్ పండుగ ముఖ్యము. అటులే ఆంధ్రులకు ఉగాది, ఏరువాక పున్నమి ముఖ్యమైనవి.

భారతదేశమం దొక్కొక్క ప్రాంతములో ఒక్కొక్క విధమగు ఆటలు కలవు. తెనుగువారికి ఉప్పన బట్టెలాట, చిల్లగొడె (బిల్లగోడు) ఆటలు ముఖ్యమైనవి. "ఉప్పనబట్టె లాడునెడ నుప్పులు దెత్తురుగాక యాదవుల్" అని నాచన సోముడు వ్రాసెను. పులిజూదములు, దొమ్మరి ఆటలు తెనుగువారివే. ఇవి ఆ నాడు తెలిపిన విషయాలలో కొన్ని. అనాటి భావములలో ఈనా డేమియు మార్పు కలుగలేదు. పైగా ఆ భావాలు స్థిరపడినవి.

హిమాలయమునుండి కన్యాకుమారి వరకుండు వివిధ భాషావర్గముల వారిని చూచుచు వెళ్ళిన, అపారమగు వైవిధ్యము అడుగడుగునకు వ్యక్తమగును. మళయాళి, అరవ, మరాటీ, పంజాబీ, బంగాళీ మున్నగువారిని చూచిన ఒకరితో ఒకరు వేషభాషా విశేషములందు పోలినవారు కారు. ఆహార విహారము లందును భేదము కలదు. మళయాళీలు బియ్యము, టెంకాయలు తప్ప వేరే యెరుగరు. తమిళులకు బియ్యము, పులుసు చాలా యిష్టము. మరాటీలకు రొట్టెలే కావలెను. బంగాళీలకు బియ్యము, చేపలు కావలెను. కాశ్మీరీలు మాంసము లేనిది మాట వినరు. ఇట్టి బహుకారణాలచేత ఆంధ్రుల సాంఘిక చరిత్రయొక్క యావశ్యకత చాలా యవసరమని తోపక మానదు.

రాజుల రాజ్యాల చరిత్ర వ్రాయుట అంత కష్టముకాదు. కాని, సాంఘిక చరిత్ర వ్రాయుట కష్టము. దీని కాధారములు తక్కువ. తెనుగు సారస్వతము, శాసనములు, స్థానిక చరిత్రలు (కైఫీయత్తులు), విదేశీజనులు చూచి వ్రాసిన వ్రాతలు, శిల్పములు, చిత్తరువులు, నాణెములు, సామెతలు, ఇతర వాఙ్మయములలోని సూచనలు, దానపత్రములు, సుద్దులు, జంగము కథలు, పాటలు, చాటువులు, పురావస్తు సంచయములు (Collections) - ఇవి సాంఘిక చరిత్రకు పనికివచ్చు సాధనములు.

కావ్య ప్రబంధాలలో నూటికి ౯౦ పాళ్ళు సాంఘిక చరిత్రకు పనికివచ్చునవి కావు. పురాణాలు, మధ్యకాలపు ప్రబంధాలు ఇందుకు పనికిరావు. ఎందరో మహాకవులు వసు మను చరిత్రల వంటివి వ్రాసినవారు మనకు సాయపడరు.

"కేళీ నట ద్గేహ కేకి కేకారవో! న్మేషంబు చెవుల దేనియలు చిలుక"

(కవికర్ణ రసాయనము)

వంటి వర్ణనలు మనకు సహాయపడవు.

"గొంగడి ముసుగుతో గొల్లలు చట్రాతి - పైని బందారాకు బరిచికొనగ"

(శుకసప్తతి)

అన్న వర్షర్తు వర్ణన మనకు చాలా పనికివచ్చును.

"తతనితంబాభోగ ధవళాంశుకములోని। యంగదట్టపు కావిరంగువలన"

(మనుచరిత్ర)

అంటే మనకు సరిగా అర్థమేకాదు.

"చలువ దుప్పలువ కుచ్చెలయంచు ముత్తెముల్ పదనఖపళకు సలాము చేయ"

(శుకసప్తతి)

అని యంచే ఆ స్త్రీ కన్నులయెదుట నిలిచి పూర్వకాలమందు మన యువతుల విలాస మిట్లుండెనని తెలుపును.

ఒక్కొక్కమారు కొన్ని పుస్తకాలు పూర్తిగా చదివిన మనకు పనికివచ్చు మాటలు రెండో, మూడో దొరుకును. అంతే ?

సాంఘిక చరిత్ర దృష్టితో జూచిన బహుగ్రంథాలు వ్రాసిన కూచిమంచి తిమ్మకవి యేమియు సహాయకారి కాడు మను వసు చరిత్రకన్న తాళ్ళపాక చిన్నన్న ద్విపద పరమయోగి విలాసము చాలా మేలుగా నుండును ఇందొక్క లావుసమాసము కూడా కానరాదు కవిత్వము జటిలము, ప్రౌఢము కాదు. కాని అతని వర్ణనలే మన చరిత్రకు చాలా ముఖ్యమైనవి. జక్కన విక్రమార్క చరిత్రలో "చక్కని వైదుష్యము" ప్రదర్శించెను.

"కల్పాంత దుర్గాంత కలుషాంతక స్వాంత దుర్వారవహ్నికి నోర్వవచ్చు" అని 'ప్రళయకాలాభీలము'గా వ్రాసెను. కాని అందు మన కేదియును పనికిరాదు అవే కథలను కొరవి గోపరాజు 'ద్వాత్రింశత్సాలభంజికా కథలు' అను పేరుతో రచించెను. ఆ గ్రంథము మన కత్యంతముగా సహాయపడును. ఈ విధముగా ప్రబంధాలను పరిశోధన చేయవలసి యుండును. ద్వాత్రింశత్సాలభంజికలో, శుకసప్తతిలో. పండితారాధ్యములో, బసవపురాణములో, క్రీడాభిరామములో, వెంకటనాథుని పంచతంత్రములలో వాడిన చాలా పదాలు నిఘంటువులలో లేవు. అందుచేతను సాంఘీక చరిత్రను వ్రాయుటలో కష్టము కలుగును. ఈ పదాలు తెలియకుండిన నేమాయె ననుటకు వీలలేదు. కవులు సాంఘికాచారములను వర్ణించు తావులందే ప్రాంతీయ వ్యావహారిక పదాలను, అప్పటి యాచారములను తెలుపువాటిని వాడినారు. అందుచేత అవి ముఖ్యమైన వగును

శాసనములలో పర్వాలు, దానాలు, తూకములు, భూమికొలతలు, పొలి మేరలు, ఆయములు మున్నగునవి మాత్రమే తెలియును. స్థానిక చరిత్రలో చాలా భాగము కల్పితములతో, అతిశయోక్తులతో, పుక్కిటి పురాణాలతో నిండి యుండును. విదేశీయాత్రికులు, వ్యాపారులు, రాయబారులు, కాకతీయ విజయ

నగర కాలాలలోని ఆంధ్రులను గూర్చి కొన్ని వ్రాసిరి. అవి చాలా సహాయము చేయును. కాని అందు వ్రాసిన వ్రాత లన్నియు నిజ మని నమ్మరాదు "విజయ నగర రాజులు ఎలుకల, పిల్లుల, బల్లుల తినిరి" అని యొక్క యూరోపు యాత్రికుడు డానాడు వ్రాసెను. దీనిని నమ్మవచ్చునా ? ఇది పూర్తిగా అబద్ధము. ఫెరిస్తా వ్రాసిన చరిత్ర పలుతావులలో అబద్ధాలతో నిండినది. 'గంగా దాస ప్రతాప విలాసము' అను సంస్కృత నాటకమందు రెండవ దేవరాయలు చని పోయిన వెంటనే ఆదే యదనని ఓఢ్రగజపతియు, బహమనీ సుల్తానును కలిసి విజయనగరముపై బడిరనియు, అప్పుడు మల్లికార్జునుడు వారి నోడించి పార గొట్టెననియు వ్రాసినారు. దీని ముచ్చట ఫెరిస్తా వ్రాసిన చరిత్రలో లేనేలేదు. (Ancient India Vol. II. by S. K. Iyengar, P. 40). ఫెరిస్తాయే దేవ రాయ లోడి తన బిడ్డను బహమనీ సుల్తానుకిచ్చి పెండ్లి చేసెనని వ్రాసెను. ఈ ముచ్చట దేశి విదేశి చరిత్రకారులు కాని, సమకాలికులు కాని, తర్వాతివారు కాని యెవ్వరును వ్రాయలేదు. ఏ కైఫీయత్తులో ఈ ముచ్చట కానరాదు. ఏ కవితలో కాని, చాటువులో కాని ఏ సూచనయు లేదు.

చిత్తరువులను చూచి వ్రాయుదమన్న అవి తురకలచే ధ్వంసమయ్యెను. విజయనగరమందు రాజు మొదలుగ రౌతు వరకు, రాణి మొదలుగ సాని వరకు తమ తమ యిండ్ల గోడలపై చిత్తరువులు వ్రాయించిరని అనేక నిదర్శనాలు కలవు. చక్రవర్తుల రాణివాసము, వారికై దేశివిదేశి జనుల రూపాలు, నానావిధ జంతువులు, బహువిధములైనవి చిత్రింపబడెను. ఆ భవనము లేవి ? అన్నియు విజేతలగు సుల్తానుల సైన్యాలు ఆరునెలల పోట్లతో మంట గలిపెను. శిలా శిల్ప ములు కూడా ముప్పాతికకు పైగా చూర్ణమయ్యెను. ఓరుగంటి భోగ మిండ్లలో కూడా చిత్రశాల లుండెను కదా ! ఆ నగరము జాడలేకుండా ధ్వంసమయ్యెను.

పూర్వపు జానపద గీతములను సేకరించినవా రరుదు. తందాన కథల నాదరించినవారు లేరు. అందుచేత తాళ్ళపాకవారి కవిత్వం కొంత నా పైత్యం కొంత చేర్చి చదువు వచ్చీ రానివారో లేక కథ చెప్పే జంగాలో కథ లల్లిరి. నాటెములను సేకరించినవారు కానరారు. ప్రభుత్వము కొంత పనిచేసెను. కాని కొన్నిటినయినా మనము చూడగలిగినాము.

కొన్ని సంవత్సరముల క్రిందట కృష్ణరాయల కాలమునాటి సాంఘిక చరిత్ర అను వ్యాసమును సిద్ధముచేస్తిని. ఆదేపనిగా ఆముక్తమాల్యదను ఆయన

కాలపు కవుల గ్రంథాలను పూర్తిగా చదివి అందు స్ఫురించిన యంశములను గుర్తుగా వ్రాసుకొని తర్వాత సలటోర్ అనునతడు వ్రాసిన విజయనగరరాజ్య సాంఘిక చరిత్ర అను ఇంగ్లీషు సంపుటముల రెంటిని చదివితిని. నేను గుర్తించు కొన్న పలువిషయములును వాటిలో నివియును సరిపోయెను. పైగా ఆ గ్రంథ కర్తకు తెనుగు రానందున నా సంగ్రహమందు కొన్ని యెక్కుగా కానవచ్చెను.

"ఉరుసంధ్యాతప శోణ మృత్కలితమై యొప్పారు బ్రహ్మాండ మన్
గరిడిన్ కాలపుహొంతకాడు చరమాగ స్కంధముం జేర్చు ని
బ్బరవున్ సంగడమో యనన్ శశి దిగెం బ్రాగ్భూమి భృత్తైకతవే
తర బాహాగ్రపు సంగడం బనగ మార్తాండుండు దోచెన్ దివిన్"

మనుచరిత్రము, ౩. ౫౯.

అను ప్రాతఃకాల వర్ణనమునుండి ఆ కాలమందు సాము గరిడీ లుండెననియు, అందు ఎర్రమట్టిని నింపిరనియు, అందు సంగ్రోలా మున్నగు సంగడము లుండె ననియు, జెట్టీ లీ విధముగా సిద్ధమగుచుండి రనియు వ్రాస్తిని. విజయనగర కాలమందు సాముకూటములు విరివిగా నుండెననియు కృష్ణదేవరాయలే ఒంటికి నూనె పట్టించి జెట్టీలతో కుస్తీ పట్టెడివాడనియు విదేశియాత్రికులు వ్రాసినదాని వలన ప్రాతఃకాల వర్ణనమునుండి తేల్చిన విషయము సరిపోయినది ఈ విధముగా అడుగడుగునకు కవుల వర్ణనలనుండి మనకు కావలసిన విషయము తేల్చవలసి యుండును.

సాంఘిక చరిత్రకు పనికివచ్చు కావ్యాలలో ప్రాంతీయ పదములను ప్రయోగించినారు. కదిరీపతి శుకసప్తతిలోని ఇంచుమించు ౧౦౦ పదాలు నిఘంటువులలోలేవు. (నేను సూర్యరాయాంధ్ర నిఘంటువు జూడలేదు. కాన దాన్ని గురించి వ్రాయుటలేదు.) అందలి పదాలను కడప, అనంతపురము వారలను విచారించి తెలుసుకొనవలసి వచ్చెను. చంద్రశేఖర శతకములోని వ్యావహారిక పదాలు నెల్లూరువారి కర్థమగును. భాషియదండక పదాలు కర్నూలువారి కర్థ మగును. ద్వాత్రింశత్సాలభంజికా కథ లందలి పదాలు తెలంగాణమువారి కర్థ మగును. క్రీడాభిరామ మందలి పదాలు కృష్ణాజిల్లావారి కర్థమగును. పాల్కురికి సోమనాథుని, నన్నెచోడుని పదాలు కొన్ని యెవరికిని అర్థము కావు.

చెప్పబోయిన దేమన :- అర్థముకాని ప్రాంతీయ ప్రాబంధిక పదాలను పట్టికగా ముద్రించి తెలిసినవారు అర్థములను వ్రాసి పంపుటకై భారతి వంటి పత్రిక కృషిచేసిన, లేక (తెలంగాణా) ఆంధ్ర సారస్వత పరిషత్తు వంటి సంస్థలు ప్రయత్నించిన కాలగర్భమందు సమాధిపొందిన యెన్నియో సుందర భావస్ఫోరకములగు పదాలకు సుధాసేచనము చేసినట్లగును. నిఘంటు నిర్మాతలు గ్రాంథిక పదాలనే సేకరించుటకై మడిగట్టుకొన్నవారగుటచేత వారి శ్రమ పూర్ణఫలదాయి కాకపోయినది. సూర్యరాయాంధ్ర నిఘంటువు నించుమించు రెండు తరాలనుండి వ్రాస్తూవచ్చినను వారు వ్యావహారికమన్న చీదరించుకొందురని వినుటచే వారి శ్రమ తగినంత ఫలవంతము కాదనవలెను. ఏ నిఘంటువైనను సరే ఎంతవరకు వ్యావహారిక ప్రాంతీయ పదాలను సేకరించదో అంతవర కది కొరవడినదై యుండును.

మన సాంఘిక చరిత్రకు పనికివచ్చు తెనుగు ప్రబంధాలలో ముఖ్యమైనవి

పాల్కురికి సోమనాథుని— బసవపురాణము, పండితారాధ్య చరిత్రము.
శ్రీనాథుని (వల్లభరాయని) — క్రీడాభిరామము.
శ్రీనాథుడో (కాడో !) — పల్నాటి వీరచరిత్రము.
కొరవి గోపరాజు — ద్వాత్రింశత్సాలభంజికలు.
కృష్ణదేవరాయల — ఆముక్తమాల్యద.
తాళ్ళపాక తిరువెంగళనాథుని — ద్విపద పరమయోగి విలాసము.
సారంగు తమ్మయ్య — వైజయంతీ విలాసము
గౌరన — హరిశ్చంద్ర ద్విపద.
కదిరీపతి — శుకసప్తతి.
వెంకటనాథకవి — పంచతంత్రము.
శతకములలో — వేమన, చంద్రశేఖర, కుక్కుటేశ్వర, రామలింగ, శరభాంక, వేణుగోపాల, వృషాధిప, సింహాద్రి నారసింహ, వెంకటేశ, గువ్వల చెన్న శతకాలు.
భాషీయ దండకము.

ఏనుగుల వీరాస్వామి — కాశీయాత్ర.

పాండురంగ విజయము, శ్రీ కాళహస్తి మాహాత్మ్యము, శ్రీనాథుని చాటువులు, పీఠికలు కూడా కొంతవరకు సహాయపడును.

శబ్దరత్నాకర నిఘంటు నిర్మాతలగు బహుజనపల్లి సీతారామాచార్యులుంగారు కవుల తారతమ్యములను నిర్ణయించి వారిని ఆరు తరగతులుగా విభజించిరి. అందు పై కవులకు వారే స్థానమిచ్చిరనగా :—

ప్రబంధము.	తరగతి.
పాల్కురికి పాండితారాధ్య చరిత్ర	౨
పాల్కురికి బసవపురాణము	౨
ద్వాత్రింశత్సాలభంజికలు	౪
ఆముక్తమాల్యద	౪
వైజయంతీ విలాసము	౨
శుకసప్తతి	౨

కొన్ని ప్రబంధాలు వారి కాలాన ముద్రితములు కాలేదు. అయియుండిన వాటికినీ కనిష్ఠము అయిదవ తరగతిలో సీటు దొరకకపోయి యుండునా ?

సాంఘిక చరిత్రకు పనికిరాని కవిజన రంజనము, కవికర్ణ రసాయనము, జైమినీ భారతము, రామాభ్యుదయము, విక్రమార్క చరిత్రము, విష్ణుపురాణము, మనుచరిత్రను, వసుచరిత్రను మూడవ తరగతిలో చేర్చినారు.

అమృతాంజనమును, అమృతధారను, బహునిఘంటువులను, వేదంవారిని చుట్టూ పెట్టుకొని చదువదగిన నైషధము, రాఘవ పాండవీయము, హరిశ్చంద్ర నలోపాఖ్యానములకు రెండవ మూడవస్థాన మిచ్చినారు.

నేనప్పుడప్పుడు ౧౯౨౯ నుండి వ్రాసిన సాంఘిక చరిత్ర వ్యాసములను జూచిన మిత్రులు ఆంధ్ర సారస్వత పరిషత్తు స్థాపితమైనప్పుడు ఆంధ్రుల సాంఘిక చరిత్రను వ్రాయుమని తొందరపెట్టిరి. అంతటి శ్రమకు అర్హత

లేదనియు, చాలనివాడననియు అంగీకరింపక యుంటిని కాని మా మిత్రులలో శ్రీ లోకనంది శంకరనారాయణరావు, శ్రీదేవులపల్లి రామానుజరావు, శ్రీ పులిజాల హనుమంతరావుగారలు చేసిన ప్రోద్బలము తట్టుకొనరానిదయ్యెను. తుది కొప్పుకోక తప్పదయ్యెను. అవసరమగు పరికరములు నాకు లభింపనందున నాకీ గ్రంథము తృప్తినొసగలేదు.

ఈ గ్రంథ ముద్రణమును, ప్రూఫులను చూచుకొనుట మున్నగు శ్రమకు లోనైన ప్రియమిత్రులగు శ్రీ దేవులపల్లి రామానుజరావు నా మనఃపూర్వకమగు కృతజ్ఞతలకు పాత్రులైనారు.

ద్వితీయ ముద్రణ పీఠిక

నే నేమాత్రమును ఊహించనిరీతిగా ఈ గ్రంథము పత్రికాధిపతుల యొక్కయు, విద్వాంసుల యొక్కయు ప్రశంసకు పాత్రమైనందులకు ధన్యుడ నని అనుకొన్నాను. ముఖ్యముగా ఆంధ్రప్రభా సంపాదకులగు శ్రీ నార్ల వేంకటేశ్వరరావుగారికి నేను ఋణపడినాను. ఈ గ్రంథముతో వారి పరిచయము నాకు రెండవమా రన్నమాట! వారికీ గ్రంథము మెచ్చువచ్చినది. ఒక సంపాదకీయమును వ్రాసిరి. "మన తాత ముత్తాతలు" అన్న శీర్షికను నేను చూడగానే నా గ్రంథము జ్ఞాపకమువచ్చి ఇది నా గ్రంథ విమర్శయై యుండునా అని తటాలున అనుమానించితిని. అనుమానము నిశ్చయమే అయినది! వారిచ్చిన యా ప్రకటన మూలమున గ్రంథప్రచార మెక్కువయ్యెను. తర్వాత వా రొక సూచనను చేసిరి. ఇంగ్లీషులో సాంఘిక చరిత్ర పద్ధతిగా ఒక్కొక్క విషయమును ఆమూలాగ్రముగా ముగించుచు వ్రాసిన బాగుండుననిరి. కాని యీ గ్రంథమందలి మొదటి మూడు ప్రకరణాలు ఉస్మానియా విద్యాపీఠమందలి ఎఫ్. ఏ. విద్యార్థుల కొక పాఠ్యభాగముగను, ఆంధ్ర సారస్వత పరిషత్తు వారును అదే భాగమును తమ ప్రవేశ పరీక్షా విద్యార్థులకును నిర్ణయించిన వారగుటచే ప్రకృతము మార్పుచేయుటకు వీలు లేకపోయినది.

ఇతర పత్రికలలో గ్రంథ విమర్శ వచ్చినదని వింటిని కాని నే నేదియు చూడలేదు. ఆంధ్రప్రభా సంపాదకులకు నాపై (అనగా నా గ్రంథముపై) కలిగిన అవ్యాజప్రేమకు నేను కృతజ్ఞతాగుణబద్ధుడ నైనాను. శ్రీ నార్లవారి అభిప్రాయమును గ్రంథాంతమందు ౧వ అనుబంధముగా ముద్రించినాను.

మిత్రులును, సంగీత సాహిత్య విద్యాపారంగతులగు, తెనుగు వచన రచనలో అగ్రశ్రేణిలోని రచయితలును నగు శ్రీమాన్ రాళ్ళపల్లి అనంతకృష్ణ శర్మగారు, ప్రేమపూర్వకముగా (౨౨) విషయములను చర్చించి, ఒక విపులమగు లేఖను వ్రాసినారు. అందు ఇంచుమించు అన్నింటిని సవరణలుగా ఒప్పుకొని వారికి నా కృతజ్ఞతలను తెలుపుకొని వారి లేఖను ౨వ అనుబంధముగా ముద్రించుచున్నాను.

* శ్రీ వేటూరి ప్రభాకరశాస్త్రిగారు గొప్ప విద్వాంసులు, పరిశోధకులు, విమర్శకులు. వారు నా కిట్లొక కార్డు వ్రాసిరి.

"మీ గ్రంథము - ఆంధ్రుల సాంఘిక చరిత్ర - చాలా ముచ్చట గొల్పినది. మీరీ గ్రంథము రచించుటకు ఎల్లతెఱగులను సమర్థులు. ఆదినుండి తుదిదాకా ఒకతూరి స్థూలదృష్టితో చదివి యిది వ్రాస్తున్నాను...... చదివినంతలో మీరు ప్రామాణికులైన సత్యరతులైన పవిత్రహృదయులని గుర్తించినాను. నేను, మీరీ గ్రంథమును ఇంతకింకను నాల్గయిదు రెట్లు విషయవిశేషములతో ప్రపంచించి పునర్ముద్రణము చేయుటకు, తోడ్పడ కుతూహలపడుచున్నాను - వేటూరి ప్రభాకరశాస్త్రి, (తిరుపతి, ౨౮-౧౧-౪౯)"

శ్రీ శాస్త్రిగారికి నేను వెంటనే జాబు వ్రాస్తిని కాని అది వారి కందినట్లు లేదు. వారినుండి ప్రత్యుత్తరము రాకపోవుటయే నిదర్శనము. వారి ఆశీస్సునకు నా నమోవాకములు. ఈ మూడు విమర్శలు తప్ప తక్కినవి నే నెరుగను

ఈ తడవ ముద్రించినదానిలో కొన్ని మార్పులు చేసినాను. "తూర్పు చాళుక్య యుగము" అను నొక క్రొత్త ప్రకరణమును చేర్చినాను. మొదటి గ్రంథము వ్రాసినప్పుడు పాచికల ఆటను గురించి శ్రద్ధచేయలేదు. ఈ తడవ దానిని సమగ్రముగా గ్రహించి వ్రాసినాను. మొదటి ప్రచురణ కాలమందు నాకు కొన్ని పదాలు సరిగా తెలియరాక సరిగా వ్రాయకయో, సూచించి తప్పించుకొనుటయో లేక వదలివేయుటయో జరిగెను. ఇప్పుడు వాటిని సరిగా గ్రహించి ఇందెక్కించినాను. అట్టివాటిలో బొమ్మకట్టుట, కనుమారి, గిల్లదండ (పీటీ ఖేలనము), రణముకుడుపు, పురువుల క్రోవి, ముడాసు, తలముళ్ళు మొదలయినవి చూడదగినవి. ముఖ్యపదముల అకారాదిసూచి గ్రంథాంతమం దియ్యనైనది. దానినిబట్టి పై పదములను విద్వాంసులు పరికింతురని ప్రార్థన.

మొదటి ప్రచురణ కాలములో నేను శబ్దరత్నాకరము, ఆంధ్ర వాచస్పత్యంబును చూచి అందులేని పదాలకు నాకు తోచిన లేక తెలిసిన యర్థాలను వ్రాస్తిని. ఈ తడవ సూర్యరాయాంధ్ర నిఘంటువును చూడగలిగితిని. అందు నకారాంతమువరకు పదాల కర్థాలు కలవు. తక్కినభాగ మింకను ముద్రితము

---

*శ్రీ వేటూరి ప్రభాకరశాస్త్రిగా రిటీవలనే పరమపదించిరి. వారి యీ లేఖ నాకు మొదటిదియు, తుదిదియు.

కాలేదు (బహుశ మరొక తరములో పూర్తికావచ్చును). దొరికినంతవరకు నేను నిర్ణయించిన యర్థాలే బహుపదాలకందు లభించినవి. ఇంచుమించు పది పదాల కెక్కుడుగా అర్థము లభించనది. కొన్ని పదాలకు పక్షివిశేషము, క్రీడావిశేష మనియే వ్రాసినారు. పకారమునుండి హకారమువరకుండు పదాల యర్థ నిర్ణయము పూర్తిగా నేనే చేసినాను. ఈ తడవ రాజవాహన విజయము, గౌరన కృతులు, వేంకటనాథుని పంచతంత్రము, కుమార సంభవము, వెలుగోటి వంశావళి మున్నగు గ్రంథాలను చూడగలిగితిని. అందుచేత మరికొన్ని విశేషములను గ్రంథమందు జేర్పగలిగినాను.

ఈ కాలములో ౭౦-౮౦ ఏండ్ల వృద్ధులకు వారి చిన్నతనమునాటి ఆచారములు తెలిసినట్టివి మనకు తెలియవు. మనకు తెలిసినంతకూడా మన సంతతికి తెలియదు. ౨౦౦-౩౦౦ సంవత్సరాల క్రిందటి మన పెద్దల ఆచార వ్యవహారాలు మన మెరుగక అర్థము చేసికొనజాలకున్నాము. ఈ పుస్తకములో కొన్ని విషయములు తెలియరానివని వ్రాయవలసి వచ్చెను. మన పరిషత్తుల సంచాలకులు, గ్రంథ ప్రదర్శనము, కళా ప్రదర్శనము, పురాణ వస్తుప్రదర్శనమును గావించుతున్నారు. కాని మనవారిలో పూర్వమందు ఆచార వ్యవహారములం దుండిన వస్తువులను సేకరించి ప్రదర్శించుట చాల యవసరము. పుస్తకము లుంచి చదువుకొను కట్టితో చేసిన వ్యాసపీట, తాటాకుల పుస్తకాలు, గంటములు, బొండకొయ్య, కోడెము, పొగడదండ, పూర్వపు చిత్తరువులు, నిటివంటివాటిని నిరూపించు పటాలు, పూర్వమువారి రూపాలను, దుస్తులను, వేషాలను తెలుపు పటాలు, ప్రాచీన నాణెములు, గడియారపు కుడుక, పూర్వకాలపు చెండ్లు, కవిలె కడితము, పాచికలు, కోళ్ళ చరణాయుధాలు, ముక్కరవంటి మాయమగుచున్న స్త్రీల యాభరణములు, బొందెల అంగీలు, చల్లాడములు, కుల్లాయి, కబ్బాయి, ఆయుధాలు. కవచములు, మసిబుర్రలు, గలుగుకలాలు, పూర్వ ప్రముఖుల చేతివ్రాతలు, దొంగల పరికరాలు, రంగులు, బాలబాలికల క్రీడలు, రొక్కపు జాలెలు, నడుము దట్టీలు, అసిమిసంచి, తోలుబొమ్మలయొక్కయు, యక్షగానాల యొక్కయు దృశ్యములు, గాజుకుప్పెలు, వివిధప్రాంతాలలో పూర్వము సిద్ధమగుచుండిన సుందరవస్తువులు, సంగీత పరికరములు మున్నగునవి సేకరించి ప్రదర్శించవలెను. వాటిని ఒక మ్యూజియములో నుంచవలెను. పైవాటిలో సగాని కెక్కువగా ఈ కాలమువారు చూచి యెరుగరు పైవాటిలో అనేక

విషయాలు విశేషముగా తెనుగుదేశములో పూర్వము ప్రచారమం దుండినట్టివి. పరిశోధన చేసి వాటిని సమకూర్చకుండిన ముందుకాలమువారికి మన సాంఘిక చరిత్ర అర్థము కానేరవు.

ఈ గ్రంథ ముద్రణాదులను, ప్రూఫులను సరిచూచి విచారించుకొన్న మిత్రులగు శ్రీ దేవులపల్లి రామానుజరావు, బి. ఏ., ఎల్ఎల్. బి. గారికిని, శ్రీ పులిజాల హనుమంతరావుగారికిని మరల నా మనఃపూర్వక కృతజ్ఞతలను సమర్పించుకొంటున్నాను.

ఇందు సిడి పటమును ముద్రించినాము. దానిని సంపాదించి యిచ్చిన శ్రీ కే. శేషగిరిరావు (ప్రసిద్ధ చిత్రకారులకు) గారికి నా కృతజ్ఞతలు.

ఇకముందు ఈ సాంఘిక చరిత్ర పూర్వభాగమును శాలివాహనుల కాలము నుండి రాజరాజ నరేంద్రుని కాలమువరకు వ్రాయుటకు పూనుకొందును.

అక్టోబరు, ౧౯౩౦

సు. ప్రతాపరెడ్డి

౧ వ ప్రకరణము

తూర్పు చాళుక్య యుగము

మన వాఙ్మయ చరిత్ర నన్నయభట్టుతో ప్రారంభమగుచున్నది. అతడు తూర్పు చాళుక్యరా జగు రాజరాజనరేంద్రుని కులబ్రాహ్మణుడు. ఆ రాజు రాజమహేంద్రవరము రాజధానిగా వేంగిదేశమును క్రీ. శ. ౧౦౨౨ నుండి ౧౦౬౩ వరకు రాజ్యము చేసెను. మనకు తూర్పు చాళుక్యుల కాలపు చరిత్ర సరిగా తెలియదు. ఇచ్చట నన్నయ కాలమునుండి కాకతీయుల ప్రాబల్యము వరకు అనగా ఇంచుమించు క్రీ. శ. ౧౦౦౦ నుండి ౧౨౦౦ వరకు తెనుగుదేశ మం దుండిన ఆచార వ్యవహారములు తెలియవచ్చినంతవరకు చర్చింపబడును.

రాజరాజ నరేంద్రునికి ౪౦౦ ఏండ్లకు పూర్వమే తెనుగు దేశమున విరివిగా వ్యాపించిన బౌద్ధమతము మాయమైపోయెను. చాళుక్య రాజులు శైవులు. అందు చేత వారి రాజ్య మందు శైవమత వ్యాప్తియు, బ్రాహ్మణాధిక్యతయును ఎక్కువయ్యెను. నన్నయకు ముందు జనులు పాటలు, పద్యాలు వ్రాసుకొని ఆనందించిరి. కాని కొన్ని శాసనములందు తప్ప మరెచ్చటను మనకు నన్నయకు పూర్వపు పద్యాలు లభింప లేదు. చాళుక్యరాజు "పార్వతీపతి పదాబ్జధ్యానపూజా మహోత్సవమందు" ప్రీతి కలవా డని నన్నయ తెలిపినాడు. చాళుక్యులు క్షత్రియులు కానట్లున్నది. అయినను రాజవంశము లన్నియు సూర్య చంద్రులకు లంకె పెట్టుకొని క్షత్రియత్వమును పొందినట్లుగా చాళుక్య వంశము కూడ క్షత్రియ వంశమయ్యెను. పైగా "హిమకరు తొట్టిపూరు భరతేశకురు ప్రభు పొందు భూపతుల్ క్రమమున వంశకర్త లనగా మహినొప్పిన యస్మదీయ వంశము" అని నన్నయచే చెప్పించు కొన్నాడు. కాని అతని పూర్వికులు తాము బ్రహ్మప్రార్థనాంజలిలో పుట్టిన ఒకమూల చాళుక్యపురుమని సంతతివారమనిరి. మరియొకశాఖ మరొక విధముగా వ్రాయించుకొనెను. ఆ కాలములో రాజు లందరును ఏదో యొక విధముగా సూర్యచంద్ర వంశీయ క్షత్రియులుగా వ్రాయించుకొన్నవారు. ఆ కాలమున శైవాలయములు సత్రములు రాజులు కట్టించిరి. బ్రాహ్మణులకు అగ్రహారములను మాన్యములను సంక్రాంతి లేక

గ్రహణకాలములందు దానములుచేసిరి.

నన్నయ కాలము తర్వాతనే బ్రాహ్మణులలో వైదిక నియోగిశాఖ లేర్పడెను. ఆ విభేదము నన్నయ కాలమందు కాని, అంతకు పూర్వమందుకాని లేకుండెను. నన్నయకు 100 ఏండ్లకు ముందు అమ్మరాజ విష్ణువర్ధనుఁడు రాజ్యము చేసెను. అప్పటివరకు తూర్పు చాళుక్యుల రాజధాని వేగీపురమై యుండెను. అమ్మరాజే రాజమహేంద్రవరమును రాజధానిగా చేసెను. కావున మన కీకాలమందు తూర్పుతీరమందలి (ఇప్పటి సర్కారులు) జిల్లాలలోని స్థితి గతులు కొంతవరకు తెలియవచ్చును.

క్షత్రియులమని అబద్ధం వా సుబద్ధంవా అని వ్రాయించుకొననొల్లని రాజులను నోటినిండుగా శూద్రులని కవులును, పౌరాణికులును అనజాలకున్నను "చతుర్థకులజులు, గంగతో బుట్టువులు" అనిరి. ఇదేకాలమందు తెనుగుదేశమందలి ప్రజలులను "సచ్ఛూద్రులు" అనిరి. సత్యాది గుణంబులు శూద్రునందు కలిగెనేని వాడు సచ్ఛూద్రుండగు గాక" (ఆరణ్య. ౪-౧-౨౯) అని తెనుగు భారతమందు వ్యాసభారతమందులేని కులమును సృష్టించుటచే ఇది ప్రత్యేకముగా తెనుగుదేశాని కేర్పడెనో యేమో ?

బ్రాహ్మణజాతి మహత్త్వమునుగురించి సంస్కృత భారతమందుకూడా విశేషముగా పలుమారు సందర్భరహితముగా కలదు. తెనుగు భారతమందును నన్నయ కొన్ని తన పద్యాలు ఎక్కువగా చేర్చి కొన్ని మూలములోనివి వదిలెను. అనగా తనకు నచ్చిన విశేషములనే తన భారతమందు చేర్చెను. (చూ. ఆది. ౧-౧౩౭ ఆది. ౨-౬౧ మరియు ౬౩. ఇవి మూలములో లేనివి).

నన్నెచోడుని కాలమునాటికే (క్రీ. శ ౧౧౫౦ ప్రాంతమున) శైవముతో పాటు కౌళమార్గాది వామాచారములు దేశమందు ప్రవేశించెను. దాని విధానమును కొంతవరకు నన్నెచోడుడు కుమారసంభవమం దిటుల తెలిపినాడు. "కొందరు మధుపాన గోష్ఠికిఁజొచ్చి మండలార్చన దీర్చి (శ్రీ చక్రపూజచేసి) మూలజ వృషజ గుడమధుపిష్ట కుసుమవికారంబులగు సుగంధాసవంబులు కనకమణిమయానేక కరక చషకాదులన్నించి హర్షించి" గౌరిని, శివుని, భైరవుని, యోగినులను, నవనాథులను, ఆదిసిద్ధులను కొలిచి ఆసవమును త్రాగుచు దానినిట్లు వర్ణించిరి :

"అమరులు ద్రావుచో నమృతమందురు దీని అహి వ్రజంబజ
స్రముగొని యానుచో నిది రసాయనమందురు, భూసురాఘమా
గమవిధి సోమపానమని గైకొని యానుదురెందు, చక్రయా
గమునెప 'వస్తువం' దురివి కౌశికులీసురపేర్మి వింత యే !"

"చని యనేకవిధ మాంసోపదంశకంబు లాస్వాదించుచు మనోహృద్యం బులగు మద్యంబులు" సేవించిరి. (౯-౧౨౭ నుండి ౧౩౨ వరకు) సంస్కృత భారతమందు ఉష్ణదేశమును గూర్చిన చర్చ లంతగా కానరావు. నన్నయభట్టు మూలములో లేకున్నను అర్జునుని తీర్థయాత్రలో వేగి దేశమును, గోదావరిని కలిపి ఇట్లు వర్ణించెను.

దక్షిణగంగ నాదద్దయు నొప్పిన
గోదావరియుజగదాదియైన
భీమేశ్వరంబును బెడగగుచున్న శ్రీ
పర్వతంబును జూచి యుర్విలోన
అనఘమై శిష్టాగ్రహార భూయిష్ఠమై
ధరణీసురోత్త మాధ్వరవిధాన
పుణ్యసమృద్ధమై పొలుచు వేగీదేశ
విభవంబు చూచుచు విభుడు......
... ... కృతార్థుడగుచు॥

—ఆది. ౮-౧౩౯

నన్నయకాలములో తెనుగసీమలో భీమేశ్వరము, శ్రీపర్వతము, ప్రసిద్ధ తీర్థస్థలములై యుండెను. వేగీదేశమందు అగ్రహారము లెక్కువగానుండెను.

నన్నయకాలమందలి తెనుగుభాషా స్థితినిగూర్చి అనేక చర్చలు జరిగినవి. అవి యిచ్చట అప్రస్తుతమగుటచే సూచనమాత్రము చేయనైనది. నన్నెచోడుడు జాను తెనుంగును గురించి తెలిపినాడు "సరళముగాగ భావములు జాను తెనుంగున" (కుమా.౧-౩౭) దీనినే అతడు "వస్తుకవిత" అనెను. కన్నడములో "జాణ్నుడి"అని యంతకుముందే వాడిరి. దానినే ఇతడు ప్రచారము చేసినట్లున్నది (చూడుడు. శ్రీ కోరాడ రామకృష్ణయ్య గారి పీఠిక

కుమారసంభవము, మద్రాసు యూనివర్సిటీ ప్రచురణము) ఈ జాను తెనుగునే పలుమారు పాల్కురికి సోముడు తన కృతులందు వర్ణించి తన వృషాధిప శతకములో అదెట్టిదో ఒక పద్యముతో నిరూపించెను. అందే మణిప్రవాళము అను ఒక విధమగు సంస్కృతాంధ్ర సమ్మిశ్రిత రచనను నిరూపించి రెండు పద్యాలు వ్రాసెను. అతని తర్వాత మణిప్రవాళము తెనుగులో లేకపోయెను. అది తమిళములో కలదని శ్రీ కోరాడ రామ కృష్ణయ్యగారు తమ భారతవ్యాసములందు తెలిపినారు.

కవితలో దేశికవిత, మార్గకవిత యను భేదముండెనని నన్నెచోడుడు మొదట తెలిపెను. కవితయందేకాక నృత్యమందును, సంగీతమందును ఇదే భేదముండెనని శ్రీనాథుని కాలమువరకు సూచనలు కలవు. మార్గవిధానము అనునది సంస్కృతమర్యాద. వాల్మీకి రామాయణమందే తర్వాతివారేమో కుశలవులు రామకథను "ఆగాయతాం మార్గవిధాన సంపదా" అని వ్రాసినారు. దేశీమార్గభేదములు దక్షిణదేశమందు సంస్కృతమునుండి భిన్నించిన భాషాసంగీత నాట్యవిధానములకు క్రీస్తుశకము ౫వ శతాబ్దమునుండి నిర్ణయించిన స్వరూప మనవచ్చును.

చాళుక్యరాజులే దేశికవితను ఆంధ్రదేశమందు నిలిపిరని నన్నెచోడుడనెను. (కుమా. ౧-౨౩) తన కాలమందు దేశిసత్కవు లుండిరనెను. (కుమా. ౧-౨౪) కుమారసంభవమే మన మొదటి ప్రబంధ మనవచ్చును. అష్టాదశవర్ణనలు, నవరసములు, ౩౬ అలంకారములు ఉత్తమ కావ్యలక్షణాలనెను. (కుమా.౧-౬౫) జనులలో ఊయెలపాటలు (౪-౮౯) గౌడుగీతములు (౬-౬౫) ప్రచారములో నుండెను. జనుల విద్యాభ్యాసము "ఓం నమఃశివాయ"తో ప్రారంభమగు చుండెను (కు.౩-౩౪). ఆ కాలములో వేదపఠనము, శాస్త్రపఠనము విశేషముగా నుండెను. నన్నయ సహాధ్యాయియు, భారతరచనలో నీతనికి తోడ్పడిన వాడును వాసవవంశీయుడగు నారాయణభట్టు సంస్కృత కర్ణాట ప్రాకృతపైశాచికాంధ్ర భాషలలో కవిశేఖరుడు. అష్టాదశావధాన చక్రవర్తి వాఙ్మయధురంధరుడు. రాజరాజనరేంద్రుని యాస్థానమందు "అపారశబ్ద శాస్త్రపారగులైన వైయాకరణులును, భారత రామాయణాద్యనేక పురాణ ప్రవీణులైన పౌరాణికులును, మృదుమధుర రసభావభాసురనవార్థవచన రచనా విశారదులైన మహాకవులును, వివిధ తర్క

విగాహిత సమస్త శాస్త్రసాగర గరీయః ప్రతిభులైన తార్కికులును నాదిగా గలుగు విద్వజ్జనంబులుండిరి." —ఆది ౧-౮

వేదము, తర్కము, న్యాయము, మీమాంస మున్నగు శాస్త్రాలు నేర్పుటకు విద్యాకేంద్రము లుండెను. వాటికి రాజులేకాక ధనికులు, ఉద్యోగులు, విశేషముగా భూదానములు చేసిరి. హైద్రాబాదు రాజ్యములోని వాడీస్టేషన్‌కు సమీపమందు పూర్వము నాగవావి అను స్థలముండెను. దానినిప్పుడు ''నాగాయి' అందురు. అచ్చటి శాసనములు కొన్నింటిని ఆర్కియాలజీ శాఖవారు ప్రకటించినారు. వాటినిబట్టి క్రీ. శ. ౧౧౦౦ ప్రాంతములందచ్చట ఒక గొప్ప కళాశాల యుండెననియు, అందు శైవాగమములు, తర్కన్యాయములు, వేదములు, శాస్త్రములు' మున్నగునవి బోధించుచుండిరనియు, విద్యార్థులకు, ఆచార్యులకు అందే వసతులు నిర్మించిరనియు, అధ్యాపకుల జీవనార్థమై కొంత భూమిని ప్రత్యేకించి విద్యార్థులభుక్తికై మరికొంత భూమిని ప్రత్యేకించిరనియు, అందు గ్రంథాలయముకూడ నుండెననియు, ఇట్టి యపూర్వవిశేషములు దానినుండి విశదమగును. అతి ప్రచారమువలన తక్షశిల, నాలందా విద్యాపీఠములను గురించి విద్యావంతులు తెలుసుకొన్నారు. కాని "నాగాయి" పేరెత్తినవారు లేరు. ఉత్తర హిందూస్థానములో ముసల్మానుల దాడు లంతవరకే ప్రారంభమై ప్రసిద్ధ విద్యాపీఠములను, గ్రంథాలయములను ధ్వంసింపబడెను. దక్షిణ హిందూస్థానమునకు ౧౩-౧౪ వరకీ బాధలు లేకుండెను.

వైదికాచారములకు భిన్నముగా దక్షిణ హిందూస్థానమందు ప్రాచీనము నుండియు అనేక ద్రావిడాచారములు జనులందు నిలిచిపోయెను. ఈ విభిన్నాచారములను బట్టి ఆర్యద్రావిడ విభాగమును అంగీకరింపవలసి వచ్చును. అటులే ద్రావిడ భాషలపై సంస్కృత ప్రభావము అత్యంతముగా కలిగినను అవి భిన్న భాషలే యనవలెను. తెలుగువారిలో పెండ్లిండ్లు నాలుగు దినముల వరకు జరుగుచుండెను. ఉత్తర పెండ్లి అయిన తర్వాత "దినచతుష్టయానంతరమున" బంధువులు వెడలిపోవుచుండిరి. (ఉద్యోగ. ౧-౨ ఈ విషయము సంస్కృతమూలమున లేదు.) మేనమరదలి పెండ్లాడు

ఆచారము తెనుగువారిదే. అర్జునుడు సుభద్రను "తన మేనమరదలి ధవళాక్షి రోడ్యాని చనియె" (ఆది. ౮-౨౦౮) సంస్కృత భారతములో లేనివియు, తెనుగులో హెచ్చుగానుండు విషయములే భారతోదాహరణములం దంతటను గ్రహింపబడుచున్నవని యెరుగవలెను.) స్త్రీలు మట్టెలు ధరించుట తెనుగువారి యాచారమే వైదికపద్ధతిలో లేదు. "లలితంబులగు మట్టియల చప్పుడింపార నంచకైవడి నలసల్లనచ్చి" (విరాట ౨-౬౪) అనుట యిందుకు ప్రమాణము. నన్నయ తిక్కన్నల కాలములో పురుషులుకూడ మట్టియలను కాలివేళ్ళకు పెట్టుకొనుచుండిరి. నేటికిని అందందు సకృత్తుగా కొందరు పురుషులు మట్టెలను పెట్టుకొనుట కాననగును. కీచకుడు నర్తనాగారమునకు పోయినప్పుడు "మట్టియ లొండొంటి బిట్టు దాకగనేల నందంద మునిగాళ్ళ నప్పళించుచు" పోయెను (విరాట ౨-౨౨౦). వధువును పెద్దలు చూచుట, బాంధవ్యము నిశ్చయించుట, అట్టి 'నిశ్చితార్థములో' కన్యకకు "ముద్రారోహణము" చేయుట అనగా తలపై పేలాలుంచుట ఆ కాలమందలి తెలుగువారి యాచారమై యుండును

(కుమా. ౭-౧౪౯) పెండ్లియైన తర్వాత బంధువులు రంగులతో వసంత మాడుట నేటికిని విరివిగా జరుగు ఆచారమే. నన్నెచోడుని కాలమందును అట్టి వసంతము లాడుచుండిరి "తనరారు క్రోళ్ళను (క్రోవిచిమ్మ్మ డుగొట్టము) నొత్తు కుంకుమారుణ కీర్ణజలధార లమరె", "వరచందన పంకమున దిరముగ ముగ్రాటలాడిరి." "అపసీరు" చల్లుకొనిరి. (కుమా. ౯-౫౯ మరియు ౬౦ మరియు ౬౭) భటవృత్తిలోనుండు కులాలలోను అంతతక్కువ కులాలలోను విడాకులిచ్చు ఆచారముండెను. "నేడాలము చేసి నన్ను పెడయాకులబెట్టె మనఃప్రియుండు" (కుమా. ౧౧-౫౩) అని ఒక యుద్ధభటుని భార్య వాపోయెను.

వివాహములకు సంబంధించిన అవైదిక దాక్షిణాత్యాచారములను సోమేశ్వరదేవు డను పశ్చిమ చాళుక్యరాజు క్రీ. శ. ౧౧౩౦ లో తన అభిలషితార్థచింతామణిలో సంస్కృతమందు చక్కగా వివరించెను. ఆ రాజు కర్ణాటకుడైనను అతడు తెలిపిన యాచారములు తెలుగువారిలోను ఉండినందున ఆ గ్రంథము మనచర్చకు చాల యుపయోగకారి. అతడిట్లు తెలిపినాడు: "వివాహమంటపమును తోరణములతో, పుష్పములతో నలంకరింప

వలెను. వివాహవేదికపై బియ్యము "పోలు" పోయవలెను. దానిపై వధూవరుల కూర్చుండబెట్టవలెను. ఇద్దరి చేతులలో జీలకర్రతో కూడిన బియ్యము నుంచవలెను. వివాహవిధానము ముగియగానే వధూవరులు పరస్పర మా జీరికాయుక్త తండులముల చల్లుకోవలెను. వివాహోత్సవములను నాలుగుదినాలు చేయవలెను. నాల్గవదినము రాత్రి వధూవరులను రథాలపై (లేక ఏనుగులపై) నుంచి ఊరేగింపు చేయవలెను. (దానిని ఇప్పుడు మెరవణి యందురు) తక్కిన వన్నియు వైదికాచారములై యుండెను (ఆశ్వలాయన. ప్రకరణము ౩ అధ్యాయం ౧౩ శ్లోకము ౧౪౮౩ నుండి ౧౫౧౨ వరకు), నేటికిని తెనుగుదేశ మందలి వివాహపద్ధతులలో ఒక్కొక్క కులములో ఒక విధమగు వేదభిన్నాచారములు కానవచ్చును. ఇవన్నియు ద్రావిడాచారములే! తాళి (తాడి) బొట్టు-తాటికమ్మలు (తాటంకములు-తాటాకులు) ద్రావిడాచారములే!

వ్యాపారము బండ్లపైనను, ఎద్దులపైనను, దున్నలపైనను చేయుచుండిరి. పశువులపై వేయు ధాన్యపు సంచులను పెరికలనిరి. వాటిని పశువుపై అడ్డముగా వేసి తీసికొని పోయెడివారు (కుమా. ౨-౭౩) ఎక్కువ పశువులుండినవారు గుర్తునకై వాటిపై ముద్రలు కాల్చి గుర్తు వేయుచుండిరి. (కుమా. ౪-౧౧). జనులలో కొందరికైనా అభిచారముపై (చేతబడి) పై విశ్వాసముండెను (కుమా. ౪-౯౧). ఇంద్రజాలము (గారడి) బాగా వ్యాపించియుండెను (కుమా. ౬-౭౩). ధనాంజనము మున్నగు అంజనములను బోకిపెంచులపై మంత్రించిన కాటుకనుపూసి పలువుర చేతికిచ్చి చూపించగా అందొకరిద్దరికి కోరిన విషయములు కనబడెడివి. "కర్పూరఖండంబున మంత్ర కాటుకతగన్ ఫాలాక్షు గూర్పింప నగ్గిరిరాజాత్మజపట్టె" (కుమా. ౬-౯౬). నేటికిని మన దేశమందు కన్నుగల బోకిపెంచును తెప్పించి దానికి సిద్ధము చేసిన ఒక విధమగు కాటుకను పూసి స్థలశుద్ధిచేసి దీపధూపారాధన చేసి టెంకాయకొట్టి కొన్ని మంత్రాలు చదివి అంజనము పట్టింతురు. ఇనుమును బంగారుచేయు రసవాదము నేటిదా? బహుప్రాచీనముది. బహుశా నాగార్జునుడీ ప్రయత్నములో పాల్గొన్న ప్రసిద్ధవ్యక్తియై యుండును. నన్నెచోడుని కాలమం దీవిద్యను పలువురు సాధింపబూనిరి (కుమా. ౬-౧౪౬), అపత్కాలమందు నమ్మినదేవునికి ముడుపులు కట్టుచుండిరి (కుమా. ౮-౬౪), భరత శాస్త్రముతో భిన్నించిన నాట్యపద్ధతి మనలోనుండెను. "దండలాసక విధమును కుండలియు బెళ్కణంబు

కాబోలు. అంతేకాక చతుశ్శాల, త్రిశాల, ద్విశాల, ఏకశాల అను భేదాలతో నిండ్లు కట్టుచుండిరి. చతుశ్శాలతో చతుర్ద్వారములతో గూడిన యింటిని సర్వతోభద్రమనిరి. అటులే నంద్యావర్తం, వర్ధమానం, స్వస్తికం, రుచికం, మున్నగు పేరులు గల యిండ్లుండెను. ఇండ్లు కట్టుటలో చేయ వలసిన విధులు ఇండ్లు పూర్తియైన తర్వాత చేయవలసిన వాస్తుపూజాదికములు విపులముగా వర్ణింపబడినవి. శ్రీరామచంద్రుడు పర్ణకుటిని నిర్మించు కొన్నప్పుడు ఒక జింకను గృహాధిదేవతకు బలియిచ్చెను. ఇప్పుడా యాచారము బ్రాహ్మణేతరుల లోనే కానవచ్చును.

(అభి. ప్ర. ౧. అధ్యా ౩)

నేరములను, వివాదములను, విచారించుటకై పంచాయతీ సభ లేర్పాటై యుండెను. ఇది అతిప్రాచీన భారతీయ సంప్రదాయము. ఇదే నిజమైన ప్రజా ప్రభుత్వము. ప్రపంచ రాజనీతిలో పంచాయతితో సమాన మైనది మరొకటి సృష్టికాలేదు. ఇంగ్లీషు కోర్టులు వచ్చిన తర్వాతనే లా పేచీలు, ఖానూను చిక్కులు, బారీకులు, తర్కకుతర్కాలు, కూటసాక్ష్యాలు అప్రమాణాలు, అబద్ధాలు, పారమందెను. ఆ విషయాన్నే ౧౮౫౭ విప్లవములో బందీయైన తుది ఢిల్లీపాదుషాయగు బహదూరుషా ఇట్లు కవనము చెప్పెను.

రహ్తేథె ఇస్ముల్క్‌మే పీరోవలీషాంషో ఖమర్
జబ్ ఘుసీఫౌజేన సారా హర్‌వలీ జాతారహా॥

"ఈ దేశమందు మునులు, ఋషులు సూర్యచంద్రులు ప్రకాశమానులై యుండిరి కాని ఇంగ్లీషువారి సేన లీ దేశమందు జొరబడగానే సత్పురుషు లందరును మాయమైపోయిరి.

ముందు ప్రకరణాలలో పంచాయతులను గూర్చి వివరింతును. ఇందు పశ్చిమ చాళుక్యరాజు తన రాజ్యమందలి పంచాయతీసభల దృష్టిలో నుంచుకొని తన యభిలషితార్థ చింతామణిలో వ్రాసినవి సంగ్రహముగా తెలుపుదును.

"పంచాయతీ సభలోని సభ్యులుగా నుండదగినవారు వేదశాస్త్రార్థ తత్త్వజ్ఞులుగాను, సత్యసంధులుగాను, ధార్మికులుగాను, మిత్రామిత్రులందు సమ దృష్టికలవారుగాను, ధీరులుగాను, అలోలుపులుగాను, పలుకుబడి కలవారుగాను,

లౌకిక వ్యవహార కోవిదులుగాను, విప్రులుగాను నుండవలెను. అట్టివారిని రాజు నియమింపవలెను. వారు కాని, లేక వారి సహాయముతో రాజు కాని వివాదముల పరిష్కరించుచు, పంచాయతీ సభలో అట్టివారు అయిదుగురు కాని, ఏడుగురు కాని యుండవలెను. కులీనులుగా, శీలవంతులుగా, ధనికులుగా, వయోధికులుగా, అమత్సరులుగానుండు వైశ్యులును సభ్యులుగా నుండవచ్చును. సభాపతిగా అర్థశాస్త్ర విశారదుడు, లౌకికజ్ఞాని, ప్రాడ్వివాకుడు, ఇంగితజ్ఞుడు, ఊహాపోహ విజ్ఞాని, అయిన బ్రాహ్మణుడు నియుక్తుడు కావలెను. అతడే ప్రాడ్వివాకుడు (జడ్జి) అనబడును. రాజు లేని కాలమం దతడే విచారణ కర్త. విప్రుని అభావములో కులీనుడగు నితరు నేర్పాటుచేయవచ్చును. ఎవరినైనను సభాపతిగా చేయవచ్చును కాని ఎన్నటికిని శూద్రుని చేయరాదు!

అభియోగములు (కేసులు) రెండు విధాలు కలవి. ఋణదానము (అప్పులు), నిక్షేపములు, అస్వామిక విక్రయములు, ఉంకువలు, వాటి అపహరణములు, జీతమియ్యకపోవుట, క్రయవిక్రయ వివాదములు, స్వామిభృత్య వివాదములు, సీమావివాదములు, వాక్పారుష్యం (అవమానకరమగు తిట్లు), దండపారుష్యం, దొంగతనము, స్త్రీ సంగ్రహణము, దాయభాగము, జూదము ఇట్టి వన్నియు పంచాయతిలో విచారింపబడుచు వాది సభ్యుల యెదుట నిలబడగా - నీకేమి బాధ, నిర్భయముగా చెప్పుము - అని వారడుగుదురు. వాని అభియోగము విని ప్రత్యర్థిని (ప్రతివాదిని) పిలిపింతురు. వాడు రోగియైలేక యితరములగు ఇబ్బందులలో నుండిన సభకు రాకుండుట దూష్యముకాదు. కులీనులను, పరభార్యలను, యువతులను, ప్రసూతికలను, రజస్వలలను సభకు పిలిపించరాదు. అర్థిప్రత్యర్థి వాదములను విని సభవారు వాటిని వ్రాయింతురు. వాటికేమి సాక్ష్యములు కలవని విచారింతురు. ఈ విచారణ స్మృతిశాస్త్రానుసారముగా నుండవలెను. ఒకవేళ సాక్షులు లేకుండిన అవసరమగుచో "దివ్యము" ఇయ్యవలెను. అనగా అగ్నిపరీక్షం వంటివి చేయింతురు హత్యచేసిన వారికి వధాదండ మిత్తురు. అంతకు తక్కువగు నేరములకు ఛేదదండము నిత్తురు, అనగా చెవులు, ముక్కు, వ్రేళ్ళు, కాళ్ళు, నాలుక మున్నగునవి నరికించుట. చిన్న నేరములకు క్లేశదండ మిత్తురు. అనగా బెత్తముతో కొట్టుట, కఠినముగా మందలించుట వంటివి. అర్థహరణమునకు ౨౦౦ నుండి ౧౦౦౦ పణముల వరకు ద్రవ్యదండము నిత్తురు. ఈ విధముగా న్యాయ విచారణ జరుగును.

(అభి. ౧. ప్ర. ౨ అధ్యా)

కర్ణాట దేశములకు సంబంధించినదైనను పశ్చిమ చాళుక్యులను తర్వాతి కాకతీయులు ననుకరించిన వారగుటచే సోమేశ్వరుడు తెలిపిన పన్నుల విధానమును బట్టి తెనుగు దేశమందును కొంత సాదృశ్యముండెనని ఊహించుకొనవచ్చును.

"పశుహిరణ్యములపై ౫౦ వ భాగమున్నూ; ధాన్యములో ౬, ౮ లేక ౧౨ వ భాగమైనను; వక్కలు, నేయి, రసగంధౌషధములు, పుష్పఫలములు, గడ్డిపాత్రలు, చర్మములు, మట్టిపాత్రలు, వీటిలో ఆరవభాగమున్నూ తీసుకొనవలెను. శ్రోత్రియ, బ్రాహ్మణులనుండి పన్ను తీసుకొనరాదు. పశువుల మేపుటకై కొంత భూమిని (గాయిరాన్) వదలవలెను".

(అభి. ప్ర. ౧ అధ్యా ౨.)

దక్షిణ దేశమందు ఆంధ్ర కర్ణాటకులలో లలితకళలకు ప్రాధాన్య ముండెను. నాట్యభంగిమములు, వాద్యవిశేషములు కొన్ని దక్షిణమందు భిన్నముగా నుండెను. "నృత్తగీతాదికములు ద్విజన్ముల ధర్మముకాదు" అని తాత్పర్యముద్రనిషేధ విచారమందు చెప్పిరి (అభి-పీఠిక). ప్రతిమాశిల్పములు, చిత్తరువులు శూద్రుల కళలై యుండెను (అభి-పీఠిక). కాకతీయ కాలమందును సాధారణ జనులు కూడ ఇంటిగోడలపై చిత్తరువులు వ్రాయించుకొనిరి. అందుచేత అభిలషితార్థములో తెలుపబడిన చిత్రలేఖన విద్యావిషయమునకు చాల ప్రాముఖ్యము కలదు. ఆలేఖ్యకర్మ అను పేరుతో ౧౦౦ పుటలవరకు వివరించినారు. చిత్తరువులను గురించి మన ప్రాచీన వాఙ్మయము అంతగా కానరావు. విష్ణుధర్మోత్తర మను పురాణమందు (అది బహుశా క్రీ. శ. ౮౦౦-౧౦౦౦ ప్రాంతములో రచింపబడెనేమో) కొంత విపులచర్చ కలదు. దానినే స్టెల్లా క్రమ్రిష్ అను రష్యాకన్యక ఇంగ్లీషులోనికి అనువర్తించెను. కాని దానికన్న ఎన్నియో రెట్లు ఉత్తమముగానుండు చిత్రకళాశాస్త్రము, ఈ సోమేశ్వరునిదే యనవలెను. బహుశా ఇంతకన్న మేలైన చిత్రలేఖన శాస్త్రము మనలో లేదనవచ్చును. ఈ భాగము నంతయు తెనుగులోనికి పరివర్తింపజేయుట బాగని తోచును. ఇందు చేతిచిత్రముల కవసరమగు రంగులను సిద్ధము చేసుకొనుటను మొదలు తెలిపినారు. గోడపై మంచి గట్టిగచ్చుతో చదును చేయవలెను. దున్నపోతు తోలు కత్తిరించి ముక్కలుచేసి నీళ్లలో అవి మెత్తనగువరకు కొన్ని దినాలు నానబెట్టి దాని మడ్డిని తీసుకొని వెన్నవలె మెత్తబరిచి దానిని లేపనముగా వాడుకొనవలెను. నీలగిరిలో లభించు శంఖచూర్ణమును దానిలో కలుపవలెను. సన్నని

వెదురు కొనకు రాగిపొన్నువేసి దానిని వర్తికగా (బ్రష్‌గా) వాడుకొనవలెను. వివిధమగు రంగులలో శ్వేతము, రక్తము, లోహితము, గైరికం, పీతము, హరితాళము, నీలము, మున్నగునవి కలవు. వాటి నెట్లు సిద్ధము చేసుకొనవలెనో వివరముగా తెలిపినారు. వివిధ దేవతలు, మానవులు, జంతుపులు, ఏయే ప్రమాణాలలో నెట్లుండవలెనో చాలా వివరముగా తెలిపినారు.

(చూడుడు. అభి. ప్ర. ౩ అధ్యా ౧)

నన్నెచోడుని కాలములో ఇంకేమైన లక్షణ గ్రంథాలు, చిత్తరువులకై యుండెనేమో. "చిత్తసాధనంబులుగొని పలకఘట్టించి మెరుంగిడి త్రివటించి తిట్టంబుకొలదికిం దెచ్చి ఋజ్వాగతంబున రేఖనూల్కొలిపి పత్రిక బిందు నిమ్నోన్నతాపాంగ మానోన్మానంబు లలవరచి సలక్షణంబుగా చిత్రించెదనని" అందు వర్ణించినారు (కుమా. ౫-౧౧౮). ఇండ్ల ఇడుపులపై చిత్రములు వ్రాయుచుండిరి (కుమా. ౭-౧౩౫). శ్రీనాథుడు శృంగార నైషధమున (ఆశ్వాసం ౬) ఇడుపులపై ఎట్టి చిత్తరువులు వ్రాయుచుండిరో తెలిపినాడు. పాల్కురికి, గౌరనాదులున్నూ తమతమ రచనలలో ఈ విషయమును తెలిపినారు.

యుద్ధ తంత్రము

తర్వాతి కాకతీయాదుల కాలమం దుండిన యుద్ధతంత్రమే యీ కాలమందున నుండెను. సీమాంతములందుండు దుర్గములను రక్షించుటకై పాలెగాండ్లుండిరి నిర్దయమయిన సైన్య ముంచుకొని అవసరమైనప్పుడు రాజు సేవలో తమ సైన్యముతో సేవ చేయుటకై వారికి "జీతపు టూళ్ల" నిచ్చుచుండిరి. సంస్కృతములయందు లేని జీతపుటూళ్ళను తిక్కన పేర్కొనెను (విరాట ౩-౧౯౯).

నన్నెచోడుడు దేవదానవుల యుద్ధాన్ని వర్ణింప నెంచి తుదకు తనకాలపు యుద్ధ విధానమునే విపులముగా వర్ణించెను. ఏకాదశద్వాదశాశ్వాసములు రెండును దీనిచేతనే నిండిపోయినవి. ఆ యుద్ధములో నీ క్రింది విషయములు వెల్లడి యగును.

కుమారస్వామిని దేవతా సైన్యమునకు అధిపతినిగా జేసి పట్టాభిషేకము చేసిరి. వెంటనే అతడు ప్రస్థానభేరి వేయించెను. సైన్యమంతయు యుద్ధసన్నద్ధమయ్యెను. ఎలగోలు సైన్యమును (Advance army) ముందు పంపిరి. ధన

భండారమును సైనిక వ్యయమునకు వెంటదీసుకొనిరి. గుఱ్ఱము దళముల సైన్యాగ్ర భాగమందు నడిపిరి. ధారలు (బాకాలు), చిందములు (శంఖములు) మ్రోయించిరి. ఏనుగులదళమును సైన్యమువెంట నడిపిరి. సేనానులయొక్కయు, రాజు యొక్కయు, మంత్రుల యొక్కయు, ముఖ్యుల యొక్కయు, అంతఃపురములు సైన్యమువెంట కదలెను. అంతఃపుర స్త్రీలను కాచుటకై కొంత సేనను ప్రత్యేకించిరి (కుమా. ౧౧-౫)· (హిందూరాజుల యొక్కయు, ముస్లిం నవాబుల యొక్కయు యుద్ధయాత్రలలో అంతఃపుర స్త్రీ లుండుట హిందూస్థాన చరిత్రలో సర్వసాధారణమై యుండెను.) ధ్వజంబు లెత్తిరి). దుందుభులు, వీరమద్దెలలు, తప్పెటలు, కొమ్ములు, ఢక్కలు మ్రోయించిరి. పెద్దల ఆశీర్వాదము లందిరి. సైన్యమునకు ముందు దిక్కునను, ప్రక్కలను, వెనుక భాగమునను సేనానులు నడిచిరి. సైనికులు కుంతములు, ఈటెలు, ఛురియలు, బల్లెములు, కత్తులు, అంబులు, గడలు ధరించియుండిరి. కొందరు "వీరసన్యాసులయిరి"; కొందరు ఇక మరల బ్రదికివత్తుమో లేదో అని ముందుగానే తమ ఆస్తిని దానము చేసి "సర్వస్వదానులయిరి". ఈ విధముగా సిద్ధమై అశ్వదళము, గజదళము, కాల్బలము, రథబలము అను చతురంగములతో శత్రువులపైబడి యుద్ధము చేసిరి చీకటి పడగానే యుభయ సైన్యములు యుద్ధము చాలించెడివారు. (ఇది హిందువుల యుద్ధధర్మము. ముసల్మానులు దీనిని పాటింపక పలుమారు రాత్రివేళ హిందూసైన్యముపైబడి ఘోరవధలు చేసి యుద్ధముల గెలిచిరి.) రాత్రి విరామమందు యుద్ధభూమిలో చచ్చిన తమవారిని వెదకువారును, గాయములకు కట్లు కట్టించుకొని మందులు తీసుకొనువారునునై యుండిరి. మరల తెల్లవారగనే యుద్ధము ప్రారంభమయ్యెను. ఉభయ బలంబులు పోరాడెను. శత్రుసంహార మయ్యెను జయజయ ధ్వానములతో సైన్యము మరలెను.

ఇవి కుమారసంభవ మందలి యుద్ధ వర్ణనలలోని సంగ్రహ విషయములు. అభిలషితార్థ చింతామణిలో రాజుల యుద్ధ యాత్రా పద్ధతిని గురించి విపులముగా కలదు. (ప్రకరణము ౧, అధ్యాయము ౨. పుటలు ౧౧౭ నుండి ౧౭౨ వరకు) యుద్ధమునకు శరత్కాలముకాని వసంతముకాని ఉత్తమము. యుద్ధ యాత్రకు ముందు నిమిత్తములను, శకునములను చూడవలెను. పంచాంగశుద్ధిని చూచి ముహూర్తమును పెట్టించవలెను. చతుర్విధోపాయములను ప్రయోగింప

వలెను. సైనికులను యుద్ధమందు ప్రోత్సహించి శత్రువులను నాశనము చేయవలెను, అని చాల విపులముగా పై గ్రంథమందు వ్రాయబడినది. చాళుక్యుల యుద్ధ పద్ధతినుండి కాకతీయాది ప్రభువుల యుద్ధ విధానమును కొంత తెలుసుకొనవచ్చును.

పశ్చిమ చాళుక్యులు యుద్ధములో గుఱ్ఱముల ప్రాముఖ్యమును గమనించి యుండిరి. సోమేశ్వరు డిట్లు వ్రాసెను. "యవనదేశ మందును కాంభోజదేశ మందును (అఫ్ఘనిస్థానము) పుట్టిన గుఱ్ఱములను యుద్ధమం దెట్లుపయోగింపవలెనో ఆ శిక్షణము పొందిన సైనికులు సాధించి యుండిన ఆ గుఱ్ఱపు బలము ఉత్తమమైనదగును. శత్రువులు సుదూరమం దుండినను ఆ దళమువారిని జయించి రాగలదు. గుఱ్ఱాలచే కీర్తి లభించును. ఎవనికి అశ్వికబల ముండునో వాని రాజ్యము స్థిరముగా నుండును (యస్యాశ్వాః తస్యభూస్థిరా)

(అభి. షి. ప్ర ౧. అ ౨. పుట ౯౯)

ఆ కాలమున రాజులు సంపన్నులు ఏ విధముగా భోగము లనుభవించిరో అభిలషితార్థమునుండి గ్రహింపవచ్చును. అందలి విషయాలు నతి సంగ్రహముగా సూచింతును.

స్నానగృహము మెరిసే స్తంభాలతో, స్ఫటిక వేదికతోను, కాచకుట్టిములతోను, చిత్రములతోను శోభించునదై యుండెడిది. దినము మార్చి దినము అభ్యంగ స్నానము చేయవలెను. ద్వితీయా, దశమీ, ఏకాదశీ దినాలు వర్జ్యములు. గేదంగి, జాజికాయ, పున్నాగము, చంపకము, యంత్రసంపీడితమగు తిలతైలమందు కాచి శిరస్స్నానమునకు వాడవలెను. నలుగులో కోష్ఠము, తక్కోలము, ముస్తలు, మాచిపత్రి, తగరం మాంసీ, వాయింట, మెట్టతామర దుంప వీటి గడ్డలను తీసుకొని నీడలో ఎండించి నిమ్మ, తులసి, ఆర్జకము, వీటి ఆకులు వాటితో కలిపి ఏలక, జాజి, సర్షపము, తిలలు, కొత్తిమిరి, తగిరిస, లవంగము, లోధ్ర, శ్రీగంధము, అగరు మొదలయినవి కూడా కలిపి సిద్ధము చేయవలెను.

వారి తాంబూలము అసాధారణమైనది. వక్కలను కర్పూరమునీటితో తడిపి శ్రీఖండమును కస్తూరిని కలిపి ఎండించి ఇంకా ఇతర ద్రవ్యాలతో శుద్ధి చేయవలెను. పిడకలతో పుటముపెట్టిన ముత్యముల భస్మమును సున్నముగా

వాడవలెను. పచ్చకర్పూరమును, కస్తూరీ చూర్ణమును, ఘనసార చూర్ణమును, ఆకులలో నుంచవలెను. తక్కోలము, జాజి మున్నగునవి నూరి గోళీలుగా చేసి వాడుకొనవలెను.

ఆ కాలమందు రాజులవద్ద వస్త్రభాండారము లుండెను వాటిపై ఒక అధికారి నియుక్తుడై యుండెను. నానా ప్రాంతములందు సిద్ధమైన వస్త్రములను తెప్పించెడివారు పోహలపురము, చీరపల్లి, అవంతి, నాగపట్టణము, పాండ్యదేశము, అల్లికాకరము, సింహళము, గోపాకము, సురాపురము (ఉత్తర సర్కారులలోని సురపురము అనునది.) గుంజణము, మూలస్థానము (ముల్తాన్ ?) తోండిదేశము (తుండీరము-మద్రాసుకు దక్షిణ ప్రాంతము), పంచపట్టణము, మహాచీనము (చైనా), కళింగము, వంగము ఈ ప్రాంతాలనుండి వస్త్రములు తెప్పించెడివారు. నానావిధమగు రంగులబట్ట లుండెడివి. మంజిష్ఠ, లక్క, కౌసుంభ (కుంకుపూలు), సిందూర, హరిద్ర, నీలి మున్నగు రంగు లందు ముఖ్యమైనవి), చీరలు, ఘట్టకములు, సెల్లాలు, దుప్పట్లు, అంగీలు (అంగికాః), ఉష్ణీషములు, టోపీలు (టోపికాః), వివిధ వస్త్రములు వాడుకలో నుండెను. అంగీలు, బొందెలు అంగీలయియుండును. ఈ పదము అనాటికే వాడుకలోకి వచ్చెను టోపీ అన్న పదమును ఇక్కడ మొదటిసారి వింటున్నాము. వసంత కాలమందు నూలుబట్టలు, నిదాఘమందు సన్నని, తెల్లనిబట్టలు; వర్షాకాలమందు ఉన్నివి ధరించవలెను. రాజులు ఎల్లకాలములందు అంగీని, టోపీని ధరించి యుండవలెను.

అన్నభోగము, ఆసనభోగము, ఆస్థానభోగము మున్నగునవి అతి విపులముగా నీ గ్రంథమందు తెలిపినారు. వానినిబట్టి ఆకాలపు రాజుల వైభవాలు గ్రహింపకొనవచ్చును.

ఈ ప్రకరణమునకు ముఖ్యాధారములు

కుమారసంభవము - నన్నెచోడుడు.

తెనుగుభారతము - విరాటపర్వాంతము వరకు.

అభిలషితార్థ చింతామణి - చాళుక్య సోమేశ్వరుడు

(మైసూరు విద్యాపీఠ ప్రచురణము మొదటి సంపుటము.)

౩ వ ప్రకరణము

కాకతీయుల యుగము

ఓరుగంటి కాకతీయ చక్రవర్తులు ఇంచుమించు క్రీ॥ శ॥ ౧౦౫౦ నుండి ౧౩౫౦ వరకు రాజ్యముచేసిరి. మన యాదికవియగు నన్నయభట్టు క్రీ॥ శ॥ ౧౦౫౦ ప్రాంతములో నుండునట్టివాడు. అతడు తూర్పుచాళుక్యుల కవి. కావున చాళుక్య కాలము, కాకతీయకాలము రెండును కలిసినవి.

నన్నయకన్న పూర్వము తెనుగు దేశములోని మనకు తెలిసిన ఆ కొలది పాటి విషయాలు తెలియనివాటితో సమానమే. నన్నయకాలమందలి పరిస్థితులు కూడా మనకు సరిగా తెలియవు. మనకు కొంతవరకు తెలిసినభాగము కాకతీయుల కాలమే.

కాకతీయ సామ్రాజ్యముం గూర్చిన సాధనములు-శాసనములు, రచనలు, శిల్పములు, విదేశచారిత్రకుల వ్రాతలు, నాణెములు, కథలు, సుద్దులు-మనకు లభించిన వరకు ఉపయుక్తములై యున్నవి. వీని యాధారముచే మన యాది చారిత్రిక యుగమందలి ప్రజలయొక్క రాజకీయ నైతిక విద్యావిషయిక, సాంఘికజీవనము లెట్టివో మనకు కొంత కొంత విశద మగుచున్నవి. కాకతీయులు శాలివాహన శకారంభమునుండియే రాజ్యము చేయుచూవచ్చిరని ప్రతాపరుద్రచరిత్ర మను ప్రాచీన గ్రంథములో వ్రాసినారు. కాని అది అబద్ధము. చరిత్రకు గణనకెక్కినవాడు మొదటి కాకతిరాజు ప్రోలరాజు. కావున ఈ ప్రకరణమున క్రీ॥ శ॥ ౧౦౫౦ నుండి క్రీ॥ శ॥ ౧౩౨౩ వరకు అనగా ఓరుగంటి పతనము వరకు తెలియవచ్చిన ఆంధ్రుల సాంఘిక జీవనమును గూర్చి చర్చింతము.

మతము

మనకు మతము ప్రధాన జీవనవిధానము. కావున దాన్ని గురించియే మొదట విచారింతము. ఆ కాలములో తెనుగు దేశమందు బౌద్ధమత మించు

మించు నామావశిష్ట మయ్యెను. కాని జైనమతము ప్రబలముగానే యుండెను. శ్రీమచ్ఛంకర భగవత్పాదులదెబ్బ తెనుగుసీమపై పడినట్లు కానరాదు. పైగా ఆతనికి సరిజోడైన కుమారిలభట్టుదే తెనుగు నాట పైచేయిగా నుండెను. కౌమారిలదర్శనమును ప్రచారమునకు తెచ్చిన ప్రభాకరుడు ఓఢ్రదేశమువాడు. కుమారిలు డాంధ్రుడు. గంజాముజిల్లాలో జయమంగళ గ్రామమువాడు. కౌమారిలులుకూడా జైనులకు ప్రబల శత్రువులు. అయినను జైను లను వారు రూపుమాపజాలినవారు కారు. ఆంధ్ర కర్ణాట దేశాలలో జైనులను నిజముగా ప్రధ్వంసము చేసినవారు వీరశైవులే. వారు శాస్త్రచర్చతో ఎక్కువగా పని తీసుకొన్నవారు కారు. జైనమతమందలి వర్ణరాహిత్యమును తమ ముఖ్య సిద్ధాంతముగా శైవులు స్వీకరించిరి. కాని శాస్త్రచర్చవల్లగాని ఆచార వ్యవహార స్వీకరణములవల్లగాని జైనులు లోబడనప్పుడా యహింసా వాదులపై వీర శైవులు హింసను ప్రయోగించుటకు వెనుకాడ లేదు. రాజులను వశపరచుకొని వారికి వీరశైవదీక్ష నిచ్చి, వారిగురువులై, మంత్రులై, దండనాయకులై, రాజ్యముల వశీకరించుకొని కథలతో, కత్తులతో, కల్పనలతో, బహువిధ విధానములతో, పరమత నిర్మూలనముతో వీరవిహారము చేసినవారు వీరశైవులే! జైన విగ్రహములను లాగివేసి వాటిస్థానములో లింగాలను బెట్టిరి. నగ్నజైన విగ్రహాలను కొన్నిటిని బహుశా వీరభద్రులగా చేసికొని యుండిన చిత్రము కాదు. నేటికిని కొన్ని తావులలో గుడిబయటి భాగమందు జైనవిగ్రహాలుండుట అందందు చూచుచున్నాము. గద్వాలలోని పూడూరు గ్రామములో ఊరిబయటి గుడిముందట నగ్నజైన విగ్రహాలను పెట్టి వాటిని "పూడూరి బయటిదేవర్లు" అని యందురు. అచ్చటనే ఊరి ముందట "జైనశాసనము" అను శీర్షికతో చెక్కబడిన ౮౦౦ ఏండ్లనాటి శాసనము కలదు. అదేవిధముగా వేములవాడలో జినాలయము శివాలయముగా మారి, పాపము ఆదిజైన విగ్రహాలు గుడి కావలిబంట్లవలె దేవళము బయట దరిదాపు లేనివైనవి. తెనుగు దేశములో అనేకస్థలములం దిట్టి దృశ్యము లుపలబ్ధమగును. జైననగ్న విగ్రహాలను హిందువులు చూచిన, వాటిపై మట్టిబెడ్డలు వేసి నగ్నతను కప్పుట కేమో బట్టపేలికనో, దారమునో వేసి పోవుదురు. జోగిపేట యనున దొక కాలములో పూర్తిగా జైన (జోగుల) బస్తీ. అచ్చట యిప్పటికి, జైనులున్నారు. కొలనుపాకలో సుప్రసిద్ధ జైనాలయము కలదు. హైద్రాబాదు నగరములోనే ప్రాచీన జైనాలయములు కలవు. వరంగల్ లోను హనుమకొండలోను, హనుమకొండ గట్టుపైనను జైనవిగ్రహాలు చాల

కలవు. ఈ లెక్క చొప్పున తెలంగాణములోనే జైనమత వ్యాప్తి యెక్కువగా నుండెను.

కాకతీయుల కాలములో జైన, శైవ, వైష్ణవ మతములు పరస్పర ప్రాబల్యవ్యాప్తులకై పోరాడుచుండెను మూడింటిలోను కులభేద నిర్మూలనము ఒక సామాన్యధర్మముగా వ్యక్తమవుతున్నది. కవిత్రయమువారే ఒక విధముగా తెనుగుదేశమందలి వర్ణాశ్రమాచార స్థిరతను నిలబెట్టుటకు ప్రచారము చేసినవా రనవచ్చును. నన్నయభట్టు భారతము బ్రాహ్మణాధిక్యతను ప్రచారముచేసెను. తిక్కన యజ్ఞదీక్షితుడై కుందలీంద్రుడయ్యెను. బుధజనవిరాజి సోమయాజి యయ్యెను, కాని, కాకతీయయుగములో మాత్రము వారిప్రచారము జైన, శైవ, వైష్ణవ ప్రవాహములో కొట్టుకొనిపోయెను. ఈ మూడు మతాలవారును సంఖ్యా బలమును సమకూర్చు కొనుటకును యథార్థముగా ఆర్యజాత్యైక్యత కవసరమగు కులతత్త్వ నిర్మూలనముచేసి, సర్వవర్ణముల వారిని ఏకవర్ణముగా మార్చ ప్రచారముచేసిరి.

మొదట జైనమతవ్యాప్తి హెచ్చుగా నుండెను. ఓరుగంటి ఆది రాజులు జైనులు. అప్పుడు బసవేశ్వర నాయకత్వమున బిజ్జలుని కల్యాణి రాజ్యమందు తలయెత్తిన వీరశైవ ఝంఝూమారుతము తెనుగడ్డపైకి వీవదొడగెను.

"ఒకనాడు శివభక్తు లోరగంటను స్వయం
భూదేవు మంటపమున వసించి
బసవపురాణంబు పఠించి వినువేళ
హరుని గొల్వ ప్రతాపు డచటికేగి
ఆ సంభ్రమం బేమి యనుడు భక్తులు బస
వని పురాణం బక్తి వినెద రనిన
విని యా పురాణంబు విధ మెట్లొకో యన్న
ధూర్తవిప్రు డొకండు భర్తజేరి
పాలకురికి సోమ పతితు డీనడుమను
పెనచె మధ్యవళ్ళు పెట్టి ద్విపద
యప్రమాణం బిది యనాద్యంబు పదమన్న
నరిగె రాజు, భక్తు లది యెరింగి."

పాల్కురికి సోమనాథుని కెరింగించి రనియు అ 'ధూర్తవిప్రులు' కొందరికి శైవవేషము లువేసి ఓరుగంటికి వెళ్ళుచున్న సశిష్యుడగు సోమనాథు నెదుర్కొకంపగా ఆ కుహనాశైవులు నిజమగు శైవభక్తులైరనియు పిడుపర్తి సోమనాథుడు (క్రీ.శ ౧౨౦౦ ప్రాంతమువాడు) వ్రాసెను. పైవర్ణనలలో అనేక విషయాలు వ్యక్తమవుతున్నవి. దేవాలయాలలో మతపురాణాలను చదువుట, జనులు భక్తిశ్రద్ధలతో గుమికూడి వాటిని వినుట, నూతన వీరశైవులను ప్రతి ష్ఠించిన వారిలో 'విప్రులే' ప్రాముఖ్యము వహించుట, అందుచేత వీరశైవ సాంప్రదాయ ప్రవర్తకులకు బ్రాహ్మణులతో పలుమారు సంఘర్షణములు కలుగుట, వీరశైవులను బ్రాహ్మణులు 'పతితులను'గా నిర్ణయించుట, బౌద్ధమత ప్రచారానికి జనసామాన్య భాషయగు పాలీని సాధనముగా గొనినట్లు వీరశైవులు తమ పురాణాలను సంస్కృతములో వ్రాయక కర్ణాటాంధ్రభాషలలో ప్రచారము చేయుట, అందులోను నన్నయ నాటినుండి నిరాదరముపొంది తుదకు వేణు గోపాల శతకకారుని కాలమువరకు అనగా క్రీ. శ. ౧౨౦౦ వరకు "ద్విపద కావ్యంబు ముదిలంజ, డిగ్గికంత" అన్నియు నొకటే యనిపించుకొన్న ద్విపద లోనే, అందులోను ప్రాసయతితోను, ప్రాసరాహిత్యముతోను 'శివకవిత' నెగ డించి ప్రచారముచేయుట, అందుచేత 'ఈ నడుమ, పెంచె మధ్యవళ్ళుపెట్టి ద్విపద' అను తిట్టునకు గురియగుట, ఓరుగంటిరాజులు జైనమును వదలి, 'హరుని గొల్వ' శివాలయమునకు పోవుట, 'ఈ నడుమ' వెలువడిన శివపురా ణాలను విందమను నాసక్తి కొంతవరకైన ప్రభువులలో కానవచ్చుట, ఈ పద్యము వల్ల మనకు స్ఫురించుచున్నవి. జైనులను నానాహింసలపాలు చేసి నట్లు పాల్కురికి సోమనయే తెలిపినాడు. జైనులను రాళ్ళతో కొట్టి హింసించిరి *"జిన సమయస్థులను తాటోటుపరిచి"నట్లు కొన్ని తావులలో పాల్కురికి సోమనాథుడు వర్ణించెను. ఈ విధముగా క్రీ శ. ౧౩౦౦ వరకు జైనము క్షీణించి దాని స్థానములో వీరశైవము నెలకొనెను.

* "జైన" బౌద్ధ చార్వాక దుష్పథ సమయములు, మూడును నిర్మూలన ముగ జేయుదనుక, మూడురాలను వైతు ముప్పొద్దు నిన్ను.

(బసవపురాణం-పాల్కురికి పు. ౧౮౦)

వసుధలో జినులనువారి నందరను, నేలపాలుగజేసి,

(పాల్కురికి జన పు. ౧౯౨)

ఆదేసమయములో తెనుగుసీమలోనికి వైష్ణవము వీరావేశముతో వీర శైవమున కెదురొడ్డి వీరవైష్ణవముగా విజృంభింప నారంభించెను. వైష్ణవము శైవము కొత్తగా ఏర్పడినవికావు. అవి అరవదేశమందు ప్రాచీనము నుండియే స్థిరపడియుండెను. వైష్ణవముకన్న శైవమే అరవదేశమందు ప్రాచీనతరమైనట్టిది. ఆ రెండు మతాలు తెనుగుదేశములోనికి వచ్చెను. ఉభయమత ప్రబోధకులును పరస్పరస్పర్ధతో శూద్రాది జనసామాన్యమునకు మూఢభక్తిని ఒంటబట్టించి వారు మరల జారిపోకుండుటకై శివలింగాలు కట్టి లేక వైష్ణవముద్రలువేసి నామాలు పెట్టించిరి. గోన బుద్ధారెడ్డికూడ రామాయణమును ద్విపదలో వ్రాయుట, వైష్ణవ ప్రచారమునకై చేసిన శైవానుకరణమే. తర్వాతికాలములో 'చిన్నన్న ద్విపద కెరుగును' అను విఖ్యాతిగాంచిన తిరువేంగళనాథుడు కేవలము శివనిరసనముతో విష్ణుభక్తిని ప్రచారము చేయుటకై 'పరమయోగి విలాస' మను ద్విపద పురాణమును వ్రాసెను.

జైనులు రంగమునుండి దిగజారిపోయిన తర్వాత మతోన్మాద గదా యుద్ధమునకు వీరశైవ వీరవైష్ణవులే మిగిలిరి. వీరు పరస్పరము తిట్టుకొన్న తిట్లే ఒక చేటభారతమగును. వీరు గుళ్లలోని విగ్రహాలనుగూడ శక్తికలిగి నప్పుడు మార్చిరి. సుప్రసిద్ధమగు తిరుపతి వేంకటేశ్వరుని విగ్రహము మొదట వీరభద్ర విగ్రహమనియు, దానిని వైష్ణవ విగ్రహముగా చేసిరనియు కాకతీయుల కాలపు వాడగు శ్రీపతి పండితులు తమ శ్రీకరభాష్యములో తెలిపినారు. *ఈ బలవత్పరివర్తనము చేసినవారు శ్రీరామానుజాచార్యులవారని శ్రీపతి పండితులు తెలిపినారు.

ప్రాణాంతకమైనను సరే, జైనాలయములలోనికి పోరాదన్నట్లుగా శైవ వైష్ణవులు ఒకరినొకరిని చండాలురనుగా, అసభ్యముగా దూషించుకొనిరి. మా దేవు డెక్కువ, మా దేవుడే యెక్కువని, నిరూపించుటకు కథలను పురాణములను సృష్టించిరి. ఈ జైన, శైవ, వైష్ణవ ద్వేషాలే కాకతీయాంధ్రరాజ్యాల పతనమున కొక కారణమయ్యెను.

---

*"నను వేంకటేశ్వర విఠలేశ్వరస్థానే విష్ణోరీశ్వర శబ్దశ్రవణాత్......
వేంకటేశ్వరస్యాభాస విష్ణుత్వం, తదంగే నాగభూషణాది ధర్మాణాం ద్యోతనాత్,
మూల విగ్రహే శంఖచక్రాది లాంఛనానా మదర్శనాత్...కించ తర్వాణ్యథో
దేశే శివలింగ దర్శనాదీశ్వరశబ్దో వ్యవహ్రియతే."

శైవ, వైష్ణవ భేదము లెట్లున్నను వా రిరువురును కులనిర్మూలనమునకై కృషిచేసిరి. లింగము కట్టినవారందరి దొకే లింగవంత కుల మనిరి. సమాశ్రయణమను ముద్రలు వేయించుకొని ఊర్ధ్వపుండ్రధారు లైనవారందరును ఒకే కులమువా రనిరి.

పల్నాటి వీరచరిత్రములో బ్రహ్మనాయుడు బ్రాహ్మణాది చండాల పర్యంతము నానాకుల స్త్రీలను పెండ్లాడెననియు, తనకు ముఖ్యుడైన కన్నమనీడు బ్రహ్మనాయుని తండ్రిగా చెప్పుకొనుటయు, యుద్ధరంగమున మాల, మాదిగ, వెలమ, కమ్మరి, వడ్ల, కుమ్మరి మున్నగు కులాల వారందరును వైష్ణవ సాంప్రదాయమువారై ఏకపంక్తిలో 'చాపకూడు' కుడుచుటయు ముఖ్యముగా గమనింపదగినది. వెలమలు సంఘసంస్కారు లగుట, రెడ్లు పూర్వాచార పరులగుట కానవస్తున్నది. ఈ చాపకూడు కూడా పల్నాటియుద్ధాని కొక ముఖ్య కారణ మయ్యెను *

వెలమలచర్చ వచ్చినందున ఇచటనే వారినిగూర్చి సూత్రప్రాయముగనే నాలుగు మాటలలో తెలుపుదుము. వెలమ లెవ్వరన్నది నేటికిని తేలినది కాదు. రెడ్లకు వెలమలకు ఓరుగంటిపై రుద్రమదేవికాలములో తురకల దండయాత్రా కాలములో స్పర్థలు ప్రారంభమై నిత్యాభివృద్ధి కాంచి, ఉభయుల రాజ్యాల నాశనమునకు దారితీసెను. రుద్రమదేవి వెలమలకు ఒక విశిష్టతను రెడ్లకిచ్చిన విశిష్టతనేమో కల్పించెను. వెలమలు వీరవైష్ణవు లైనట్లును, రెడ్లు వీరశైవులుగా నుండినట్లును కానవస్తున్నది. కొండవీటి రెడ్డిరాజులను పరమ శైవాచార పరాయణులుగా శ్రీనాథుడు వర్ణించెను.

"ఇచ్చోట దోరిరి యిలపణంబుగ గొల్లసవతి తల్లుల బిడ్డ లవనిపతులు" అన్న క్రీడాభిరామ వాక్యమున కేమర్థము?

---

* "ఆరువల్లి నాయురాలి దుర్మంత్రంబు
కోడిపోరు, చాపకూటి కుడువు,
ప్రథమకారణములు, పల్నాటి యేకాంగ
వీరపురుష సంహారమునకు"

—క్రీడాభిరామము

వెలమలు వెలమలేకదా! అందులోనూ జ్ఞాతులేకదా పల్నాటియుద్ధమును చేసిరి! వారు "గొల్లసవతితల్లుల బిడ్డలు" అని కవి యేల వర్ణించెను? నాకు స్ఫురించున దేమన, వెలమలు తెనుగు దేశమువారు కారు. ఆ లెక్కకు రెడ్లును అంతే! ఒకరు దక్షిణమునుండి, రెండవవారు ఉత్తరమునుండి వచ్చినారని తలంతును. రాష్ట్రకూటులు రెడ్లయిరి. దక్షిణ తమిళ దేశమునుండి తెనుగు సీమకు క్రీ. శ. ౧౧౦౦ ప్రాంతములో వచ్చి కాకతీయుల సేనలో చేరిన 'వెల్లాల' అను జాతివారే వెలమలై యుందురు. వెల్లాలవారే వెలమలని వెల్లాలజాతిని గూర్చి చర్చించుచు థర్‌స్టను వ్రాసెను.* క్రొత్తగా వచ్చినందున వారిని రెడ్లు తక్కువగా చూచి, వారితో ద్వేషము సంపాదించుకొనిరి. శ్రీనాథుని కాలములో వెలమలు రెడ్లతో సమానులుగా పరిగణింపబడిరి. పల్నాటి వీరచరిత్రలో హైహయదాయాదులు పోరాడిరి. వారు గొల్లవారై యుందురు. అందుచేత కవి యట్లు వర్ణించియుండును.

వైష్ణవులు కులభేదాలను ధ్వంసించిన దానికన్న హెచ్చుగా వీరశైవులు ధ్వంసము చేసినవారు. పైగా వారికి బ్రాహ్మణులతో నీ విషయమందు కలహించు పరిస్థితు లేర్పడెను. అందుచేత 'కోపం శేషేణ పూరయేత్' అన్న నీతి నాధారముగా కొని, కొన్నిమారులు వాదముమ వదలుకొని 'త్వం శుంఠ స్త్వం శుంఠః' అని తిట్టిపోసిరి.

"శూలిభక్తుల కెత్తు కేలది ద్రాటి
మాలల కెత్తుట మరి తప్పు గాదె" (1)

"అసమాక్షు గొలువని యగ్రజుండైన
వసుధ మాల........." (2)

"నా మాలకుక్కల నర్చింప దగునె" (3)

(ఇచ్చట వైష్ణవుల నుద్దేశించి తిట్టియుండును.)

---

* THURSTON—Castes and Tribes of South India.

(1) పాల్కురికి బసవపురాణము పు ౧౯
(2) " " పు ౨౧౭
(3) " " పు ౨౩౭
(4) " " పు ౨౨౫

"...వేదభరాక్రాంతు లనగ
బడిన బ్రాహ్మణ గార్దభంబులతోడ" (4)

ఇంతటితో ఆగలేదు. కర్మచండాలురు, వ్రతభ్రష్టులు, దుర్జాతులు, పశుకర్ములు, బాపనకూళలు, అని నానావిధముల బ్రాహ్మణులను తిట్టినారు. హిందువులను కలకాలము వదల నొల్లని కులతత్త్వము ఈ శైవవైష్ణవులవలన కాకతీయ రాజ్య పతనానంతరము స్థిరపడి, మరికొన్ని కొత్తకులముల కూనల లేవదీసెను. శైవులలో లింగాయతులు, బలిజలు, జంగాలు, తంబళ్ళు మున్నగు కులా లేర్పడెను. వైష్ణవులలో సంబులు, సాత్తానులు, దాసర్లు మున్నగు వారేర్పడిరి. శైవులు మతము పేర బసివిరాండ్రను జన్నవిడిచిరి. బసవనిపేర స్త్రీలను పెండ్లిచేయక వదలి వారిని వ్యభిచారిణులనుగా జేసిరి. వైష్ణవులుకూడా ముద్రలు వేసి దేవదాసీలను సిద్ధము చేసిరి. కాకతీయానంతర కాలములో శైవులు చాలామంది వైష్ణవులైరి. అందు ముఖ్యులు రెడ్లు.

కాకతి ప్రోలరాజు వరకు కాకతీయులు జైనులై యుండిరి ప్రోలరాజు కుమారుడు శైవుడయ్యెను. కాకతి యే దేవతగా నుండెనో ఆకాలమునాడే సరిగా ఎరుగరు. "కాకత్యాః పరాశక్తేః కృపయా కూష్మాండవల్లికా కాచిత్ । పుత్రమసూత తదే తత్కుల మనఘం కాకతి సంజ్ఞమభూత్॥" అని కలువచేరు శాసనములో వ్రాసిరి. కాకతీయులు క్షత్రియులు కారని విద్యానాథుడే వ్రాసెను.*

కాకతీయులు శైవులైన తర్వాత జైనులను హింసించి యుండవచ్చును. "అనుమకొండ నివాసులయినట్టి బౌద్ధజైనుల రావించి వారిని తిక్కన మనీషితోడ వాదింపజేసెను." అని గణపతి దేవుని గూర్చి సోమదేవ రాజీయములో నున్నది. తిక్కన తన నెల్లూరి ప్రభువగు మనుమసిద్ధికి సహాయార్థమై ఓరుగంటికి వెళ్ళి గణపతిరాజు సాయము వేడెననియు ఆ సందర్భములో నతడు జైనబౌద్ధుల నోడించె ననియు పై గ్రంథము తెలుపుతున్నది తిక్కన సోమయాజి పటువాక్య శక్తికి గణపతి మెచ్చుకొని "జినసమయార్థుల శిరముల దునిమి విద్వేష బౌద్ధుల విలుమాడి...", నానాహింసలు చేసెనట. ఈ విషయములను బట్టి ఈ ప్రకరణాదిలో తెలిపినట్లుగా కవిత్రయమువారు కేవల భాషా

*'అత్యర్కేందు కులప్రశస్తి మసృజత్'...ప్రతాపరుద్రీయము.
• పండితారాధ్య చరిత్ర, మొదటి భాగం పుటలు ౫౦౬, ౫౦౭.

శాసకులే కాక, పౌరాణికులే కాక, మధ్యకాలమం దేర్పడిన కులతత్త్వ ప్రచారకులుగా గూడ నుండినట్లు ఊహింప వీలగుచున్నది.

కాకతీయుల కాలములో జైన బౌద్ధ సమయముల (సాంప్రదాయముల) వారే కాక యింకను పలుసమయముల వారుండిరి. అద్వైతవాదులు, బ్రహ్మవాదులు, పాంచరాత్ర వ్రతులు, ఏకాత్మవాదులు, అభేదవాదులు, శూన్యవాదులు, కులవాదులు, కర్మవాదులు, నాస్తికులు, చార్వాకులు, ప్రకృతి వాదులు, శబ్ద బ్రహ్మపరులు, పురుషత్రయైవాదులు*, లోకాయతులు+, మున్నగు మతావలంబులుండిరి.

కాకతీయ కాలమందు తెనుగు సీమలో వీరశైవులు తమ మతప్రచారార్థమై గోళకి మఠముల నేర్పాటుచేసిరి. ఈ మఠమువారిలో కొందరు మహాపండితులై, గురువులై, విద్యాబోధకులై వెలసిరి. గోళకీమఠములందు శైవసాంప్రదాయ బోధను శాస్త్రవిద్యను సంస్కృత భాషలో నేర్పించుచుండిరి. ఒక విధముగా నవి వీరశైవుల గురుకులముగా పరిణమించియుండెను

గోళకీమఠాల పోషణకై రాజులు గ్రామాలను, ధనికులు భూములను దానముచేసి శాసనములు వ్రాయించిరి తర్వాతి కాలములో జంగాల మఠాలుండెను. కాని 'గోళకి' పేరుమాత్రము మృగ్యమయ్యెను. పాలమూరు జిల్లాలోని గంగాపురములో అతిశిథిలములై దిబ్బలై మిగిలిన రెండు గుళ్ళు కలవు. వాటిని స్థానికులు "గొల్లక్క గుళ్ళు" అందురు. శబ్దసామ్యముపై నొక వెర్రి కతను కల్పించిరి. ఒక గొల్లవన్నెలాడిని అచట శివుడు కామించి భోగించి, ప్రతిఫలముగా పట్టిన పిడికెడు అనుదినము బంగారమగునట్లు వరమిచ్చెనట! అంత నా 'గొల్లక్క' లేక గొల్లత్త ఆ గుళ్ళను కట్టించెనట! యథార్థ మేమన, అవి గోళకీమఠములై యుండును. లేదా వాటి సమీపమున నా కాలమునందు గోళకీమఠాలుండెనేమో! గోళకీమఠ గురువులు శివదీక్ష నొందిన బ్రాహ్మణులుగా కానవస్తున్నారు.

---

* సిద్ధేశ్వర చరిత్ర.

+ పండితారాధ్య చరిత్ర, మొదటి భాగం పు॥ ౨౧౧

"వీరి యుద్బోధచేతనే కాబోలును ప్రతాపరుద్రుని కాలమున నాంధ్రదేశ శివాలయములో బెక్కింట తమ్మళ్ళు తొలగింపబడి వెలనాటి వారు పూజారుగా నిలుపబడిరి." (1)

"దేవళములం దర్చకులుగా నుండు తంబళ్ళకు 'జియ్యలు' అని వ్యవహారము." (2) పూర్వము శివాలయము లన్నింటిలో తమ్మళ్ళు పూజారులుగా నుండిరి.

"మును శివు డిచట బుట్టిననాట నుండి
చెనసి తమ్మళి భజించిన చొప్పులేదు"

అని యొక భక్తుడు వాపోయెను. నేటికిని కొన్ని శివాలయములలో తంబళ్ళే పూజారులైనారు.

కాకతి గణపతిరాజు గోళకీమఠమునకు చెందిన విశ్వేశ్వర శివాచార్యులవద్ద శివదీక్ష పొంది గోళకీమఠమును కృష్ణాతీరమందలి 'మందడ' గ్రామమున నెలకొల్పెను. విశ్వేశ్వరుడు విద్యామంటపవర్తి" (4)

"మందడు గ్రామభోక్త అయి దక్షిణరాఢానుండి వచ్చిన కాలాముఖుల తోడ్పాటుతో వెలగపూడి మరాదుల్లో విద్యాశాలలు సాగించి ఆంధ్రదేశములో విజ్ఞానాన్ని వ్యాపింపజేసిన విశ్వేశ్వర శైవాచార్యులవంటి విద్యాసంపన్నులు ఈ కాకతీయుల కాలములోనే వర్ధిల్ల గలిగినారు. కాకతీయ గణపతిదేవుడు గణపేశ్వర దేవాలయము కట్టించి అక్కడ అనేకులను విద్వాంసులను స్థాపించాడని కుమారస్వామి తెలుపుతున్నాడు. వీరినే "రాజన్నేతే గణపేశ్వరసూరయః" (ప్రతాపరుద్రీయం) అనేచోట గణపేశ్వర సూరులని విద్యానాథుడు పేర్కొన్నాడు".

కాకతీయుల కాలములోనే కొన్ని ప్రాంతాలలో శైవ వైష్ణవ సమన్వయమునకై కాబోలును హరిహరమూర్తి పూజలు జరుగుచుండెను. నెల్లూరిలో అట్టి మూర్తి యుండె నందురు. తిక్కన సోమయాజి తన భారతములోని మొదటి

(1) వే. ప్రభాకరశాస్త్రిగారి బసవపురాణ పీఠిక, పు ౭౬, (2) పుట ౧౧౪
(3) బసవపురాణము (పాల్కురికి) పు ౨౩ (4)వే. ప్ర. శాస్త్రిగారి పీఠిక.పు ౨౫
*పల్నాటి వీరచరిత్ర; ద్వితీయ భూమిక, అక్కిరాజు ఉమాకాంతంగారి పీఠిక.

పద్యములోని "శ్రీ యనగౌరినా బరగు చెల్వకు చిత్తము పల్లవింప భద్రాయిత మూర్తియై హరిహరంబగు రూపముదాల్చి" అని వర్ణించెను. అతనివలెనే గుత్తి ప్రాంతము వాడగునాచన సోమన తన ఉత్తర హరివంశమును హరిహర నాథునకే అంకితమిచ్చెను.

నాచన సోముని కాలములో (క్రీ. శ. ౧౩౦౦ ప్రాంతము) శైవవైష్ణవ ద్వేషా లుండినందుననే అతడిట్లు వ్రాసెను.

మ॥ పరివాదాస్పద వాదమోద మదిరా
 పానంబుచే మత్తులై
హరి మేలంచు హరుండు మేలనుచు నా
 హా కొంద రీ పొం దెరుం
గురు కైలాస నగంబునందు మును లే
 కత్వంబు భావించి రా
మురవైరం బురవైరి బాపుట మహా
 మోహంబు ద్రోహం బగున్.*

విగ్రహారాధనము, వివిధ సాంప్రదాయములు, హిందువులను భిన్నించి దుర్బలులుంగా జేసిన వనవచ్చును. సామాన్య జనులు శక్తిభేదములని అంటు జాడ్యాలకు దేవతలను ఏర్పాటుచేసిరి. భక్తులను దేవతలగా పూజించిరి. కాకతీయుల కాలములో ఈ క్రింది దేవతలను పూజిస్తూయుండిరి.

(౧) ఏకవీర-ఈ దేవత శైవదేవతయై యుండును. 'కాకతమ్మకు సైదోడు ఏకవీర'(1) అని వర్ణించిన పద్యమునుబట్టి యీ దేవత రేణుక (పరశురాముని తల్లి) యని స్పష్టము. ఈమె మాహూరము అను గ్రామమున నెలకొన్న దగుటచే మాహూరమ్మ యనియు పిలువబడెను. ఈదేవత నగ్నదేవత(2). ఈమెనే

---

* ఉత్తర హరివంశము, ఆ ౨, ప ౬౮.

1 క్రీడాభిరామము.

2 "ఏకవీరమ్మకు మాహూరమ్మకు అధోహ్రీంకార మధ్యాత్మకున్" క్రీడాభిరామము.

"వ్రీడాశూన్య కటీరమండలము దేవీశంఖిణీ వ్రాతమున్" క్రీడాభిరామము.

యిప్పుడు తెలంగాణములో, రాయలసీమలో ఎల్లమ్మదేవర అని యందురు. ఈ ఏకవీర గుడి "నింబపల్లవనికరంబ సంధానిత వందనమాలికాలంకృతద్వారము" కలది [1]

ఓరుగంటి యెల్లమ్మ అని ప్రసిద్ధ దేవత కలదు. ఓరుగంటి నగరములో ఎల్లమ్మ బజారు అనునది కలదు. అది ప్రాచీనపుదిగా తోస్తున్నది. అయితే ఓరుగంటిలో నగ్నదేవత యగు యెల్లమ్మ విగ్రహమెందయిన కలదో లేదో తెలియదు. కాని అట్టి విగ్రహము ఆలంపూరులో కలదు. దక్షిణ కాశి అనియు, శ్రీశైల పశ్చిమద్వార మనియు దీనికి ఖ్యాతి గలదు నవబ్రహ్మల ఆలయములు బహు ప్రాచీనపువి అందు కలవు. అష్టాదశ శక్తులలో నొకటి యగు జోగుళాంబ అందే కలదు. అయితే జోగుల అంబ అనుటచే ఆమె జైన దేవతగా నుండి శైవమతమును బలవంతముచే పుచ్చుకొన్నదేమో! అట్టి యాలంపూరులోని బ్రహ్మేశ్వరాలయములో తలలేని మొండెము, నగ్నత్వముతో నున్న ఒక స్థూల దేవతా శిల్పమును స్థానికులు ఎల్లమ్మ యనియు, రేణుక యనియు పిలుతురు. తండ్రియాజ్ఞచే తల్లియగు రేణుక తలను పరశురాముడు నరుకగా తల యెగిరి మాలవాడలో బడెనట. మొండెము మాత్రమే అచట నిలిచెనట. ఆమె గొడ్రాండ్రకు పిల్లల నిచ్చు దేవత యని ఆలంపురీ మాహాత్మ్య మను స్థానిక లభ్యమాన లిఖిత పుస్తకమందు వర్ణితము.

ఈ ఎల్లమ్మ కథను రేణుక కథగా నేటికిని రాయలసీమ పల్లెలలోను, పాలమూరు జిల్లాలోను బవనీండ్లు (మాదిగజాతివారు) జవనిక (జమిడిక) వాయించుచు కథగా రెండుదనాలు చెప్పుదురు. కాకతీయుల కాలమునాడును బవనీలును మాదిగ స్త్రీలును ఎల్లమ్మ కథను వీరావేశముతో చెప్పుచుండిరి. వారు మ్రోయించు జవనిక "జుక జుం జుం జుక జుం జుం జుమ్మనుచు సాగుంగడున్ వాద్యముల్"[2]

"వాద్యవైఖరి కడు నెరవాది యనగ
ఏకవీరా మహాదేవి యెదుట నిల్చి
పరశురాముని కథ లెల్ల ప్రౌఢి పాడె
చారుతరకీర్తి బవనీల చక్రవర్తి"[3]

1, 2, 3 క్రీడాభిరామము.

(౨) మైలారదేవుడు—ఇతడు ఏకవీరుఁడెనే జైనదేవుడై తరువాత శైవు డయ్యెనేమో! "భైరవునితోడు జోడు మైలార దేవుడు" మైలారను గ్రామమున వెలసి మైలారుదేవు డయ్యెను.[1]

(౩) ఇతర దేవతలు—భైరవుడు, చమదేశ్వరి, వీరభద్రుడు, మూసా నమ్మ, కుమారస్వామి, పాండవులు, స్వయం భూదేవుడు (శివుడు) ముద్దరాలు మూసానమ్మ.[2]

(౪) వీరగుడ్డములు—నేటికిని చాలా గ్రామములలో వీరగుడ్డములు కలవు. ఏదో వీరకృత్యము చేసియుండిన స్థానిక వీరుని పూజసేయుట ఆచారమై యుండెను. పల్నాటివీరుల యుద్ధము క్రీ శ. ౧౧౩౨ ప్రాంతముదని ఉమా కాంతముగా రన్నారు. ఆ వీరుల పూజను నేటికిని పల్నాటిలో చేయుచున్నారు. ఆ యుద్ధము ముగిసిన నాటినుండియే వీరపూజ ప్రారంభమయ్యెను. ఓరుగంటి లోను,

"పలనాటి వీర పురుష పరమ దైవత శివలింగ భవన వాటి" యుండెను.[3]

"కులము దైవతంబు గురిజాల గంగాంబ
కలని పోతులయ్య చెలిమికాడు
విరికికంద లేని యరువది యేగురు
పల్లెనాటి వీరబాంధవులకు"[4]

కలని పోతులయ్య, గురిజాల గంగమ్మ అను గ్రామ దేవతలును ఉండిరి.

(౫) మాచెర్ల చెన్నడు—చెన్నకేశవుడు అను దేవత "మాచెరల చెన్నడు శ్రీగిరి లింగము గృపాయత్తత జూడ" అన్నందున చెన్నకేశవుడనవలెను.

పల్నాటి కథలో బాలచంద్రుని తల్లి సంతానమునకై నోచిన గజవిమ్మ నోములో చెన్నకేశవుని పూజ మాచర్లలో చేసినట్లు తెలిపినందున మాచర్ల చెన్నడు చెన్నకేశవుడే యని దృఢపడినది.

1, 2, 3, 4 క్రీడాభిరామము.

షంకను నిట్టిదేవతలకు కొదువ లేకుండెను. మతమునకు సంబంధించిన కులాలను గూర్చి యిచ్చటనే కొంత తెలుపుదును.

అష్టాదశసంఖ్య కేలనో ప్రాధాన్యము కలిగినది. హిందువులలో ౧౮ కులముల వారు ముఖ్యులుగా నుండిరని నాగులపాటి శాసనములో నిట్లు వ్రాసినారు.

"ఆ యూరి పదునెన్మిది సమయాల సమస్త ప్రజానురంగభోగానికై" దానము చేయబడెను. అందీ క్రిందిజాతులు పేర్కొనబడినవి-కోమట్లు, ఈదుర వారు, గొల్లవారు, అక్కలవారు (అగసాల), సాతెవారు, మంగలులు, కుమ్మర వారు. ఈ కులాల విషయము చర్చింప నవసరములేదు. కాని కోమట్ల విషయము మాత్రము కొద్దిగా చర్చింతును. కోమటిపద మెట్లేర్పడెనో సరిగా జెప్పజాలము. గోమఠమునుండి గోమఠేశ్వరుడను జైన తీర్థంకరునినుండి యేర్పడినదని కొందరూహచేసిరి అంగస్వరూప శాస్త్రమును (Ethnology) బట్టి వారిలో ఆర్యలక్షణాలు కానరావని తచ్ఛాస్త్రవేత్త లభిప్రాయపడుటకు వీలున్నది. తెనుగు దేశములో మొదటిసారి కోమటిపదము క్రీ. శ. ౧౧౨౦ కి లోనుగా నుండినట్లు శ్రీ మానపల్లి రావకృష్ణకవిగారిచే నిర్ణయింపబడిన భద్రభూపాలుని నీతిశాస్త్ర ముక్తావళిలో కానవస్తున్నది * తర్వాత నీశబ్దను పల్నాటి వీరచరిత్రలో కానవస్తున్నది. పల్నాటియుద్ధము క్రీ. శ ౧౧౮౨ లో జరిగెనని శ్రీ ఆక్కిరాజుగారన్నారు.

తర్వాత పాల్కురికి సోమనాథాదుల కృతులలో బహుళమయ్యెను. కోమటికి పర్యాయపదము బేరి[1], బచ్చు, నాడెకాడు[2] అని పూర్వులు వ్రాసిరి. ఇంతకుమించి వ్రాయలేదు. కాని ఒక ముఖ్యమగు పర్యాయపదమును మాత్రము పూర్వులు వ్రాసినవారుకారు. కోమట్లను గౌరులని, చెట్లు (సెట్టి) అనియు

* "బద్దెనీతియు కోమటి పడుచునోళ్ళ, కతన దబ్బర పాతంబు గదియఁ గవులు, తప్పు బెడలింప నెంతయు నొప్పు భువిని."—నీతిశాస్త్రము ౧వ పద్యము.

[1] ఆంధ్రనామ సంగ్రహము, మానవవర్గు.

[2] సాంబనిఘంటువు, మానవవర్గు.

నందురు. చెట్టి, సెట్టి అను పదములు చాళుక్య కాకతీయుల కాలములో వీర శైవులగు బలిజలకు కులబిరుదముగా నుండెను. నేటికిని బలిజసెట్టి అని వాడుకలో నున్నది. తర్వాత కోమట్లు ఆ బిరుదమును శైవముతోపాటు స్వీకరించినట్లున్నది. గౌరశబ్దమును క్రీ. శ. ౧౬౦౦ ప్రాంతమందుండిన శుకసప్తతికారుడగు పాలవేకరి కదిరీపతి ప్రయోగించెను.

కోమట్లు బెంగాలులోని గౌడదేశమునుండి క్రీ. శ. ఆరు ఏడు శతాబ్దములలో ఆనాటిరాజుల దుష్టపాలనకు తాళజాలక సముద్రముపై వచ్చి తెనుగుతీరములలో దిగి గౌరలై, తర్వాత జైనమతావలంబులై, గోమఠానుయాయులై, కోమటులై యుందురు. వారి కులదేవతయగు కన్యకాంబను విష్ణువర్ధనుడను రాజు బలాత్కరించెనన్న కథనుబట్టియు వారు క్రీ. శ. ఆరేడు శతాబ్దుల కాలమందు వచ్చిరని యనవచ్చును.

వీరుకాక మరికొన్ని జాతులవారు ఈ కాలపు వాఙ్మయములో పేర్కొనబడినారు. బోయవారు అను జాతి కొంత సందిగ్ధమునకు తావిచ్చును. విజయనగరకాలములో బేండర్ బోయ అను జాతి యుండెను. బోయలు వేటకాండ్లని, ఆటవికులని, క్రూరులని విజయనగర కాలమునుండి కవులు వర్ణిస్తూ వచ్చినారు. కరీంనగరు, నల్లగొండ జిల్లాలలో ప్రధానముగా నివసిస్తున్న భోయీలు అను జాతివారు కలరు. భోజశబ్దభవులు వీరే అని కొందరన్నారు. ఇంగ్లీషువారు మద్రాసులో దిగినకాలములో వారివద్ద ఈ భోయీలే నౌకరులైనందున వారు వీరిని బాయ్ (Boy) అని పిలిచినందున ముసలి నౌకర్లనుగూడ ఇంగ్లీషువారు బాయ్ అనియే యందురు.

పలనాటి వీరచరిత్రలో బాలచంద్రునితో దెబ్బలుతిని పారిపోయినవారిలో కొంద రిట్లు పలికి తమప్రాణాలు కాచుకొనిరి.

"బోయవారము మేము పూర్వంబునందు
బుజములు కాయలు పూని కన్గొనుడి"

భోయీలు నిన్న మొన్నటివరకు పల్లకీలను (మేనాలను) మోసినవారు. కావున క్రీ. శ. ౧౧౭౫ ప్రాంతములో వీరు ఆదేవృత్తిలో జీవించినవారు. పైగా

నల్లగొండ సరిహద్దులోనే కార్యంపూడి ఆంధ్ర కురుక్షేత్రముండెను. అందుచేత వారందు గానవచ్చినారు.

కర్ణాట కిరాతులుగా బరిగణింపబడిన బోయలు కాకతీయ కాలములో లేరన్నమాట. వారు కర్ణాటదేశీయులు కాన విజయనగరకాలమందే వారు కనిపించినారు. రాయచూరు జిల్లాలోని సురపురము అను "బేండర్" (బోయ) సంస్థాన ముండెను. సీపాయివిప్లవ మను అభాసనామము కల క్రీ. శ. ౧౮౫౭ నాటి స్వాతంత్ర్య విప్లవముతో ఆ సంస్థానము మాయమయ్యెను. ఆసమయమున దాని విచారణకర్తగా నుండిన మెడోస్ టెయిలర్ అను ఆంగ్లికోత్తముడు తన స్వీయచరిత్రలో ఆ రాజరికపు బోయలకు బావులలో దేవాలయములలో ప్రవేశము లేకుండెననియు, వారినిఅంటరానివారినిగా హిందువులు పరిగణించిరనియు వ్రాసెను. నూరేండ్ల లోపలనే ఆ బోయజాతి అంటరానితనము మాయమయ్యెను.

రుంజలు అనువా రుండిరి. వారు నగారావంటి రుంజ వాద్యమును మ్రోయించువారై యుండిరి. వారిని పల్నాటి వీరచరిత్రలోను, పాల్కురికి రచనలలోను పేర్కొన్నాడు.

పిచ్చకుంట్ల వా రను నొక తెగవారు కలరు. నేడు వారు రెడ్లగోత్రాలను తంబూరాపై పాటలుగా చెప్పుచుందురు. పాల్కురికి కాలములో వీరు వికలాంగులైన బిచ్చగాండ్లు!

"... ... ... మాకు
వీవంగ చేతులు లేవయ్యా, నడచి
పోవంగ గాళ్ళును లేవయ్యా, అంధ
కులమయ్యా, పిచ్చకగుంటులమయ్యా"

"దాన మొసంగరే ధర్మాత్ములార" అని వారు బిచ్చమడిగినారు * పంబల, బవని, మేదర, గాండ్ల మున్నగు కులాలు చాలా గలవు. కాని అవన్నియు వృత్తులనుబట్టి యేర్పడినందున వృత్తుల చర్చలో వారినిగూడ చర్చించవచ్చును.

* పండితారాధ్య చరిత్ర, ౨-వ భాగము, పుట ౩౪౮

హిందువులు మతాంతరులను స్వీకరింపలేదని క్రీస్తుశకము ఆయిదవ శతాబ్దినుండి వచ్చిన కట్టుబాట్లనుండి కొంద రూహించినారు. కాని శుద్ధిచేయుట, మతాంతరుల స్వీకరించుట, మతప్రచారము చేయుట, హిందూబౌద్ధులనుండియే క్రైస్తవ వేస్లాములు నేర్చుకొనెను. క్రీ. పూ. ౧౫౦ ఏండ్లనాడు హెలియోడోరస్ అను గ్రీకువాడు హిందువై భీల్సాస్టేషన్ సమీపమందలి బెస్నాగర్‌లో గరుడ స్తంభ మెత్తించి శాసనము వ్రాయించి తాను భాగవతమతమును స్వీకరించినట్లు తెలుపుకొనెను. తురకలు సింధుదేశమును లాగుకొన్న తర్వాత బలవంతముగా తురకలైనవారిని శుద్ధిచేసి హిందువులను చేయుటకై దేవలస్మృతి ఇంచుమించు క్రీ. శ. ౧౧-వ శతాబ్దములో పుట్టెను. ఓరుగంటి రాజ్యమును ధ్వంసించిన కాలములో తెనుగుసీమవారును శుద్ధిసంస్కారమును తొలిసారి ప్రారంభించిరి. పిచ్చితొగ్లాకు వరంగల్‌ను జయించిన తర్వాత ఆంధ్రదేశములో చాలమందిని బలవంతముగా ముస్లిములను జేసిరి. ముఖ్యులైన ఆంధ్రులను తురకలుగా జేసి ఢిల్లీకి తీసుకొనిపోయిరి. అందొకడు కన్నయ నాయకుని బంధువు. ఆ నవ ముస్లిమును కంపిలిరాజుగా తొగ్లా కంపెను. వాడు కంపిలికివచ్చి "మహమ్మదీయ మతమును వదలిపెట్టి పితూరీ చేసెను." ఇది క్రీ. శ. ౧౩౬౫లో జరిగిన మాట!

సంఘ సంస్కారము

హిందూమతమును సంస్కరించు నుద్దేశముతో శైవ వైష్ణవ మతములు ప్రబలియుండెను. కాని అవి యెక్కువగా అపకారమే చేసినవి జైనులలో చాలా గొప్ప తార్కికులుండిరి. వారు వ్రాసిన సంస్కృత తార్కిక చర్చలలో కుల తత్వమును చాల సుందరముగా దిట్టముగా ఖండించిరి. అట్టి జైనులవల్లనే సంఘ సంస్కారము తెనుగుదేశములో బౌద్ధులతోపాటు మొదలయ్యెను. కాకతీయ కాలములో అనులోమ ప్రతిలోమ వివాహములు చాలాజరిగెను రుద్రమ్మరాణి బ్రాహ్మణ మంత్రియగు ఇందులూరి అన్నయ రుద్రమయొక్క రెండవ కూతురగు రుయ్యమ్మను వివాహమాడెను. రాజవంశమందే కులము కట్టుబాట్లు లేనప్పుడు జనసామాన్యములో మాత్ర ముండునా? పల్నాటి యుద్ధములో చాప కూటిని గురించియు, బ్రహ్మనాయడు బహుకులములతో బాంధవ్యము చేయుటను గురించియు నిదివరకే చర్చింపబడినది. పాతం అనుపదము దక్షిణమందే

వాడుకలో నుండెను పాళెమును (సీమను) రక్షించువారు పాలెగార్లు. వారిసేనలో మాలమాదుగులు విశేషముగా నుండిరి. నేటికిని మాలమాదుగుల ఇండ్లపేళ్ళలో పింజలవారు, తప్పెటవారు. కొమ్ముివారు, కఠారివారు అను పేరులు వారి పూర్వపు జాడలను తెలుపుతున్నవి.

శైవమందు చాకలి, మంగలి, మాల, మాదిగ మున్నగు జాతుల వారందరును కలిసిరనుటకు పాల్కురికి సోమనాథ బసవపురాణమం దనేక నిదర్శనములు కలవు. ఇప్పటి కాలములో సత్రిభోజనములు బ్రాహ్మణులకే ప్రత్యేకింపబడినవి. కాకతీయుల కాలమున కొన్ని తావులలో అన్ని వర్ణముల వారికిని భోజనములు పెట్టుచుండిరి. శైవ సాంప్రదాయానుసరణముగ చండాలురకుగూడ అన్న వస్త్రదానములను సత్రిములం దేర్పాటు చేసియుండిరి.*

ప్రతాపరుద్రుని కాలమువాడగు ఏకామ్రనాథుడు తన వచన ప్రతాప చరిత్రములో నిట్లు వ్రాసెను.

> "మరియు నొక్కనాడు సంతూరను గ్రామంబున కృష్ణమాచార్యుల తమ్ము డనంతాచార్యులు రజకస్త్రీతో గూడెను. ఆ రజకు డిద్దరిని బొడిచెను. అంత వారు మరణించిరి. ఆ పురి విప్రులది. శూద్రపీనుగుతో గూడియున్నది కనుక మేము మొయ్య మనిరి. అది విని కృష్ణమాచార్యులు తనమదిని విచారించి, వాసుదేవ మూర్తిని కీర్తించెను. శవంబు దనంతట తాను కాష్ఠంబువరకు జరిగిపోయెను."

వీరశైవులును వైష్ణవులును కొంతవరకు సంఘసంస్కర్తలే కాని వారు అసహనమున, మతోన్మాదమును హిందూసంఘమందు ప్రవేశపెట్టినవారైరి. జనులలో మూఢభక్తి యెక్కువయ్యెను. ఇది మతమును గూర్చిన చర్చ.

ఇక యితర విషయములనుగూర్చి తెలుసుకొందము.

యుద్ధ తంత్రము

హిందువులలో శౌర్యసాహసా లుండెను. కాని యుద్ధపరికరములను వారు కనిపెట్టినది తక్కువయే. క్రొత్త మేలైన మారణయంత్రాలను తురక లుపయోగించిరి. తర్వాత యూరోపువారు మనపై యుపయోగించి దేశమును

* మల్కాపురశాసనము (తెలంగాణా శాసన గ్రంథము.)

గెలుచుకొనిరి. ఆంధ్రులకు బల్లెము, కత్తియే ప్రధానమగు ఆయుధములై యుండెను. అనా డిట్టి పరికరా లుండినందున కోటల యవసరముండెను. గణపతి దేవుడు మొదట ఓరుగంటి కోటను కట్టెను. దానిని రుద్రమదేవి పూర్తిచేసెను. లోపలి రాతి కోటను పెద్ద కోట యనియు, బయటి మట్టిప్రాకారమును భూమి కోట యనియు పిలుచు చుండిరి. మట్టికోట సామాన్యమైనది కాదు. అల్లావుద్దీన్ ఖిల్జీ క్రీ॥ శ॥ ౧౩౦౯లో మలిక్ కాఫిర్ సేనానిని ఓరుగంటిపై దాడిచేయ నియోగించెను. ఈ మలిక్ కాఫిర్ ఎవడు? ఇతడు మొదట హిందువు, అస్పృశ్యుడు. తర్వాత ముసల్మానై, మహాసేనానియై వేలకొలది హిందువుల చంపి, హిందూరాజ్యముల నాశనముచేసి, తన కసితీర్చుకొనెను. వాని సైన్యము మట్టికోటపై బడి దానిని పడగొట్టజూచెను. "కాని ఉక్కు బల్లెములతో దానిని బొడిచినను, బేటు (పెద్ద) కూడా రాలకుండెను. గుండ్లను దానిపై వేయించినను అవి పిల్లలాడుకొను గోలీలవలె వెనుకకెగిరి పడుచుండెను."* ఈ కోటగోడ వైశాల్యము ౧౨,౫౪౬ అడుగులట!

ఓరుగల్లుకోటనుండి ముట్టడివేసిన తురకలపై నిప్పుతో కరిగిన వేడి ద్రవమును పోయుచుండిరట. తురకలు 'మాంజనీకులు' ఉపయోగించిరి. ఓరుగంటివారు అరద్ద లుపయోగించిరి. ఈ రెండును రాళ్ళు రువ్వుటకై యేర్పాటుచేసిన వడిసెలవంటివై యుండెను. ఏలన, ఖుస్రూ వాటిని గురించి యిట్లు వ్రాసెను. "ముసల్మానులరాళ్ళు వేగముగా ఆకాశమం దెగురుచుండెను. హిందువులగుండ్లు బ్రాహ్మణుల జందెములనుండి విసరబడిన వానివలె బలహీనములై యుండెను."• ఈ మంజనీకులు పాశ్చాత్యదేశాల నుండి దిగుమతియై యుండెను. వాటిని ఉభయసైన్యము లుపయోగించెను.

అగ్నితోడియుద్ధము మొదట వరంగల్లు పైననే ప్రయోగింపబడెను. ఇది తర్వాత ఫిరంగీలకు, తుపాకులకు నాంది ప్రస్తావన యనవచ్చును. 'ఆతిష్‌మీరేఖ్తంద్, (ఉభయులును అగ్నిని చిమ్ముచుండిరి.) అని ఫార్సీ చరిత్రకారుడు వ్రాసెను. ఆంధ్రసైన్యములో స్తోత్రపాఠకులు తమనేర్పును జూపుచుండిరి. వారిని "బర్దులు" అనుచుండిరి.

---

* ఖజానుల్ ఫుతూహె అమీర్ ఖుస్రూ.

• తారీఖె ఫీరోజ్‌షాహి – బర్నీ.

"కితాబాతె హిందూ కె గోయంద్‌బర్ధష్" బర్ద్ అనేది తెనుగై యుండవలెః దా: స్తోత్రపాఠకులను వంది, భట్టు అని యందుము. ఈ రెంటిలో నేదేనొకదాని యపభ్రంశముగా బర్ అనున దేర్పడియుండును.

ఆ కాలమం దాంధ్రు లెట్టి ఆయుధముల నుపయోగించిరో కొంతవరకు ప్రతాపరుద్ర యశోభూషణము వలన తెలియగలదు. కాని అవన్నియు నిజమైనవో లేక కవికపోలకల్పితములందు కొన్ని కలవేమో చెప్పజాలము. ప్రతాపరుద్రీయముపై రత్నాపణవ్యాఖ్య కలదు. అందిట్లున్నది.

తోమరః=దండవిశేషః

కౌక్షేయకాః=ఖడ్గాః

ముసుందయః=దారుమయాయుధ విశేషః (కఱ్ఱతో చేసిన ఒక విధమగు ఆయుధము.)

కార్ముకః=ధనుః

గదాః=(గదలు)

కుంతాః=పరంపరయా క్షేపణీయా ఆయుధ విశేషాః (వెను వెంట విసరి వేసెడు ఒకవిధమగు ఆయుధాలట!)

పట్టపః=లోహదండః, యస్తీక్ష్ణధారక్షరోపమః (వాడిధార కల ఇనుపదండమట' ఐహూ‌హా పట్టాకత్తియై యుండును.)*

కత్తులు మంచివిగా నుండుటకై నాలుగు లోహములతో చేయుచుండిరి.

"పిను మినుమును, రాగి, యిత్తడి, కంచు
పెట్టి చేసినయట్టి చిరుదులు కలవు".
(ఇచ్చట బిరుదులన ఆయుధములు) పల్నాటియుద్ధములో,

"కుంతములును, గండ్రగొడ్డండ్లు, గదలు,
ముసల ముద్గరములు, మొనల కటార్లు

---

* పల్నాటి వీరచరిత్ర పుట ౨౮.

• ప్రతాపరుద్రీయము, నాయకప్రకరణము, ౧౧-వ శ్లోకం.

చక్రతోమరములు, శార్ఙ్గసంఘంబు
ఛురికలు, బాణముల్. శూలచయమ్ము
మొదలైన శస్త్రాస్త్రములు..."* వాడిరి.

శత్రువులు దండెత్తి వచ్చిన కోటలను భద్రము చేసుకొనుచుండిరి. ఆ విధానమును కొంతవర కీ క్రింద పద్యమునుండి గ్రహింపవచ్చును.

"కోట సింగారించి కొత్తళంబుల నెల్ల
నట్టళ్ళు పన్నించి యాళువరికి
పందిళ్ళు పెట్టించి పైకొమ్మ లెగయించి
గుండు దూలము వసికొయ్య గూర్చి
యగడితలీత నీరలవడ ద్రవ్వించి
వెలిజుట్టును వెదురు వెలుగు వెట్టి
దంచనంబులు దడ్డడంబులు నెత్తించి
పలు గాడితలుపులు బలువు చేసి

గీ॥ బాళెములు వెట్టి కొంకులు బ్రద్దపరులు
కత్తిగొంతంబు లాడిసెళ్లఁ గత్తళములు
నారసములును విండులు నగరిలోన
బెట్టిపెట్టుడు నడు నెట్టి మట్టిలావు."**

యుద్ధయాత్రకు ఆంధ్ర సైనికు లెట్లు వెడలుచుండిరో, యుద్ధరంగమున నెట్లు శ్రమిస్తుండిరో, యుద్ధ ధర్మము లెట్టివై యుండెనో పల్నాటి వీరచరిత్రము తెలుపు చున్నది.

యుద్ధమునకు వెళ్ళువారు తమ కోటకు తగురక్షణ లేర్పాటు చేసి భూసుర పురోహితులచే జయముహూర్తము పెట్టించి ప్రయాణ భేరి వేయించి వెడలుచుండిరి. (1) సేన వెంట గొల్లెనలు, పట కుటీరములు, బల్లాకి

*పల్నాటి వీరచరిత్ర, పుట ౧౦౩.

**నాచన సోముని ఉత్తర హరివంశము, ఆ ౨, ప ౯౨.

1. పల్నాటి వీరచరిత్ర, పుటలు ౩, ౪,

పెట్టెలు (?), మంచములు, తమ్మపడిగెలు, బొక్కసములు, బోనకావళ్ళు, పల్లకీలు మున్నగునవి తీసుకొనిపోవుచుండిరి. (2)

ఆ కాలమందు తప్పెట్లు, కాహళములు, కాలికొమ్ములు, డమాయీలు, బూరలు, శంఖములు, సన్నాయీలు, డోళ్ళు, రుంజలు, చేగంటలు అన్నీ కలిసి గందరగోళముగా అపశ్రుతితో ధ్వనించుచుండిరి. (3) (రుంజలు అనునవి నగారావంటి వాద్యములట) గొల్లెనలు అన్న బట్టల దేరా లని యర్థము. కాని పటకుటీరములును దేరాలేకదా, ఈ రెంటిలో భేదముండెను. పటకుటీరములను దేరాలనియు వాడిరి. గొల్లెనలు మధ్య స్తంభము మీద మాత్రమే గోళాకారముగా నిలిపినట్టివి. నడిమి కంబము కూలితే దేరా యంతయు కూలి పడెడిది (4) యుద్ధకాలములో ఓడిన వారు సంధి చేసుకొందు మనియు, యుద్ధము నాపవలసిన దనియు తెలుపుటకై కొమ్ము పట్టించి ధ్వనించెడివారు. దానిని ధర్మధార యనిరి. (5) యుద్ధము జరుగుచుండగా ప్రతిపక్షవీరుల కత్తిపోటులనుండి తల గాచుకోదలచిన వారు ప్రాణదానము పలువిధముల వేడుచుండిరి. మేము పల్లకి బోయీలమే కాని భటులము కాదనువారును, చచ్చినట్లుగా రణరంగముపై పడియుండు వారును, చచ్చిన శవాలను మీదవేసుకొని దాగువారును, "పెండ్లాల తలచుక బిట్టేడ్చువారు"ను పలుతెరంగులై యుండిరి. (6)

అంతేకాదు,

"వల్మీకముల మీద వసియించువారు,
గడ్డిలో జొరబడి కదలనివారు.
వేళ్ళు చీకెడివారు, వెన్నిచ్చువారు.
వెంద్రుకల్ విప్పుక విదలించువారు."*

2, పల్నాటి వీరచరిత్ర, పుటలు ౩, ౪.

3 " " పు ౪, మరియు ౧౦౮.

4 బాణము ఘనమైన గొల్లెనకంబంబు దాకె, అదియంత తునుకలై యవనిపై బడెను. పల్నాటి పు ౩౨.

5 "పోరించి...ధర్మధార పట్టించుచు నున్నవాడు. క్రీడాభిరామము.

6 పల్నాటి వీరచరిత్ర పు ౧౧౦.

* పల్నాటి వీ. చ. పు ౧౧౦.

ఇట్టివా రందరు కత్తి పారవేసిన వారగుటచే ప్రతిపక్షులు వారిని చంప కుండిరి. గడ్డికరుచుట, ఐదు పది సేయుట=(అనగా రెండు చేతులు జోడించి మ్రొక్కుట-కాని ముందు కాలిని వెనకకు పెట్టి రెండు కాళ్ళను జోడించుట అని యొకరన్నారు.) వెన్నిచ్చుట, వెనుకంజవేయుట అన్న పదాల యర్థము కూడ యిట్టిదే

ఆనాటి యుద్ధాలలో ఏనుగులు, గుఱ్ఱములు, ఎద్దులు ఎక్కువగా వినియోగ మవుచుండెను. దొరలు పల్లకీలలో యుద్ధానికి ఎళ్ళుచుండిరి. ఆంధ్రుల సైన్యములో క్రమశిక్షణము, యూనిఫారం, మేలైన మారణ యంత్రాలు తక్కువగా నుండెను. సంఖ్యాబలము పైననే ఆధారపడినవారు పలుమా రోడినారు. పల్నాటి యుద్ధములో బాలచంద్రుని కోతలకు నిలువలేని వారిలో కొందరిట్లనుచున్నారు.

"పగవారు మిముగని పారిపోవుదురు
మీ కేమి భయ మని మెలత నాగమ్మ
బాగుగా నమ్మించి పంప వచ్చితిమి
జీవముల్ దక్కిన చిన్నాల గలిసి
బలుసాకు తినియైన బ్రతుకంగ గలము."•

ఇట్టి వెట్టిమూకలేనా జయము పొందునది : అయితే క్రమశిక్షణ మిచ్చిన సైనికులు లేకుండి రని కాదు. వారు చాలా తక్కువ. ఓరుగంటి నగరములో 'మోహరివాడ' (Military Cantonement వంటిది) యుండెను. బహుశా ఆ సైనికులకు మాత్రమే మిలిటరీ యూనిఫారం దుస్తులు కుట్టుటకు కుట్రపువారేర్పాటైయుండిరేమో, ఆనాటి సైనిక యూనిఫారంలో అంగీ, చెల్లాడము. నడుముపట్టి చేరినట్లుండెను. కాకతీయ రాజులకు ౯ లక్షల సైన్యముండెను' "నవలక్ష ధనుర్ధరాధినాథే, పృథివీం శంసతి వీర రుద్రదేవే" అని విద్యానాథుడు వర్ణించెను. ఈ సైన్యములో ఎక్కువ భాగము సరిహద్దుల కాపాడు పాలెగార్లు లేక సామంతరాజులవద్ద నుండెను. ఈ పాలెగారు పద్ధతియే ఆంధ్రరాజ్యాల నాశనమునకు కారణమయ్యెను. పాలెగార్లు కేంద్రప్రభుత్వ బలహీనతకై చూపెట్టుకొని సమయము దొరకగానే తిరుగుబాటు చేయుచుండిరి. మొత్తముపై

• పల్నాటి వీ. చ. పు. ౧౧౦.

ఆంధ్రుల యుద్ధతంత్రము తురకల యుద్ధతంత్రముకన్న చాలా వెనుకబడి లోపభూయిష్ఠమై యుండెననుటలో సందేహములేదు.

కళలు

నిర్మాణ శిల్పము, విద్యలు, చిత్రలేఖనము, చేతిపనులు, కళలుగా బరిగణింపబడి యుందు ప్రాయనయినది. కాకతీయ కాలములో ఆంధ్రుల ఉత్తమోత్తమ శిల్పములు బయలుదేరెను. అంతకుముందు ప్రాక్పశ్చిమ చాళుక్య రాజులు అనేకశివాలయములను కట్టించి, ఉన్నవాటిని సవరించి వాటివి భూదానములు చేసి యుండిరి. ఓరుగంటి రాజులును వారి సామంతులును అనేక దేవాలయములను నిర్మించి శాసనములను వ్రాయించిరి. కాకతీయుల రాజధాని తెలంగాణ మందుండుటచే అచ్చటనే దేవాలయ శిల్పము లెక్కువగా లభిస్తున్నవి.

ఓరుగంటి నగరమును ఆంధ్రనగర మని పిలిచిరి. మరేనగరమునను ఇట్టిపేరు లేకుండుటను జూడ ఓరుగంటి రాజులకు ఆంధ్రాభిమానము బాగా ఉండెననవచ్చును. ఆ నగరమునకు ఏడుకోట లుండెనందురు. లోపలి రాతికోటలో చక్రవర్తి వసించుచుండెను ఆ కోటకు బయటిభాగమున చిన్నకులములవారి మైలసంత వారమున కొకమారు జరుగుచుండెను. లోపలి భాగములో మడిసంత జరుగుచుండెను. రాజవీథులు కొన్ని, సందులు కొన్ని యుండెను. పరిఖ, ప్రాకారము, వంకనార, గవని, కల ఆ కోటలో రథ, ఘోట, శకట, కరటి యూథసంచార ముండెను.* "రాజమార్గంబు వారణఘటాఘోటక శకటికాభటకోటి సంకలంబు; కర్రింత త్రోవల నొంటు కలకలంబులు లేవు; వేశ్య వాటిక మధ్యవీథి, (1) మధ్యభాగములో స్వయం భూదేవాలయ ముండెను. దానిని తురకలు ధ్వంసము చేసిరి. దానికి నాలుగుదిక్కుల హంస శిఖరములతో నుండిన పెద్ద శిల్ప శిలా స్తంభముల మహాద్వారము లుండెను. అందిప్పుడు రెండు మాత్రమే మిగిలినవి. నగరము చాలా సుందర నిర్మాణము లతో నిండినట్లు కావలసినన్ని నిదర్శనములు లభిస్తున్నవి. క్రీ. శ. ౧౩౨౧లో తురక సేనాని యగు అలూఫ్ ఖాన్ ఒకమిట్టపై నెక్కి ఓరుగంటిలోని భాగమును పరీక్షింపగా నాతనికిట్లు కనబడెనట!

---

* (1) క్రీడాభిరామము.

"ఏ దిక్కు చూచినను రెండు మైళ్ళ పొడవున నీటి నాళములును (Fountains), తోటలు నుండెను. వాటిలో మామిడి, అరటి, పనస లుండెను. పువ్వులన్నియు హిందూపుష్పాలే. చంపకము, మొగలి, మల్లెపూ లుండెను, (2) నగరము పేటలుగా విభజింపబడి యుండెను. అక్కలవాడ, భోగంవీధి. ఏలిపాళెము, మేదరవాడ, మోహరివాడ, దేవాలయములు, రాజభవనాలు పూటకూటియిండ్లు మున్నగున వుండెను."

కాకతీయుల జైనులుగా నుండినప్పుడు జైన దేవాలయములు కట్టించిరి. హనుమకొండ గట్టురాళ్ళపైన కూడా పెద్ద జైనతీర్థంకరుల విగ్రహాలను చెక్కిరి. ఆదే గుట్టపై పద్మాక్షి దేవాలయము కలదు దానిని తర్వాత శైవులు లాగుకొని తమ దేవతగా పూజలు చేయించుతూ వచ్చినారు. గుట్టవద్దగల చెరువులో అనేక జైన విగ్రహాలు మంచివి విరిగినవి. శకలములు నేటికిని కుప్పగా వేయబడినవి కానవచ్చును.

తర్వాత కాకతీయరాజులు శైవులయిరి. అప్పుడు వారు హనుమకొండ లోని వేయిస్తంభాల దేవాలయమును నిర్మించిరి. అదిగాక ఆంధ్రనగరములో అనేక సుందర శిల్పసమాయుక్త దేవతాయతనములు నిర్మాణమయ్యెను. కాని తురకలు వాటిని నాశనము చేయగా మనకీనాడు విచారము, దుఃఖము, శిల్పశకలములు, మాత్రమే మిగిలినవి. ఓరుగంటికి ౪౦ మైళ్ళ దూరమున "రామప్ప గుడులు" కలవు. వాటిని క్రీ. శ. ౧౧౬౨ లో రుద్రసేనాని అను రెడ్డి సామంతుడు కట్టించెను. ఆ గుళ్ళలోని విగ్రహములు, స్తంభాలపై శిల్పములు, ముఖ్యముగా దేవాలయ మంటపముపై కోణములందు నాలుగుదిశలందు నిలిపిన పెద్ద నల్లరాతి నాట్యకత్తెల విగ్రహాలు అతి సుందరములు. ఆ విగ్రహాలపై సొమ్ముల అలంకరణములు, వాటి త్రిభంగీ నాట్యభంగిమము శిల్పకారులనే మోహింపజేసినట్లున్నది. అందుచేతనే శిల్పులు ఆ సుందరాంగులకు తుష్టిపూర్తిగా ప్రసాధన క్రియలను సమకూర్చి అందు రెంటిని నగ్నముగా తీర్చిదిద్ది ఆనందించినారు. దేవాలయములోని స్తంభాలపై నాట్యభంగిమములు మృదంగాది వాద్యములవారి రేఖలు చిత్రింపబడినవి. ఆ కాలములో జాయసేనానియను

(2) నూహెసిపెహర్ అమీర్ ఖుస్రూ.

నతడు ఒక సంస్కృత నాట్య శాస్త్రమును వ్రాసెను. అది తంజావూరి లిఖిత పుస్తకాలలో నున్నది. కాని, దానిని ముద్రించుట కెవ్వారును పూనుకొనరయిరి జాయప గ్రంథమునకు ఉదాహరణము లా స్తంభాలపై నాట్యము చేస్తున్న సుందరీ మణులే యని యందురు ఆ శాస్త్రాన్ని ఆ విగ్రహాలను వ్యాఖ్యతో ముద్రించిన ఎంత బాగుండునో కదా!

పాలమూరుకు సమీపములో బూదపూరు అనునది కలదు. (బహుశా అది గోన బుద్ధారెడ్డిపేర కట్టిన బుద్ధాపురము!) అందు శిథిలములయిన ఆలయములు కలవు. వాటిపై తురకల సుత్తెపోట్లు పడినవి. ఒక దేవాలయాన్ని మసీదుగా చేసుకొనిరి. ఆ మసీదులో నేటికిని శాసనా లున్నవి. వాటిని గోన బుద్ధారెడ్డి కూతురును, మల్యాలగుండ దండనాయకుని భార్యయు నగు కుప్పమ్మ కట్టించెను. కుప్పమ్మయు, గుండయ్యయు పాలమూరుజిల్లా నాగరు కర్నూలు తాలూకాలోని వర్ధమానపురము ఇప్పటి వడ్డెమానులోను కొన్ని సుందర శివాలయములను కట్టించిరి. దానికి ౧౫ మైళ్ళ దూరమున వనపర్తి సంస్థానములోనిదగు బుద్ధాపురం అను గ్రామము కలదు. ఆదియు బుద్ధారెడ్డి పేర కట్టించినదే.

నల్లగొండ జిల్లాలోని సూర్యాపేట తాలూకాలో పిల్లలమర్రి యను గ్రామములో బహు మనోహరమగు దేవాలయములను నామిరెడ్డి కట్టించెను.

కాకతీయుల కాలపు శాసనాలు ఆలంపూరులో కానవచ్చును. కాని అందు పూర్వదేవాలయములకు దానాలు చేసినట్లు కానవచ్చును. నాగుల పాటిలోను కొన్ని నిర్మాణములు కలవు. కాకతీయ శాసనములు కర్నూలు జిల్లాలోని త్రిపురాంతకములో కలవు. అందు 'విమానములు' నిర్మించినటుల తెలిపినారు. విమానములు అనగా ఎత్తయిన గోపురములు. కొండపర్తి మున్నగు ప్రాంతాల లోను నిర్మాణములు కానవస్తున్నవి.

విద్యా వ్యాపకము

కాకతీయుల కాలములో అంతకు పూర్వమందుండినటుల అనేక ప్రాంతాలలో కళాశాలలుండెను. వాటియందు మతబోధ, వేదములు, గిర్వాణ భాషలోని కావ్యములు, న్యాయమీమాంసాది శాస్త్రములు బోధించుతూ యుండిరి. విద్యార్థుల కుచిత భోజన వసతులుండెను. వాడీ స్టేషన్ సమీపమందలి నాగవాపి

(ఇప్పుడు నాగాయి) అనుచోట ఇట్టి విద్యాపీఠ ముండెను. గోళకీమఠము లన్నియు విద్యాకేంద్రములే. ఈ విధముగా రాజులు, భక్తులు, ధనికులు విద్యా సంస్థలను పోషిస్తూవుండిరి.

నేటికిని తెనుగు అక్షరాలను "ఓనమాలు" అని దేశమంతటను అందురు. శైవుల ప్రాబల్యమే తెనుగుదేశాని కుండినదనుట కీ ఓనమాలే సాక్ష్యమిస్తున్నవి. "ఓం నమః శివాయ" అను షడక్షరీ శివమంత్రముతో విద్య ప్రారంభమగుచూ వచ్చినది. ఉత్తర హిందూస్థానములోను, మళయాళములోను "శ్రీ గణేశాయ నమః" అని అక్షరాభ్యాసము చేతురు. కాని మన తెనుగు దేశమందును, కర్ణాట మందును ఓం నమశ్శివాయయే కాక 'సిద్ధం నమః' అనియు వ్రాయింతురు. మొదట జైనమత వ్యాప్తియై జైనులే విద్యాబోధకు లగుటచేత వారు "ఓం నమః సిద్ధేభ్యః" అని అక్షరాభ్యాసము చేయిస్తూ వుండిరేమో! క్షేమేంద్రుడు తన 'కవికంఠాభరణము' అను గ్రంథములో వర్ణమాలను చమత్కారముగా శ్లోక బద్ధముచేసెను అందు మొదటి శ్లోక మిట్లున్నది.

"ఓం స్వస్త్యంకం స్తుమః సిద్ధమంతర్యాద్యమితీప్సితం
ఉద్యదూర్జపదం దేవ్యా ఋ ౠ ఌ ౡ ని గూహనం"

తుదిలో ఇట్లనెను.

"ఏకాం నిమః సరస్వత్యైయః క్రియామాతృకాం జపేత్"

పై శ్లోకములో "స్తుమః సిద్ధం" అను పదాలు గమనింపదగినవి. క్షేమేంద్రుడు కాశ్మీరకవి, కాశ్మీర శైవము తమిళ శైవముతో భిన్నించి నట్టిదని తదజ్ఞుల అభిప్రాయము. ప్రాచీనములో దేశమందంతటను "ఓం నమః శివాయ" యనియు, "ఓం స్వస్త్యంకం స్తుమః సిద్ధం" అనియో లేక "స్తుమః సిద్ధం" అనియో విద్యాభ్యాసము చేయుచుండిరేమో, స్తుమః సిద్ధం అనునదే "నమః సిద్ధం" అని తెనుగుదేశములో మారెనేమో అని పై విషయను కూడ సూచింప నైనది.

నేను మొదటి ముద్రణములో ప్రకటించిన పై విషయమును ఒకరు ఒక సభలో నాక్షేపించుచు "సిద్ధం నమః" అనుట వ్యాకరణశాస్త్ర విరుద్ధమని యుపన్యసించిరి. వ్యాకరణ విరుద్ధమనియు 'నమః సిద్ధేభ్యః' అని యుండు

ననియు నేనే వ్రాసితికదా! "సిద్ధం నమః" అనునది జైనులనుండి వచ్చియుండు ననియు వ్రాసితి. గాథా సప్తశతిలో ౨ వ శతకములోని ౯౧ వ శ్లోక మిట్లున్నది.

"వర్ణావళీమప్యజానంతో లోకాలోకై ర్గౌరవాభ్యధికాః
సువర్ణ కారతులా ఇవ నిరక్షరా అపిస్కంధైరుద్యంతే."

దీనిపై సాహిత్యాచార్య భట్ట శ్రీ మధురానాధశాస్త్రిగారు (జయపూర్) ఇట్లు వ్యాఖ్యానించిరి. "జనైః ఓం నమః సిద్ధం సిద్ధిరస్తు" ఇత్యారభ్యాం వర్ణమాలా మప్యజానంతో లోకాః గౌరవాభ్యధికాః పరమాదరణీయా ఇతి కృత్వా నిరక్షరా అపి నిర్విద్యా అపి సువర్ణకారతులా ఇవ స్కంధైరుద్యంతే సాదరం నీయంత ఇత్యర్థః సాహిత్యాచార్యులు కూడ "ఓం నమః సిద్ధం" అని జనులు విద్యాభ్యాసారంభమున చేయుచున్నారు కదా! అట్లనుటకూడ తప్పందురా యేమి ఆక్షేపకులు!! సాహిత్యాచార్యులు ఉత్తర హిందూస్థానమువారు. వారు 'సిద్ధం నమః' అను దేశాచారమును తెలుపుటచేత అది తెనుగువారిలోనే కాక ఇతర భారతీయ భాషలలో కొన్నింటియందుకూడా ఉండె ననుకొనవలెనో లేక గాథాసప్తశతి దక్షిణదేశ కవిత కాన దాక్షిణాత్యాచారమని వారు భావించి వ్యాఖ్యానించిరో తెలుపజాలము.

మొత్తానికి తప్పో ఒప్పో అపాణినీయమో, అపాతంజలీయమో దేశ మంతయు తప్పనే వాడిన ఆ వాడుకను పాణినీయాది సిద్ధాంతములు కొట్టివేయ జాలవు. భాష మారేకొలది వార్తికములు, భాష్యములు పుట్టవలసి వచ్చెను. అంతే కాని ఒకరి శాసనాలకు భాష కట్టుబడి యుండదు. ఈ లెక్కచొప్పున "సిద్ధం నమః" అను దానిని సరియైనదిగా నంగీకరింప వలసి యుండును. ఇట్టి కృత్యాద్యవస్థ మన పిల్లల కీనాడును తప్పినదికాదు.

కాకతీయుల కాలమందే తిక్కన సోమయాజి, అతని శిష్యుడగు మారన, కేతన, మంచెన, గోన బుద్ధుడు, పాల్కురికి సోమనాధుడు, భద్ర భూపాలుడు, రావిపాటి తిప్పన్న, నాచన సోముడు. భాస్కరుడు, మల్లికార్జున పండితారాధ్యులు మున్నగు మహాకవు లుండిరి. అదే విధముగ సంస్కృతమందు అగ్రశ్రేణికి చెందిన పండితకవు లుండిరి. అందు విద్యానాథుడు ప్రఖ్యాతుడు (కవి పండితులను గూర్చి వివరించుట కవుల చరిత్రగా మారునని సూచించి వదలి వేయబడినది).

చిత్రలేఖనము

మన పూర్వులకున్న కళాదృష్టి మనలో కానరాదు. చిలుకనో పువ్వునో చెక్కని చెంబు బోడిచెంబే! అంచులేని యుడుపుల ధరించుట అమంగళమని తలంచిరి. ఇండ్ల గోడలపై చిత్తరువులు వ్రాయిస్తూవుండిరి. ద్వారముల చౌకట్లపై చక్కని జంత్రపుపని యుండెడిది. ఇట్లపై అద్దకముతో బొమ్మలను వేయుచుండిరి. ధనికులు పటములను వ్రాయించెడివారు. కాకతీయుల కాలములో చిత్తరువులు జనసామాన్యమందును ఆదరణీయముగా నుండినట్లు కానవచ్చును. ఇండ్లముంగిళ్ళలో ముగ్గులతో చాలా చక్కని చిత్రములను పడుచులు తీర్చు చుండెడువారు. ప్రతాపరుద్రుని యుంపుడుగత్తెయగు మాచల్దేవి యింటి నెట్లలంకరించినదో గమనించుడు.

"చందనంబున కలయంపి చల్లినారు
ముగ్గు లిడినారు కాశ్మీరమున ముదమున
వ్రాసినా రింద్ర రజమున రంగవల్లి
కంజముల దోరణంబుల గట్టినారు" •

ఎందుకనగా, మాచల్దేవి "చిత్రశాలా ప్రవేశంబు చేయుచున్నయది. పుణ్యాహవాచన కాలంబు."= ఏవిధమగు చిత్తరువులు వ్రాయుచుండిరో అవియు తెలియవచ్చినవి. దారుకావనములోని శివుడు, గోపికాకృష్ణులు, అహల్యా సంక్రందనులు, తారా చంద్రులు, మేనకా విశ్వామిత్రులు మొదలైనవి వ్రాయిస్తూ వుండిరి. చిత్తరువులను 'మయ్యెర'తో వ్రాసిరి. (మయ్యెర అను వెంట్రుకలతో చేసిన బ్రష్షు అయి యుండును-మైర్ అన అరవములో వెంట్రుక అని యర్థము). ఓరుగల్లున 'చిత్తరువులు వ్రాసే యిండ్లు ౧౩౦౦' అని ఏకామ్రనాథుడు వ్రాసెను. భోగమువారు తమకు తగిన పటాలను వ్రాయించుకొనిన ఇతరులును వ్రాయించుకొన్న వారు కారు. ప్రజలు తమతమ అభిలాషల కొలది వ్రాయించుకొను చుండిరి. వీర పూజ కోరువారు వీరుల చిత్రాలు వ్రాయించిరి.

•=క్రీడాభిరామము.

"*కోలదాపున ద్రిక్కటి గూడియున్న
గచ్చుచేసిన చిత్రంపుగద్దె పలక
వ్రాసినా రది చూడరా వైశ్యరాజ!
శీల బ్రహ్మాది వీరనాసిర చరిత".

"కర్దమద్రవము" మషీరసము, హరిదళము, ధాతురాగము, మున్నగు వర్ణముల (రంగుల) ను తూలిక (కుంచె) తో చిత్తరువులు వ్రాయుట కుపయోగించెడివారు (కాశీఖండము ౧-౧౨౩).

చేతి పనులు

తెనుగుసీమ ప్రాచీనమునుండి సన్నని నూలుబట్టలకు ప్రసిద్ధి. మసూలి (మచిలీ బందరు) లో లభ్యమగు సన్నని బట్టనుండి ఇంగ్లీషులో మస్లిన్ పద మేర్పడెను. కాకతీయులకాలములో ఎన్ని విధములగు వస్త్రాలు సిద్ధమవుతుండెనో పాల్కురికి సోమనాథుని వివరణను చూచిన ఆశ్చర్యము కలుగును.

"వెంజావళియు, జయరంజియు, మంచు
పుంజంబు, మణిపట్టు, భూతిలకంబు,
శ్రీవన్నియయు, మహాచీని, చీనియును
భావజతిలకంబు, పచ్చని పట్టు,
రాయశేఖరమును, రాయవల్లభము,
వాయుమేఘము, గజవాళంబు, గండ
పడము, గావులు, సరిపట్టును, హంస
పడియు, వీణావళి, పల్లడదట్టి.
వారణాసియు, జీకువాయు, కెందొగరు,
గౌరిగనయమును, క్షీరోదకంబు,
పట్టును, రత్నంబుపట్టును, సంకు
పట్టును, మరకతపట్టు, పొంబట్టు,

* క్రీడాభిరామము. (పల్నాటి వీరచరిత్రలో "శ్రీరామకథలును, శ్రీకృష్ణ కథలును పన్నుగా వ్రాసిన పటములను దెచ్చి" అని వ్రాయుటచే చిత్రలేఖన చరిత్ర మరింత ప్రాచీనము దగుచున్నది. [చూ. పల్నాటి. పు. ౧౬]

నెరపట్టు, వెలిపట్టు, నేత్రంబుపట్టు,
మరి తవరాజంబు, మాందోళరవియు,"*

ఇంకా ౨౦ విధాల బట్టలపేర్లను తెలిపినాడు. దేవుని యెదుట త్రిపు రాంతకములో పంచలోహ స్తంభమును పాతియుండిరి. అది "ఇనుము, పిత్తళి, కంచు, హేమ, తామ్రముల, పంచలోహముల''తో సిద్ధముచేయబడినట్టిది. బ్రహ్మనాయుడు దాని నర్చించెను •. లక్కబొమ్మలను చేయుట విరివియై యుండెను. 'పూచిన కింశుకం బనగ పుత్తడిఱత్తుక బొమ్మవోలె' అని నాచన సోముడు వర్ణించెను. () 'చేతి జంత్రంపు బొమ్మ'లనుకూడా చేయుచుండిరి. జంత్రిమనిన యంత్రము, చేతిజంత్రపు బొమ్మలనిన బొమ్మలాటయై యుండును.[1] ఓరుగంటి మైలసంతలో 'సుసరభేత్' అను 'సరభేదనము' చేయు మందును అమ్మిరి.[2] దానిని 'పెద్ద దంతంబుపెట్టె'లోపెట్టి యమ్మిరి. దంతపుపనులు చాలా హెచ్చుగా నుండుటచే; మాలమాదిగలుకూడ వాటిని వాడుకొనుచుండిరి. సైన్యమునకు కావలసిన వివిధాయుధములను. యుద్ధభేరీలను ఆటపాటల కవసరమగు వాద్య విశేషములు, స్త్రీల అలంకరణమునకు కావలసిన యాభరణములు, రంగులు మున్నగునవి చేయువారు, వాటిచే జీవించువారు చాలామంది యుండిరి. ధనికులు పల్లకీలలో పోవుచుండిరి వాటిని చేయు వడ్రంగులు నానావిధములగు సుందర శిల్పములతో కట్టెలపై పనితనము చూపించెడివారు.

మట్టెవాడ అను పేరు అచ్చట మట్టెలుచేసి యమ్ముటచేత ఏర్పడిన దందురు. ఓరుగంటిలో మంచి మంచి యున్ని కంబళములు సిద్ధమగు చుండెను.[3] ఓరుగంటిని లాగుకొనిన తురకలు రత్నకంబళముల వృత్తినిగూడ లాగుకొనిరి తర్వాత వారు "తివాసీల"ను చేయు కళను వృద్ధి చేసుకొనిరి. నేటికిని వాటిని ఓరుగల్లు కోటలోని తురకలే సిద్ధముచేస్తున్నారు.

* బసవపురాణము పు ౫౬
• పల్నాటి వీరచరిత్ర, పు ౬.
() ఉత్తర హరివంశము, పు ౧౮౦
1 నాచన సోముని ఉత్తర హరివంశము, ఆ ౫, ప ౨౧౨.
2 క్రీడాభిరామము.
3 "హాహా నృపాల సింహాసనాధిష్ఠాన రత్నకంబళ కాభిరామరోమ" క్రీడాభి.

మహారాణీ రుద్రమదేవి కాలములో ప్రపంచ సంచారియగు మార్కోపోలో అను జినీవావాడు వరంగల్ రాజ్యవిశేషములను గూర్చి యిట్లు వ్రాసెను. "కాకతీయుల రాజ్యములో శ్రేష్ఠమై సన్ననైనట్టి వస్త్రములు నేయుదురు. వాని క్రయము చాలా ప్రియము. నిజముగా ఆ బట్టలు సాలెపురుగు జాలవలె నుండును. వాటిని ధరింపనొల్లని రాజుకాని, రాణికాని ప్రపంచమందుండరు."

నిర్మల కత్తులు అని ప్రసిద్ధికల కత్తులుండెను. నిర్మలకు సమీపమందుండు కూన సముద్రములో వాటిని సిద్ధము చేయుచుండిరి. నిర్మల నుండి కత్తులను ఇనుమును డెమస్కస్ (దిమిష్కు) పట్టణాని కంపుచుండిరి.

ప్రజలకు సౌకర్యములు

ఓరుగంటి రాజులు తమ ప్రజలను చక్కగా విచారించుకొన్నవారు. వారు ప్రజలను పీడించిన ట్లెందును సూచనలు లేవు. వీరశైవ బోధకుల వలన ఇతర సాంప్రదాయకుల కేమైన నష్టకష్టములు కలిగియుండును. ఓరుగంటి రాజుల ప్రజలకు ఆరోగ్యశాలలను, ప్రసూతి గృహములను, సంస్కృతమును వేదవేదాంగములను బోధించుటకై కళాశాలలను స్థాపించిరి. శా॥ శ॥ ౧౧౮౩లో రుద్రమదేవి వెలగపూడి అను గ్రామమును ప్రజాహితమునకై దానము చేసెను. అందు ఒక మఠమును, ఒక సత్రమును కట్టించెను. సత్రమందు వంటకై ఆర్గురు బ్రాహ్మణపాచకులేర్పాటుగుండిరి. జనుల ఆరోగ్య విచారణకు చికిత్సలకు ఒక కాయస్థ వైద్యు నేర్పాటుచేసిరి. గ్రామరక్షణకై ౧౦ మంది 'వీరభద్రులు' (గ్రామ భద్రతకు బాధ్యులగు వీరభటులు) ఉండిరి. ౨౧ మంది భటులు (తలార్లు) ఉండిరి. వీరిని వీరముష్టివారని పిలుచుచుండిరి. (ఈనాడు వీరముష్టి యను నొక హీనకులము వారు కేవలము కోమట్లను యాచించి జీవింతురు. కాని ఆనాడు శబ్దార్థమును బట్టి చూచ గ్రామసేవ చేయుచు గ్రామజనుల ముష్టిదానమునకు అర్హత కలిగినవారు వీరముష్టి వారని యూహింపవచ్చును.) గ్రామములో హింసోద్భవ దుష్కార్యములను (ఫౌజ్దారీ-క్రిమినల్) చేయు వారిని అధికారుల యాజ్ఞాప్రకారము కొరడాలతో కొట్టుట లేక నానావిధములగు హింసలు పెట్టుట లేక కాలో చేయో నరకుట లేక తలనే నరకుట, యను విధులను నెరవేర్చుచుండిరి. • ప్రభువులే గాక వారి యధికారు

• మల్లాపుర శాసనము, I. A. H. R. S. సం 4, పు 147-162.

లును, వారి సామంతులును. ధనిక వ్యాపారులును అనేక తటాకము లను నిర్మించి. వ్యవసాయాభివృద్ధికి తోడ్పడిరి. గణపతి సేనాని యగు రుద్రుడు పాఖాల చెరువు కట్టించెను. కాటసముద్రను కాట చమూపతియు, చౌడ సముద్రమును చౌడచమూపతియును, సబ్బిసముద్రమును గౌర సముద్రమును కోమటి చెఱువు అను వాటిని నామిరెడ్డియు, ఎఱుక సముద్రమును ఎఱ్ఱక్క సానమ్మయు కట్టించిరి. ఇవికాక చింతల సముద్రము, నామా సముద్రము, విశ్వనాథ సముద్రమును కట్టించిరి. * ఈ చెరువుల క్రింద చెరుకు తోటలు, ఆకు తోటలు పండించిరి. ()

జగత్కేసరి సముద్ర మను మరొక తటాక మీ కాలమందే నిర్మింపబడెను. అంబదేవుడు అను కాయస్థుడు భూమిని కొలిపించి పన్నుల నేర్పాటును చేయించెను. భూమిని కొలుచుటకు "పెనుంబాకమాన దండము" అనునది సుప్రసిద్ధమై యుండెను. •

కాకతి ప్రభువులు బంగారు వెండి నాణెములను ప్రచారము చేసిరి. ఆ నాణెముల విలువ యిప్పటి నాణెములలో ఎంతో సరిగా జెప్పజాలము. ఏకామ్రనాథుడు సువర్ణ నిష్కములను మాట పలుమారు వ్రాసెను. ప్రోలరాజు కాలములో తూకము లిట్లుండెను.

౧౨౦ గురిగింజలు=౧ తులము;
౧౨౦ తులములు =౧ వీసె;
౧౨౦ వీసెలు =౧ బారువ,

వరహాలు కూడా అప్పుడే యేర్పడెను. వరాహలాంఛనమును బట్టి వరహా యేర్పడెను. ఒక కర్ణాట వేశ్య తన రేటు 'శాటీహాటక నిష్కము' అని చెప్పెను.[1] (శాటి అనగా 'సాడీ'=చీర.) మరొక జారిణి రెండు సౌన్నాటంకములు కోరెను. వరహాల సూచన నాగులపాటి శాసనమందు కలదు. భూములను కుదువబెట్టుటలో రూకలతో వ్యవహారము జరుగుచుండెను.

---

* నాగులపాటి శాసనము.

() నాగులపాటి శాసనము.

• మల్లాపుర శాసనము (తెలంగాణా శాసన గ్రంథము)

[1] పండితారాధ్య చరిత్ర, ౨వ భాగము, పుట ౩౦౭.

"అహి పెట్టితి జొన్నగడ్డాగ్రహార వృత్తి
ఏనూరు నూకల వృత్తమునకును."[1]

ఓరుగంటిలోని ఖాన్‌సాబ్ తోటలోని శాసనములో చిన్నమును రెండు మూడు మారులు పేర్కొనినారు. అన్నిటికన్న చిన్న నాణెము బహుశా 'తార' మేమో. "తార మొసంగరే ధర్మాత్ములార" అని యొక పిచ్చుకుంట బిచ్చగాడు ప్రార్థించెను.[2] మాడలు అనునవి సాధారణ వ్యవహారమున నుండు నాణెములు.

'మా కిలంబున ఓలిమాడలు కలవు'

అని బాలచంద్రు డనెను. వెలమలలో ఆనాడు ఓలి యుండుట గమనింపదగినది.

తురకల పరిశ్రమ యగు 'మఖమల్' బట్టలు దేశములో వ్యాప్తిలో నుండెను.[3]

ధాన్యం కొలతలలో ఇరుస, కుంచము, తూము అనునవి యుండెను.
(చూడు, బసవపురాణము, పుటలు ౧౪౯, ౧౫౨.)

వ్యా పా ర ము

కాకతీయ కాలమందు వ్యాపారము చాలా అభివృద్ధి గాంచెను. తూర్పు దీవులనుండి పశ్చిమ ప్రాంతాలనుండి సరకులు రాజ్యములోనికి వస్తుండెను. రేవులవద్ద సుంకములు తీసుకొనుచుండిరి. ఆ సుంకములు ప్రజలకు తెలియునట్లుగా శాసనములపై చెక్కించి యుంచిరి.

ఓరుగంటి కోటకు బయటిభాగమున మైలసంత సాగుచుండెను. అచ్చట సుంకములు నిర్ణయము చేసిన శాసనముండెను. ఇప్పటికిని నందే కలదు. ఆ స్థలము నిప్పుడు ఖాన్‌సాహెబ్ తోట యందురు. ఆ శాసనమునుబట్టి యచ్చట

1 క్రీడాభిరామము,
2 పండితారాధ్య చరిత్ర, ౨ వ భాగము, పుట ౩౦౭.
3 "మఖమల్లుగుడ్డలు" వల్లాటి పు ౧౦.

ఆకులు, కూరగాయలు, వెంకాయలు, మాదీఫలములు, మామిడిపండ్లు, చింత పండు. నువ్వులు, గోధుమలు, పెసలు, వడ్లు, జొన్నలు, నూనె, నెయ్యి, ఉప్పు, బెల్లము, ఆవాలు, మిరియాలు, తగరము, సీసము, రాగి, చందనము, కస్తూరి, మంజిష్ఠ, దంతము, పట్టు, పసుపు, ఉల్లి, అల్లము అమ్ముచుండిరి.

ఒకతె "ఓరుగంటి పురంబులో ఓరగ్రంత బెద్దయెలుంగున నమ్మె సంపెంగనూనె"[1] ఆ కాలములో మోటుపల్లియు, మచిలీపట్నమున్ను ప్రసిద్ధ మగు ఓడరేవులు. అచ్చటికి పర్షియా, ఆరేబియా, చీనాదేశముల సరకులు వచ్చి దిగుచుండును. మోటుపల్లిరేవు తీరములోకూడా సుంకములు తెలుపు శాసనమును స్థాపించిరి. దానినిబట్టి ఆంధ్రదేశములోనికి కర్పూర, చందనాది సుగంధవస్తువులును, దంతములు, ముత్తెములు, పట్టుబట్టలు విశేషముగా దిగుమతి యగుచుండె నని తెలియును. ఆ శాసనము గణపతి దేవునిచే వేయించబడెను.

గ్రామాలలోకూడా సుంకములను తీసుకొనుచుండిరి. పుల్లరి, అంగటి ముద్ర సుంకము మున్నగునవి తీసుకొనిరి.

ప్రజల వినోదము

నన్నయకు పూర్వమందుండిన జనుల భాషలోను, కవితారీతులలోను, నన్నయ మార్పుచేసి తెనుగును విశేషముగా సంస్కృతమునకు లంకెపెట్టెను. ఆతనికి పూర్వము మధ్యాక్కరలు, ద్విపద, త్రిపద, షట్పద, రగడ వంటివి రచించి, జనులు గానము చేసినట్లున్నది. నన్నయ తర్వాత ౨౦౦ ఏండ్లకే ద్విపదకు గౌరవము తగ్గినట్లయ్యెను. అందుచేత పాల్కురికి సోమనాథుడు ద్విపద ప్రాశస్త్యమునుగూర్చి ప్రత్యేకముగా వాదించెను.

ఉరుతర పద్య గద్యోక్తుల కంటె
సరసమై పరగిన జానుదెనుంగు
చర్చింపగా సర్వసామాన్య మగుట
కూర్చెద ద్విపదలు కోర్కి దైవార.[2]

---

[1] క్రీడాభిరామము ౭.

[2] బసవ పురాణము పు ౩.

మరియు ఆతని కాలములోను అంతకు పూర్వ మందును తుమ్మెద పదములు, పర్వత పదాలు, శంకర పదాలు, నివాళి పదాలు, వాలేశు పదాలు, వెన్నెల పదాలు మున్నగున వుండెను.[1] ఈ పదా లన్నియు క్రమముగా నశించుటచేత జనసామాన్యములో విద్యాప్రచారమున కవకాశములు తక్కువయ్యెను. జనులలో పాటలకే ప్రాముఖ్య ముండెను. వారు బహువిధములగు పాటలు పాడుకొనుచుండిరి

''మేటియై చను భక్తకూటువలందు
పాటలుగా గట్టి పాడెడువారు
ప్రస్తుతోక్తుల గద్య పద్య కావ్యముల
విస్తారముగ జేసి వినుతించువారు
ఆటుగాక సాంగ భాషాంగ క్రియాంగ
పటునాటకంబుల నటియించువారు
మునుమాడి వీరు వారననేల కూడి
కనుగొన రోళ్ళ రోకళ్ళ బాడెదరు''[2]

భక్తకూటువలు (భజన మండలుల వంటివి) ఉండుట, అందు పాటలు కట్టి పాడుకొనుట, రోకటి పాటలు పాడుటయు, అవి నేటికిని పామరజనలలో నిలిచి యుండుటయు గమనింపదగినవి.

''...రోకటిపాట లట్ల వేదములు
పనుగొన మా శివభక్తుల యిండ్ల''[3]

అని కవి రోకటిపాటల ప్రాధాన్యము నొత్తి చూపినాడు.
నాచన సోముడు జాజరపాటను గూర్చి ఇటుల ప్రస్తావించెను.

''వీణాగానము వెన్నెలతేట
రాణ మీరగా రమణుల పాట
ప్రాణమైన పిన బ్రాహ్మణ వీట
జాణలు మెత్తురు జాజఱపాట''

---

1 పండితారాధ్య చరిత్ర ౨-వ భాగము.
2 బసవ పురాణము, పు ౧౨౪.
3 బసవ పురాణము, పు ౨౧౬.

ఇది అతని వసంత విలాసములోని దని పూర్వు లుదహరించిరేకాని ఆ గ్రంథము మనకు లభింపలేదు. అందు పైన తెలిపిన జాజఱపాట అంటే యేమో? పూర్వులకు క్రీ. శ. ౧౬౫౦ వరకు వాటి స్వరూపము తెలిసియుండె నేమో। బహుళాశ్వ చరిత్రములో దామెర్ల వెంగళ భూపాలుడు జాజఱపాట పేరుమాత్రము వ్రాసెనుకాని దానివలన మన కేమియును తెలియరాదు. బ్రాహ్మణవీటనే జాజఱపాటను మెత్తు రన్నందున అది బ్రాహ్మణులలో ఎక్కువ వ్యాప్తిలో నుండెనో ఏమో?

ఈ సందర్భములోనే జాజఱను గురించిన రెండు విషయముల తెలుపుట బాగుండును. శ్రీనాథుడు జాజఱనే "జాదర" అని యతిస్థానమందుంచి వాడెను.

''జాదర జాద రంచు మృదుచర్చరి గీతలు వారుణీ రసా
స్వాదమదాతిరేకముల చంద్రిక కాయగ దక్షవాటికా
వేదుల మీదటన్ కనకవీణలు మీటుచు పాడి రచ్చరల్
మోద మెలర్పగా భువన మోహన విగ్రహు భీమనాథునిన్.''[1]

నాచన సోముడు బ్రాహ్మణవీట జాజఱపాట రాణించెననగా శ్రీనాథుడు భోగమువారు వీణెల మీటుచు జాదర జాదర అను పల్లవితో మృదువుగా పాడి రని వర్ణించెను. వెన్నెల రాత్రులలో ఇది మరీ ఆహ్లాదకరమై యుండెడిదేమో।

జాజరీ, జాజరీ అను పల్లవితో తెలంగాణ మందు నేటికిని సేద్యము చేయునప్పుడు కూలీలు కొన్ని తావులందు పాడుచున్నట్లు తెలియ వచ్చినది. వరంగల్ జిల్లా మానుకోట తాలూకాలోని దని ఒకరు నా కీపాటను తెలిపిరి.

"జాజీరి జాజీరి జాజీరి పాపా
జాజూలాడవె గాజూల పాపా
తూర్పునుండి వచ్చెరా తుప్పతలనక్కా
పడమటినుండి వచ్చెరా పర్వతాలనక్కా
అనక్క యీనక్క తోడెరా బొక్కా
... ...

1 భీమేశ్వరఖండము. ౫-౧౦౩.

జోగయ్యా నాకు కొన్ని జొన్నగింజ లిచ్చె
ఏటియొడ్డున సేద్యంబు చేస్తే
ఈడ్చికొడితే ఇరవై పుట్లు
అర్చికొడితే ఆరవై పుట్లు
అన్ని కొంచబోయె అప్పయ్యదొరా
ఇసుకో ఉసుకో ఇద్దుమె వుంచే
తాలో తాడో తవ్వెడె వుంచే
మన్నో మైలో మానెడె వుంచే
ఉప్పులేనీ గంజి తాగితిమయ్యా
చొప్పకట్టలోలె సోలితిమయ్యా
కుక్కిమంచములో కూలితిమయ్యా
జాజిరి జాజిరి జాజిరి పాపా

ఎక్కడనుండో సాహుకార్లు వచ్చి అప్పు లిచ్చి రైతుల కొంపలు తీయుట, నాగులకు, అప్పులకు, వడ్డీలకు ఇచ్చి పంట పండినవెంటనే కల్లములోనే ధాన్యాన్ని దొరలు లాగుకొనిపోవుట, బీదరైతులు వారి కూలీలు, ఆకలితో కూలబడుట, ఇట్టి యవస్థలన్నియు తెలంగాణమందు నిత్యజీవనములోనివి. వాటినే జాజిరి పల్లవిలో సరసహితులగు రైతులు పాడుకొని తృప్తి పడినారు.

"కలమాట లాడుచు, మొలపుండ్ల మల్లని, బాడుచు"[1]

అని కేతన వర్ణించుటనుబట్టిచూడగా అనా దది జనసామాన్యములో పాడుకొను పాట యేమో ?

బొమ్మలాట మన యాదివాఙ్మయమందు కానవచ్చుటచేత అది ప్రాచీనమైనదేకాని అధునిక కాలములో ఆ యాట మరాటీవారి వశమైనది. "ప్రతిమల నాడగ బట్టినయట్లు" అని పల్నాటి వీరచరిత్రలో వర్ణించినారు.

"యంత్రకు డాడించి యవని ద్రోచిన ప్రాలు
బొమ్మలగతి రథపూగములును"[2]

---

[1] దశకుమార చరిత్ర.

[2] ఉ. హరివంశము, పు ౨౮౧.

అని నాచన సోమన ఉపమించినాడు.

మన వాఙ్మయములో పాలకురికి సోమనాథుని కాలమునుండి తంజావూరి రఘునాథ రాయలవరకు బహుకవులు బొమ్మలాటను పేర్కొనిరి. బొమ్మలాట యనగా తోలుబొమ్మలాట. భారతీయులలో ఏ యే ప్రదేశాలలో నిది కలదో తెలియదుకాని తెనుగువారిలోను, కర్ణాటకులలోను ఇది చాలా ప్రాచీనమునుండి వచ్చినట్టి యాట. సన్ననివస్త్రమును తెరగా కట్టి దానిలోపల పెద్దదివటీలు వెలిగించి తోలుబొమ్మల కాళ్ళకు, చేతులకు, తలలకు దారములు కట్టి మధ్య నొక దబ్బతో ఆ బొమ్మనుపట్టి నిలబెట్టి అవసరమగు దారములను లాగుతూ వదులుతూ బొమ్మ లాడించెడివారు. ఆట కనుగుణ్యముగా తాళము వాయించుతూ కథకు సంబంధించిన పాట పాడుదురు. రామాయణకథకు గోన బుద్ధారెడ్డి రామాయణములోని ద్విపదలను పాడుదురందురు. బొమ్మలను సూత్రములతో నాడించువా డగుటచేత అట్టి ప్రదర్శకుని "సూత్రధారుడు" అని యందురు. సంస్కృత నాటకములలో నాటకమును ప్రారంభించునప్పుడు 'సూత్రధారుడు' ప్రవేశించి ప్రదర్శింపనున్న నాటకమును గురించి కొన్ని మాటలు చెప్పిపోవును. కాని తోలుబొమ్మలాటలో ఆదినుండి తుదివరకు సూత్రధారుడు లేనిది బొమ్మ లాటయే యుండదు. కాన నాటకాలకన్న బొమ్మలాటకే సూత్రధార పదము సరిపోవును. అట్లగుచో తోలుబొమ్మలను చూచి నాటకాలవారు సూత్రధార పదమును నాటక నాట్యవిధానమును సవరించుకొనిరా లేక నాటకాలను జూచి బొమ్మలాటగాండ్రు నేర్చుకొనిరా అనునది చర్చనీయాంశమగును.

తోలుబొమ్మలపై వాలిసుగ్రీవులు, రావణుడు, సీతారామలక్ష్మణులు, రాజులు, భటులు, మహాభారత వీరులు, మున్నగు వేషాలన్నియు వివిధ రంగులతో తీర్తురు. ప్రేక్షకులు బొమ్మల చూడగనే ఇది యీ వ్యక్తిని నిరూపించు బొమ్మ అని పోల్చుకొను సాంప్రదాయ మేర్పడినది. ఈ బొమ్మలలోని వేషాలు పూర్వపు రాజులు రౌతులు మున్నగువారి వేషములను ఊహించుటకు తోడ్పడ వచ్చును. ఈ బొమ్మలాటలో మధ్య మధ్య హాస్యప్రదర్శనము చేయుదురు. అది చాలా అసభ్యముగా నుండును. సినిమా ఆసభ్యాలను నిషేధించే ప్రభుత్వము పీటిని తొలగించినదికాదు.

ఆనాడు జనులక్కి గిర్రున తిరిగిన రంకురాట్నం నేటికిని ఆదరణీయమై యున్నది.

"చటిల సంసృతి జీవఘట చక్రవర్తి
పటు పరివర్తన భ్రమణంబు గూర్చి
కీలుపొందించి యాంత్రికయ రాటనముల
వాలి యాడించు నా వడ్రంగి యతడు"[1]

శైవ సాంప్రదాయములో నందికోల ఆట యుండెను. అది నేడును కార్తీక మాసమందు జరుగును.

"కోలాటమును బాత గొండ్లి పేరణియు
గేళిక జోకయు లీల నటింప"[2]

అనుటచే కోలాటము, గొండ్లి (గర్భనృత్యము), పేరణి కుంభముపై నృత్యము మున్నగునవి యుండెనని తెలియును. ఇవే విషయములను నాచన సోమనయు తెలిపినాడు. పేరిణము, కోలాటము, గొండ్లి, ప్రేంఖణము అను వానిని అతడు పేర్కొనినాడు.[3] గోండు అను ఆటవికుల కుండలాకార నృత్యమును చాళుక్య సోమేశ్వరుడు (అభిలషితార్థ చింతామణి కర్త) ౧౧౩౦ ప్రాంతమందు తన రాజ్యమందు ప్రచారము చేయగా అది జనసామాన్యమందు విరివిగా వ్యాపించెను. రెండు ఆటలు ప్రత్యేకముగా తెనుగు ఆటలైపోయెను. ఒకటి ఉప్పనపట్టెలాట, రెండవది గిల్లదండ ఆట. ''ఉప్పన పట్టె లాడునెడ నుప్పులు దెత్తురుగాక యాదవుల్''[4] నేటికిని ఈ యాట నాడుదురు. ఉప్పు సముద్రతీరమునుండి లోభాగాల కందువరకు దొంగలనుండి, పరరాజ్యముల సుంకాలనుండి, దౌర్జన్యపరుల నుండి తప్పించుకొని వచ్చుటలో నుండు కష్టాలను ఆటగా చేసుకొని యాడిరేమో!

---

1 పాల్కురికి బసవపురాణము. పు ౧౦౨.

2 .... ౨౨.

3 నాచన సోముని ఉత్తర హరివంశము పు ౧౭౨.

4 నాచన సోముని ఉ. హరివంశము పు ౧౩౮.

గిల్లదండను బిల్లంగోవి, దండుగులి, చిర్రాగోనే, బిల్లగొడె అని యెన్నెన్నో పేరులతో వ్యవహరింతురు. ఇది మన క్రికెటు ఆట అనవచ్చును : ఒక జేనెడుకట్టె చిల్లను మూరెడు పొడవుండుకట్టెతో కొట్టుదురు ఆ యాటలో పెద్దకట్టెతో కొలుతురు. ఆ కొలతకు ఒకటి రెండు అనక కన్న, రెండార్చి, మూలముంజి, గెరగేర, అని ఏడువరకు చెప్పుదురు. ఏడువరకు మారుపదములను ఈ యాటలోనే యేల సృష్టించిరో! బుద్ధఘోషకవి ఇంచుమించు ౧౫౦౦ ఏండ్లనాడు అతడు తన కావ్యాలలో నొకచోట "ఘటికా ఖేలనం" అని వర్ణించినాడు. ఘటిక అనగా చిన్న కఱ్ఱపుల్లను పెద్దకఱ్ఱతో కొట్టుట అని యతడు వివరించినాడు. దీనినిబట్టి మఱికొన్ని ప్రాంతాలలో నీయాట యుండినట్లున్నది. మహాభారతములో కౌరవ బాలురు చిన్నగిల్లను కట్టెతో కొట్టి యాడిరి. "చిరుతలు తీరైన గొడెలు" వీటితో బాలచంద్రుడాడెను. చిరుత అన చిల్లగొడె (గోడె) అన చిల్లను కొట్టుకట్టె. పాండవ కౌరవ బాలు రాడిన గిల్లదండయాటను భారతమం దిట్లు వర్ణించినారు.

"ద్రోణుండు హస్తినాపురంబునకు వచ్చి నప్పు డప్పురబహిరంగణంబున ధృతరాష్ట్ర పాండునందను లందరు కందుక క్రీడాపరులై వేడుకతో నాడుచున్నంత నక్కందన కందుకం బొక్క నూతంబడియె'' అని తెనుగు భారతములో (ఆది. ౫-౨౦౬) కలదు. అందు కందుకము అనుట పొరపాటువకు తావిచ్చినది. సంస్కృత మూలమం దిట్లున్నది.

"క్రీడంతో వీటయా తత్ర వీరాః పర్యచరన్ ముదా
పపాత కూపే సా వీటా తేషాం వై క్రీడతాంతదా''

ఇచ్చట వీటశబ్దముపై మూలమం దిట్లు వివరించినారు : "వీటయాయవాకారేణ ప్రాదేశ మాత్రకాష్ఠేనయత్ హస్తమాత్ర దండేన ఉపర్యుపరి కుమారాః ప్రాక్షిపంతి'' జేనెడు కట్టెగిల్లను మూరెడు కట్టెతో కొట్టి ఆడెడు ఆటకు వీటాఖేలన మనిరి.

మహారాష్ట్ర సాహిత్యచరిత్రలో ఇట్లు వ్రాసినారు. ''పూర్వము మహారాష్ట్రులలో చిల్లగోడెఆట లేకుండెను. ఆ యాట నిప్పుడు మరాటీలో "విటిదండు" (విటి-వీట. దండు-దండ), అందురు. ఈ యాటలో ఏడువరకు దండముతో కొలుచుట కలదు. ఆ యేడుసంఖ్యలను మరాటీ బాలురు ఒకటి

రెండు, మూడు అని (తెనుగుమాటలలో) కొలుతురు. క్రీ. శ. ౧౩౯౦ ప్రాంతమందు మహారాష్ట్రములో ౧౨ ఏండ్ల కరువురాగా లక్షల జనులు తెనుగు, కన్నడ, తమిళ ప్రాంతాలకు వలసవెళ్ళి కరువు తీరినతర్వాత తమదేశానికి తిరిగి వెళ్ళిరి. అట్టి వలసలో తెనుగు దేశమునకు పోయినవారు తెనుగువారి ఆటలను, బాలబాలిక పాటలను నేర్చుకొని వెళ్ళిరి. నేటికిని చిల్లగోడె ఆటయు అందలి తెనుగు పదాలును, పిల్లల పాటలలో తెనుగు పాటలును ప్రచారమందున్నవి.'' (ఈ విషయమును నాగపూరు వారగు ప్రొఫెసర్ గర్దెగారు నాకు మరాటీ సాహిత్య చరిత్ర వినిపించి తెలిపిరి).

పాచికల ఆట

పాచికలఆటను మొట్టమొదట వర్ణించిన తెనుగుకవి నాచనసోమనాథుడు. అతడు తన ఉత్తరహరివంశములో రుక్మిణీకృష్ణు లిద్దరును ఆడినట్లు వర్ణించిన పద్యము లీక్రింద నుదాహృతములు. "చతురంతాసనంబుననుండి సకలలోక నాథుండు సత్యభామకు సాక్షిపదం బొసంగి (Umpire)

రుక్మిణి సమ్ముఖంబుగా సమాసీనుండైన నద్దేవియు,

సీ. జోగిణి గొనరి బైసుక వెట్టి పలకపై
సారెలు పోయించి సరము చూచి
తనకు లాగయిన నెత్తంబుగైకొని పన్ని
పాసికల్ దాళించి పాటెరింగి
లోహటంబులుమాని ఉలిగన్న ఐదకున్న
పరదాళమని పోవు పలకలిచ్చి
తప్పార్తు జూరెండు రాయంబులను గని
వారింపకము పోటుప్రాలు గలవు
పంతమడిగిన నీవలె భాగమింత
బోర పెద్ద దాయంబాడి పోరువుచ్చి
వైచునది ధనమునకు పోవచ్చు ననుచు
బేరుకొని పాటు తరిసరిజేసి యడిగి

క. అత్తీవంచ తిగదుగయు
సత్తాదచ్చొక వంచి చౌవంచిరై
దిత్తిగ యిద్దుగ బ్రదలు
చిత్తంబున దలచినట్లు బేతికి దెచ్చున్.

(ఉత్తరహరివంశము. అ. ౩. వ. ౧౨౦-౧౨౧, ఈ సందర్భములో ౧౦౯ నుండి ౧౨౯ వరకు ఈ పాచికల ఆటను వర్ణించినది చదువుట అవసరము. ఈ పద్యాలలో పెక్కుపదాలు అర్థముకాని వైపోయినవి.)

ఈ యాట మన తెనుగు వారిలో విశిష్టతతో నిలిచిన దనవచ్చును. నేటికిని ఈ యాటను రెండు పాచికలతో వైదిక బ్రాహ్మణ స్త్రీ పురుషులు పలువురాడుచున్నారు. తక్కిన వర్ణములవారు పాచికలకు మారుగా ౬ కాని ౭ కాని గవ్వలను లొడివేయుచు ఆడుదురు. ఆయాటను పచ్చీస్ అందురు. అనగా మన "నెత్తపు" ఆటను ముసల్మానులు స్వీకరించిరనియు, మరల వారి నుండి వారి మాటలతో మనవారు దానిని స్వీకరించిరనియు గ్రహింపవలెను. దస్, బారా, పచ్చీస్, తీన్ అను పదాలను తెనుగువారును వాడుచున్నారు. మొద లీ పద్యాలలోని వర్ణనమును తెలుసుకొందము. ఆట ప్రారంభించువారు "జోగిణి" దేవతకు మ్రొక్కుకొందురు. ఒక కట్టెపలకపై కోపుబలముతో ఇండ్లను గీయుదురు. ఆటగాండ్లు "స్వరము" (సూర్యచంద్రనాడులను నాసికాశ్వాసముల శాస్త్రమును) చూచుకొని ప్రారంభింతురు. ప్రారంభమందే ఎంతెంత పందెము అని నిర్ణయించుకొందురు. ఈ విధముగా రుక్మిణీకృష్ణులు నెత్తము నారంభించిరట.

ఈ యాటకు గల సంకేతములు గమనింపదగినవి. దుగ, తుగ, సత్తా, బ్రదలు మున్నగు పేరులు పెట్టుకొనిరి. బద్ర అను పదమువద్ద శబ్దరత్నాకరమందీ వివరణ నిచ్చినారు. బద్ర అన పన్నెండు. 'సొగటాలాటయందు పాచికలు రెండు. ఆ పాచిక లొక్కొక్కటికి నాలుగు ప్రక్కలు. ఒక్కొక ప్రక్కకు ఆరు నారును, నాల్గు నాల్గును, మూడు మూడును, ఒకటొకటి యనగా జతలు ఎనిమిదింటికి బొట్లు ఇరువది యెనిమిదియై యుండును. ఆ పాచికలు రెంటిని తూనించి వేయునప్పుడు వాని పొర్లిక భేదముచేత ౧౨, ౧౦, ౯, ౮, ౭, ౬, ౫, ౪, ౨ గా పందెములు తొమ్మిది పడును. కాన ఆ పందెములు తొమ్మిదియు 'అత్తీవంచిత్తిగ' అను పద్యములో చెప్పబడియున్నవి.

"అత్తీవంచ" పద్యములోని పదాల కర్థమిట్లు చెప్పవలెను. అత్తీవంచ-ఆతీవంచ, తీవంచ-నాలుగు, తిగ-మూడు, దుగ-రెండు, సత్తా-ఏడు, తచ్చొక-ఎనిమిది, పంచి-ఒకటి (తచ్చొకపంచి-ఎనిమిది న్నొకటి-తొమ్మిది అని యర్థమేమో) చౌవంచ-అయిదు, ఈరైదు-పది, ఇత్తిగ-ఆరు, ఇద్దుగ-నాలుగు, బద్రలు-పన్నెండు.

ఇక ఈ యాట నిప్పు డెట్లాడుచున్నారో తెలుసుకొందము.

ఆట యాడువా రిద్దరుకాని నలుగురుకాని యుండవచ్చును. పందెము వేయు పాచికలను సారెలు అందురు. అవి దంతమువి కాని, కట్టెవి కాని, లోహములవి కాని యైయుండు. నాలుగు మూలలు కల రెండు సమానమగు పాచికలుండును. ఒక్కొక్కసారెకు నాలుగు ముఖాలపై ఈ క్రింది విధముగా చుక్కలుండును.

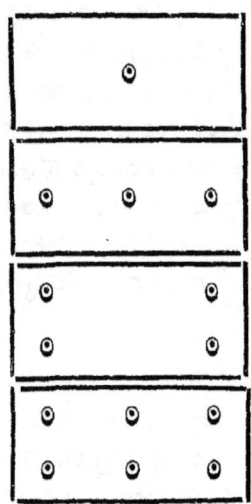

పై పేజీలో కనబరచిన పరిణామములో పాచికలుండును. ఒక్కొక్క పాచికయొక్క నాలుగు భాగాలలో ౧, ౩, ౬, ౪, ఈ వరుసగా చుక్కలుండును. ఇట్టి రెండు పాచికలను అరచేతిమీదుగా లొడిపి నేలపై వేయుదురు. పైకి పడిన భాగాల చుక్కల లెక్కించి వాటి సంఖ్యను బట్టి కాయలను ఇండ్లలో నడుపుదురు. పచ్చీసు అయిదు గవ్వలు వెలకిలబడిన పచ్చీసనియు, ౬ పడిన

గమనింపదగినది. పాచికలు వేయువాడు పాచికలు లోడిపి నేలపై వేసినప్పుడు కృత (నాలుగు చుక్కల భాగము) పైకిపడిన వాడు తక్కిన మూడింట్లపై పెట్టిన పందెములను పూర్తిగా తీసుకొనెడివాడు. ఛాందోగ్యోపనిషత్తులో నిట్లు వ్రాసినారు.

యథాకృతాయ విజితాధరే యాః
సం యంత్యేవమేనం సర్వం తదభిసమేతి
యత్కించ ప్రజాః సాధు కుర్వంతి
య స్తద్వేదయత్ సవేద సమయై తదుక్త ఇతి.

—ఛాందో. ౪, ౧, ౪.

పాచికలాడువానికి కృత అను దిక్కుపడిన తక్కినభాగముల పందె లన్నియు వాడే గెలిచినట్లుగా, ప్రజలు తాము సేయు సాధుకార్యములవల్ల మంచి ఫలము లన్నింటిని అనుభవింతురు అని పై మంత్రభావము. ఇట్టి యుదాహరణ మునే ఆదే యుపనిషత్తున మరొకమారు (౪, ౩, ౮, లో) చేసినారు.

మహాభారత కథయంతయు ఈ యక్షఖేలనముపై నడచినది. పాండవ కౌరవు లీ కలికృతాదినామములుకల అక్షములతోనే యాడిరని భారతమువలన తెలియగలదు. విరాటపర్వమున ఉత్తర గోగ్రహణమున అర్జును స్తుతించిన ద్రోణుని దుర్యోధనుడు దూషింపగా అశ్వత్థామ ఇట్లనెను.

కుటిల బుద్ధు లిచట గొనవునెట్టన ఘన
చౌర్యంబు మెరసితొదర వలయు
నతడు గాండీవమున నడ్డసాళులు వైవ
దరుల నంపవాన గురియుగాని.

తెనుగులో స్పష్టముగా లేదుగాని సంస్కృత మూలమున నిట్లు వ్రాసినారు.

"నాక్షాన్ క్షిపతి గాండీవం నకృతం ద్వాపరం నచ
జ్వలతో నిశితాన్ బాణాం స్తీక్ష్ణాన్ క్షిపతి గాండివం"

అర్జునుడు గాండీవముతో కృతము. ద్వాపరము అని చుక్కల లెక్క పెట్టుచూ జూదమాడడు. ప్రాణాలుతీసే బాణాలు వేసినప్పుడు అత డెట్టివాడో

మీకు తెలియరాగలదు. అని వర్ణింపనప్పుడు కృత, ద్వాపరపదాలను ప్రయోగించుటచే ఈయాటనే పాండవు లాడిరనుట స్పష్టము. ఇప్పుడీయాటను తెనుగువారు నక్కమష్ట (నక్కముష్టి, లక్కిముష్టి) అను పేరుతో ఆడుతున్నారు. ఈ కలిద్వాపరాది భేదవిధాన మొక్క భారతదేశమందేకాక ఏసియా, యూరోపు ఖండములలోని బహుదేశాలలో అతిప్రాచీనకాలమం దాడినట్లు మనకు నిదర్శనములు దొరికినవి. పూర్వము గ్రీసు, ఈజిప్టు దేశాలలో ఈయాట విరివిగానుండెను. ప్రాచీనపు ఈజిప్టు జనులు శవాలతోపాటు పాచికలనుగూడ పూడ్చుచుండిరి (పరలోకములో ఆ జీవు లాడుకొందురని అట్లు చేసెడివారు). క్రీ. పూ. ౧౨౦౦ ప్రాంతమందు ట్రాయియుద్ధము ౧౦ ఏండ్లు సాగినప్పుడు ముట్టడివేసిన గ్రీకుసైనికులు ప్రొద్దుపోకకై యీ పాచికల నాడిరి.

తెనుగు వాఙ్మయములో నాచనసోమన తర్వాత యిద్దరు ముగ్గురు కవులు సోమన వర్ణించిన విధముగనే వర్ణించిన దీసందర్భమందే సూచించుట బాగుండును. పింగళి సూరన కళాపూర్ణోదయమందు (౩-౧౩౧) "తచ్చాక, చౌపంచ, యిత్తిగ, బారా, దుగ"యని పాచికలాడినట్లు వర్ణించెను.

సంకుసాల రుద్రకవి తన నిరంకుశోపాఖ్యానములో (౨-౨౨) "బారా, పది, దచ్చి, యిత్తుగ, దుగా" యని పాచికలాడినది వర్ణించెను. దాని మరి కొన్ని వివరా లిట్లు తెలిపెను (౩-౨౦)

"ధృతిపెంపొందగ సారెసారెపయి సారెంజూచుచున్ సారెవో
వుతరింటోవుచు జోడుగట్టు తరి రివ్వల్ మీర జోడించుచున్
జత, బారా, పది, దచ్చి యిత్తుగ, దుగా, చౌపంచ, తీపంచ,
జొంకితినావర్తకి యంచు నాడెను భయాంగీకార మేపారగన్.

నాచన సోముని కాలమునుండి మనకాలమువర కీపాచికల ఆట ఈ విధముగా వచ్చియున్నది [1] విష్ణుమాయానాటకము (మద్రాసు యూనివర్సిటీ

[1] పాచికలయాట ఇప్పటికిని వైదిక బ్రాహ్మణులలో కలదని విని కర్నూలులో నొకనాడు నాలుగుగంటలవరకు కొన్నియిండ్లలో విచారించితిని. అందరు నాయాట నాడుదుమనిరి. కాని చూపరైరి. తుదకు అలంపూరులో బ్రహ్మశ్రీ గడియారం రామకృష్ణశర్మచే ఆడించి కనుగొంటిని. నేను శ్రమచేసి వారియాట చూచినందుకు ప్రతిఫలము వారి పాచికలను తెచ్చుకొనుటయే !

ప్రచరణము)లో లక్ష్మి విప్లులు నెత్తమాడినట్లు తత్కవి మూడుపద్యాలలో వర్ణించి నాడు.

ఈనాడు పిచ్చుకుంట్లవారు పగటివేషాలు వేయుచుందురు. హిందూస్థాన ములో దీనిని ''బహురూపులు'' అందురు. ఈ వేషాల వినోదము కాకతీయుల కాలమందుండెను.[1]

పిల్లలాటలుకూడ విశేషముగా నుండెను. వయసు కోడెగాండ్రు పికిలి పిట్టల పోట్లాటలతో వినోదించిరి. బొటన వ్రేళ్ళపై పికిలి పిట్టలను తీసుకొని పోవుట వారికి పరిపాటి.[2]

పల్నాటివీరుడగు బాలచంద్రుడు పెక్కాటల నాడెను.

"గుమ్మడికాయలు కొంతసేపాడి''
''చెరుకులపందెంబు చెల్వొప్ప గెలిచి''
"పోకలాటఁ జేత బుచ్చు మ్రొద్దు''
"అడుడి ముత్యంబు లమరు బంతులును"
"గుంతమాపల నాడి కొని గెల్చికొనుము"
''కుటిలజంతుల దెచ్చి గుడిలోన నుంచి
"విడిపించి పోరాడు విధమును జూడు"
"రూకలకుప్పలు రూఢిగ నాడు."[3]

గుంతమాపలన ఒకపలకలో కొన్ని గుంతలుచేసి అందు చింతగింజలు పోసి ఆడు ఆటయై యుండును. ఈపదము నిఘంటులలో లేదు. బంతులు అన కాలిబంతి (పుట్ట చెండు) ఆటయై యుండును. జంతువుల పోట్లాట లన పొట్టేండ్ల పోరితము, కోళ్ళపందెము, పికిలిపిట్టల కలహము, దున్నల యుద్ధము అయి యుండును. తక్కినయాట లెట్టివో తెలియదు. కచ్చకాయలను తిత్తులలో నుంచు కొని వాటితో ఆడుచుండిరి.[4]

---

1 "దైవంబనగ లేదు తా బహురూపు'' బసవపురాణము పు ౨౦.

2 "కరములపైని పికిలిపిట్టలు నుండ" పల్నాటివీరచరిత్ర పు ౨౮.

3 పల్నాటి. పు. ౩౮.

4 పల్నాటి వీరచరిత్ర పు. ౪౩.

బొంగరాల ఆట పిల్లల ఆటలలో చాల ముఖ్యమైనదిగా నుండెను. బాల చంద్రుని బొంగరాల ఆటను చాల విరివిగా వర్ణించినారు. పన్నాగ్లు లనునవి బాలిక లాడుకొను గురుగులు అని శబ్దరత్నాకరమందు వ్రాసినారు. అదెట్టి యాటనో తెలియదు. "పన్నార్లమాటున" అని పాల్కురికి వ్రాసెను.[1]

కోడిపందెము హిందువుల ఆటలలో ముఖ్యమైనది. అది చాల ప్రాచీన మైనది. పల్నాటియుద్ధమునకు "కోడిపోరు" ఒక ముఖ్యకారణ మన్నారుకదా! నాయకురాలికోళ్ళు బ్రహ్మనాయునికోళ్ళను గెలుచుట, పందెములో నోడిన బ్రహ్మ నాయుడు రాజ్యమువదలి ఏడేండ్లు పరదేశ మందుండుట, అటుపై పల్నాటి యుద్ధము జరుగుట సుప్రసిద్ధమగు చరిత్రయే.

"కృకవాకు స్తామ్రచూడః
కుక్కుట శ్చరణాయుధః"

అని అమరుడు వ్రాసెను. కాళ్ళతో తన్నుకొని యుద్ధము చేయునవికాన చరణాయుధులని వాటికి పేరు పెట్టెను. మనపూర్వికులు వాటి కుడికాళ్ళకు జేనెడు కత్తులను గట్టి యుద్ధముచేయిస్తూ యుండిరి. ఆ విధానము అవిచ్ఛిన్న ముగా మన కాలమువరకును పట్టుకొని వచ్చినవి. కోడిపందెమునకై యొక్క శాస్త్రమే మనతెనుగువారు వ్రాసి పెట్టుకొన్నారు. చలికాలములోను, సంక్రాంతి పండుగ కాలములోను కోళ్ళపందెములకై కోళ్ళను చంకబెట్టుకొని కుక్కుట శాస్త్రమును గుండురుమాళ్ళలో దోపి తమ శాస్త్రప్రకారముగా కుక్కుటసజీవ ద్యూతనిపుణులు పందెము కట్టుతూ యుండెడివారు. ముప్పై యేండ్లనుండి కోడి పందెము నిషేధింపబడినందున ఆ శాస్త్రాలు మూలబడి మాయమవుతున్నవి.

దండికవి క్రీ॥ శ॥ ౬౫౦ ప్రాంతమువాడు. అతడుతన దశకుమార చరిత్రములో కోడిపందెమును వర్ణించినాడు. అందు నారికేళజాతి ఒక జాతికోడిని గెలిచెనని వ్రాసెను అభినవదండియగు కేతన తెనుగులో దశకుమార చరిత్ర మును వ్రాసినప్పుడు కోడిపందెమును చాలా విస్తరించి వ్రాయుటచేతను తెనుగు దేశమం దా పందె మెంత ప్రాముఖ్యము పొందియుండెనో యూహింప వచ్చును.

---

[1] పండితారాధ్యచరిత్ర, మొదటిభాగము. పుట ౧౩౦.

"ఎదిరికోడి మున్నెనసి యారెడు మెడ
నెసగాడ నురువడి వ్రేసివ్రేసి ... ..."
"గెలిచె నామాట దగ నారికేళజాతి"[1]

క్రీడాభిరామములో కోళ్ళయుద్ధము చాలావిపులముగా, హాస్యజనకముగా, మనోరంజకముగా కవి వర్ణించినాడు. దాని నుదాహరించుట విపుల హేతువగునని సూచనమాత్రముతో తృప్తిపడనైనద.

జనుల వినోదాలలో గంగిరెద్దుల దొకటియై యుండెను.[2] ఇవి కాకతీయుల కాలమందలి మన పూర్వికుల కతిపయవినోద విశేషములు.

స్త్రీల అలంకరణములు

పూర్వము తెనుగు స్త్రీల కేమి సౌందర్య మనిపించెనో యేమో! ముంగర, ముక్కర, నెత్తిబిళ్ళలు, దండకడెములు, వంకీలు మున్నగునవి యెక్కువగా ధరిస్తూ వుండిరి. జోమాలదండను వేసుకొనుచుండిరి.[3] ఇప్పుడు స్త్రీలు (యువకులుకూడా) మైపూతలకై చాలా వ్యయము చేస్తున్నారు. స్నో, పౌడర్, నూనెలు, గోరురంగులు, వాటి యంగాంగములగు అద్దము, దువ్వెన, బ్రష్షు, మొదలయినవి వాడుదురు. ఆ కాలపు స్త్రీలకు పసుపే ప్రధానము. అది మెరుగు నిచ్చి వెంట్రుకలను పోగొట్టి క్రిమి సంహారియై పని యిచ్చెడిది. ఆనాటి స్త్రీలు గోళ్ళకు గోరంట ఆకు దంచి కట్టి రంగు వేసుకొనుచుండిరి.

వారు పెదవులకు యావకరసాన్ని (లక్కరంగును) పూసుకొనుచుండిరి.

"దరహాసరుచివరాధరకాంతి మాన్పనన్
వడవున కెమ్మోవి వన్ను పూన్చి"
(నన్నెచోడ-కుమారసంభవం)

---

1 దశకుమారచరిత్ర.

2 "గంగిరెద్దులవాడు కావర మణచి
ముకుదాడు పొడిచిన పోతెద్దులట్లు" పల్నాటి. పు. ౨౦.

3 పండితారాధ్య, భాగం ౧౩౯.
"గోరుంట యెర్రలయిన వాలారు నఖాంకురములు" అని క్రీడాభిరామమందును వర్ణితము.

కాళ్ళకును లక్కరంగు పూసుకొనుచుండిరి. కన్నులకు కాటుకను పెట్టుకొనుచుండిరి. కాళ్ళకు 'పారాణి' పూసుకొనుచుండిరి.

దండి సంస్కృతములో స్త్రీల సొమ్ములలో "మణినూపురమేఖలా కంకణ కటక తాటంకహార" అని మాత్రమే వర్ణించెను. కేతన వర్ణనలో హెచ్చుగా భూషణములను పేర్కొనుటచే నవి తెలుగుసీమలోని సీమంతినుల సొమ్ములని భావింపవచ్చును. అత డిట్లు వర్ణించెను.

"మట్టియ లుజ్జ్వల మణినూపురంబులు
మొలనూలు వస్త్రముల్ ముత్తియములు
కన్నపడంబులు గట్టినూళ్ళును సుద్ద
సరికీగె మినుకులు సందిదండ
అంగుళీయములు హారకంకణములు
చేకట్టుపాలెలు చెన్నుమెఱుగు
టాకులు సరిపెణలాలక్తకము పూత
కాటుల తిలకంబు కమ్మపువ్వు
లాదిగాగల మేలి ద్రవ్యముల నొప్ప
పసదనము చేసి యుచితరూపంబు దాల్చి
బాలచంద్రిక బోటినై పజ్జ కరిగి
దాయవర్మని లోగిలి దరియజొచ్చి"

ఈ పద్యములో స్త్రీల మైపూతను ఆభరణములు కొంతవరకు బోధ కాగలవు. "నిలువుటద్దములు" పల్నాటి యుద్ధకాలమందేయుండెను.[1] ఓరుగంటి స్త్రీలు తాటంకములు, ముత్యాల కమ్మలు, కాంచీనూపుర కంకణములు, త్రిసరములు, మొరవంక కడియములు మున్నగునవి ధరించిరి.

(క్రీడాభిరామము)

వివిధములు

"తాయెతులు" రక్షగా కట్టుకొనుట అనాటికే యాచారమై పోయెను.

---

1 "నిలువు టద్దంబులు నిలిపిరి" దిశల—పల్నాటి పు. ౧౬.

"మేనికి రక్షకై మించు తాయెతులు
దండ చేతుల రెంట ధారణచేసి"[1]

అనుటచే చేతులకుమాత్రమే కట్టుకొని రనరాదు మొలత్రాటిలో, మెడలో కూడా కట్టుకొనుచుండిరి. అయితే క్రి. శ. ౧౧౮౨ లో పల్నాటివీరుల యుద్ధ కాలములో అవి యుండెనో లేక శ్రీనాధుడు ద్విపదగా నా కథను వ్రాసిన నా డుండెనో చెప్పజాలము. ఎటులయినను కాకతీయుల కాలమం దవి యుండె నన వచ్చును. తాయెతు అను శబ్దముపై అప్పకవి పెద్ద చర్చచేసి తాయి (తల్లి) శిశువునకు కట్టు 'ఎతు' రక్ష యన్నాడు. తల్లులు పిల్లలకు మాత్రమే కట్టిరా? తమకే అవసరమయిన తమ తల్లులచేతనో కృతకమాతలచేతనో కట్టించు కొనిరా? వృద్ధులు, యువకులు, తమంతకు తామే మాంత్రికులతో రక్ష లిప్పించు కొని తాయెతులను కట్టుకొనకుండిరా? ఎతు అంటే రక్షణ అనుదానికి ప్రయోగ మేదీ! తాయెతు అని వ్రాయక తాయతు అని ముద్దరాజు రామన యెట్లు వ్రాసె అది తప్పు అని యతనిపై గంతుకొనినాడు. ఈ పదము తెనుగు పదమే కాదని నా భావము.

ఇది తావీజ్ అను అరబ్బీపదమై యుండును. ఖురాన్ మంత్రాలను వ్రాసి రక్షగా తురకలు కట్టుకొందురు. దానినే మనవారు స్వీకరించినట్లున్నది.

వీరకార్యములను చేయుటకు యుద్ధమునకు బోవుటకు వీరులు 'వీర తాంబూలముల' తీసుకొనుచుండిరి[2] దీనినే హిందిలో బీడా యెత్తుట యందురు (బీడా=విడెము.) వాపులకు మందు లెట్టివో కనుడు. వాయుతైలాలు, వావిల చివుళ్ళు, ఉమ్మెత్త, ఆముదపు చివుళ్ళు, జిల్లేడాకులు, వీటితో కాచుట మున్నగు నవి చేయుచుండిరి.[3]

ఆ కాలమందు వెట్టి యుండెను. అది చాలా ప్రాచీన మయినది. సంస్కృతములోని వేష్టి పదమే వెట్టి, చాణక్యుని అర్థశాస్త్రమునందు వెట్టి చర్చ కలదు.

---

[1] పల్నాటి. పు. ౧౮.

[2] బసవ పురాణము పు ౨౪౧.

[3] .... ౮౮.

"వెట్టి కేగెడుతట్ట బట్టి యెత్తుడు''

అని పాల్కురికి వర్ణించినాడు[1].

''దేవతల వెట్టికి బట్టినవాడు"

అని నాచన సోమన యనెను[2].

శూద్రజనులు విశేషముగా చల్లడములు (చల్లాడము, చిల్లడము) కట్టుచుండిరి[3] ఒడిసెలను పిట్టలుకాయుటకు, యుద్ధములో వాడుటకును ఉపయోగించిరి[4] గ్రాసగాండ్లకు జొన్నల జీతమిచ్చిరి. ఇప్పటికిని ఆ యాచారము కలదు. ''జొన్నలు గొన్న ఋణంబు నీగుదున్" అని నన్నెచోడుడు వ్రాసెను.[5] జనులు అప్పుడప్పుడు పౌరాణికులవలన భాగవత భారతకథలను వినుచుండిరి.

''విబుధ విప్రుల బిల్వగ బంపి
వినుము భాగవతంబు విజ్ఞాన మొదవ
భారతరణకథ పాటించి వినుము."

అని బాలచంద్రునికి తల్లి చెప్పెను. ఆ కాలమున బ్రాహ్మణులే పౌరాణికులై యుండిరేమో! అయితే క్రీ. శ. ౧౧౬౨ వరకు భారతములో మొదటి మూడుపర్వాలే తెనుగై యుండెను. భాగవతము తెనుగు కాలేదు. కావున తేలినదేమన, ప్రజలు సంస్కృత భారత భాగవత పురాణాలను విని అర్థముచెప్పించుకొంటూ వుండిరి.

వట్టము, వడ్డి అను అప్పులవ్యాపారము సాగుచుండెను. "వట్టములంచ ముంకువయు, వైద్యము, వేశ్యయు. బూటకూలియున్, చేపట్టుననబ్బు"[6]

1. బసవ పురాణము ౮౩ పండితారాధ్య ౧ భాగం, పు ౫౨౧.
2. ఉత్తర హరివంశము. ఆ ౫ ప ౮౯.
3. పండితారాధ్య చరిత్ర, పుట ౯౪.
4. నాచన సోముని ఉత్తర హరివంశము, ఆ ౩, ప ౧౦౩, ఒడిసెల అనుట గమనించునది.
5. కుమారసంభవము, ఆ ౧౧.
6. భద్రపాలుని నీతిశాస్త్రముక్తావళి ప ౧౪౦.
భద్రభూపాలుడు క్రీ. శ. ౧౦౫౦ కి పూర్వుడు—మానవల్లి.

పూటకూళ్ళ ముచ్చటయందే వచ్చినది, పూటకూళ్ళ ౧౦౦౦ ఏండ్లనుండి యున్నట్లే, మన ప్రాచీనులు అన్నము నమ్ముట నీచమనిరి. కావున ఇది ఆంధ్రములో ఈ ౧౦౦౦ ఏండ్లలోనే ప్రబలియుండును. నగరాలుండుటో పూటకూళ్లు తప్పక ఏర్పడును. ఆంధ్రనగరమున బరగిన ఓరుగల్లు ఒక మహా నగరమై యుండినందున పూటకూళ్ళుకూడా అందు నెలకొనెను. దానిని క్రీడాభిరామకర్త యిట్లు వర్ణించెను

"సంధివిగ్రహయానాది సంఘటనల
బంధకీజారులకు రాయబారి యగుచు
పట్టణంబున నిత్యంబు పగలు రేలు
పూటకూటింట వర్తించు పుష్పశరుడు"

ఒక్కరూక యిచ్చిన యేమేమి లభిస్తుండెనో యిటు తెలిపినాడు.

"కప్పురభోగి వంటకము
కమ్మని గోధుమపిండి వంటయున్
గుప్పెడు పంచదారయును
క్రొత్తగ కాచిన యాలనేి, పెసర్
పప్పును, గొమ్మునల్లనటి
పండ్లును, నాలుగునైదు నంజులున్
లప్పలతోడ క్రొంబెరుగు
లక్ష్మణవజ్ఝలయింట రూకకున్."

ఇంకేమి కావలెను? ఇది ఉత్తమాహారము (Balanced diet), కప్పుర భోగి అనునవి సన్నబియ్యపుజాతి. ఈనాడు మహారాజు భోగాలు అన్నట్టివి.

ప్రతాపరుద్రుని యుంపుడుకత్తె చరితను "ఆడుదురు నాటకంబుగ నవనిలోన" అన్నాడు క్రీడాభిరామకర్త. పాల్కురికి కూడా 'పటు నాట కంబుల నటియించువారు' అనెను.

ఆ నాటకా లెట్టివి ?

గీర్వాణ నాటకపద్ధతి వేమో కావు, మరి అవి యక్షగానములై యుండును.

ఈ సూచనలు వాటి ప్రాచీనతను తెలుపును.

సుంకము తీసుకొను అధికారులను సుంకరులు అనుచుండిరి. సుంకమును సంస్కృతమున శుల్కమందరు. వాటిని తీసుకొనుటకు ఘట్టములు (నాకాలు) ఏర్పాటు చేసియుండిరి 'ఘట్టకుటీ ప్రభాత న్యాయము' అని గీర్వాణమందురు. ఒకడు మునిమాపే బండిసరకులో బయలుదేరి అడ్డబాటల బడి సుంకముఘాటును తప్పించుకొనదలచి చీకటిలో బాటతప్పి తిరిగితిరిగి భళ్లున తెల్లవారువరకు నేరుగా సుంకమునాకా వద్దనే తేలెనట' సుంకరివారు చాలా దుర్మార్గులని భద్రభూపాలుడే అన్నాడు.

"బాదముకంటె పాపమును
సుంకరికంటెను పాపకర్ముడున్"

లేదు. అని యన్నాడు.[1]

జనులు పల్లవములు (రూకలసంచులను) నడుమున కట్టుకొనుచుండిరి. అవి కండ్లుపడ అల్లినజాలె సంచులు. అట్టి జాలె సంచులను పల్లెలలో నేటికిని వాడుకొనుచున్నారు.

ఓరుగంటినగరమున నాగరికుల కవసరమగు మంచిచెడ్డ సాధనము లన్నియు నుండెను. మెదగవాండ్రుండిరి. కుట్రపువా రుండిరి. వారు మోహరివాడలో నుండుటచే ప్రత్యేకముగా సైనికులకే యేర్పాటై యుండిరేమో! అయినను భోగమువారు దవికలను కొలతలిచ్చి అప్పుడప్పుడు కుట్టించుకొనుచుండిరి. జూదములాడుట సామాన్యదృశ్యము. ఒంటిపై దుప్పట్లుకూడ అమ్ముకొని జూదమాడుచుండిరి.

"పచ్చడం బమ్ముకొన్నాడు పణములకును"

—క్రీడాభిరామము.

మేషయుద్ధాలను, కోళ్ల పందెములను ఆడుచుండిరి. పొట్టేండ్ల యుద్ధమును వెంకటనాథుడు తన పంచతంత్రమందు వర్ణించెను (౧-౨౩౨). పాములాటను చూపించువారుండిరి. గానుగ వృత్తిచే జీవించు గాండ్లవారుండిరి, దక్కి,

1. నీతిశాస్త్రముక్తావళి, పద్యం ౧౩౧.

జవనిక మున్నగు వాద్యములతో సోదెలు, సుద్దులు, కతలు చెప్పెడువారుండిరి. చలికాలమందు ధనికులు "కాలాగురుద్వను లేపనములతో, దట్టు, పున్గు, మృగనాభితో, కస్తూరితో" చలి బాపుకొనుచుండిరి. దుప్పట్లు రెండు మడతలతో కప్పుకొనుచుండిరి. బ్రాహ్మణాదులు "క్రొత్త మలకవాళ్ళ" కిర్రు చెప్పుల దొడిగి ఉంకించి నడుస్తూ యుండిరి.

వేశ్యల నుంచుకొనుట, ఆ ఘనకార్యము ప్రకటించ కొనుట-ఆకాలపు రాజులు, సామంతులు, అధికారులు పసందుచేసిరి. సాగన్నమంత్రి "అంగనా హృదయ సరోజ షట్పదము" అట! రాయవేశ్యాభుజంగ వంటి బిరుదులను కొందరు వహించిరి. తుండీర (అరవ) దేశము నుండి విళ్ళి యొకడు ఓరుగంటిలో భోగముదానితో వివాదపడగా దానిని జారధర్మాసనములో తీర్పుచేసిరి. ఓరుగంటి నగరమున "అగణ్య వస్తువాహన శోభితంబైన వేశ్యా గృహంబులు ౧౨.౨౦౦ ఉండెను" అని ఏకామ్రనాథుడు. ఇది అత్యంతమగు అతిశయోక్తి. భోగము కన్నెలకు 'కన్నెరికము' పెట్టునపుడు అద్దము చూపించి అలంకరించు వేడుక చేయుచుండిరి.

"ముకురవీక్షావిధానంబు మొదల లేక
వెలపడంతికి గారాదు విటుని గవయ"

ఆంధ్రోర్వీశుమోసాలపై గడియారముండెను. ౬౦ గడియల దినమును పగలు ౩౦, రాత్రి ౩౦ గడియలుగా విభజించి ౧ మొదలు ౩౧ వరకు గడియలను కొట్టుచుండిరి.

ఆ కాలమందు గడియకాలములో నీటిలో మునుగునట్లుగా నొక చిల్లిగలన్నెను నీటిపై నుంచి అది మునిగిన వెంటనే లెక్క ప్రకారము గంట కొట్టుతూ ,ండిరి.

బొమ్మందు పదమును క్రీడాభిరామములో వాడినారు. "లేత బొమ్మంచు మంజిగురాకుమోవిణిసిధాత్వర్థం బనుష్ఠింతునో." పూర్వము యెఱ్ఱని అంచుగలల్లని చీరెలు వాడుకలో నుండెను. ఎఱ్ఱని అంచునే బొమ్మంచు అనిరి. లేతసైన బొమ్మంచువంటి ఎఱ్ఱని పెదవులు అని రసిక కవి వాడినాడు.

శ్రీకాకుళము తిరునాళ్ళలోని వెలనాటి యువకుల, వితంతువుల దుర్వర్తనలు కవి యెక్కువగా వర్ణించినాడు.

ఇట్టి వింకను చర్చించుకొలది పెరుగుచునే యుండును. కాకతీయుల కాలపు సాంఘిక చరిత్ర కాధారములగు ముఖ్య గ్రంథములలో ముఖ్యమైనది క్రీడాభిరామము. దీనిని వల్లభరాయలు రచించెనని యున్నను శ్రీనాథుడే రచించినట్లు అడుగడుగునకు శైలి నిరూపిస్తున్నది.

కాకతీయకాలపు సాంఘిక చరిత్రకు ముఖ్యాధారములగు గ్రంథములు

౧. క్రీడాభిరామము	వేటూరి ప్రభాకరశాస్త్రిగారి ప్రచురణము.
౨. కాకతీయసంచిక	ఆంధ్రేతిహాస పరిశోధకమండలి, రాజమహేంద్రవరము
౩ పండితారాధ్యచరిత్ర, బసవపురాణము	పాల్కురికి సోమనాథుడు; ఆంధ్రపత్రికా ప్రచురణములు.
౪. పల్నాటి వీరచరిత్ర	అక్కిరాజు ఉమాకాంతంగారి ముద్రణము.
౫. తెలంగాణాశాసనములు	లక్ష్మణరాయ పరిశోధకమండలి, హైద్రాబాదు.
౬. ఉత్తర హరివంశము	నాచన సోమన
౭. ప్రతాప చరిత్రము	ఏకామ్రనాథుడు
౮. దశకుమారచరిత్ర	కేతన
౯. నీతిశాస్త్రముక్తావళి	భద్రభూపాలుడు.

రెడ్డిరాజుల కాలము

3 వ ప్రకరణము

ఒక సామ్రాజ్యము పడిపోయిన వెంటనే చిన్న సామంత రాజ్యాలు తలెత్తుట భారతీయ చరిత్ర పరిపాటి. కాకతీయ సామ్రాజ్యము పడిపోయెను. దానినాశ్రయించుకొని యుండిన సామంతరాజులు, సేనానులు స్వతంత్ర రాజ్యముల స్థాపించిరి. అందు రెడ్డి, వెలమ రాజుల రాజ్యాలు ముఖ్యమైనవి. అదే సమయమందే విజయనగర రాజ్యము కూడా అంకురించెను. ఈ మూడింటిలో రెడ్డి రాజ్యమే దాని పతనకాలము వరకు ప్రాధాన్యము వహించినందునను, వెలమ రాజ్య పరిస్థితులను తెలుసుకొను ఆధారము లించుమించు లేనివగుట చేతను ఈ కాలమునకు రెడ్డిరాజుల కాలమనియే పేరిచ్చుట యవసరమైనది.

రెడ్డి రాజులు, అద్దంకి, కొండవీడు, రాజమహేంద్రవరము, కందుకూరు ప్రాంతాలలో క్రీ. శ. ౧౩౨౪ నుండి ఇంచుమించు ౧౪౩౪ వరకు రాజ్యము చేసిరి. వారి రాజ్యవిస్తీర్ణము కర్నూలు జిల్లానుండి విశాఖపట్టణము జిల్లావరకుండెను. దక్షిణమున నెల్లూరి జిల్లాను ఆక్రమించుకొని ఉండెను.

కాకతీయ సామ్రాజ్య పతనముతో తురకలు తెనుగుదేశమంతటను వ్యాపించుకొని భయభ్రాంతులైన జనులపై అత్యాచారాలు చేసిరి. దేవళముల పడగొట్టి మసీదులుగా మార్చిరి. బలవంతముగా కత్తిచేతబట్టి జనులను తురకలనుగా జేయ మొదలిడిరి. దోపిడీలు, హింసలు మొదలుపెట్టిరి. ప్రజలకు ప్రీతిపాత్రులగు నాయకులను, మంత్రులను వారి కండ్లయెదుటనే కాల్చి చంపిరి. శాంత చిత్తులైనవారు రెచ్చిపోయిరి.

ముసల్మానులు ఓరుగల్లును ధ్వంసించిన తర్వాత దేశమందు బీభత్సము చేసిరి. దానిచే చిల్లర రాజులు, వారి సైన్యము, జనులు, అందరును దద్దరిల్లిపోయిరి. తురకను చూస్తే జనులు భయగ్రస్తులై పారిపోవునంతటి భీతావహమును

జనులలో వ్యాపింపజేసిరి. తురకలు మహాబలాఢ్యులు. ఎదిరింప శక్యము కాని వారు అని యనిపింపుకొనిరి. ఈ భీతి ఇంగ్లీషువారు భారతీయ రంగముపై కెక్కువరకు ప్రజలలో కానవచ్చెను. ఎందుకన క్రీ. శ. ౧౬౫౦-౧౭౦౦ ప్రాంతమువాడగు వేంకటాధ్వరి తన విశ్వగుణాదర్శములో ఈ విషయాలను స్పష్టముగా వర్ణించినాడు.

రెడ్డి రాజ్య కాలమందలి ముసల్మానుల బీభత్సమును అప్పటి రాజులే శాసనములందుకూడ వ్రాయించినారు. ముసల్మానులు ౧౩౨౪ నుండి ౧౩౩౦ వరకు ఆరేడేండ్లపాటు క్రూరకార్యములు తెనుగువారిపై సాధించిరి. అంతలో ప్రోలయ నాయకుడు, కాపయనాయకుడు వారిని తెనుగు దేశమునుండి పూర్తిగా తరిమివేసిరి. ప్రోలయనాయకుని విలసతామ్ర శాసనమందు అప్పటి పరిస్థితుల నిట్లు పేర్కొనిరి.

"పాపులైన యవనులు బలాత్కారముగా వ్యవసాయము చేసినందువలన పంట పర్యాయములు లాగుకొనుటచేత దరిద్రులు, ధనికులు అను భేదము లేక రైతుల కుటుంబములెల్ల నాశనములై పోయినవి. ఆ మహా విపత్కాలమున ధనము భార్య మొదలగు దేనియందును ప్రజలకు స్వాయత్తతాభావము పోయినది. కల్లు త్రాగవలెను. స్వచ్ఛంద విహారము చేయవలెను బ్రాహ్మణులను చంపవలెను. ఇది యవనాధముల వృత్తి. ఇక భూమిమీద ప్రాణిలోకము బ్రదుకుటెట్లు. ఈ విధముగా రాక్షసులవంటి తురుష్కులవలన పీడింపబడిన త్రిలింగదేశము రక్షించు వారెవరును మనస్సునకు గూడ తట్టక కార్చిచ్చు చుట్టుకొన్న అడవివలె సంతపించి పోయినది."

(రెడ్డి సంచిక, పుట. ౧౧

"మహమ్మదీయులు వచ్చినారను వార్త వినగానే దుర్గాధిపతులు అశ్వభటాకులములైన దుర్గములు వదలి భయాకులులై అడవుల పాలగుచుండిరి" అనియు ఆకాలపు శాసనములందు వ్రాసిరి. (రెడ్డిసంచిక, పుట ౧౩).

అట్టి కల్లోలములో వారికి ప్రోలయ నాయకుడు అను రెడ్డివీరుడు నాయకుడుగా లేచివచ్చెను. అతడు చెదరిన సైన్యాలను కూర్చుకొని సామంతరాజుల తోడుచేసుకొని, తురకలసైన్యాలనోడించి వారిని తరిమివేసి మరల ఓరుగంటిలో తన కుమారుడును, ఆంధ్రసురత్రాణ బిరుదాంకితుడును నగు కాపయనాయకు

నితో రాజ్యము చేసెను కాని, తురకల భయము పోగానే మరల తెనుగురాజులు పరస్పర కలహములతో వినోదించికొనిరి. వెలమరాజులు రాచకొండ, దేవర కొండ కోటలలో తెలంగాణాను పాలించిరి. రెడ్లు తూర్పుతీరమునను, గుంటూరు, కర్నూలు నెల్లూరు జిల్లాలలోను విశేషముగా రాజ్యముచేసిరి. రెడ్డి, వెలమ రాచ వారు అను మూడు తెగలకును నిరంతర వైర ముండెను. పైగా కర్ణాట రాజ్య మనబరగిన హంపీరాజ్యము రెడ్డిరాజ్యమునకు ప్రక్కబల్లె మయ్యెను. గుల్బర్గాలో బహమనీ సుల్తానుల రాజ్య మేర్పడెను. ఆ సుల్తానులలో ఒకరిద్దరు తప్ప తక్కినవా రందరు హిందూద్వేషులై అతి క్రూరముగా వర్తించిరి ఉత్తరాన ఓడ్రరాజులు సదా దేశద్రోహము చేయుచు ఆంధ్రరాజ్యమును ఆక్రమించి పరి పాలింప జూచుచుండిరి

ఇట్లు నల్దిక్కుల అలముకొనిన దట్టపు చిక్కులలో రెడ్డిరాజ్యము చిక్కి యుండెను. అట్టిచో నూరేండ్లవర కయినను మొక్కవోక దినదినాభివృద్ధిగా చతుర్దిశల నొత్తుచుండిన శత్రువులను, తురకలను ఓడించుచు రెడ్లు రాజ్యము చేసిరన్న వారిని కీర్తించవలసినదే. వారు ఒడ్డెల, వెలమల, కన్నడుల, రాచల, తురకల నెదిరించి యుద్ధాలు చేసినదేకాక, అటు బెంగాలువరకును, ఇటు మధ్య పరగణాలలోని బస్తరు వరకును తమ విజయదాటిని సాగించిరి. వారి మంత్రి లింగన గెలిచిన గెలుపు లెట్టి వనగా :-

"ఝూడేశ వన సప్తమాడె బారహదొంతి
జంత్రనాడు క్షితీశ్వరుల గెలిచి
యొడ్డాది మత్స్యవంశోదయార్జునుచేత
పల్లవాధిపుచేత పలచ మంది
దండకారణ్యమధ్య పులిందరాజ రం
భాహివంశజులకు నభయమొసగి
భానుమత్కుల వీరభద్రాన్ని దేవేంద్ర
గర్వసంరంభంబు గట్టిపెట్టి
యవన కర్ణాట కటక భూధవులతో
చెలిమివాటించి యేలించె తెలుగుభూమి
తన నిజస్వామి నల్లాద ధరణినాథు
భళిరె ! అరియేచి లింగన ప్రభువరుండు."

(భీమఖండము, ఆ ౧)

"వంతు సాది" అను పాఠమునకు "జంత్రనాడు" అను పాఠము శ్రీ మల్లంపల్లి సోమశేఖరశర్మగారిది. ఝూడదేశ మిప్పుడు జయపూరు, బొబ్బిలి సంస్థానాల భాగమనియు, సప్తమాడె గంజాము మన్నెదొరల సంస్థానాలనియు, జారహదొంతి ఒరిస్సాలోని భాగ మనియు, జంత్రనాడు ఒడ్డాది విశాఖపట్నంలోని వనియు, రంభ అంటే రంప అనియు శ్రీ మ. సో. శర్మ గారే తెలిపినారు[1]

రెడ్డిరాజులు పండువా సుల్తాను నోడించిరి.[2] పండువా బెంగాలులో, ఇప్పటి మాల్డాజిల్లా[3]. ఇట్టి సాహసముల ప్రకటించిన రాజ్యములో మహావీరులు, దండనాయకులు, యుద్ధ కౌశలమం దారితేరిన సేనాధ్యక్షులు పలువు రుండి రనుటయు, వారు అఖిలాంధ్రుల ప్రశంసలకు స్థానము లైరనియు చెప్పుటలో అతిశయోక్తికాని, ప్రత్యేకాభిమానముకాని లేదు. ప్రోలయనాయకుడు, అనవేముడు, పెదకోమటి, కాటయవేముడు, అనపోతరెడ్డి, లింగనమంత్రి, బెండపూడి అన్నయ మంత్రి ముఖ్యవీరులన జెల్లిరి. ఇట్టి రాజ్యకాల మందలి సాంఘిక పరిస్థితులెట్టివో తెలిసికొందము.

మతము

రాజు లే మత మవలంబించుచుండిరో జనులలో బహుళ సంఖ్యాకులు కూడా ఆదే మత మవలంబించుచుండిరి. "రాజానుమతం ధర్మం" అని జనులు విశ్వసించిరి. ఆంధ్రదేశములో కాకతీయుల కాలమందు విజృంభించిన వీరశైవ మింకను ప్రబలముగానే యుండెను. రెడ్డిరాజులు అత్యంత వీరశైవాభినివిష్టులై యుండిరి. శివక్షేత్రముల నుద్ధరించిరి. శ్రీశైలమునకు మెట్లు కట్టించిరి. ప్రతిదినము ఆరుమారులు శివపూజలు చేయుచుండిరి. అనేక యజ్ఞయాగములు చేసిరి. ప్రభువుల ననుసరించి వారి మంత్రులు, సేనానులు శైవమతమునకు వ్యాప్తి నిచ్చిరి.

---

1. History of the Reddy Kingdoms, P. 137-143, Part, V.
2. "పండువా సురతాణి పాపడం బిచ్చిన" భీమేశ్వర పురాణం. అ ౧.
3. History of Reddy Kingdoms, P. 143, Part 1.
(ఇకముందీ గ్రంథమునకు Hist. R. K అను సంకేతమునిత్తును.)

బ్రహ్మ గొనియాడి యిదె సాఁక పట్టుమనుచు
పరిణమించిరి యొండొండ తరుణులెల్ల"[1]

పై పద్యములో ఖిందించి అనునది నిఘంటువులలో లేదు కల్లుఖిందెను అమ్మవారి కెక్కించుట (అనగా నైవేద్య మిచ్చుట) అని దీని యర్థ మని అనుకొందును. సాఁకపట్టుట అనునదికూడ నిఘంటువులలో లేదు. "సాకపోయుట" అని తెలంగాణములో నిప్పటికినీ అందురు దేవత ముందట నిండుకుండ నీరు పోసి నైవేద్య మర్పించుటకు సాకపోయుట అని యందురు కవి తెలంగాణమువాడనుట కిట్టి పదములు మఱికొన్ని యీ కొరవి గోపరాజ కవి వాడినాడు. కాకతి యొక్క మూలశక్తి యని యీ కవియే యిట్లు తెలిపినాడు.

"ఆకడ నీతిశాస్త్రుఁడు
డై గురుపీఠ్కాని యేగె వేడ్కతో
కాకిత మూలశక్తి గని
గా నొనరించిన పైఁడిచట్టునా
నేకశిలాభిధానమున
నెన్నిక కెక్కు ధరిత్రిలోన నే
పోకల బోసియట్టి సిరి
పుట్టిన యింటికి నోరుగంటికిన్[2]

ఇందు కాకిత అని కవి వాడినాడు. ఏకశిల ఓరుగంటి పేరే యని తెలిపినాడు. ఒంటిమిట్ట కాదని స్పష్టమైనది. శైవసాంప్రదాయక కథలు పెరిగేకొలది స్కాందపురాణము పెరుగుతూ వచ్చెను. స్థలపురాణాలను నిన్న మొన్నటివరకు గీర్వాణములో వ్రాసి అది స్కాందపురాణములోని అముకఖండములోని దని వ్రాసినవారు కలరు. శ్రీనాథుని కాలములో స్కాందపురాణ విస్తీర్ణ మిట్లుండెను.

క. బంధురసపాదలక్ష
గ్రంథంబై, యైదుపదులు ఖండంబులతో

---

1. సింహాసనద్వాత్రింశిక, పు ౧౦౩.
2. .... ౨ భా. పు ౫౦.

సంధిల్లుచు స్కాందం బన,
సింధువునకు కాల్వ లమరిచిన చందమునన్.[1]

ఆ సపాదలక్ష గ్రంథ మీనా డెన్ని లక్షలవరకు పెరిగినదో పరిశోధకుల గురుతుకై తెలుపనైనది. మూలగూరమ్మ అనునొక దేవత కొండవీటి రెడ్ల కుల దేవత. "ఈమె దేవాలయము గుంటూరుజిల్లా సత్తెనపల్లి తాలూకాలోని అమీనాబాదు గ్రామమందున్నది" (రెడ్డిసంచిక-పుట ౭౯).

ఈనాటి మన పండుగులకు ఆనాటివాటికి భేదములేదు. కాని వాటి సూచనలలో కొద్దిపాటి విశిష్టతను చూపుటకై యుదహరింతును.

"చలి ప్రవేశించు నాగులచవితినాడు
మెఱయు వేసవి రథసప్తమీ దినమున
అచ్చసీతు ప్రవేశించు పెచ్చు పెరిగి
మార్గశిర పౌషమాసాల మధ్యవేళ
ఇండ్ల మొగలను నీరెండ నీడికలను
అనుగుదమ్ముడు నన్నయు నాటలాడు
అత్తయును కోడలును గుమ్ములాడు కుమ్మ
గాచు చోటికి మకరసంక్రాంతివేళ."[2]

తెలంగాణములో గరుడపంచమిని నాగపంచమి అని చేయుదురు. కృష్ణాది జిల్లాలలో పైన తెలిపినట్లుగా కార్తీక శుద్ధచవితినాడు సేయుదురు. వైష్ణవులు ఏకాదశిని పుణ్యదినముగా చేసుకొని, శైవులు శివరాత్రిని నిర్ణయించినట్లు కనబడును. తెనుగువారిలో దానిని ప్రచారము చేయుటకై శ్రీనాథునిచేత శివరాత్రి మాహాత్మ్యమును వ్రాయించిరి. కాని, ఆ శివరాత్రినాడు ఇప్పటివలెనే జూద మాడుచుండిరని శివరాత్రి మాహాత్మ్యములోనే వర్ణించినాడు.

దీపావళిని "దివ్వెలపండుగ" యనిరి.[3] నేటికిని తెలంగాణములో దీనిని "దివిలిపండుగ" అని యందురు. ఇప్పుడు మనలో ప్రతి పున్నమ కొక పేరు,

---

1. భీమేశ్వరపురాణము, ఆ ౧. ప ౨౬.
2. శివరాత్రి మాహాత్మ్యము, ఆ. ౪ ప. ౨౩, ౨౭.
3. సింహాసనద్వాత్రింశిక, భా. ౨. పు. ౩౯.

ప్రతి అమాసకొక పేరు కలదు ఇవి కాకతీయకాలమున నుండియే యేర్పడుతూ వచ్చెను. "దవనపున్నమ" (ఏరువాక), "నూలిపున్నమ" (శ్రావణపూర్ణిమ-నూలు=దారము) అను వాటిని పాల్కురికి సోమన తన పండితారాధ్యచరిత్రలో పేర్కొనెను. వ్రతములను స్త్రీలు విశేషముగా చేయుచుండిరి అవి యెక్కువగా సంతానమును, ఐశ్వర్యమును కోరి చేసినట్టి కామ్యకవ్రతములు.

భైరవాది శివభక్తులను, కాళ్యాది శక్తిరూపిణులను పశుబలిచే తృప్తి పరిచెడివారు. అట్టి సూచనలు వాఙ్మయములో పలుదావుల కలవు. కాని శైవమతములో శాక్తేయము, భైరవతంత్రము మున్నగు వామాచారములను పురికొలుపు తంత్రవాఙ్మయము బహుళమయ్యెను జనులు వీరశైవులై ఆవేశపూరితులై అందందు ఆత్మబలిదానము కావించుకొన్న కథలను పాల్కురికి సోమనాథుడు తెలిపియేయున్నాడు. శివపూజలలో ఆత్మబలిదానము చేసుకొన్న వారిని, లింగాయత మతమునకై తలపండు నిచ్చినవారిని, వీరులుగా పరిగణించిరి. వారిస్మరణార్థము "వీరకల్లు"లను అందందు స్థాపించిరి. అనేక గ్రామ బహిఃప్రదేశములలో ఛురికతో కడుపుల ఛేదించుకొన్నట్లు, తలల కోసికొన్నట్లు తీర్చిన శిలావిగ్రహములు నేటికిని కానవచ్చును. వీరులపూజకై "వీరగుడ్డముల"ను అభిమానులు కట్టించిరి.

శక్తిరూపములతోనుండు గ్రామదేవతలు శివరుద్ర రూపాలతోనుండు దేవర్లును, ద్రావిడ దేవతలే! చనిపోయినవారిలో కొందరు దయ్యాలై, శక్తిరూపిణులై, శివశక్తులై తమను, బాధించునని జనుల విశ్వాస మాదికాలము నుండి నేటివరకు అవిచ్ఛిన్నముగా వృద్ధికి వచ్చినట్టిది. మనప్రాచీనుల కాలమందిట్టి విశ్వాసాలుండినటుల కవులచాటువులందు రచనలందు పలుమారు వెల్లడియైనది. శ్రీనాథుడు తన చాటువులందును వీరికలందును ప్రజల యాచారవిశ్వాసములను తెలిపిన భాగములు చాలా విలువగలవి. పలనాటిలోని దేవర్లనుగూర్చి యతడు కొన్ని చాటువులు చెప్పెనందురు. అందొకటి యిట్టిది.

"వీరులు దివ్యలింగములు, విష్ణుడు, చెన్నుడు, కల్లుపోతరా
జారయ కాలభైరవుడు, నంకమశక్తియు నన్నపూర్ణ."

అని డాక్టర్ నేలటూరి వేంకటరమణయ్యగారు (Origin of the South Indian Templeలో) ఉదహరించినారు. తక్కినభాగాన్ని ఉదహరింపలేదు.

అక్కిరాజు ఉమాకాంతముగారు, పల్నాటి వీరచరిత్ర పీఠికలో దాని నిట్లు దహరించినారు.

"వీరులు దివ్యలింగములు, విష్ణువునాయుడు, కల్లిపోతరా
జారయ భైరవుండు, తుహినాద్రి జయంకమ, నిర్మలాంబునై
కేరెడు గంగధార మడుగేమణి కన్యక, యన్నిభంగులన్
గారెమపూడి పట్టణము కాశిసుమీ కనుగొన్నవారికిన్"

చనిపోయిన వీరులు లింగములై పూజలందిరి. చెన్నడు బ్రహ్మనాయుడే; క్రీడాభిరామములో మాచెర్ల చెన్నడు, కల్లు పోతరాజు అనేవాడు వచ్చి, కాలభైరవస్థాన మాక్రమించెను. అంకమ్మ అనే స్త్రీ అన్నపూర్ణ అయ్యెను. గంగాధరమడుగు మణికర్ణిక యంతటి పవిత్రస్థాన మయ్యెను.

బెజవాడ కనకదుర్గమ్మను గురించి నేలటూరి వేంకటరమణయ్యగారిట్లు (S-I-Templeలో) వ్రాసెను. "ఒకగ్రామమం దేడ్గురు విప్రసోదరులుండిరి. వారికి కనకమ్మయను చెల్లె లుండెను, ఆమె శీలమును వారు సందేహింపగా నామె బావిలోపడి చనిపోయి జనుల బాధించు శక్తికాగా జనులామెకు గుడికట్టి పూజింప దొడగిరి". నెల్లూరిలోని దర్శితాలూకాలోని లింగమ్మ అను బీదరాలొక ధనికునింటి సేవకురాలుగా నుండెననియు, ధనికుల సొత్తు లపహృతమగుడు ఆమెపై నిందవోపగా నామె బావిలో పడి చచ్చి దేవరయ్యెననియు నెల్లూరుజిల్లాలోని పొదిలమ్మయు, సందేహింపబడి చంపబడిన యొక స్త్రీశక్తిగా మారినట్టిదనియు, నూరేండ్లక్రిందటగూడ కోటయ్య అను లింగబలిజి ఒక గొల్లమగనాలినిగూడి ఆమె భర్తచే వధింపబడి కోటప్పకొండదేవరగా ప్రసిద్ధు డయ్యెననియు శ్రీ నేలటూరివారు వ్రాసినారు. ఈవిధముగా నేటికిని దేవర్లు పుట్టుచూ చచ్చుచూ తెనుగుదేశపు జనసామాన్యుల మూర్ఖతను లోకానికి చాటినవైనవి.

అరుదుగా నరబలులుకూడా ఇయ్యబడుచుండెను. అట్టి నరబలులు నిర్జన ప్రదేశములలో నుండు శక్త్యాలయములలో జరుగుచుండెను. ఒక భైరవాలయములో రెండుతలలను రెండు మొండెముల నొక సెట్టి చూచి

" చంపుదుగుడి యిది యని యా
దంపతుల కళేబరములు తలలుం గని తత్

సంపాదిత భయ రౌద్రా
కంపితుడై సెట్టి బెగడి కన్నులు మూసెన్. [1]

చంపుడుగుళ్ళు అని నరబలు లిచ్చు దేవాలయములకు పేరుండె నేమో ? ఆటవికులగు గోండు, కోయ మున్నగువారిలో నీ యాచారమెక్కువగా నుండి నట్లు కానవచ్చును. వారునరబలి నెట్లు యిచ్చిరో కవియిట్లు వర్ణించినాడు.

" ఆనగరంబు దెసనుండి దిమ్ము రేగినయట్లు తూగొమ్ములు, పువ్వనంగ్రోవులును, తప్పెతలును, డక్కలును పెక్కువిధంబులడిక్కలును చెవుడు పరువుచు మోయ, నవ్వాద్యరసంబునకు బాసటయై తమ యార్పులును పెడబొబ్బలును గిరిగహ్వరంబుల నుపబృంహితంబులుగా గంధపుష్పార్చితుండగు నొక్కదీనుని నడుమ నిడుకొని కురుచ కాసగొరకలు మెరయించుచు బరికెతలల కరకుకొండరులు సనుదెంచిరి." [2]

పైవచనములో తూగొమ్ములన తూ అను ధ్వనినిచ్చు కొమ్ములు, పువ్వనగ్రోవు లన పిల్లనగ్రోవివంటి వాద్యములు అని అర్థముండు ననుకొందుము. ఈ రెండును శబ్దరత్నాకరాదులందు లేవు, అదేవిధముగా 'కొండరి' శబ్దములేదు. కొండరియన కొండలందుండు ఆటవికుడని యర్థము. (సూనరి, జూదరివంటి దీ పదము). కిరాతుడు, బోయ అని సూ. రా. ఆం. నిఘంటువు.

వీరశైవ మతవ్యాప్తితో కొన్ని ఘోరాచారములుకూడ తెనుగుదేశములో వ్యాపించెను. శివార్పణముగా అంగములను ఛేదించుకొనుట, తుదకు తమ తలలను తామే నరకుకొనుట, ఆత్మహింసలను చేసుకొనుట మేరలేని భక్తిలక్షణమనియు అట్టివా రందరును తప్పకుండా కైలాసాన్ని చేరుకొందురనియు, శివసాయుజ్య మందు సచ్చిదానంద మందుదురనియు బోధించిరి. భక్తులు నమ్మి ఆచరించిరి.

రెడ్డిరాజులలోని "అన్నయరెడ్డి ఏ యుద్ధమందో వీరమరణ మందినట్లు తోచుచున్నది. ఈతని పుణ్యమునకుగాను శ్రీశైలమందు మల్లికార్జునస్వామి దేవాలయములోని నందిమండపమునకు సమీపమున వీరశిరోమండపమనునది క్రీ.శ. ౧౩౭౭లో అన్నవేమునిచే నిర్మింపబడినది. ఈ వీరమండపమందు వీరు లనేకులు

1. సింహాసన ద్వాత్రింశిక, ౧ భా, పు ౭౮.
2 సింహాసన ద్వాత్రింశిక, భా ౨. పు ౯౭.

మహాసాహసకృత్యముల నొనరించు చుండెడివారు. తలలు, నాలుకలు, గండ కత్తెరచే ఛేదించుకొనుచు భక్తుని సాహసమును చూపినారని శాసనమందు వర్ణింప బడినది." (రెడ్డిసంచిక. పుట ౩౦, ౩౧.) ఇట్టివాడినే చంపుడుగుడులు అని యందురు.

శ్రీశైలములో భక్తులు సులభముగా చచ్చుటకు మరొక మార్గముండెను. అది "కనుమారి."

కనుమారి

కనుమారి పదము శబ్దరత్నాకరములోను, ఆంధ్రవాచస్పత్యములోన లేదు. ఈపదమును ప్రయోగించిన కవులిద్దరేయని నాకు తెలిసినంతవరకు చెప్పగలను. పాల్కురికి సోమనాథుడును నాచన సోమనయు నీపదమును వాడిరి. ఇటీవలనే ఈపదచర్చను శ్రీ వేటూరి ప్రభాకరశాస్త్రీగారు "తెలుగు మెరుగులు" అను పుస్తకములో చేసినది చూచినాను. దానినిబట్టి తిక్కన సోమయాజియు ఈపదమును వాడినట్లు తెలిసికొంటిని.

" కల్లు ద్రావిన పాతకంబది యగ్ని వ
ర్ణముగాగ గాచి పానంబు సేయ
గనుమారి యురుకంగ ననలంబు జొర మహా
ప్రస్థాన మాచరింపంగ బాయు" (శాంతి. ౧ ౩౦౭)

"కనుమారి యనిన భృగుపతనమని యర్థము. శాంతిపర్వ మూలమున "మరుప్రపాతం ప్రపతన్" అని కలదు అనగా 'నిర్జలప్రదేశ పర్వతాగ్రాత్ పతనం" అని వ్యాఖ్య.

నాచన సోమన ప్రయోగ మిట్లున్నది.

" పాయదగు మిమ్ము, కనుమారిబడ బోసంగు
విషముద్రావుట యోగ్యంబు, వెల్లిలోన
మునుగుటుచితము, మీరెల్ల కనుగొనంగ
ఆత్మవిడుచుట చను, నాకు ననుచుచదలి " (౪—౫౬)

దీనిపై శ్రీ వేటూరి ప్రభాకరశాస్త్రిగారిట్లు అనుబంధించినారు. "శ్రీశైలముపై కర్మారీశ్వరము అని యొక పుణ్యస్థలమున్నది. అది కొండకొమ్ము. అక్కడనుండి భక్తులు పుణ్యలోక ప్రాప్త్యర్థమై నేలకురికి ప్రాణత్యాగము చేయుదురు. క్రిందబడుచున్నవాడు, అంతరాళమున నున్నవాడు, ఉరుక నున్నవాడు, అన్నక్రమమున ఎడతెగకుండ శివరాత్రినా డక్కడ భక్తులు ఉరుకుచునే యుండెడివారు

" కిరమర్థిజేసి యా కర్మారి నురుకు
ననఘుల భవపరిత్యక్త మానసుల
అరిమురి నవలి కర్మారీశ్వరమున
నురుకు పుణ్యుల జూచి ....
పడియెడు దేహంబు పడిన దేహంబు
నడిమి దేహంబు లెన్నంగ బెక్కాడు"

అని పండితారాధ్య చరిత్రమం దున్నటుల శ్రీ వే. ప్ర శాస్త్రిగారు వ్రాసినారు.

పండితారాధ్యచరిత్ర తుదిభాగమందు కర్మహరి మహిమ అను భాగము కలదు. (పుట ౬౩౨. ఆంధ్రపత్రికా ప్రచురణము) అందిట్లున్నది.

" ఇదె చూడు కర్మహరేశ్వరం బనగ "

అచ్చట పూర్వము బల్లహుడను రాజు తన భార్యతోకూడ మల్లికార్జునుని ధ్యానించుతూ కొండకొననుండి పడి శివైక్య మొందెనని పండితారాధ్యమందు వ్రాసినారు. "కర్మారిపదమే తెనుగున కనుమారి యయినది" అని శ్రీ వే. ప్ర. శాస్త్రిగారు వ్రాసిరి. తిక్కన, నాచనసోమన, ఉభయులును కనుమారి యనియే వాడిరి. తెనుగుపదాలను సంస్కృతము చేయుటకూడా పరిపాటిగా నుండెను. కనుమారినే కర్మారి, కర్మహరి, కర్మహరేశ్వరము, అని మార్చిరో యేమో. కనుచుండగానే మారికి (చావునకు) బలియగుటను బట్టి కనమారి పద మేర్పడి యుండును వీరశైవము ముదిరిననాడు,

గళముల జిహ్వాల కర్ణరంధ్రముల
కడుపుల, మెడల, వక్షముల, పుక్కిళ్ళ,

తొడల, రెప్పల , తొడితొడి దీపవితతు
లలరంగ బెనుదివియలు నాకసములు

గలమంగ నిరుమెయిగాడ నంధించి (పం. చ. పుట ౪౦౯) భక్తిని ప్రకటించినవారును, నాలు లుకోసి. చేతులు నరికి, చన్నులుకోసి, తలలుకోసి, తనువుల నర్పించువారును (పం. చ పుట ౪౦౭) బహుళముగానుండిరి. కావున శ్రీశైలములో ఒక అనువయిన శిఖరమును దాని క్రింద లోతైన లోయయు చూచుకొని అచ్చట భృగుపాతము చేసి ప్రాణాలిచ్చెడి వారనిన చిత్రము కాదు. అది తిక్కన, సోమనల కాలానికే సుప్రసిద్ధమైన కనుమారి యయ్యెను.

జనులలో శకునాలపై విశ్వాసము మెండుగా నుండెను. ఒక రాజ కుమారుడు వేటకు వెళ్ళగా అతని కెదురయిన అపశకున పరంపర యెట్టి దనగా : —

సీ॥ పిల్లలు పోరాడె, బల్లి యాకర త్రెళ్ళె,
తమ్మళి పొదసూపె, తుమ్మి రెదుర,
తొరగుపోయిన లేగ కొరలుచు నొక కుఱ్ఱి
పరతెంచె, క్రంపపై నరచె కాకి,
ఉలుమ డొక్కఁడు నూనె తలతోఁద నేతెంచె,
మైల చీరలచాకి మ్రోల నెదిరె
కాకియును, గోరువంకయు, రెక్కలపోతు,
నేటిరింతయు దాటె నెడమదిశకు
బైటవెరవు దప్పి పాలగుమ్మయు పారె
ఒంటిపాట పైడికంటి వీచె
ఎలుఁగుచేసె పెద్దపులుగు, పాముటు తోచె
దబ్బి బొబ్బలిడియె నుబ్బు లదర.[1]

(కుఱ్ఱి=పాడియావు, పాలగుమ్మ=పాలపిట్ట, పెద్దపులుగు=పెద్దపిట్ట, గుడ్లగూబ, తెక్కలపోతు, దబ్బి అనునవి నిఘంటువులలో లేవు. ఉలుమడు అనగా కుష్ఠరోగియని సూ. రా. నిఘంటువులో కలదు. (తెక్కలపోతు అన బట్టమేక అను పెద్దపక్షి యనియు, దబ్బియన ఒక పక్షియనియు ఊహింతును.)

1 సింహాసనద్వాత్రింశిక, భా ౧. పు. ౨౫.

శకునాలనుగూర్చి క్రీడాభిరామమం దిట్లు తడవినారు.

"చుక్కయొకింతనిక్కి బలసూదము దిక్కున రాయుచుండుటన్
జక్కగ వేగదిప్పుడు నిశాసమయంబిది ప్రస్ఫుటంబుగా
ముక్కని మాటిమాటికిని గోటడ పల్కెడు వామదిక్కునన్
జొక్కటమై ఫలించు మన శోభనకార్యములెల్ల దిట్టిభా.

మాగిలి మాగిలి వృక్షకు
పూగొమ్మననుండి షడ్జము ప్రకాశింపవన్
లేగొదమ నెమలిపల్కెడుఁ
గేఁగోయని పైశ్యమనకు గెలుపగు జుమ్మా
కొనకొనం గోడియేత్రింత కొంకనక్క
నమలి యీనాలుగిటి దర్శనంబు లెస్స
వీని వలతీరు బలుకు నుర్వీజనులకు
కొంగుబంగారమంత్రము శాకునికవరులు.

" గోధూళి లగ్నంబు నంబురంబు ప్రవేశింపవలయు. విశేషించి యుషఃకాలంబు సర్వప్రయోజనారంభములకుఁ బ్రశస్తంబు"

"గార్గ్య సిద్ధాంతమత ముషఃకాలకలన
శకున మూమట యది బృహస్పతిమతంబు
విప్రజనవాక్య మరయంగ విష్ణుమతము
సర్వసిద్ధాంత మభిజిత్తు సమ్మతమగు." [1]

ఇట్టి పద్యమే క్రీడాభిరామమందును గలదు.

" వ్యాసమతము మనః ప్రసాదాతిశయము"

అనుటకు మారుగా శ్రీనాథుడు తన భీమఖండమం దిట్లు వేరుగా వ్రాసెను.

"సర్వసిద్ధాంత మభిజిత్తు సమ్మతమగు"
(తక్కిన మూడు పఙ్క్తులు సమానమే)

1 భీమేశ్వరపురాణము, అ ౩, ప ౪౧.

శకునములు పాటించుట, ఒక ప్రయాణమునకేకాక శిరస్స్నానమునకు ఆయుష్కర్మ అను ముద్దుపేరుగల క్షౌరమునకు, నూతన గృహప్రవేశములకు, విత్తనమునకు, కోతలకు నిత్యజీవనములోని అసంఖ్యాకాల్పవిషయాలకు దినశుద్ధి చూచుకొనుటను మనుస్మృత్యాదులందును పురాణాలలోను వ్రాయుటయు, మనము వాటిని పెంచి పట్టుగా పాటించుటయు, అనాదిసిద్ధమై మాయని పరిపాటియై పోయినది.

ప్రయాణమునకు దినశుద్ధి యిప్పటికిని చూచుకొనువారే బహుళము ఆకాలమందు.

ఇక, రెడ్డిరాజులకాలమందలి కులములను గూర్చి విచారింతము. రెడ్లు "చతుర్థజాతి"వారై యుండిరి. కాకతీయులు "అత్యర్కేందుకులప్రసూతులు." వీరిని స్పష్టంగా శూద్రులని చెప్పజాలకపోయిరి. అయినను క్షత్రియోచితకర్మలను యజ్ఞయాగాదులను, సోమపానమును వీరు చేసిరి. పైగా క్షత్రియులము అని చెప్పుకొనువారితో నెల్లను బాంధవ్యము చేసిరి. చోళులతో, విజయనగర చక్రవర్తులతో, పల్లవులతో, హైహయులతో, ఇతర రాజకులీనులతో బాంధవ్యములు చేసిరి. కాని వెలమలతో కాని, కమ్మలతో కాని బాంధవ్యము చేసినట్లు కానరాదు.

రాచవారు, చోడులు తాము క్షత్రియులమని చెప్పుకొనిరి. క్షత్రియులందరు సూర్యునికో చంద్రునికో పుట్టినవారట ! సూర్యచంద్ర మండలాలకు పిల్లలుపుట్టరని మన కీనాడు బాగుగ తెలియును కాన సూర్యచంద్ర వంశాలనునవి కల్ల, బలిష్ఠులై దేశము నాక్రమించుకొని పాలించిన విజేతలపై పౌరాణికులకు అనుగ్రహము కలిగినపుడెల్లను వారిని చంద్రునికో సూర్యునికో అంటగట్టి క్షత్రియులనుగా జేసిరి. అనార్యులగు హూణహవిష్కకనిష్కాదులు, శకరాజులు, ఇట్టివారెందరో క్షత్రియులైరి

"చోడులు క్షత్రియులుగదా ! వారితో రెడ్లను కలుపుట యెట్లని కొందరకుసంశయము కలుగవచ్చును. కాని, క్షత్రియులమని చెప్పుకొన్న చోడులు ప్రాచీనకాలమునుండి క్షాత్రవృత్తి వహించిన వారగుటచేత నుత్కృష్టమైన రాజపదవులను వహించినప్పుడు ఆ కాలమునాటి బ్రాహ్మణోత్తములు వారిని క్షత్రియులనుగా పరిగణించి యుందురు. కాని యిటీవలి రెడ్డిరాజులు పూర్వపు వర్ణాశ్రమసాంప్రదాయ ధర్మములు చెడిపో

యిన తర్వాతికాలమున రాజ్యపదవులను వహించినవారు గావున నవీన బ్రాహ్మణోత్తములు వీరిని క్షత్రియులనుగా పరిగణింపక చతుర్థ వర్ణములో నుత్తములనుగా వర్ణించియుండిరి.[1]

పదునేనవశతాబ్ది ప్రారంభమునందు గూడ కొండవీడు, రాజమహేంద్రవరము పాలించిన రెడ్లకును, రాచవారికిని సంబంధ బాంధవ్యములు కలవని (శివలీలావిలాసము, కొరిమిల్లిశాసనము) పైదృష్టాంతములు వేళ్ళ జాటుచున్నవి.[2]

"చతుర్థకులము" క్షత్రియకుల సమమని శ్రీనాథుడు డొంకతిరుగుడుగా భీమేశ్వరపురాణాదిలో వర్ణించుతూ "అందు పద్మనాయకులన, వెలమలన, కమ్మలన, సరిసర్లన, వంటర్లన, బహుప్రకారశాఖోపశాఖాభిన్నంబులైన మార్గంబులన్"[3] వెలసిరనెను.

అందు పంటదేసటి అను రెడ్డివంశ మొకటి అని తెలిపినాడు. పై శ్రీనాథ వచనములో సరిసర్లు అన నేజాతియో తెలియదు. వంటర్లు అని ముద్రితపాఠమందు కలదు. ఎంటరి అన వంటలవాడు. ఇది సరియని తోచదు. బహుశా అది ఒంటరి (ఏకవీరుడు) అయి యుండును. పద్మనాయకులు వేరు. వెలమలు వేరు అని పై వచనాభిప్రాయముగా కానవస్తున్నది. మున్నూరుకులమును గూర్చి కొరవి గోపరాజు తన సింహాసనద్వాత్రింశతి ప్రబంధాదియందు తెలిపినాడు. కాని అది తప్పు; చారిత్రికవిరుద్ధము.

రెడ్డి పదోత్పత్తినిగూర్చి పలువురు విమర్శకులు చర్చలుచేసి తేల్చిన సారాంశమేమనగా క్రీస్తుశకము ఆరేడునూర్ల సంవత్సరములనుండి యీశబ్దోత్పత్తి కానవస్తున్నది. పూర్వము వీరు చిన్న భూభాగముల కధికారులై యుండినప్పుడు రట్టగుడ్లు అనబడిరి. రట్ట అన రాజ్యము; గుడి అన గుత్త. అనగా వ్యవసాయ నిమిత్తము, గ్రామసంరక్షణ నిమిత్తము భూములను పొందినవారని యర్థము. రట్టగుడియే క్రమముగా రట్టఉడి, రట్టాడి, రట్టడిగా మారెను. రట్టడిపదములను పండితారాధ్యుడు తన శివతత్త్వసారములో వాడెను. తర్వాతి కవులు గ్రామాధి

1. ఆంధ్రుల చరిత్ర, సంపుటము ౩. పుట ౧౩౨.
2. ... ... పుట ౨౬౪.
3 భీమేశ్వరపురాణము, ఆ ౧. ప ౩౨.

కారియను నర్థములో, దర్పదౌర్జన్యయుతుడను నర్థములోను వాడిరి. రట్టడిపదమే క్రమముగా రెడ్డియయ్యెను. క్రీ.శ. ౧౪౦౦ ప్రాంతమునుండి రెడ్డిపదము స్థిరపడిపోయెను. (రెడ్డిసంచిక, పుటలు ౯౬-౧౧౭; ౩౭౭-౩౯౨) ఇతర జాతులలో అంతశ్శాఖలు ప్రబలినట్లుగా రెడ్లలోను కొన్నిశాఖ లేర్పడెను. అవి విశేషముగా సీమలనుబట్టి యేర్పడెను.

గంటూరుజిల్లాలో నరసారావు పేట తాలూకా కొణిదెన గ్రామములోని శాసనమం దిట్లున్నది. "పొత్తపిచోడ మహారాజులు యేలెడి భూమియైన కమ్మనాంటి రాచకొడుకులు, మందడ్లు, నూకనాయకులు, మొట్టవాడ గుంటికర్త రాచకొడుకులు, దేనట్లు, నూకనాయకులునై కూడి శకవర్షంబులు ౧౦౬౯ సంక్రాంతి నాడు శ్రీకొట్యదొన కేశవదేవరకు నిచ్చినకాన్కి-యూరరూకయు, ఉల్వరిపాదికయు నిచ్చితిమి" (ఊరరూక, ఉల్వరిపాది అనునవి గ్రామములో వసూలుచేయు కొన్ని పన్నులు, గ్రామముఖ్యులు, గ్రామదేవాలయముల నిర్వహణకు పన్నులు వేయు అధికారము కలిగియుండిరన్నమాట) "రెడ్లలో అనేక భేదములు కలవు పాకనాటి, పంట వెలనాటి, రేనాటి, మొరస, పల్లె-ఇవి నాడీ భేదముల బట్టి ఏర్పడినవి. గోటేటి. ఓరుగంటి, పెడకంటి, కుంచేటి. మోటాటి, దేసూరిరెడ్లు నివాస గ్రామములబట్టి యేర్పడిన భేదములు (రెడ్డి సంచిక-పుటలు ౧౨౭ ; ౧౩౯)

వైశ్యకులములో కోమటివారు చేరిరి. వారిలో కొన్ని విభేదాలుండెను. దీనిని గురించి మల్లంపల్లి సోమశేఖరశర్మగారు ఇంగ్లీషులో వ్రాసినదాని నిందను వదింతురు.

"ప్రౌఢదేవరాయకాలంలో వైశ్యులు వైజాతీయులు కులవివాద పరిష్కారమును కోరగా ఆరాజు కోలాచల మల్లినాథుని మరికొందరి పండితులను ధర్మాసన పరిష్కర్తలనుగా నేర్పాటు చేసెను. అంతకు పూర్వ మొకప్పు డిట్టి వివాదము కలిగియుండ కంచిలో (కాంచీపురములో) అది పరిష్కృతమై శాసనబద్ధమై యుండెను. ఆ శాసనమును ధర్మాసనానికి కంచినుండి అదేపనిగా తెప్పించిరి. అందిట్లుండెను. నాగరులు, ఊరుజులు, తృతీయజాతీయులును వైశ్యులు. వైశ్యునికి శూద్రస్త్రీకిని పుట్టినవారు వైజాతీయులు. వైశ్యులకు స్వాధ్యాయయజనదానాధికారాలు కలవు. వారు వ్యాపారము, సేద్యము, పశువుల పోషణము చేయగల

వారు. వైజాతీయులలో వణిజ, కోమటి, వాణివ్యాపారి, వాణిజ్యవైశ్యులు, ఉత్తరాది వైశ్యులు చేరినట్టివారు. వైశ్యులకే అన్నివస్తువుల వ్యాపారముపై అధికారము కలదు "కోమటిస్తు ధాన్య విక్రయమాత్రే అధికారో స్తియుక్తం" కోమట్లకు ధాన్యవ్యాపారమే పరిమితిగా చేయబడినది. ఇవి కాంచీపురశిలాశాసనస్థ విషయములు పదవాక్య ప్రమాణస్థానులైన మల్లినాథసూరిగారు సకల శ్రుతిస్మృతిశాస్త్రేతిహాస పురాణ కావ్యకోశాదుల నవలోడించి వైశ్య, ఊరుజ, నాగర, వణిజ, కోమటి, వాణివ్యాపారి, వాణిజ్య, వైశ్యశబ్దా లన్నియు వైశ్యశబ్దవాచకములే! యనియు, కావున వైశ్య వైజాతీయ విభేదాలకు స్వస్తిచెప్పవలసినదే అనియు జయపత్ర మిచ్చిరి."[1] మల్లినాథసూరి ఆ కాలపు వైశ్యసంఘ సంస్కర్తగా నుండెనేమో!

ఇక బ్రాహ్మణులను గూర్చి కొంత తెలిసికొందము. ఒకదిక్కు వీర శైవులు బ్రాహ్మణాధిక్యమును పడగొట్టుటకై చాలా కృషి చేసిరి. అదేసమయములో బ్రాహ్మణాది సకల హిందూజాతులను అసహ్యించుకొను తురకలు దేశములో జొరబడి కల్లోలము చేసిరి. మరొకదిక్కు వీరశైవుల ప్రతిఘటన పటుత్వమునకై రామానుజీయులును పంచసంస్కారవిధానముచేతను ప్రపన్నత్వ సిద్ధాంతము చేతను కులకట్టుబాట్లను సడలిస్తూయుండిరి. ఇన్ని శక్తు లెదురొడ్డినను బ్రాహ్మణత్వమునకు భంగము కలుగలేదు సరికదా అది మరింత లోతుగా పాతుకొనెను. కులనిర్మూలన సంస్కరణము లన్నియు బ్రాహ్మణాధిక్యతకు కట్టుబాటు లగుటచే వారు ఆత్మరక్షణము చేసుకొన కూరకుండిరని తలపరాదు అగ్నిమిత్ర పుష్యమిత్రులు, శాలంకాయనులు, విష్ణుకుండినులు మున్నగువారి బ్రాహ్మణ రాజ్యములు క్రీస్తుశకాదినుండి ఆరవ శతాబ్ద్యంతము వరకు పలుతావుల విలసిల్లెను. అప్పుడే వృద్ధస్మృతులు, ఉపపురాణాలు సృష్టియై యుండును.

ఇతర పురాణాలు అపారముగా అప్పుడే పెరిగియుండెను. స్మృతులలో హస్తక్షేపము లప్పుడే పడియుండును. అదే విధముగా రెడ్డిరాజుల కాలమందును, కాకతీయుల కాలమందును స్కాందాదిపురాణాలు పెరిగినట్లు పలువురు చరిత్ర పరిశోధకు లభిప్రాయ మిచ్చినారు. ఆనాటి తెనుగు వాఙ్మయ మందును బ్రాహ్మణాధిక్యత విశేషముగా కానవస్తున్నది ఈ రెడ్డియుగముననే వెలువడిన భోజ

(1) Hist R. K. Page 273.

రాజీయములో అడుగడుగునకు బ్రాహ్మణప్రభావగర్భిత కథలే బహుళముగా అల్ల బడినవి.

ఈ విధమగు ప్రచార మట్లుండ యథార్థముగా బ్రాహ్మణులందే వేదశాస్త్ర విద్యలు కేంద్రీకృతమై యుండెను షోడశకర్మలకు, వ్రతాలకు, శుభాశుభములకు అన్నింటికిని బ్రాహ్మణుడే యాధారభూతుడు. నిన్న మొన్నటి వరకు కూడా బ్రాహ్మణేతరులకు వేదవేదాంగములు చెప్పటకు సహింపని బ్రాహ్మణు లుండి నప్పుడు ఆ కాలమున లేకుండిరా? అట్టివారుండిన సర్వజ్ఞ సింగడు, సర్వజ్ఞ చక్రవర్తి, కోమటి వేమడు ఎట్లు బిరుదాంచితులైరి? రాజులు పైనియమాని కప వాదపాత్రులై యుండిరేమో? ఎటులైన నేమి శ్రుతిస్మృతి పురాణ శాస్త్రాదుల కంతకును విశేషముగా బ్రాహ్మణులే నిధులై యుండిరి. తెనుగులోనికి పురాణములు పూర్తిగా రానందున ప్రజలకు పురాణశ్రవణము చేయువారు బ్రాహ్మణులే. కావున పురాణముల ద్వారా ప్రచార మత్యంత ముఖ్యమని వారెరిగినవారే! పలనాటి బాలచంద్రుని తల్లి విప్రుల బిలిపించి భారత రామాయణ పురాణములను విను మని కుమారునికి బోధించియుండెను.

"........వీనుల కెల్ల తేనియల్
చినుక పురాణ వాక్యములు
చెప్పెడు విప్రుని జూచి, యుమ్మహా
జనసభ జేరి"1

అనుటచే బ్రాహ్మణులు పురాణములు చెప్పగా జనులు తండోపతండ ములుగా (మహాజనసభగా) కూడుచుండిరని ద్యోతకమగును.

ఇట్టి విశిష్టతలచేత విప్రులు ఆప్పటి రాజులకు మంత్రులై, సేనానులై, విద్యాధికారులై, దీక్షాగురువులై, బోధకులై, పురోహితులై తమ యగ్రస్థానమును స్థిరీకరించుకొనిరి. రెడ్ల చరిత్రలో బ్రాహ్మణ భక్తి ఒక అపూర్వ విచిత్రఘట్టము. అది 'నభూతో నభవిష్యతి' అని యనిపించు కొన్నది.

రెడ్లు రాజ్యానికి రాకపూర్వముండిన బ్రాహ్మణుల స్థితి వారి కాలమందెట్లు మారెనో శ్రీనాథు డిట్లన్నాడు.

1. సింహాసనద్వాత్రింశిక, ౨ భా. పు. ౨

సీ॥ ధరియింప నేర్చిరి దర్భపెట్టెడు వ్రేళ్ళ
లీల మాణిక్యాంగళీయకములు
కల్పింప నేర్చిరి గంగమట్టియ మీద
కస్తూరికాపుండ్రకముల నొసల
సవరింప నేర్చిరి జన్నిదంబుల మ్రోల
తారహారములు ముత్యాల సరులు
చేర్పంగ నేర్చిరి శిఖల నెన్నడుముల
కమ్మని క్రొత్త చెంగల్వ విరులు
ధామముల వెండియును బైడి తడబడంగ
బ్రాహ్మణోత్తము లగ్రహారములలోన
వేమ భూపాలు డనుజన్మ వీరభద్రు
ధాత్రి యేలింప గౌతమీతటమునందు.[1]

వారు విప్రులకు,

"అగ్రహారావళి అఖిల మాన్యంబు లొసగి"[2]

గౌరవించిరి. "అది స్వభావోక్తి" అని వేటూరి ప్రభాకరశాస్త్రిగారు శృంగార శ్రీనాథములో అంగీకరించినారు.

రెడ్డిరాజుల కుండిన బ్రాహ్మణభక్తి భారతదేశ చరిత్రలో వేరుచోట కానవచ్చునో లేదో అత్యంత సంశయమే. ఓరుగంటి చక్రవర్తు లిచ్చిన దానాలు తురకవిజేతల చేతులలోనికి పోయెను. రెడ్డిరాజులు తాము గెలిచిన ప్రాంతములం దంతటను పూర్వరాజుల దానము లన్నింటిని స్థిరపరిచిరి. పైగా తామున్నూ అసంఖ్యాకముగా భూములను, అగ్రహారములను బ్రాహ్మణులకు దానము చేసిరి. వీరి దానములచే ఆకర్షితులై తూర్పుతీర మండలి కృష్ణా గోదావరీ మండలములలో బ్రాహ్మణులు కొల్లలుగా నిండుకొనిరని పలువురు చరిత్రకారు లభిప్రాయపడినారు. ప్రామాణికుడును, పూజ్యుడును, ముఖస్తుతుల నెరుగనివాడును, ప్రబంధపరమేశ్వరుడును నగు ఎఱ్ఱాప్రగడ తన యుత్తర హరివంశములో నిట్లు వ్రాసెను.

1, 2. భీమేశ్వర పురాణము. ఆ. ౧, ప ౪౧, ౪౨.

" అగ్రహారములు విద్యా తపోవృద్ధ వి
ప్రుల కిచ్చి యజ్ఞకర్తలుగ నునిచె
కొమరార చెరువులు గుళ్ళు ప్రతిష్ఠించి
లోకసంభావ్యంబులుగ నొనర్చె
నిధులు నల్లిడ్లను నిలిపె, తోటల వ్రత
ములు చలివిందరల్ వెలయ బెట్టె
హేమాద్రిపరికీర్తి తావితదాన
నివహంబు లన్నియు నిర్వహించె
చేసె, చేయుచునున్నాడు సేయనున్న
వాడు. పునరుక్త కృతి శుభావలులనెల్ల
ననగ శ్రీ వేమవిభున కయ్యలరు పేర్మి
వశమె వర్ణింప తద్భాగ్య వైభవంబు. "

వెన్నెలకంటి సూరకవి యిట్లనెను.

"తన బ్రతుకు భూమిసురులకు
తన బిరుదులు పంటవంశ ధరణీశులకున్
తన నయము భూమి ప్రజలకు
అన వేమన యిచ్చె కీర్తి విభవుం డగుచున్."

ఒక పౌరోహితుని జీవనమును జుగుప్సాకరముగా గౌరన తన హరిశ్చంద్రలో వర్ణించెను. "రోగులవలన కొంత లాగి, ప్రేతవాహకుడై కొంత గడించి, గండశాంతులందు, సప్తకములందును (ఏడుగురను పిలిచి పెట్టు శ్రాద్ధములందును) తృప్తాప్తగా భుజించి, గ్రహణ కాలములో ఒక మాదయైన దక్షిణగా పొంది, ఇంటింట పంచాంగ పఠనము చేసి, ఆయవారము లెత్తి, దానము పట్టిన ధాన్యాలను తన వస్త్రమందు మూల మూలలందు మూటలుగా కట్టి, ఏమిలేనినాడు కరతిత్తిపట్టి, ముష్టియెత్తి, కూడబెట్టిన పైకాన్ని అప్పుల కిచ్చి పత్రాలు వ్రాయించుకొని వృద్ధి, చక్రవృద్ధి, మాసవృద్ధి అని వడ్డీలు గడించి, ఒక పౌరోహితుడు జీవించెనని వర్ణించెను." (పుట ౧౪౩, ౧౪౬. రెండవ భాగం-వేదం ప్రచురణము.)

అప్పులు తీసుకొనువారిపాట్లను, అప్పుల ముంచే పద్ధతులను గౌరన చాలా చక్కగా వర్ణించినాడు.

"ధనికుల యిండ్ల కేగి, ప్రియములు పలికి, సేవచేసి, నమ్మికపుట్టించి, మనసులు కరగించి, మాయసొమ్ములు, లక్కపొదుపులు, మాయబంగారు, బంగారునీ రెక్కించిన ఇత్తడి, ఇనుప సొమ్ములు మాయమణులు, గుప్తముగా రాతి తీసుకొనిపోయి, ఇవి దాచుడని లక్కముద్రలు వేయించి, లందుబోతుల పూటగా బెట్టి, అప్పులు గొని, యెగబెట్టి, పట్టుబడి, రచ్చకీడ్వబడి, వారిచ్చు శిక్ష లను భవించి, రాళ్ళుమోసి, దెబ్బలు తినియైనను మందిని ముంచవలెనట !" (హరిశ్చంద్ర ఉత్తరభాగము, పుట ౧౩౧-౧౩౨)

రెడ్డిరాజులు ఆంధ్రదేశమందు అనేక శివాలయములను కట్టించి తమకన్న పూర్వమం దుండిన ప్రసిద్ధాలయములకు దానము లిచ్చుటయేకాక ద్రావిడదేశ మందును ఉత్తర హిందూస్థాన మందును కల ప్రసిద్ధ శివక్షేత్రములకు దానధర్మములు చేసిరి.

రెడ్డిరాజుల కింమమించు మూడునూర్ల యేండ్లకుముందు హేమాద్రియను నతడు ఆచార వ్యవహారాదులను గురించి యొక విపుల మగు శాస్త్రమును వ్రాసిపెట్టెను. దానికి చెలామణియగుచూ వచ్చెను. రెడ్డిరాజులు హేమాద్రి ప్రోక్తవిధానములతో షోడశ దానాలు చేసిరని సమకాలీన ప్రామాణిక కవులు వర్ణించిరి. ఆదానాలు సామాన్యమైన తిరిపెములుకావు. అవికొంపలుతీసే త్యాగాలు. అగ్రహారా లను పేర అనేక గ్రామాలను. భూదానములను, గోహిరణ్య రత్నాదులను, నానావిధములగు ఇతర దానములను చేసియుండిరి. అనగా తమ ఆదాయములను కోరుపంచి యిచ్చిరన్నమాట. హేమాద్రి ప్రభావ మట్టిది.

తెనుగువారికి ధర్మశాస్త్రాలన్నిటిపైకి యాజ్ఞవల్క్య స్మృతిపై రెడ్డిరాజులకు ఇన్నూరేండ్లకు పూర్వము వ్రాసిన విజ్ఞానేశ్వరీ వ్యాఖ్యయే ప్రధానమైనదయ్యెను. ఆకారణముచేత రెడ్డిరాజుల కాలమువాడగు కేతన విజ్ఞానేశ్వరీయమును తెనుగు పద్యములలో వ్రాసెను.

వ్యవసాయము — ప్రజలస్థితి

రెడ్డిరాజుల కాలములో దేశమును సీమలనుగా లేక నాడులనుగా విభజించి నట్లు కానవచ్చును. ఈ విభజన వారు క్రొత్తగా చేసినట్లు కానరాదు. వారికంటే

పూర్వమునుండియే అవి యుండెను. రాజమహేంద్రవరమునకు ౧౧ మైళ్ళ దూరముననున్న కోరుకొండలో రాజ్యముచేసిన ముమ్మడినాయకుని రాజ్యములో కోనసీమ. అంగరసీమ, కొలాముసీమ, కురవాటసీమ బాంగలునాటిసీమ మొదలగు సీమలు చేరియుండెను. ఇవన్నియు గౌతమీనది కిరుప్రక్కల వ్యాపించి యుండెను. ఈరాజ్యము అరటి, కొబ్బరి, పనస, పోక, మామిడి మొదలగు తోటలలో రమ్యమై ఆంధ్రభూమిని ప్రసిద్ధిగా నున్నదని యార్యవట శాసనమున వర్ణింపబడినది [1] "శ్రీశైల పూర్వానికటమునుండి పూర్వ సముద్రముదాక ప్రవహించుచుండి తరంగిణి యను గండ్లకమ్మనది కిరుప్రక్కలనుండు సీమకే పూంగినాడను నామము కలదని తెలియుచున్నది.[2]

ఇట్టి సీమలు దేశ మంతటను అనంతముగా నుండెను కాని, రెడ్డిరాజులు తమ పరిపాలన సౌకర్యమునకై తమ రాజ్యమును కొండవీడు, వినుకొండ, బెల్లముకొండ, అద్దంకి, ఉదయగిరి, కోట, నెల్లూరు, మారెళ్ళ, కందుకూరు, పొదిలి, అమ్మనబ్రోలు, చుండి, దూపాడు, నాగార్జునకొండ అని విభాగములు చేసిరి.[3]

పల్లవులు, కాకతీయులు దేశమంగలి అడవులను కొట్టించి, గ్రామాలను ప్రతిష్ఠించి, వ్యవసాయకులకు భూము లిచ్చియుండిరి. దీనినిబట్టి క్రీస్తుశకము ౧౦౦౦కి పూర్వము కర్నూలు, బళ్ళారి మున్నగు మండలాలు అరణ్యప్రాంతాలుగా నుండెనని తెలియను. ప్రతాపరుద్రుడు స్వయముగా కర్నూలు సీమకు వెళ్ళి అడవుల గొట్టించి ఇప్పటికి కర్నూలు పట్టణమునకు ౧౦, ౧౫ మైళ్ళ ఆవరణములోని పల్లెల పెక్కింటిని నిర్మాణము చేసినట్లు ఆకాలపు శాసనాదుల వలన తెలియవచ్చెడివి. తెలంగాణములో నూరేండ్ల క్రిందటకూడ అడవులనుకొట్టి రైతుల ప్రతిష్ఠించుతూ వచ్చిరనిన ఆకాలపుమాట చెప్పనవసరము లేదు.

ఇప్పటివలె భూములను పట్టాకిచ్చు పద్ధతి ఆనాడు లేకుండెను. భూమి యంతయు రాజుదే అను సిద్ధాంతము అంగీకరింపబడి యుండెను. భూమిని

1. ఆంధ్రుల చరిత్రము, ౩ భా. పు, ౧౨౨.
2. .... ౧౩౮.
3. Hist. R. K. Page 218.

ఏటేటకో లేక నియమిత కాలమునకో గ్రామ జనుల కిచ్చెడువారు. రైతులు తమ కుండు పశువుల లెక్క ప్రకారము కాండ్ల లెక్కతో కలిసి కృషిచేసి సమష్టిలోనే సేద్యపు వ్యయమును తీసివేసి అనగా పన్నిద్దరాయగాండ్లకు ధాన్యరూపముగా వారి కియ్యవలసిన దిచ్చివేసి ప్రభుత్వమునకు ఇయ్యవలసిన షడ్భాగపు పన్నును తీసి యుంచి మిగతాది కాడీల ప్రకారము పంచుకొనుచుండిరి ఈవిధమగు సమష్టి సేద్యములో రాజులు బ్రాహ్మణుల కిచ్చిన ఇనాములు అగ్రహారములు చేరియుండ లేదు. సమష్టి సేద్యపు భూమినుండి మొదలు (అగ్ర) బ్రాహ్మణుల ఇనాముల తొలగించి (హారము) భూమిని సాగుకు తీసుకొనుచుండిరి.

ఆ కాలములో భూములను కొలుచుటకు "గడి" యనునొక నిర్ణయమగు పొడవు కట్టెను వినియోగిస్తుండిరి. దానిని కేసరిపాగడ యనిరి. భూములను కొలుచుటకుగాను శాస్త్ర గ్రంథాలు వ్రాసిరి. నన్నయభట్టు సమకాలికుడగు మల్లన అనునతడు గణితశాస్త్రమును వ్రాసెను. ఆదింతవరకు ముద్రితము కాలేదు. దానిలో ఆకాలపు వ్యవసాయ స్థితిగతులు కొలతలు మున్నగునవి కలవందురు. సంస్కృత గణితశాస్త్రములను తెనుగులోనికి పలువురు అనువదించిరి. క్షేత్ర గణితము అను పేరుతో పొలముల నక్షాలతోసహా తాటాకులపై పెద్దపెద్ద గ్రంథాలు వ్రాసియుంచిరి. కాకతీయులకాలమందలి క్షేత్రగణితమునుండి శ్రీ మల్లంపల్లి సోమశేఖర శర్మగారు విపులముగా నుదాహరించినారు. దాని ప్రకారము,

అంగుష్ఠపు వలయార్థం
బంగుళమగు, మూడుపొడవు యవ లెన్నంగా
నంగుళమగు, మరియును, మ
ధ్యాంగుళ మధ్యప్రదేశ మంగుళ మయ్యేన్.

ఆట్టి ౧౨ అంగుళములు = ఒక జేన,
౩౨ జేనలు = ఒకగడ (కొలతకట్టె).

ఆకాలమందు తూమెడుపొలము, పుట్టెడుపొలము అంటూ వుండిరి నిన్న మొన్నటివరకును రాయలసీమలో ఇవే మాటలంటూ వుండిరి. అనగా తూమెడు విత్తనములు పట్టెడు భూమియని యర్థము.

సీ॥ ప్రకటింతు కేసరిపాటి క్షేత్రంబుల
నలరిన బీజసంఖ్యాత మదియు
నూటపంద్రెండరపాటిగా నొకతూము
ఏఖదారుంబాతి కిరస యయ్యె
ఇరువదెన్మిది పర కేర్పడ గుంచెడు
పదునాల్గువీసముల్ పరగు నర్ధ
ఏడొక యరవీస మేపార మానిక
మూటిపై నరకాని మున్ను తవ్వ
ఒకటి పాతికయు జూడ నొక్కసోల
ఏడుపరకల దా నొనగూడెనేని
పరగ నెరసోల యెరుగుడీ వరుసతోడ
గణితపండిత విను మిది గణితమతము.[1]

భూమికొలతలలో నివర్తనములనియు లేక మరుత్తులనియు వ్యవహరించిరి. పదిచేతులు (మూరలు) = ఒకదండము, పదిదండములు = ఒకనివర్తనము; పదినివర్తనములు = ఒకగోచర్మము. (2) రెడ్డిరాజులకాలములోనిభూమి కొలతలు అప్పటి యాధారములనుబట్టి యీ విధముగాకూడా యుండెను.

౪ మూరలు = ఒక బార
౪ బారలు = ఒక గడ
౪౦౦ గడలు = ఒక కుంట
౧౦౦ కుంటలు = ఒక కుచ్చెల లేక ఖండిక లేక తూప.

సువర్ణాదుల తూకములను మాడలతో కావిస్తుండిరి. మాడ అనగా అర వరహా అని శబ్దరత్నాకరకారుడు వ్రాసినాడు. అదొక చిన్న బంగారునాణెము. కొండవీటి రాజులకాలపు కవియగు కొరవి గోపరా జిట్లు తెలిపినాడు.

" ఎన్న నాల్గుమాడలె త్రాకకర్షంబు
నాల్గుకర్షలైన నగు పలంబు

(1) Hist. R. K. Page 365.
(2) Hist. R. K. Page 367.

పలము లొక్క నూరు తులయగు, తులలొక్క
యిరువది మితి భారమిది మతంబు[1]

ఆ కాలమందలి నాణెములముచ్చటలు కావ్యాలలో కానవచ్చును. రూక[2] పసిడిటంకము[3], నిష్కము[4]. గద్దె[5], (గద్యాణతద్భవము) = వరహాతో సమానము. పాతిక పరక[6] మున్నగునవి ఉదాహృతములు. ఒకరాజు ఒక సేవకునికి బాటవెచ్చమునకుగాను ఏడుదినాల కేడు మాడలిచ్చెను.[7] అనగా బంటువృత్తివారికి దినాని కొకమాడ యిచ్చుచుండిరని తెలియవచ్చెది.

తెలంగాణములో తరీ (మాగాణి) సేద్యము నేటికిని ప్రధానమైనట్టి వ్యవసాయము. అందుచే ప్రాచీనమునుండియు రాజులు, మంత్రులు, సేనానులు, ధనికులు, ప్రజలు - కుంటలు, కాలువలు, చెరువులు విశేషముగా నిర్మించుతూ వచ్చిరి. తరీసేద్యమునకు మోట, ఏతముద్వారా, చెరువు కుంటలద్వారా నీరిస్తూ వుండిరి.

"ఈయెడ కర్మభూమి యగు
    డెవ్వరికైనను బుద్ధినేర్పునం
జేయగలేదు కాల మెడ
    సేసిన నేతమునెత్తి, కాల్వలన్.
పాయలు, కోళ్ళు, నూతులును,
    బావులు రాట్నములన్ జలార్థమై
చేయగ నాయెగాక మరి
    చేయునినా డవి తామె పుట్టునే.[8]

---

(1) సింహాసనద్వాత్రింశతి. భా. 2 పు. ౩౧
(2) .... పు. ౮౬.
(3) (4) ... ... పు. ౯౯
(5) .... భా. ౧. పు. ౨౮.
(6) సింహాసనద్వాత్రింశతి, భా. ౧. పు. ౧౦౨.
(7) — పు. ౬౪.
(8) — భా. ౨. పు. ౭.

ఇది తెలంగాణా తరీసేద్యమును బాగుగా నిరూపిస్తున్నది. పలనాటి సీమ నల్లగొండజిల్లాకు దగ్గరిభాగము. మిరియాలగూడా తాలూకాకు ప్రక్కనిది. పలనాటిలో నాపరాళ్ళు విశేషముగా నుండెను. ఆసేమిటో అచట చెన్నకేశవుని మహిమనో యేమో ఆకాశాన మేఘము ఆవరిస్తే చాలు నాపరాలలో విత్తిన యావనాళములు ఫలిస్తూవుండెనని క్రీడాభిరామకర్త యీ విధముగా ఆశ్చర్యపడెను.

" చిత్తముగూర్చి మాచెరల
చెన్నడు, శ్రీగిరిలింగము న్ కృపా
యత్తతతోడ ముల్కి విష
యంబునకా, మహిమంబు చెల్లె, గా
ఉత్తరలోన మింట జల
ముట్టినమాత్రన, నాపరాలలో
విత్తిన యావనాళ మభి
వృద్ధి ఫలించుట యెట్లు చెప్పుమా ! "

ముల్కివిషయ మన ములికినాడు. మహబూబునగరు, కర్నూలు, గుంటూరు ప్రాంతాలందలివే. అయినను పలనాటిలో రేగడిభూమియు విశేషముగా నుండెను. అందుచేతనే అక్కడ జనులందరు జొన్నలనే పండించి తినుచుండిరి.

" జొన్నకలి జొన్నయంబలి
జొన్నన్నము జొన్నపిసరు జొన్నలె తప్పన్
సన్నన్నము సున్నసుమీ
పన్నుగ పల్నాటనున్న ప్రజలందరకున్."
చిన్నచిన్న రాళ్ళు చిల్లరదేవళ్ళు
నాగులేటి నీళ్ళు నాపరాళ్ళు
సజ్జ జొన్నకూళ్ళు సర్పంబులును తేళ్ళు
పల్లెనాటిసీమ పల్లెటూళ్ళు.
రసికుడు పోవడు పల్నా
డెసగంగా రంభయైన నేకులె వడుకున్
వసుధేశుడైన దున్నును
కుసుమాస్త్రుండైన జొన్నకూడే కుడుచున్. [1]

1. శ్రీనాథుని చాటుధారలు.

ఈ పరిస్థితులు రాయలసీమకును వర్తించును. ఇక తూర్పుతీరమందుండు కృష్ణా గోదావరి జిల్లాలలోను, నెల్లూరు జిల్లాలోను, విశాఖపట్టణము జిల్లాలోను వ్యవసాయపరిస్థితు లెట్లుండెనో తెలిసికొందము. శ్రీనాథుడు కృష్ణాజిల్లాలో నెక్కువగా ఉండి సన్న బియ్యపుటన్నమును బహువిధ భక్ష్యాహారములను ఆరగించినవాడగుటచే, పలనాటికిపోయి జొన్నకూడు తినలేక అవస్థపడి లోతులో దొరకు నీటికై భంగపడి పలనాటిని తిట్టి వెళ్లెను. తూర్పుతీరమందలి డెల్టా (లంక) భూములలో ఏటిమడలలో నానావిధములగు వరిధాన్యములు పండుతూవుండెను. వడ్లలో అనంతమగు జాతులు కలవు శ్రీనాథుడు కొన్నిటిని తెలిపినాడు.

"నదీమాతృకాయమాన విశ్వంభరాభరిత కలమశాలిసిరా ముఖ షాష్టిక పతంగ హాయనప్రముఖ బహువిధవ్రీహిభేదములు"[1]

గోదావరిలంకలలో బహువిధఫలములు సమృద్ధిగానుండెను. తూర్పుతీరము ధాన్యసస్యసంపత్సమృద్ధముగా నుండెనని ఆకాలమున దేశమును చూచిన జోర్డానస్ (౧౩౨౭-౩౦) అను పాశ్చాత్యు డిట్లు వ్రాసి పెట్టెను.

"తెలుగు దేశపురాజు బహుప్రతాపవంతుడు. అతని రాజ్యములో పుష్కలముగా జొన్నధాన్యము, వరి, చెఱకు, తేనె, పప్పుధాన్యాలు. గ్రుడ్లు, గొర్లు, దున్నలు, పాడి, వివిధములగు నూనెలు, శ్రేష్ఠములగు ఫలములు మరెందును లభ్యముకానట్టివి సమృద్ధిగా లభిస్తున్నవి"[2]

దీన్నిబట్టి ఆ కాలమందలి దేశము చాలా సుఖస్థితిలో నుండెననుటలో సందేహములేదు. కృష్ణాజిల్లాలోనిది కాబోలు కళసాపురము, అరటి తోటలకును, ద్రాక్షఫలములకును ప్రసిద్ధికలదై యుండెను[3]

రాయలసీమలోని ఎక్కువభాగము కర్ణాటరాజ్యములో చేరియుండెను. అందు పల్నాటిలోవలె ధనిక దరిద్ర భేదములేక అందరును దున్నుట, నూలు వడుకుట, అందరునూ జొన్నరొట్టెలు, జొన్నసంకటి లేక యంబలి లేక

1. హరవిలాసము, ఆ ౧. వ ౧౦.
2. Hist. R. K. Page 373.
3. "కళసాపుర ప్రాంతకదళీ వనాంతర ద్రాక్షాలతాఫల స్తబకములకు" శ్రీనాథుని చాటుధార.

అంధ్రనైషధకర్త యంఘ్రియుగ్మంబున
తగిలియుండెనుకదా నిగళయుగము
వీరభద్రారెడ్డి విద్వాంసు మంజేత
వియ్యమందెనుకదా వెదురుగొడిగ
సార్వభౌముని భుజాస్తంభ మెక్కెనుగదా
నగర వాకిట నుండు నల్లగుండు
కృష్ణవేణమ్మ కొనిపోయె నింత ఫలము
బిలబిలాక్షులు తినిపోయె తిలలు పెసలు
బొడ్డుపల్లెను గొడ్డేరి మోసపోతి
నెట్లు చెల్లింతు టంకంబు లేదునూర్లు;

ఆనాడు పన్నులియ్యనివారి నెన్నివిధముల కష్టపెట్టుచుండిరో యీ పద్యము బాగా విశదపరచినది. చిత్రమేమనగా క్రీ. శ. ౧౯౦౦ వరకు హైద్రాబాదు సీమలోని పల్లెలలో పటేలు, పట్వారీ లివే పద్ధతులను అవలంబిస్తావుండిరి. ఊరిముందర చావడియుండెడిది. అందులకు చేతులకు కట్టిబేడీలువేయు "కోడాలు" ఉండెడివి. రెండుచేతులను మణికట్టువరకు రెండుకట్టెల రంధ్రములందుంచి ఒక వెదురు చీలను (గొడిగను) వాటికి బిగించువారు. మరియు ఎండలో నిలబెట్టి, బండలెత్తుట లేక ఊరి ముందర నుండు గుండును భుజముపై మోయించుట లేక ఒక పెద్ద మొద్దుకు గొలుసునుకట్టి దానిని కాళ్ళకు తగిలించుట, ఇట్టివన్నియు చేయిస్తూ వుండిరి. అనగా ఒడ్డెరాజుల సృష్టి దేశమంతటను వ్యాపించెనన్నమాట. అయితే తటాలున ఒడ్డెరాజులే యీ శిక్షలన్నింటిని ప్రవేశపెట్టిరనుట కాదు. అంతకుముందు ఇట్టివి యాచారమం దుండెనేమో! కాని వాఙ్మయములో వాటి సూచనలరుదు. ఒడ్డెరాజుల యపయశస్సుమాత్ర మీ శ్రీనాథుని చాటుధార యున్నంతకాలము తెలుగునాట నుండక మానదు.

క॥ ఓరీ కోమటి ముక్కున
నీరెత్తుడు, మేము కిరియనేరక యున్నన్
నోరికి వచ్చిన యట్టులు
వారణ యొక్కింత లేక వదరు లరచెడిన్ [1]

---

1. కేయూరబాహు చరిత్రము, అ. ౩. ప. ౨౦౧.

ఇట్టి సూచనలనుబట్టి పన్నులియ్యని వారిని కష్టపెడుతూ వుండిరి. కాని కవులను పండితులను శిష్టులను కష్టపెట్టి యుండరు.

అనపోతరెడ్డి కంచి, పేరి, పొన్ని అను ముగ్గురు భోగపుసానులకు కొన్ని గ్రామాలను ధానము చేసెను ఆ వేశ్యలు తమకిచ్చిన గ్రామాలలో చెరువులు కట్టించిరి. ఈ విషయమును గమనించిన ఆకాలమందు ధనికులును సామాన్య జనులును కూడ జలాధార నిర్మాణములందుత్సాహులై యుండి రనవచ్చును.

తెలంగాణములో వెలమరాజులు అనేక నూతన తటాకములను తమతమ పేర కట్టించినవి నేటికిని చెడిపోక తరీసేద్యమునకు ముఖ్యాధారములై యున్నవి. మాధవనాయుడు సింగమనాయుడు మున్నగు వెలమరాజులు తమతమ పేర అనేక గ్రామాలనుకూడ నిర్మించిరి. అవి నేటికిని వారి పేర్లతోనే వర్ధిల్లుతూ వున్నవి.

ఈవిధముగా మొత్తముపై ఆంధ్రదేశమంతటను క్రీ. శ. ౧౩౦౦నుండి ౧౪౦౦ వరకు ప్రజలు సుఖముగా జీవించిరని చెప్పవచ్చును.

వ్యాపార పరిశ్రమలు

ప్రాచీనము నుండియు తెనుగువారు సముద్రవ్యాపారమును చేసినవారు. కృష్ణా, గోదావరి, విశాఖపట్టణము జిల్లాలవారికి సముద్రతీరముండుటచేత వారికి సముద్రవ్యాపారమునకే యెక్కువ అవకాశములుండెను. వారు బర్మా, మలయా, ఇండోనీషియా, చీనా, సింహళద్వీపాలతో విశేషముగా వ్యాపారము చేసిరి. పై దేశములనుండియు పర్షియా, అరేబియా దేశాలనుండియు నానావిధములగు సరుకులు తెనుగు తూర్పు తీరమందలి రేవులలో దిగుతుండెను. నేలబేరానికి దొంగలు తగిలినట్లుగా సముద్రవ్యాపారానికి దొంగలుండిరి. అందుచేత రాజులు వారి నణచుటకై ప్రయత్నాలు చేస్తూవుండిరి. కాకతీయ గణపతి చక్రవర్తి కాలానికి ముందును, కాకతీయ రాజ్యపతనానంతరము దేశము తురకల వశమైనప్పుడును సముద్ర వ్యాపారము స్తంభించియుండెను. వేమారెడ్డి తమ్ముడు మల్లారెడ్డి పేరుపొందిన శూర సేనాని.

" బాహాదర్పమునన్ ప్రతీపధరణీ
పాలావళిం దోలి, యు
త్సాహోదగ్రుడు మోటుపల్లిగొని స
ప్తద్వీప సద్వస్తు సం
దోహంబున్ తనకిచ్చు నెచ్చెలి సము
ద్రుం బ్రీతి కావించుచున్
మాహాత్మ్యంబు వహించె మల్లరధినీ
నాధుండు గాఢోదతిన్,"

మోటుపల్లి సుప్రసిద్ధ మగు ఓడరేవు. దానికి ముకుళపుర మను నామాంతర ముండెను.

ఆంధ్రులు సముద్ర వ్యాపారము విశేషముగా చేసినప్పుడు తత్సంబంధ మగు సాంకేతికపదములు వాఙ్మయములో నుండవలసియుండెను. కాని యట్టివి విశేషముగా గ్రంథస్థము కాలేదు. అయినట్టివి కొన్ని కూడా జనుల కర్థము కానివై పోయెను. శ్రీనాథుడు కొన్ని నౌకాజాత్తులను పేరులను వ్రాసెను. అందువే నాపద్యము చాలా ముఖ్యమైనది. అతడిట్లు వ్రాసెను.

" తరుణాసీరి తవాయి గోవ రమణా
స్థానంబులం జందనా
గరు కర్పూర హిమాంబు కుంకుమ రజః
కస్తూరికా ద్రవ్యముల్
శరధిన్ కప్పలి, జోంగు, వల్లి వలికా
సమ్మన్ల, దెప్పించు సే
ర్పరియై వైశ్యకులోత్తముం డవచి తి
ప్పం డల్పుడే యిమ్మహిన్ "[1]

పై పద్యములోని కప్పలి అరవములోని కప్పల్ పదమనియు, జోంగు అనునది తూర్పు సముద్రములోని ఓడ అనియు అపదమే ఇంగ్లీషులో (Junk) అయ్యెననియు, అవి పెద్ద ఓడలనియు, వల్లి వలికాపదాల కర్థము తెలియదనియు, సమ్మను పదము మలయా ద్వీపకల్పములో ఓడకు పదమనియు, రెడ్డి రాజ్య చరిత్రమందు తెలిపినారు.[2]

1. హరవిలాసము కృత్యాదులు. 2. Hist. R. K. Page 405-6.

సముద్ర వ్యాపారమువల్ల రెడ్డి రాజులకు చాలా గొప్ప లాభముండెను. అంతకు ముందటి అరాచక స్థితుల వలన మోటుపల్లి వర్తక మాగియుండెను. రెడ్డి రాజులు శాంతిని నెలకొలిపి, సుంకరివారు వర్తకులదోపిడి చేయకుండ సరకులపై సుంకములు నిర్ణయించి, కొన్నింటిపై తగ్గించి, కొన్నింటిపై తీసివేసి, అందరికినీ తెలియుటకై మోటుపల్లి తీరములో శాసనము వ్రాయించి యుంచిరి. అప్పటి భాష, అప్పటి వ్యాపారము తెలియజేయు నాశాసనము నిందుదాహరింతురు.

"స్వస్తిశ్రీ శకవర్షంబులు ౧౨౮౦ అగు నేటి విళంబన సంవత్సర శ్రావణ శు ౧ మంగళవారం స్వస్తిశ్రీమతు అనవోతయరెడ్డిగారు మోటుపల్లికాపు వచ్చిన వ్యవహారాలకున్న వ్యవహారం వచ్చి కరపట్టాల దీపాంతరాల వ్యవహారాలకున్ను యిచ్చిన ధర్మశాసనం."

ఈ మోటుపల్లికి యెవరు కాపతనానికి వచ్చినాను వారివి మన్నించి పెద్ద కానికె పెట్టవారము. వారికి భూమితోటి కాణాచియిచ్చువారము. వారు యెప్పుడు మరివొక తావుకు పొయ్యేమన్నాను. కాపని పట్టక అనిపిపుచ్చువారము. యేవూరి సరకు తెచ్చినాను తమ విచ్చలవిడి నమ్మవలసినట్లు సరుకుకొనువారికాని పోగాపునకు పల్ సనిసర్కు ఆడపట్టేము. చీనాను, గంధము, పవడము, పట్టి వ్యవహారాలకున్ను అపుత్రికమున్ను సుంకాదాయము మానితిమి బంగారు సుంకము మానితిమి. గంధముయొక్క బది సుంకము పూర్వమర్యాదలలోను మూటను ఒకటి మానితిమి. ఈ సరకులకున్ను మెట్టసుంకాలు పూర్వమర్యాదలు క్రమాననే కొనువారము. ఈ క్రమానకు సర్వమైనవారున్ను విశ్వసించెదరు. దేవర వారికి అభయహస్త మిస్తిమి."

"మోటుపల్లికే వర్తకులు వచ్చి నివసింపగోరినను వారిని గౌరవించి వారలకు భూములు నివేశస్థలము ఒప్పింతుమనియు వారిని నిర్బంధపెట్టి నిలుపక స్వేచ్ఛగా విడుతుమనియు ఏయూరి సరకు తెచ్చినను వారిని స్వేచ్ఛగా నమ్ముకొన నిత్తుమనియు, పన్నులకై వారి సరకులను గ్రహింపమనియు నాశాసనమున వ్రాయించి ప్రకటించిరి."[1]

1. ఆంధ్రుల చరిత్ర. భా ౩ పు ౧౬౯, ౧౭౦,

కుమార గిరిరెడ్డి సుగంధభాండాగారియు. ఉదారుడును, భక్తుడును, సరసుడును, కోటీశ్వరుడును నగు అవచి తిప్పయ చరిత్ర శ్రీనాథుని హరవిలాసము వల్ల తెలియవస్తున్నది. అట్టి మహాధనికు లింకెందరుండిరో తెలియదు. తిప్పయసెట్టియొక్క ఘనతను శ్రీనాథు డనేకవిధముల ప్రకటించినాడు. ఆ సెట్టి యే యే దేశాలనుండి యే యే సరకులను తెప్పించెడివాడో యిట్లు తెలిపినాడు.

" పంజార కర్పూర పాదపంబులు తెచ్చె
జలనోంగి బంగారు మొలకతెచ్చె
సింహళంబున గంధసింధురంబులు దెచ్చె
హురుముంజి బలుతేజి హరులు తెచ్చె
గోవసంశుద్ధ సంకుమద ద్రవము దెచ్చె
యాంపకట్టాణి ముత్యాలు తెచ్చె
భోట కస్తూరికాపుట కోసములు దెచ్చె
చీని చీనాంబర శ్రేణి తెచ్చె
జగద గోపాలరాయ వేశ్యాభుజంగ
పల్లవాదిత్య భూదాన పరశురామ
కొమరగిరి రాజదేవేంద్రు కూర్మిహితుడు
జాణ జగజెట్టి దేవయ చామిసెట్టి "[1]

పై పద్యములో గోవా, చీని, సింహళము, హురుముంజి (పర్షియాలోని హార్ముజ్ రేవు) అనునవి మాత్రము మనకు తెలియును. తక్కిన వాటిని గురించి రెడ్డి రాజ్యముల చరిత్రలో ఇట్లు తెలిపినారు.

"పంజార—సుమత్రా దీవిలోని ఫన్సార్ అను పట్నము
జలనోంగి—మలయాలోనిదై యుండును.
యాంప—సింహళాని కుత్తరమున నున్న జాఫ్నా అనునది. దీనినే యాల్పన, యాప అనిరి.
భోట—ఇండియాలోని భూటాన్"[2]

1. హరవిలాసము. కృత్యాది పద్యాలు.
2. Hist. R. K. Page 409-412.

అవచి తిప్పయ "తరుణాసీరితవాయి గోవరమణాస్థానము" ల నుండి సుగంధద్రవ్యములను తెప్పించెను. ఆ ప్రదేశము లేవియో ఆ చిక్కును గూడ శ్రీ మల్లంపల్లివారే విడదీసినారు.

"తరుణాసీరి—మలయాద్వీపకల్పములోనిది. దాని నిప్పుడు టెనస్సరిం (Tenassarim) అని యందురు.

తవాయి—(Tavoy) ఇదియు మలయాలోనిది.
రమణ—పెగూలోని రమన్న దేశము.[1]

వ్యాపారము చేయువారిలో బలిజలు, కోమట్లు ముఖ్యులు. బలిజశబ్దము వణిజశబ్దమై యుండును. పూర్వము బలిజలకే సెట్టి అను బిరుదముండెను. తర్వాత కోమటులును వారివలెనే ప్రధానముగా వర్తకులైనందున వారు సెట్టిబిరుదమును స్వీకరించి యుందురు

పెద్దపెద్ద గ్రామాలలో వారమున కొకమారు సంతలు సాగుచుండెను. కొన్ని సంతలలో ప్రత్యేక వస్తువులు మాత్రమే యమ్ముచుండిరి.

"... మూలెడు ప్రాలకు నూనె సంతలో
గొన జనదెంచి బియ్యమున
కున్ సరితైలము పోయుమన్న నా
తనిపలు కెవ్వరున్ వినక ..."[2]

అను మాటలనుబట్టి ఆ కాలమున నూనె సంతలవంటి ప్రత్యేకపుసంతలుండెనని తెలియును. మరియు ధాన్యమిచ్చి కావలసిన సరుకులు కొనిరనియు బియ్యమునకు సరి తైలము లభింపకుండెననియు "ప్రాలేడుమానికెలకుం దైలము మానెడు పురమ్మధారణ"[3] అనియు తెలియవస్తున్నది. ఏడు మానికెల బియ్యానికి ఒక మానికె నూనె, అప్పటి బజారుధర. ఆధారణను (హిందీలో నిప్పటికిని ధారణ్ అందురు) పురములోని వర్తకశ్రేణి నిర్ణయించియుండెను.

1. Hist. R. K. Page 412-413.
2. కేయూర బాహుచరిత్ర, ఆ ౨ ప ౯.
8. కేయూర బాహుచరిత్ర, ఆ ౨. ప౧౦

తెనుగుదేశము సన్నని నూలుబట్టలకు ప్రసిద్ధి. రుద్రమదేవి కాలములోని సన్నని నూలుబట్టలు మహారాజులకే తగినట్టివని పాశ్చాత్యయాత్రికులు వ్రాసిరి. తెనుగు దేశమందంతటను నూలుబట్టల వ్యాపారమే అగ్రస్థానము వహించెను. ఇంటింట రాటమాడుచుండెను. కదురాడిన, కవ్వమాడిన యింటికి దరిద్ర మెన్నడునూ ఉండదని పెద్దలనెడివారు. శూద్రులలో ప్రతి స్త్రీయు రాటముపై వడకుటను నేర్చియుండె ననవచ్చును. బీదలు తమ యవసరాలకు సరిపోగా మిగిలిన దారపుకండెలను అమ్ముకొంటూ వుండిరి. అవి వస్త్రాలుగా సిద్ధపై తూర్పు పడమటి దేశ దేశాంతరాల కెగుమతి యవుతుండెను. పల్నాటిలో,

"రంభయైన యేకులె వడకున్"

అనుటచే ఆ సీమలో స్త్రీలందరును వడికిరన్నమాట అయితే తూర్పు తీరములో ఉత్తమజాతులవారు వడుకకుండిరేమో ?

నూలుబట్టలేకాక, పట్టుబట్టలును బాగా వ్యాప్తిలో నుండినట్లు కానవస్తున్నది. పట్టులో అనేక భేదములుండెను. "చందనకావులును, పట్టెడుకావులును. చెంగావులను, కదంబకావులును, కరకంచులును, బొమ్మంచులును, ముడుగుబొమ్మంచులును, ముయ్యంచులును, చిలుకచాళ్ళును, వేటచాళ్లును, సిందువన్నెలును, ఉలిత దారల వన్నెలును, గంటకి వన్నెలును, పుప్పొడివన్నెలును, రుద్రాక్షవన్నెలును, నాగాబంధములును, పూజాబంధములును, జలపంజరంబులును, కామవరంబులును, సూరవరంబులును, తారామండలంబులును, హంసావళులును, హరిణావళులును, తురగావళులును, గజావళులును, సింహావళులును, ద్రౌపదీ స్వయంవరంబులును, లక్ష్మివిలాసంబులును, మదన విలాసంబులను, వసంత విలాసంబులును, రత్న కీలితంబులును, రాయశృంగారంబులును, కనకదండెలును. గచ్చులంబులును, కర్పూర గంధులును, పారువంపు గంధలును, శ్రీతోపులును, శ్రీరామ తోపులును. శ్రీకృష్ణ విలాసంబులును, జీబులును, సుగిపట్టంబులను, సన్న వలిపంబులును, వెలిపట్టలును, హొంబట్టును, పులిగోరుపట్టును, ఉదయ రాగపట్టును, నేత్రపట్టును వజ్రపట్టును అను పేళ్ళుగల పుట్టంబులు[1] ఆ కాలమందుండెను. "అరుదైన పసిడి హంసావళివన్నె; జిగిజిగి ధగధగయను చీనాంబరంబు" అని గౌరన వర్ణించెను. (నవనాథచరిత్ర పుట ౪.)

1. సింహాసన ద్వాత్రింశిక, భా ౧ పు ౭౪.

పైన పేర్కొనబడినవాటిలో ప్రత్తినూలుబట్టలును, పట్టుబట్టలును కలవు. నూలుబట్టలలోని అంచుల భేదము లాదు తెలుపబడినవి. ద్రౌపదీ స్వయం వరము శ్రీరామ శ్రీకృష్ణ అను పేరులు కలవి అంచులు కావేమో! కొంగులపై కట్టెపలకలపై చెక్కిన బొమ్మలను రంగులపై అచ్చువేయు చుండిరేమో! కామవరము, సూరవరము అను పేరులు చెప్పుటచే, ఆ రెండుస్థలాలు బట్టలకు ప్రసిద్ధి చెందెననవలెను.

ఇన్ని పేర్లుకల అంచులనుగురించి చెప్పునప్పుడు రంగుల పరిశ్రమ విశేషముగా నుండెననుట స్పష్టమే. చెంగావి అనునది లేతవన్నెయై యుండును కరకంచు అనుటచే కరక్కాయచెక్కతో వన్నె వేయుచుండి రేమో! (ఆ తర్వాత సూ. రా. నిఘంటువును జూడగా అందు "కరక్కాయ నీటితో వ్రాసిన అంచు'' అని యుండుట గాంచితిని.) బొమ్మంచు అనిన తెల్లచీరల యెర్రఅంచు. చిలుకచాళ్ళు అనుటచే చిలుక పచ్చనివన్నె వాడి రనవచ్చును. ఉలిత యన ఉడుత, దానిచారలవంటి వన్నెలుండెను. రుద్రాక్ష వన్నె యిప్పటికినీ వాడుకలో కలదు. నీలిమందు చేయుట చాలా ప్రాచీన పరిశ్రమ. ఆ రంగు అన్ని రంగులకన్న మిన్నయైయుండెను. నీలిరంగు హిందువులే కనిపెట్టిరని దానికి ఇండిగో అని పాశ్చాత్యులు పేరు పెట్టిరి. మంజిష్ఠ, లక్క, పసుపు మున్నగునవి రంగులు చేయుటకు వాడుతూ వుండిరి. పట్టులో నీలిపట్టు అనుటచే దానికి నీలిరంగిచ్చి రన్నమాట. హొంబట్టు అనుటచే జరీఅంచులుకల పట్టు అని యర్థమగును. రంగులచేయు వృత్తివారు ఒక కులముగాకూడా తర్వాత యేర్పడినట్లు కానవస్తున్నది.

"బంగారువ్రాత నిండుమాదావళి దట్టిగట్టి"[1] యని వర్ణించిన దాన్ని బట్టి జలతారుఅంచు కల కపిలవర్ణపుకాసెదట్టీ అనగా జేనెడు వెడల్పు కలది. జెట్టీలు నడుములో బిగించుచుండిరని తెలియవచ్చెడి. ఇపుడు దట్టియన స్త్రీలు కట్టుకొను చీరయని యర్థము. కాన అకాలమందు వడము పట్టికి దట్టి యనిరి.

విదేశములనుండి మన తెనుగు దేశములోనికి దిగుమతియగు వస్తు వులను ఇదివరకే యుదహరించినాము. అవేవో తెలుసుకొందుము. కుమార

1 చరిగొండ ధర్మన్న చిత్రభారతము. ౩-౨ ప ౭౩.

గిరిరెడ్డికి వసంతరాయడను బిరుదముండెను. అతనికన్న పూర్వుడగు రాజుకును అదే బిరుదమున్నను ఇతనికే అది ప్రధానమయ్యెను. ఇతడు ఏటేట వసంతోత్సవములను చేస్తూవుండెను. అందు కర్పూరమును విశేషముగా ఎగజల్లినవాడగుటచేత కర్పూర వసంతరాయడను బిరుదము కలిగెను. ఈ యుత్సవాలకు కావలసిన సుగంధద్రవ్యములను జావా, సుమిత్రాది తూర్పు దీవులనుండి తెప్పించుటకును వాటిని పెద్దభవనములలో నింపి సుగంధభాండాగారాధ్యక్షపదవిని నిర్వహించుటకును అవచి సెట్లు నియుక్తులై యుండిరి. "అన్నమహారాజునకు ప్రతిసంవత్సరంబును వసంతోత్సవంబుల కస్తూరీ కుంకుమ సంకుమద (జవ్వాజి) కర్పూర హిమాంబు (పన్నీరు) కాలాగరు గంధసార (చందనము) ప్రధానంబులగు సుగంధ ద్రవ్యంబు లొడగూర్చియు చీని సింహళ తవాయ హురుమంజి జోణంగి ప్రభృతి నానాద్వీపనగరాకరంబుల దెప్పించు" చుండెను. సుగంధ ద్రవ్యములన్నియు ఇండోనీషియా దీవులనుండియే నేటికిని వస్తూవున్నవి. ఆ కాలములో, పైవికాక సింహళమునుండి ఏనుగులు, హురుమంజి (పర్షియా అఖాతతీరము) నుండి గుర్రములు వచ్చెను. పూర్వము గుర్రాలకు పర్షియాదేశమే ప్రసిద్ధి. తురక సుల్తానుల సేనలో గుర్రాలెక్కువగా నుండెను. రెడ్డిరాజులు, విజయనగర రాజులు గుర్రాలను కొనుటలో చాలావ్యయము చేస్తూవుండిరి. ముత్యాలు సింహళమునుండియే దిగుమతి యయ్యెను. చీనానుండి పట్టుబట్టలు వచ్చెను.

రెడ్డిరాజులకు నిరంతరము ప్రక్కరాజ్యాల రాజులతో యుద్ధాలుండినందున వా రాయుధములను విస్తారముగా చేస్తూవుండిరి కమ్మరివారే ఆయుధాలు చేయువారు. కుంపటిలో చిన్న చిన్న లోహములను కాచి ఆయుధాలు చేయుచుండిరి. ఆయుధాలలో కత్తి, ఛురిక, బల్లెము, ఈటె, బాణము ముఖ్యమైనవి. పంచలోహములతో జయస్తంభములను, ఆయుధములను చేసిరి. రాజుల కొలుపు చవికెల"ను కూడ పంచలోహములలో చేసిరి[2]. ఆంధ్ర

1 హరవిలాసము. కృత్యాదులు.

2. "పంచలోహ కల్పితం బగు నతని కొలుపు చవికె"

భోజరాజీయము, ఆ. ౨. ప. ౧౧౩.

దేశమందనేక స్థలాలలో ముడిలోహమును భూమినుండి త్రవ్వి, వాటిని కరగించి ఇనుమును సిద్ధము చేసిరి. దానినుండి యుక్కుముపొడ సిద్ధము చేసిరి.

" వయ్యంది గాలి కమ్మరి
చయ్యన బదనిచ్చు నుక్కు చక్రము మాడ్కిన్.[1]

(వయ్యంది అనగా తుంపటి.) తెలంగాణాలో నిర్మల కత్తులు జగద్విఖ్యాతి కాంచియుండెను. అచ్చటి కత్తులు అచ్చటి యుక్కు డెమాస్కస్ నగరాని కెగుమతి యగుచుండెను. మెరుగు టద్దాలుకూడా సిద్ధమవుతూ వుండెను. వాటిని శుభ్రము చేయుటకేమో మెరుగురాతి పొడిని వాడినట్లు కానవస్తున్నది.

"మెరుగు టద్దంబుల నంటిన మెరుగురాతిపొడియును వోలెన్"[2] అనుటచే నిది ఊహ్య మవుతున్నది.

ఓరుగంటిలోని వెలివాడలోని మేదరి పడచులు కూడ "అలతి యద్దపు బిళ్ళయగవోక వీక్షింప"చుండిరి. (క్రీడాభి) దీనినిబట్టి అద్దాలు చిన్నవి పెద్దవి బీదవారి యందుబాటులో నుండునంతటి చౌక వస్తువులు, అద్దముల నెట్లు సిద్ధము చేయుచుండిరో ఆ పరిశ్రమ యెచ్చ టెచ్చట నుండెనో యదిమాత్రము తెలియ రాలేదు.

వ్రాత విశేషముగా తాటాకులపయిననే జరుగుతూ వుండెను. తాటాకులపై వ్రాయు లేఖినిని గంటము అనిరి. దానిని నానా విధములుగా సిద్ధము చేస్తుండిరి. వ్రాయని రెండవ కొనను ఆకుల చెక్కుటకు కత్తిగానో లేక అందమైన రేఖలతోనో సిద్ధము చేసెడివారు. మంత్రులు, సంపన్నులు బంగారు గంటములతో వ్రాసిరి.

" కలము పసిండి గంటమున
కాటయవేము సమక్షమందు, స
త్ఫలముగ రాయసప్రభుని
బాచడు వ్రాసిన వ్రాలమోతలన్

1. సింహాసనద్వాత్రింశిక, భా. ౧ పు. ౨౮.
2. — — — పు ౩౨,

గలు గలు గల్లు గల్లు రన
కంటక మంత్రుల గుండె లన్నియున్
జలు జలు జల్లు జల్లు రనె
సత్కవివర్యులు మేలు మే లనన్."[1]

వడిగా వ్రాయుట, ముత్యములవలె ముద్దుగా వ్రాయుట తాటాకుల గ్రంథాలకు చాలా యవసరమై యుండినందున ఆ కాలమువారి వ్రాతలు చాలా సుందరములై యుండెను అట్టివారిలోకూడా కాటయవేముని వ్రాయసకాడు (రాయసం) అగు బాచమంత్రి అక్షర రమ్యత మరీగొప్పగా పొగడ్త కెక్కెను.

తాటాకులనే ప్రధానముగా వాడినను జనులకు కాగితము అలవాటు తెలియదని కాదు.

" దస్త్రాలుం మసిబుర్రలున్ కలములుం
దార్కొన్న చింతంబళుల్

మున్నగునవి శ్రీనాథుడు చూచియే యుండెనుకదా !

" కన్నుల పండువై యమరు
కాకితమందలి వర్ణ పద్ధతుల్"[2]

అనుటచే రాజులు, మంత్రులు కాగితముల వాడుచుండిరి. కాగితశబ్దము కాగజ్ అను ఫార్సీ శబ్దమునుండి వచ్చినది. అనగా ఈ పరిశ్రమను తురకలు తెచ్చిరన్నమాట. ఆదిలో కాగితములను కనిపెట్టినవారు చీనావారు. కాన వారినుండియే తురకలు ఆ విద్యను నేర్చిరి. నేటికిని చేతికాగిత పరిశ్రమ విశేషముగా తురకలలోనే కలదు.

తాత్కాలికముగా పనియిచ్చునట్టి వ్యవహారములందు పలువురు తాటాకులపై మసిలో అద్దిన, గలుగు కలములతో వ్రాసెడివారు.

" వెసవ సుధాస్థలంబున కవీంద్రులు కొందరు శేముషీ మషీ
రసము మనః కటాహ కుహరంబుల నించి కలంచి జిహ్వికా

1. ఒక చాటువు.

2. భీమేశ్వర పురాణము, ఆ ౧. ప ౭౪,

కిసలయ తూలికం గొని లిఖింతురు కబ్బము లెన్నగా మహా
వ్యసనముతో నిజానన వియత్తల తాళపలాశ రేఖలన్"

అని శ్రీనాథుడు వర్ణించెను.

పూర్వము లెక్కలు వ్రాయువారు కరణాలై యుండిరి. వారు మొదట పన్ను వసూళ్ళ లెక్కల కధికారులు కారు. ఆదిలో పన్నువసూలు చేయువారు విశ్వబ్రాహ్మణులను కమసాలులు. నేటికిని అందందు వారు గ్రామ కరణాలుగా కనబడుతున్నారు. రాయని భాస్కరమంత్రి వారిని తొలగించి బ్రాహ్మణ నియోగులను ఏర్పాటు చేసెనని కొన్ని కథలు చెప్పుదురు.

లెక్కలు వ్రాయు కరణాలు అసాధ్యులనియు, దుర్మార్గులనియు అనిపించుకొనిరి. వారు లెక్కలను "వహి" అను పుస్తకాలలో వ్రాయుచుండిరి. (నేటికినీ హిందీలో లెక్కపుస్తకాలను బహి అందురు.) వారు లెక్కలెట్లుంచిరో (Book KeePing) కొంత మనకు తెలియవస్తున్నది. "వ్రాతకానిని నమ్మరాదు"[1] అన్న అపఖ్యాతి వారి కుండెను.

క॥ ఒకదెస దెచ్చిన యాయం
బొకదిక్కున చెల్లు వ్రాసి యొకదెస వ్యయ మ
ట్లొక దిక్కున జన వ్రాసిన
ప్రకటంబుగ వాడు మిగుల పాపాత్ముడగున్.

క॥ వహి వారణాసి యనగా
మహి బరగిన దిందు కపటమార్గంబుగ నా
గ్రహమున వ్రాసిన వానికి
నిహపరములు లేవు నరక మెదురై యుండున్.

గీ॥ రానిపైడి చెల్లుట వ్రాయుట యాయంబు
తక్కుపై వ్యయంబ దెక్కుడౌట
లెక్క తుదుపువడుట లిపి సందియంబౌట
చెల్లు మరచుటయును కల్లపనులు.

1. సిం. ద్వాత్రింశిక, భా ౨. పు. ౧౦౪.

క॥ కరణము తన యేలిక కుప
కరణము, నిర్ణయ గుణాధికరణము, ప్రజకున్
శరణము, పగవారలకును
మరణము నా జెల్లు నీతిమంతుండైనన్.[1]

కళలు

ఓరుగంటి రాజుల కాలములోవలెనే ఈ కాలమందును కళాపోషణము బాగా జరిగెను. అంతేకాదు, ఈ కాలములో కళాపోషణము ఉచ్చస్థాయి నందెను. తుది రెడ్డిరాజులు వసంతరాజ బిరుదాంచితులగుట ఈ కళాపోషణమున కొక ప్రబల తర నిదర్శనము. కవిసార్వభౌముడును, ఆసేతువింధ్యాద్రి పర్యంతము తన కీడుజోడు లే దనిపించుకొన్నవాడును, బహుశాస్త్ర పురాణ పారంగతుడును, కవితలో నూతన యుగస్థాపకుడునగు శ్రీనాథుడు విద్యాధికారియట ! అఖిలాంధ్ర వాఙ్మయమునకు ప్రామాణికాచార్యత్రయములోనివాడగు ప్రబంధ పరమేశ్వరుడు ముఖ్యాస్థానకవి యట ! శివలీలా విలాసకర్తయగు నిశ్శంక కొమ్మన రెడ్డి రాజుల కీర్తనల చేసినవాడట ! సహస్ర విధాననవాభినయ కళాశ్రీశోభిత లకుమాదేవి రాజసన్నిధిలో నిత్యనూత్నముగా నటించినదట ! బాలసరస్వత్యాది మహాపండితు లాస్థాన దివ్యజ్యోతులట ! స్వయముగా రెడ్డి, వెలమప్రభులు కవులై, వ్యాఖ్యాతలై, సాహిత్యాచార్యులై సర్వజ్ఞులై సర్వజ్ఞ చక్రవర్తులైన దిగంత విశ్రాంత యశోవిశాలురట ! కర్పూర వసంతోత్సవములకు సుగంధ భాండాగారాధ్యక్షు లుండిరట ! ఇక కళాభివృద్ధికి కొదువయుండునా ?

ప్రోలయవేముని ఆస్థానమున లొల్ల మహాదేవికవి యనునత డుండెనని మాత్రమే మనకు తెలియును. (రెడ్డిసంచిక, పుట. ౨౧౮.)

ఆయుర్వేదమందు భూలోకధన్వంతరియని పేరుపొందిన భాస్కరార్యునికి పెదకోమటివేముడు అగ్రహారములు దానము చేసెను.

(రెడ్డిసంచిక ! పుట ౮౯.)

నాలుగు "వే"లు కలముతో నిచ్చినకవికి ఎనిమిదివేల నాణెములిచ్చిన అనవేములు రాజులుగా నుండ కొంతవిద్య నేర్చిన వారందరును కవులేయైరి.

1. సింహాసనద్వాత్రింశతి, ౨ భా. పు. ౧౦౪, ౧౦౫.

కొండవీటిలో నే సందులలో జూచినను విభూతిభస్మాంచితులును, నిరాకృతులును నగు చిల్లరకవులుండుటను గమనించి శ్రీనాథుడు ఆకవులవలె తిరుగు గాడిదలను ఇట్లు ప్రశ్నించెను.

"బూడిదబుంగవై యొడలు
పోడిమి తక్కి మొగంబు వెల్లనై
వాడల వాడలం దిరిగి
వాడును వీడును చొచ్చొచో యనన్,
గోడల గొందులం దొదిగి
కూయుచునుందువు కొండవీటిలో
గాడిద ! నీవునుం గవివి
కాదుకదా ! యనుమాన మయ్యెడిన్ ! !

రెడ్డిరాజుల కాలములో సంస్కృతాంధ్ర పండితు లనేకు లుండిరి. అందు కొందరికృతులే మనకు లభ్యమైనవి. మన దురదృష్టమేమో ఈ ౫౦౦ ఏండ్లలోనే శ్రీనాథుని బహుకృతులు, శంభుదాసుని రామాయణము, కుమారగిరి వసంత రాజీయము, ఇట్టి ముఖ్యమైనవి జాడలేకుండా పోయెను. బాలసరస్వతి అనునతడు అనపోతరెడి యాస్థానకవియనియు, త్రిలోచనాచార్యుడనునతడు అనవేముని ఆస్థానకవియనియు మాత్రమే మనకు తెలియవచ్చినది. పలువురి కవితలు శాసనాలలో మాత్రమే మిగిలిపోయినవి. ప్రకాశ భారతయోగి అనునతడు చక్కని శాసనశ్లోకాలు వ్రాసెననిమాత్రమే మనమెరుగుదుము. వెన్నెలకంటి సూర కవితో పాటు మహాదేవకవి యుండెనన్నంతవరకే యెరిగితిమి. అనపర్తి శాసనమందే అన్నయకవి పద్యాలు చక్కని కవితాపాకముగలవి మనమెరుంగుదుము. కాటయ వేముని శాసనము కవితలో వ్రాసిన శ్రీవల్లభుడను నతని చరిత్ర మన మెరుగము. ఇంకెందరి విజ్ఞానసంపదను మనము కోలుపోయినామో యేమో ? రెడ్ల యాశ్రయములో ఎర్రాప్రెగడ, శ్రీనాథుడు, వెన్నెలకంటి సూరన, నిశ్శంక కొమ్మన అను ప్రసిద్ధకవులుండిరి. వామనుభట్ట బాణుడను సంస్కృతకవి వేమ భూపాల చరిత్రమును సంస్కృతములో వ్రాసెను. రెడ్డిరాజులు స్వయముగా గీర్వాణములో వ్యాఖ్యలు, కవితలు వ్రాసిరి. కుమారగిరిరెడ్డి వసంతరాజీయమను నాట్యశాస్త్రమును వ్రాసెను. పెద కోమటియు నొక నాట్యశాస్త్రమును రచించెనందురు కాటయ వేమన కాళిదాస నాటకములకు వ్యాఖ్యలు వ్రాసెను. పెదకోమటి

సాహిత్య చింతామణిని వ్రాసెను. ఈ రాజు విశ్వేశ్వరకవి యనునతని కగ్రహారము దానముచేసెను, అతడేమివ్రాసెనో మనకు లభ్యము కాలేదు. కొండవీటి రాజమహేంద్రవర రాజుల వలెనే రాచకొండ వెలమరాజులును కవులై, పండితులై, రచయితలై, కవి పండిత గాయక పోషకులై ప్రఖ్యాతులైరి. అయితే రెడ్డి వెలమ ప్రభువులలో కొందరు స్వయముగా రచనలు చేయలేదని ఒకరిద్దరు విమర్శకు లన్నారు. అది కొంతవరకు నిజమైనను ఆరాజుల విజ్ఞతను, కొట్టి కలుగనేరదు. రాచకొండ రాజుల వద్ద మల్లినాథసూరి ముఖ్య పండితుడై యుండెను.

రెడ్ల యాస్థానాని కాంధ్రపండితులేకాక, ఇతర భారతీయ ప్రాంతాలనుండి అనేక పండితులు, కవులు, కళావేత్తలు కొల్లలుగా వెళ్ళుతూవుండిరి. అట్టివారిని పరీక్షించి వారి యర్హతలను ప్రభువులను మనవి చేయుటకు శ్రీనాథ కవిసార్వభౌముడు నియుక్తుడై యుండెను. రెడ్లశాసనములలో కొన్నింటిని అతడే వ్రాసి ఫిరంగిపుర శాసనములలో "విద్యాధికారీ శ్రీనాథో అకరోత్" అనివ్రాసుకొనెను. మరియు తనను గురించి యిట్లు వ్రాసికొనెను.

" భాషించినాడవు బహుదేశ బుధులతో
విద్యాపరీక్షణ వేళలందు"[1]

రాజుల యాస్థానాలలో పరీక్షాధికారులనుగా ఉద్దండ పండితకవులను నియమిస్తూ వుండిరని,

" అధిపు కొలువున నే బరీక్షాధికారి
నగుటజేసియు నొక విప్రు దెగడిపుచ్చి"[2]
యనుదానినిబట్టి తెలియును.

రాజులేకాక మంత్రులును బహుభాషావేత్తలై యుండిరి.

" అరభీభాష తురుష్కభాష గజ కర్ణా
టాంధ్ర గాంధార ఘూ
ర్జర భాషల్ మళయాళిభాష శకభా
షా సింధు సౌవీర బ

1. సింహాసనద్వాత్రింశతి, భా. ౨, పు. ౫.
2. ... ...

ర్బర భాషల్ కరహాటభాష మరియున్
   భాషావిశేషంబు ల
శ్చెరువై వచ్చు నరేటి యన్ననికి గో
   ష్ఠీ సంప్రయోగంబులన్.

అన్నయ మంత్రిశేఖరు డ
   హమ్మదుసేను వదాన్య భూమి భృ
త్సన్నిధికిన్ మదిన్ సముచి
   తంబుగ వేమ మహీసురేంద్ర రా
జ్యోన్నతి సంతతాభ్యుదయ
   మొందగ పారసిభాష వ్రాసినన్
కన్నుల పండువై యమరు
   కాకితమందలి వర్ణపద్ధతుల్.[1]

ఆ కాలానికే ఫార్సీప్రభావము తెనుగువారిపై ప్రారంభమయ్యేను. శక సింధు సౌవీర బర్బర కరహాట భాషలు వచ్చెననుట అతిశయోక్తియైయుండును. బర్బర అనునది బార్బరీ అను ఆఫ్రికాఖండోత్తర భాగము. తురుష్కభాష అన ఫార్సీ యని యర్థమేమో! ఆంధ్రుల చరిత్రలో పైపద్యమందు "అహమ్మశాసన దానభూమి భృత్" అని వ్రాసినారు. ముద్రిత భీమేశ్వర పురాణపాఠమే సరిగా నున్నది. అహమ్మదుహుసేను లేక అహమ్మదుషా అనునతడు గుల్బర్గా బహమనీ సుల్తాను.

కవులకు గొప్ప ఆదరణ సన్మానముండుటచే శ్రీనాథుడు,

" అక్షయ్యంబగు సొంపరాయని తెలుం
   గాధీశ! కస్తూరికా
భిక్షాదానము జేయురా! సుకవిరా
   డ్బృందారక శ్రేణికిన్
దాక్షారామ చళుక్యభీమ వరం
   ధర్వాప్సరో భామినీ
వక్షోజద్వయ కుంభి కుంభములపై
   వాసించు నవ్వాసనల్."

1. భీమేశ్వరపురాణము. అ ౧. ప ౭౩, ౭౪.

అని కోరెను. ఈపద్యము శ్రీనాధునిదే! సందేహములేదు.

"దాక్షారామవధూటీ
వక్షోరుహ మృగమదాది వాంఛిత విలస
ద్దక్షః కవాట బాంధవ
రక్షావిధి వజ్రపంజర కృపాజలధీ ![1]

" దక్షవాటీ .... గంధర్వపురోభామినీ"[2]

" దాక్షారామ చళుక్యభీమ వరగంధ
ర్వాప్సరో భామినీ, వక్షోజద్వయ గంధసార "[3]

అనుభాగాలను వ్రాసిన శ్రీనాథుడు పై చాటువును చెప్పలేదనగలమా? ఆకాలములో పండితులు చదువుకొనిన విద్యలు పెక్కులు-డెను. భారత రామాయణములు చదువని పండితులు లేకుండిరి. శ్రీనాథుని కభిమానులగు గీర్వాణ వాణీకవులలో కాళిదాసు, భట్టభాణుడు, ప్రవరసేనుడు, హర్షుడు, భాసశివభద్ర సౌమిల్ల భల్లులు, మాఘ భారవి బిల్హణ మల్హణులు, భట్టి చిత్తన కవిదండి పండితులును ముఖ్యులు [4] మురారిని పేర్కొనలేదు కాని అతని సమాసాలు చాలా వాడెను. తెనుగులో నన్నయ తిక్కన కవులును, వేములవాడ భీమకవి, ఎఱ్ఱాప్రెగడ అతనికి ముఖ్యులు. అతడు, "వినిపించినాడవు వేమభూపాలున కఖిలపురాణ విద్యాగమములు"[5] అని కీర్తనీయుడయ్యెను.

మరియు "అభ్యర్హిత బ్రహ్మాండాది మహాపురాణ తాత్పర్యార్థ నిర్ధారిత బ్రహ్మజ్ఞాన కళానిదానము"[6] అనియు పేరొందెను. డిండిమ కవిసార్వభౌము నోడించిన వాడెన్ని శాస్త్రాలు చదివి యుండవలెనో యూహించుడు. ఇతర పండితులును ఇన్ని శాస్త్రాలు చదివినవారై యుందురు. ఆకాలములోని కొన్ని శాస్త్రాల ముచ్చట యిట్లుండెను.

---

1 భీమేశ్వర పురాణము. అ ౩. ప. ౨౨౧.

2 — అ ౧. ప ౯౧.

3 కాశీఖండము. అ ౧

4 భీమేశ్వర పురాణము. అ-ప. ౭.

5 .... ప ౨౩.

6 శృంగార నైషధము. కృత్యాది.

సీ॥ అష్టభాషల మధురాశు విస్తర చిత్ర
కవితలు చెప్ప సత్కవులు మెచ్చ
ఆమ్నాయములు నాల్గు అంగంబు లారును
అఖిల శాస్త్రంబులు నవగతములు
నూతన రీతుల ధాతు విభ్రమముల
రసములు మెరయు నర్తకమువాడు
ఏ పురాణంబుల నేకథ యడిగినం
దడబాటు లేక యేర్పడగ జెప్ప
ఓలినవధానములు వేనవేలు సూపు
శబ్ద విజ్ఞానినైనను సరకుగొనదు
గౌతమునినైన దొడరి తర్కమున గెలుచు
అవధరింపు మీకీరంబు నవనినాథ!

"——ఋగ్యజుస్సామాధర్వణంబులందును, శిక్షాకల్ప జ్యోతిర్నిరుక్త వ్యాకరణ చ్ఛందంబులందును, మీమాంసాదులగు తత్త్వావబోధనంబులందును, బ్రాహ్మంబు, శైవంబు, పాద్మంబు, వైష్ణవంబు, భాగవతంబు, భవిష్యత్తు నారదీయంబు, మార్కండేయంబు, ఆగ్నేయంబు, బ్రహ్మకైవర్తవంబు, లైంగంబు, వారాహంబు, స్కాందంబు వామనంబు, గౌతమంబు, గారుడంబు మాత్స్యంబు, వాయవ్యంబు అను మహాపురాణములయందును, నారసింహంబు నారదంబు, శివధర్మంబు, మహేశ్వరంబు, గాలవంబు, మానవంబు, బ్రహ్మాండంబు, వారుణ కాళికంబును, సాంబంబు, సౌరంబు, మారీచంబు, కూర్మంబు, బ్రాహ్మ భార్గవ సౌర వైష్ణవంబులు నను నుపపురాణములందును—— తనకు నత్యంత పరిచయంబు"[1]

పైపురాణాలలో ఎన్ని మూలబడెనో ఎన్ని కొత్తవి సృష్టియయ్యెనో తెలుసుకొనుటకుకూడా వీలుకలుగుతున్నది. పలువురు రాజులు "లక్ష్మియుత్సవములు" చేస్తూవుండిరి. ఆ సమయాలలో వారు కళావేత్తల కుదారముగా దానాలు చేసిరి

1. షోడశకుమార చరిత్రము, అ. ౬, ప. ౧౩, ౧౬.

" అవని నవంతిభూమి వరు
డాదగ పార్థివులెల్ల లక్ష్మియు
త్సవములు మిన్నుగా కడు ప్ర
శస్తములౌ సమయంబులందు స
త్కవులను, పాఠకోత్తముల,
గాయకులన్, నటులన్, వితీర్ణవై
భవముల దన్పజొచ్చిరి ప్ర
భావసమృద్ధుల నింపు పుట్టగన్."[1]

కవు లనుభవించిన వైభవముల కొన్ని శ్రీనాథుడు తెలిపినాడు. వారికి రత్నాంబరములు, కస్తూరి, హేమపాత్రాన్నము, దినవెచ్చము, మున్నగునవి లభించెను పైన తెలిపినవి విశేషముగా బ్రాహ్మణుల విద్యలై యుండెను.

"బ్రాహ్మణు లెట్టి విద్య నభ్యసించుచుండిరో శ్రీనాథుని యీక్రింది వాక్యము తెలుపును.

"మథుర యను పట్టణంబున శివశర్మ యను విప్రోత్తముండు గలడు. అతడు వేదంబులు చదివి, తదర్థంబు లెరింగి, ధర్మశాస్త్రంబులు పఠించి, పురాణంబు లధిగమించి, యంగంబు లభ్యసించి, తర్కంబు లాలోడించి, మీమాంసాద్వయం బాలోచించి, ధనుర్వేదం బవగాహించి, నాట్యవేదంబు గ్రహించి, యర్థశాస్త్రంబు ప్రాపించి, మంత్రశాస్త్రంబులు తెలిసి, భాషలు గఱచి, లిపులు నేర్చి, యర్థం బుపార్జించె"

(కాశీఖండము, ౩-౨౯)

రాజులు కావ్యనాటకాలను, సాహిత్యశాస్త్రమును, సంగీతనాట్యశాస్త్రములను ఎక్కువగా నభ్యసించి రనుటకు రెడ్డిరాజులు వ్రాసిన శాస్త్రాలు, చేసిన వ్యాఖ్యలే ప్రథమసాక్ష్యములు. అవికాక వారికి అశ్వశిక్షణము, అశ్వశాస్త్రము, గజశాస్త్రము, రాజనీతి, యుద్ధతంత్రము ముఖ్యములైన విద్యలు, రాజనీతిని గూర్చిన శాస్త్రములు సంస్కృతములో నెక్కువగా నుండెను. తెనుగులో మడికి సింగన సకలనీతిసమ్మతము వ్రాసెను. అందతడు పలువురు తెనుగు నీతికవుల నుదహరించెను. ఆకవులలో పెక్కుకవుల గ్రంథాలు మనకు లభించుటలేదు.

1. సింహాసనద్వాత్రింశిక, భా. ౨, పు. ౨౩.

సంగీత నాట్యశాస్త్రములలో కొన్నిరచనలు రాజులే చేసిరి. కుమారగిరి వసంతరాజీయ రచనల కుదాహరణముగా అతని యుంపుడు కత్తెయగు లకుమాదేవి నాట్యము చేస్తూవుండెడిది.

జయతి మహిమా లోకాతీతః కుమారగిరి ప్రభోః
సదసి లకుమాదేవీతాస్య ప్రియాసదృశీప్రియా
నవ మభినయం నాట్యార్థానాం తనోతి సహస్రధా
వితరతి బహూ నర్థానర్థి ప్రజాయ సహస్రశః

ఎందరు లకుమాదేవులు కాలగర్భమున నణగిపోయిరో యేమో! "తురకల పారసీకనృత్యము దేశమందు ప్రచారమై జనుల నాకర్షించుట చేత పెదకోమటి వేముడు తననాట్యశాస్త్రములో ఒకక్రొత్తనృత్యమునకు అనగా పారసీక నర్తనమునకు 'మత్తల్లినర్తనము' అను పేరు పెట్టివర్ణించెను."[1] జనసామాన్యములో అనేక విధములగు నృత్యము లుండెను. వాటిని ముందు తెలుపుదును.

సంగీతములో జనసామాన్యానికి "జతిగ్రామ" విధానముపై ప్రీతియుండెనట.

" ద్రుత తాళంబున వీరగు ఖీతక ధుం
ధుం ధుం కిటాత్కార సం
గతి వాయింపుచు నాంతరాళిక యతి
గ్రామాభిరామంబుగా"

అని క్రీడాభిరామములో వర్ణించిరి. యతి అనునదే జతి. యతితద్భవమే జతి. యతి అనునదియు, గ్రామ అనునదియు వివిధమగు స్వరభేదములు.

రెడ్డిరాజులును, వెలమ రాజులును గొప్ప కోటలు, దేవాలయాలు నిర్మించి, అపూర్వ భవనములుకూడా కట్టించిరి. కొండవీటి దుర్గము మహాదుర్గములలో నొకటి యని ప్రఖ్యాతి కాంచినట్టిది. అందు చాలా మేడలుండెను. వాటిలో "గృహరాజు" మేడ ఒంటిస్తంభము మేడ అను ప్రసిద్ధికలదై యుండెను. నేటికిని "గుర్రాజుమేడ" అను దిబ్బను జనులు చూపుచుందురు. అంతేకాదు, వారు క్రీడా

(1) Hist. R. K. Page 282

సరస్సులను, లీలగృహాలను కట్టించిరని అనపర్తి శాసనము తెలుపుతూ ఉన్నది. సరస్సులనుండి చెరువులలో చిన్నపడవల వేసుకొని లీలావిహారముచేసి నవాబుల వలె రెడ్డిరాజులు కొందరయినా (అందు కుమారగిరి తప్పకుండా) ఆనందించిరి. కొండవీటిలో కొల్లలుగా మల్లెలు పూచి, తమ సౌరభమును వెదజల్లుతూ వుండెను. ఆ పువ్వుల పన్నీటిని వీధులలో చల్లిస్తూవుండిరని జనులనుకొందురు. అనుకొనుటయేల, వారి యనుభవముపై ప్రజలే తమకు తోచినట్టుగా పదముల కట్టి పాడుకొనిరి.

నాకు లభించిన యొక జానపద గీతికాశకల మిట్లున్నది.

“ రెడ్డొచ్చె రెడ్డొచ్చె రెడ్డొచ్చె నమ్మా !
వీరభద్రారెడ్డి విచ్చేసెనమ్మా !
ప్రొద్దున్నే మా రెడ్డి పౌర కూడిపించు
నిలువెల్ల నడివీధి నీరు జల్లించు
సందుగొందులలోన సాన్పు పోయించి
చేకట్ల పసుపు కుంకుమా పూయించు
రంగవల్లుల నూరు రాణింపజేయు
తోరణా పంక్తులా తులకింపజేయు
దివ్వెలను వెలిగించు దివ్యమార్గాలా
మా పెల్లి పాలించు మంచి మార్గాలా
ఎండలకు పందిళ్ళు వేయించుతాడూ
పొందుగా మారేళ్ళు కోయించుతాడూ
ఊరి బావులలోన ఉప్పునున్నాలా
వెదజల్లు నేదేట నిండుపున్నానా....
రెడ్డొచ్చె........

జనుల పరిపాలన యెంత ప్రీతిపాత్రమై, జనోపయుక్తమై, సకలానురంజకమై యుండెనో పై పాట అనేక విధాలా స్పష్టీకరిస్తుంది. ఇట్టిపాటలెన్ని అనాదృతములై మాయమైపోయెనో యేమో ! రెడ్డిరాజులకాలపుకళ నవాబు దర్బారుతో కూడినదని చెప్పవలెను.

ప్ర జా జీ వ న ము

ఆ కాలపు ప్రజల వేషాదికము లెట్టివో, ఆచారా లెట్టివో, జీవితవిధానము లెటువంటివో, విశ్వాసము లెటువంటివో కనుగొందము.

సాధారణముగా జనులు ధోవతి కట్టువారు శూద్రజాతిలో రాయలసీమ తెలంగాణములందు చల్లాడములు తొడుగుతూ వుండిరి. దుప్పటియు గుండు రుమాలయు సాధారణవేషాలు. కొందరు చుంగుల లపేటా దుమాలల కట్టిరి. పలువురు నడుములో బెత్తెడు వెడల్పున ఏడెనిమిది మూరల పొడవునుకల కాసె (దట్టిని) బిగిస్తూవుండిరి. వారికి అంగీలు లేవనికాదు. వాటివాడుక తక్కువ. అంగీలు నిడుపై బొందెలు కలవై యుండెను. కవుల వర్ణనలలో కొందరి వేషా లెట్టివో తెలియవచ్చెడిని. గారడిపనిచేయుబంటును నిట్లు వర్ణించిరి.

"అయ్యెడ నొక క్రొత్తయైన మహావీరు
డిందియ డాకాల నమర బూని
బాగుగా పులిగోరు పట్టు, దిండుగగట్టి,
నునుపార మేన చందన మలంది
తిలకంబు కస్తూరి తిలకించి, చొళ్ళెంబు
చెంగులపాగతో చెన్నుమీర
హనుమంతు వ్రాసిన యరిగబిళ్ళయు, వాలు
గరములు జయలక్ష్మి గదలు కొనగ
నొకడువచ్చె వెనుక నొక్క బింబాధరి
అందు దుప్పటి ముసు గమరబెట్టి
మేనికాంతి కప్పులోన గ్రిక్కిరియంగ
హంసయాన యగుచు నరుగుదేర." [1]

పై పద్యములో పులిగోరుపట్టు అనగా పులిగోరు వన్నెవంటి పట్టు అని యర్థము. పట్టులలో కొన్ని భేదము లుండెననియు, అం దిదొక్కటియనియు తెలుపనయినది. దిండుగట్టుట యన సెల్లగా చంకక్రిందనుండి మెడపై వైచు కొనుటకర్థమై యుండును. పై పద్యము దిగువనే "దిండుతోడగూడ మొండెము

1. సింహాసన ద్వాత్రింశిక, భా ౨. పు. ౧౦౮.

దిగదొర్లె'' అని వర్ణించినాడు. చౌళ్ళెము అనగా జడచుట్టవలె చుట్టిన తలపాగ. జెట్టీలు నేటికిని మెడలో హనుమంతుని విగ్రహముకల బిళ్ళలు కట్టుకొందురు. అరిగెబిళ్ళ యన బిరుదుగా కట్టుకొన్న బిళ్ళ యని యర్థము.

శ్రీనాథుడు మొరస దేశమును వర్ణించెను. మొరసయన మైసూరు ప్రాంతమని శ్రీ మల్లంపల్లివారు, రెడ్డిరాజుల చరిత్రలో ఒకచోట అన్నారు. శ్రీ వేటూరి ప్రభాకరశాస్త్రిగారు మొరసరాశ్యకుక్కవగానున్న కర్నూలు మండల మనిరి.

మొరస రాజ్య మన మైసూరు సీమ. శ్రీనాథు డాప్రాంతమునకు వెళ్ళి యుండినట్లు ఈ క్రింది వర్ణన తెలుపుచున్నది.

" వంకర పాగలున్ నడుము
వంగిన కత్తులు మైలకోకలున్
సంకటి ముద్దలున్ జనుప
శాకములున్ బలు పచ్చడంబులున్
తెంకగు నోరి చూపులును
తేకువ దప్పిన యేసబాసలున్
రంకుల బ్రహ్మ యీ మొరస
రాజ్యము నెట్లు సృజించె నక్కటా !

విజయనగరరాజుల దర్బారీవేషాలు విచిత్రముగా నుండెను. పొడవయిన అంగీ ధరించి పొడవైన టోపీని (కుల్లాయిని పెట్టుకొని పెద్దసెల్లా మెడలో వేసుకొని పోవలసియుండెను. కార్యార్థియైన శ్రీనాథుడును ఆ వేషమును వేసుకొనక తప్ప దయ్యెను.

"కుల్లా యుంచితి, కోక చుట్టితి, మహా
కూర్పాసమున్ దొడిగితిన్"

అని తెలుపుకొనెను. కుల్లాయి మనదేశ వేషమా లేక తురకలనుండి అనుకరించిన వేషమాయని సందేహము కలుగును. కుల్లాయి అనున దించుమించు మూరెడుపొడవుదై తలక్రిందుగానుంచిన కాగితముపొట్లమువలె నుండునట్టిది. ఆ కాలపు అళియ రామరాజాదుల చిత్తరువులనుచూచిన తెలియరాగలదు.

కుల్లాయిశబ్దము ఫార్సీ కులహ్ శబ్దమునుండి వచ్చినట్లున్నది. ఫార్సీలో కులాహ్ అనగా టోపి. మన వాఙ్మయములో టోపి యనునది భట్టుమూర్తి కాలమునుండి అనగా విజయనగర పతనానంతరము వచ్చినట్లు కానవచ్చును. టొప్పికాయను పదమును మొదట వాడినవాడు చాళుక్య సోమేశ్వరుడు. రాజులకు టోపీని ధరించుట ముఖ్యమని ఆతడు అభిలషితార్థ చింతామణిలో వ్రాసెను.

వెలమరాజుల యాస్థానమునకు పోవుటకుకూడా దర్బారీ వేషము వేసుకొనట యవసరమై యుండెను. ఒకమారు (బహుశా మొదటితడవ) కోలాచల మల్లినాథసూరి సర్వజ్ఞ సింగభూపాలుని దర్శనార్థమై వెళ్ళెను. రాజుగారి కొలువుకూటమునకు (దర్బారు) వేషములేక వచ్చెనని కంచుకి లోనికి పోనీయలేదు. అప్పుడు మల్లినాథు డిట్లనెనట,

"కిం దారుణా వంకరటింకరేణ
కిం వాసనా చీకిరిబాకిరేణ
సర్వజ్ఞ భూపాల విలోకనార్థం
వైదుష్య మేకం విదుషాం సహాయః॥"

ఆ మాటను ఆదే కోలాచల (కొలమచెలమ) వంశమువాడగు పెద్దిభట్టు అన్నాడని శృంగార శ్రీనాథములో వ్రాసినారు. గోలకొండ వ్యాపారులను నియోగిశాఖవారు గోలకొండ రాజ్యములో (తెలంగాణములో) ఏర్పడిరి. వారి వేషభాషలను గూర్చి శ్రీనాథు డిట్లనెను.

"దస్త్రాలున్ మసిబుర్రలున్ కలములున్
దారొక్కన్న చింతంబళుల్
పుస్తుల్ గారెడి దుస్తులున్ చెమట కం
పుం గొట్టు నీర్కావులున్
అస్తవ్యస్తపు కచ్చడంబును భయం
బై తోచు గడ్డంబులున్
వస్తా చూస్తిమి రోస్తిమిన్ పడమటన్
వ్యాపారులన్ క్రూరులన్."

దస్త్రము అనునది ఫార్సీ దఫ్తర్ అనుపదము. నిన్న మొన్నటి వరకు తెలంగాణములో మూరెడు బొంగు లొట్టలో గలుగు దంటుకలాలు పెట్టి ఆ

బొంగు మూతికి మూడు రంధ్రాలు వేసి దారాలకట్టి వాటిని కొండ్లుకల ఇత్తడి మసిబుడ్డికి కట్టేవారు. వసిని ప్రతి గ్రామములో జనులే సిద్ధము చేసుకొంటూ వుండిరి. కలము అను పదము ఫార్సీ, ఖలం అనుదానినుండి వచ్చిన దను కొందురు. కాని సంస్కృతములోనే కలమశబ్దము లేఖిన్యర్థములో వాడుతూ వుండిరి. తెలంగాణాలో గోలకొండ వ్యాపారులు కన్నడము మాట్లాడినవారు కారు. బళ్ళారి, రాయచూరు ప్రాంతాలలోనే కరణాలు కన్నడము మాట్లాడేవారు. వారిని గూర్చియే యీపద్యము చెప్పెనేమో ! కాని భయంబై తోచు గడ్డాలు వారెందుకు పెంచిరి. అది తురకల పరిపాలన ప్రాబల్యముండు ప్రాంతాలలో అనుకరించిన వేషమో యేమో ?

"దిచ్చ" అనగా జూదరియని సూ రా. నిఘంటువులో వ్రాసినారు. దిచ్చుల వేష మిట్లుండెను.

సీ॥ చెంగావి వలిపెంబు చెలువుగా ధరియించి
దళముగా మేన గందంబు పూసి
తిలకంబు కస్తూరి తీర్చి జాదుల కలి
గొట్టల పొదవుగా కొప్పు వెట్టి
కంచుదుప్పటి గప్పి యందియ డాకాల
గీలించి పువ్వులకోల వట్టి
నిద్దమౌ కుచ్చుల యుద్దాలు కిర్రని
మ్రోయగా నుల్లాసమున జెలంగి
నలుగు రేవురు సంగడీ లెలమితోడ
పోకలాకులు నాడిలోన బోసికొనుచు
జాణతనమున నట్టహాసములు వొలయ
పెచ్చు రేగుచు కొలువగా వచ్చె నొకడు.
వచ్చి గుడిసొచ్చి యందరు
దిచ్చులు తన తిండికొరకు తీపులు వెట్టన్
మెచ్చుచు వేడుక యాటల
నచ్చోటం బ్రొద్దుపుచ్చి యల్లిన మగిడెన్.[1]

గొల్లల లక్షణా లిట్లుండెను.

---

1. సింహాసనద్వాత్రింశిక, భా. ౨, పు. ౮౪.

"పిలపాగ, మొలలో పెట్టుకొన్న పిల్లనగ్రోలు, మూపున గొర్దలి, ముసుగు వేసుకున్న గొంగడి, చేత గుదియ, మెడలో గురిజపూసల పేరు, బొంగుకోల, కాసెదట్టి, బెబ్బులుల వాకట్టు బదనికలు, జింకకొమ్ము, జల్లి చిక్కము, కాపు కుక్కలు" ఇవి ఒక గొల్ల పరికరములు.

(నవనాథ-పుట ౨౮)

గొల్లలు గొర్ల మందలనేకాక ఆవులనుకూడ కాచెడివారు "తొలికోడి కూయగానే లేచి తన తోడిగొల్లలతో జేరి ఆవుల పేర్లు పెట్టి పిలిచి పాలు పిదికి నగరికి పంపి తర్వాత షేపుటకై పొలాలకు వాటిని తీసికొనిపోయి, దొంగల నుండి మెకములనుండి రక్షించి మాపటి వరకు మరల ఇల్లుచేరెడివారు. దూడ చచ్చిన ఆవులను సేపునట్లు చేయుట, కడుపులోపలనే దూడ చచ్చిన ఆవులకు మందులిచ్చుటయు వారెరిగియుండిరి. ఆవులకు వచ్చు రోగా లెట్టివనగా,

నరుదు కన్నును నీరు నాలిక చేర్లు
గురుదెవులును గంటి కురుమ కట్టూర్పు
కప్పసావురు గాలి గజ్జి పల్ తిక్క
పుప్పి పంపర యూడు బొడ్డు బొల్లూత
మొలవిడెసెల తెవులు ముకుబంతికవటు
తలయేరు తొడకు వాతము కల్లవాపు
నలదొబ్బ దెవులును నాదిగా నెన్న
గల పసరాల రోగములకు నెల్ల
మందుల బెట్టరు, మంత్రింప తెవులు
కందువుగని చూడగా నేర్తు నొప్ప."

నవనాథ. పుటలు ౨౯, ౩౦

ఆ కాలములో పింజారులుండిరి. వారు ఇస్లాం మతములో అప్పటికి చేరియుండిరో లేదో ! టిప్పు సుల్తాను కాలములోనో ఔరంగజేబు కాలములోనో వారు బల వంతముగా మతము పుచ్చుకొన్నవారని కొందరందురు. వారు రెడ్డిరాజుల కాలములో మతము మార్చియుండరనుకొందును. కాని వారివృత్తి ఆనాటినుండి ఏకటియే. దూదేకుట చేతనే వారికి దూదేకు వారనియు పేరువచ్చెను.

" ఉర్వి మెరయించు కార్పాస పర్వతంబు
చేరి మర్దించె నొక్క పింజారి తరుణి."

అని శ్రీనాథుడు వర్ణించెను. బొందిలీలు ఒక వీరభట కులముగా తెనుగు దేశములో అప్పటికే వచ్చి నిలిచిపోయిరి. బుందేల్ ఖండము(Bundel Khand) అను ఉత్తర హిందూస్థాన ప్రాంతమువారు సైన్యములో యుద్ధభటులుగా చేరి జీవించుటకై ఆంధ్ర కర్ణాట రాజుల సేనలో విరివిగా చేరిరి. వారి స్త్రీలలో జనానాపద్ధతి యుండెను. అందుచేత శ్రీనాథు డొక బొందిలీ మందయాన నిట్లు వర్ణించెను.

"వన్నెలగాగరా, చెలగు వట్రువ కుచ్చిళులందు పాదముల్
సన్నపువారి ఛంగముల సందున నీగెడు బాలకూర్మముల్
గన్న తెరంగుదోప కరకంజములన్ ముసుకుం బిగించి ప్ర
చ్ఛన్న ముఖాబ్జయై నడచె చంగున బొందిలిభామ గోయినన్.

గాగరాయన లంగా. బొందిలీలకు "జనానా" అనాదే అలవడియుండెను. అనాటి స్త్రీల వేషభూషణాలలో ఎక్కువ భేదము కానరాదు. ముక్కునత్తు, వడ్డాణము, దానికి గజ్జెలు గొలుసు లుండుట, అందెలు (నూపురములు), త్రిసరములు (మూడువరుసల దండలు), కంకణము, తాటంకములు (కమ్మలు), ముక్కర (ముత్యాలవి, రత్నాలు పొదిగించినవి), ఇవి సాధారణ భూషణములు.

'వీసపు ముక్కునత్తు, నర వీసపు మంగళసూత్ర మమ్మినన్
కాసునురాని కమ్మ లరకాసును కానివి పచ్చపూసలున్
మాసినచీర గట్టి యవమాన మెసంగగ నేడు రాగ నా
కాసలనాటివారి కనకాంగిని చూచితి నీళ్ళ రేవునన్.''

"ముక్కున మురుమంజి ముత్యాల ముంగర
కమ్మవాతెరమీద గంతు లిడగ''

అను చాటువులు పెక్కు కలవు. స్త్రీలు కాటుక సర్వ సాధారణముగా పెట్టుకొనుచుండిరి. నేటికిని బిడ్డల మొదటిసారి భర్తలిండ్ల కంపితే వడి నింపినప్పుడు కాటుకడబ్బి యిత్తురు.

"బంగారు (నెర) చీరలు", ''కుసుమం బద్దిన చీరకొంగులు'', ''చందుర కావి రవికెలు'', "యమనారైకలు" మున్నగునవి వారి వస్త్రములు, గాగరా (లంగా)లను బొందిలీలే కట్టిరి. వారు తెనుగువారు కారు.

బోగమువారు దాక్షారామములో, భీమవరములో, విశేష ప్రసిద్ధితోనుండిరి. దాక్షారామములో పెదమున్నూరుగుంపు, చినమున్నూరుగుంపు అని బోగమువారి తెగలు రెండుండెను.

" సురపతి......భూతలమిచ్చె.......
......దక్షవాటికావరునకు
భీమనాథునకు వారవధూ త్రిదశద్వయంబుతో" 1

జనుల యిండ్లనుగురించి ఆ కాలపు వాఙ్మయము కొంత తెలుపుతున్నది.

" దోసెడుకొంపలో పసుల త్రొక్కిడి, దుమ్మును, దూడరేణమున్
పాసిన వంటకంబు, పసి బాలుర శౌచము, విస్తరాకులున్,
మాసిన గుడ్డలున్, తలకు మాసిన ముండలు, వంటకుండలున్,
రాసెడు కట్టెలున్ దలపరాదు పురోహితు నింటికృత్యమున్ "

ఇది పల్నాటిసీమలోని ముచ్చట. తూర్పు తీరపు జిల్లాలలో నిట్టిది లేకుండి యుండును. పురోహితుని యిల్లే యింత యింపుగా ఉంటే శూద్రులయిండ్లింకెంత కంపుగా నుండెనో ఏమో? పల్నాటిసీమలోను, దానికి సరిబోలు కర్నూలు, కడప, అనంతపురపు జిల్లాలలోను, రాయచూరు బళ్ళారివంటి కన్నడ జిల్లాలలోను, వాటి కంటిన బహుప్రదేశాలలోను నేటికిని ఒక దురాచార మున్నది. అదేమనగా, వ్యవసాయకులు పశువులను ఇండ్లలోనే కట్టివేయుదురు. మరియు దొంగలభయముచే ఇండ్లకు కిటికీలు పెట్టరు. ప్రాచీన మందును కిటికీలే రాజభవనాల కుందెనో యేమో, కాని జనుల యిండ్లకు "గవాక్షములు" అను మిద్దెలేని బొర్రలే గాలి వెలుతుర్ల కాధారమైనట్టివి.[2]

ఇండ్ల నమూనాలుకూడా పెట్టి బిగించునట్లు ఒకే మోటు నమూనాపై కట్టుతూ వుండిరి. సంపన్నులు మాత్రము పశువులను వేరే యింటకట్టి తాముండు

1 భీమేశ్వర పురాణము, అ. ౩, ప, ౮౪.

2 "భోజనాగార గవాక్ష మార్గంబుల వెడలి" కాశీఖండము.

యింట్ల లోపలిభాగములో చతుశ్శాలాభవంతిని కట్టుతూ వుండిరి. పడసాల (వరండా), మొగసాల (Entrance Hall) యింటిముందరుగులు, దొడ్డివాకిలి, పెరడు ఇవి సాధారణముగు నవి. ఇండ్లకును కొన్ని వాస్తుశాస్త్రములు బయలు దేరెను. వాటి లెక్క ప్రకారము దూలము కూలలేకుండా వాకిండ్ల సంఖ్య బేసిగా ఉండకుండా, యెన్నెన్నో నిబంధనలుచేసిరి. సాధారణముగా వంటశాలను తూర్పు గానే పెట్టుతూ ఉండిరి. ఇండ్లు కట్టితే, అందలి స్తంభాలకు పెండ్లి చేసే బ్రాహ్మణుని పిలిచి స్వస్తిచెప్పించి పుణ్యాహవాచనము చేయించి శాంతికై బంధువులకు, బీదలకు, రుచ్యాన్నముల విందునిస్తూ వుండిరి. ఇండ్లకు పశుబలుల నిస్తూ వుండిరి. ఇండ్లలో నొక గదిలో చిల్లర వస్తువులుంచుటకు కొట్టెపలకలలో నొక పెద్దఅడ్డగూడు (అల్మారీ వంటిది) నిర్మిస్తూవుండిరి. దానిని అట్టుక (అట్టుగ, అట్టిక, అట్టువ) అనిరి.

> "పగలెల్లన్ వెలినిచ్చి రాతి రరుదా
> ర్భంగిన్ స్వగేహంబు, అ
> ట్టుగమీదన్ వసియించి" 1

అను నిదర్శనములు ప్రబంధాలలో చాల కలవు. బట్టలు ఆరవేయుటకు పొడవగు బొంగులను మిద్దెకు వ్రేలాడ గట్టెడివారు. వాటిని దండెలనిరి.

> "దండియపై నిడ్డ తపనీయమాలిక
> భుజము సోకిన దాని బుచ్చికొనుచు" 2

అని యొక కవి వర్ణించెను. ఇచట మాలిక అన దండ. బంగారుదండను దండెకు కొనకు తగిలించి యుండిరని అర్థము. వాస్తు శాస్త్రములలో సర్వతో భద్ర, స్వస్తిక, పుష్పకాది నామములు, గృహనిర్మాణ విభేదములను తెలుపునవై యుండెను. రాజులు తమ ప్రాసాదములకు, కొలువు కూటములకు శుభనామము లిస్తూవుండిరి. శ్రీకృష్ణదేవరాయల సభా భవనము పేరు, "భువన విజయమై" యుండెను. వీరభద్రారెడ్డి సౌధంబు పేరు "త్రైలోక్య విజయము."

---

1 కేయూర బాహుచరిత్ర అ. ౩; ప ౨౩౯.

2 సిం. ద్వాత్రింశిక, భా ౨. పు. ౮౮.

"త్రైలోక్య విజయాభిధంబైన సౌధంబు
చంద్రశాలా ప్రదేశంబు"[1]

అని శ్రీనాథుడు తెలిపియున్నాడు.

కాలమును గడియలతో లెక్కిస్తూ వుండిరి. పగలు ౩౦, రాత్రి ౩౦ ఘడియలుగా ఒకటినుండి ౩౦ వరకు ఘడియలను రాజుల భవనాల మోసాలపై కొట్టుతూ వుండిరి. వాటిని విని జనులు కాలమును తెలుసుకొంటూ వుండిరి. వివాహాదులందు నగరాలలో దారల నగళ్ళలోని గంటలను విని జనులు శుభకార్యాలు జరుపుకొనిరి. అవి లేని పల్లెలలో పురోహితులు "గడియకుడుక"లను (గిన్నెలను) నీటిపైనుంచి అవి నిండి మునుగుక్షణములో వివాహాది కార్యాలను జరుపుచుండిరి.

"తదుత్సవానందరసనిమగ్నంబగు... శుభలగ్నోదయ సమయ
సూచకం బగుచు జలంబులందు మునుగు తామ్ర ఘటికాపాత్ర
నిరీక్షించి మంగళాశీర్వాద పురస్సరంబుగా సుముహూర్తంబ
మచు మౌహూర్తికుండు జయఘంటపై నక్షతలు చల్లిన"

"కంగున గంటపై కొడుపుగ్రక్కున వైచుడు తూర్యనాదముల్
నింగియు దిక్తటంబులును నిండగ విప్రుల వేదనాద ము
ప్పొంగి చెలంగుచుండె"[2]

"గడియకుడుకభంగి గ్రహరాజు జలధిలో
వ్రాల చుక్కలు దలంబ్రాలు గాగ
కెంపు హోమవహ్నిక్రియ నొప్పగా ద్విజ
రాజు పెండ్లియాడె రాత్రి సతిని"[3]

అని పలువురు సమకాలికవులు విశదముగా వర్ణించి తెలిపినారు.

సహగమనముమధ్య వచ్చిన ఉత్తరహిందూస్థానాచారము. మహమ్మదీయుల అత్యాచారాలు ఏమూలనుండిన అచట యా యాచారానికి అతివ్యాప్తి కలిగెను.

---

1 కాశీకాఖండము-కృత్యాది.

2 భోజరాజీయము, ఆ ౪. ప ౯౨, ౯౩.

3 సింహాసన ద్వాత్రింశిక, ౧ భా. పు. ౧౦౨

ముఖ్యముగా ఇది కాశ్మీర, రాజపుత్రస్థాన, పంజాబుదేశాలలో ప్రబలమయ్యెను. తర్వాత బెంగాలులో ప్రబల మయ్యెను. దక్షిణ దేశములో కాకతీయుల కాలములో, రెడ్డిరాజుల కాలములో ప్రారంభమై అరుదుగా నందందు జరుగుటకు మొదలయ్యెనని తలంతును సింహాసనద్వాత్రింశికలో ఒకబంటు తనభార్యను రాజువద్ద రక్షణార్థముంచి యుద్ధాని కేగుదునని చెప్పి గాలిలో మాయమయ్యెను. వెంటనే పైనుండి వానిఅంగాంగములు ఛిన్నములై రాజుముందట పడెను. అప్పుడు వాని భార్యసహగమనము చేతుననియు సెలవిమ్మనియు రాజును కోరెను. రాజు వలదని పలువిధముల వారించెను. ఆమె వినక ముష్కరించెను. తుదకు విధిలేక రాజు సెలవిచ్చెను, అని విపులముగా వర్ణించినారు. సహగమనమే సాధారణాచారమై యుండిన ధర్మమును పాలించు ప్రభువే వలదని వారింప బోవునా ? ఆ స్త్రీ సహగమనావసరమునుగూర్చి అంతపెద్దగా నుపన్యసించునా ? దాని ప్రచారమునకై పెంచిన వర్ణన యని తోచక మానదు. ఆమె యిట్లనెను.

“ ఆకులపాటుగోడ అశు
భాకృతియై యొకవేళనైన, పో
కాకును లేక, సొమ్ములకు
నర్రులు సాపక, పేరటంబులన్
పోక తొరంగి, పూతలను
పువ్వులు దూరముగాగ ముండయై
యేకడ జేరినన్ విధవ
కెగ్గులె కాక తరింపవచ్చునే ?
“ చచ్చియు చావక తనలో
వెచ్చుచు నియమముల నింక విధవాత్వమునన్
నిచ్చట మాడుటకంటెను
చిచ్చురుకుట మేలు సతికి క్షితి మెచ్చంగన్.” 1

సతియను ఘోరాచారము తెనుగు గడ్డపై పాదుకొన్నది కాదనియే తలంతును. పై పద్యములో విధవకుండు కష్టాలు చాలా చక్కగా కవి తెలిపినాడు. అందు “పేరటాలు” అనగా సహగమనము చేసిన ‘సతి’ కి అర్థమని శ్రీమల్లంపల్లి సోమశేఖరశర్మగారు తమ రెడ్డి రాజుల చరిత్రలో వ్రాసినారు. పేరటాలు

1. సింహాసన ద్వాత్రింశిక, భా. ౨, పు. ౧౧౦.

అన ముత్తైదువయే. ముత్తైదువయే సతియగుట చేత దూరాన్వయముగా అట్లు చెప్పినారేమో కాని పై పద్యములో "పేరటంబులను పోక తారంగి" అనుటలో వితంతువును శుభకార్యాలలో పేరంటము పిలువరనియు, సహగమనము చేయువారు అరుదై వైధవ్య బహువిధవ్యథలకు గురియైన వితంతువులే బహుళమై యుండిరనియు స్పష్టమవుతున్నది. అధునాతన సనాతన వాఙ్మయమందును ఆచారమందును పేరంటముగా పిలువబడిన ముత్తైదువకే పేరటాలు అను నిదర్శనాలే కానవస్తున్నవి. "రెండవ దేవరాయలకు ౧౨౦౦౦ భార్యలుండి రనియు అతడు చచ్చిన అంత ౩౦౦౦ మంది భార్యలైనను సహగమనము చేయవలసి యుండు ననియు నికోలా కౌంటు అను యూరోపు యాత్రికుడు వ్రాసెను. అతడింకను ఇట్లు వ్రాసెను. "సతి లేక సహమరణము ఈ విజయనగర సామ్రాజ్యములో వ్యాపించినది. సతిని భర్త చితిపై కాల్తురు. కొందరు భర్త శవముతో పాటు భార్యను సజీవముగా పూడ్చివేయుదురు." సహగమనము విరివిగా లేకుండెననియు, కొన్ని పెద్ద కులాలలో అది వ్యాప్తికి ప్రారంభమయి యుండెననియు, తలంపవచ్చును.

మద్యములు అనేక విధములైనవి ప్రజలు సిద్ధము చేసుకొనుచుండిరి. గౌడీ, పైష్టీ మాధ్వీ మొదలైనవి ప్రాచీనులు వర్ణించినారు. అవికాక మరికొన్ని విధములైనవి రెడ్డిరాజుల కాలమందుండెను.

> "ఒక్కెడం గొందరు సుందరులు పానగోష్ఠికిం గడంగి, కాదంబంబును, మాధవంబును, ఐక్షవంబును, శీరంబు, ఆసవంబు, వార్షంబు, రతిఫలంబు లనపాక భేదంబుల మూలస్కంధ కుసుమ ఫలసంభవంబుల బహువిధంబుల మధురంబులైన మధువిశేషంబులెల్లం బరిమళ ద్రవ్యమిశితంబుగా గూర్చి పాత్రంబుల నించిరి." 1

పై మద్యభేదములో మాధవము యన ఇప్పసారాయి, ఐక్షవ మన చెఱకు (బెల్లము) రసముతో చేసినగౌడీరసము, ఆసవముయన సాధారణముగా వైద్యులు చేయు మద్యద్రవ్యము. కాదంబము, శీరము, వార్షము, రతిఫల మన నేమియో తెలియదు. నిఘంటువులందును ఈ పదాలు లేవు. ఈమద్యములను చెట్ల వేర్లతో

1 సింహాసన ద్వాత్రింశిక, భా ౨ పు ౧౦౩.

కాని, పువ్వులతో కాని, ఫలములతో కాని చేస్తూ వుండిరని కవియే తెలిపినాడు. మద్యములలోని కొన్నింటిని ప్రౌఢకవిమల్లన ఇట్లు తెలిపెను.

> శార్కరంబు, సూనజము, గుగ్లసుమఘృతజంబు, నారికేళజంబు, మాద్వి
> కంబు, ఫలమయంబు, గౌడ తాళమయంబు, నాదిగా తనర్చు నాసవములు.
>
> —రుక్మాంగద. ౩-౨౨

అల్లరి పాడియావులు పాలియ్యక పొడిచి తన్నిన వాటికి తలకోలకట్టి అనగా త్రాడుతో కొమ్ములకు బిగించి, దానినొకకోలను కట్టి, దానితోవడద్రిప్పి పట్టి పాలు పితికెడువాడు.[1]

జనలలో పరుసవేదిపై—లోహాల నన్నింటిని బంగారు చేయురహస్య రసాయన క్రియపై—విశ్వాసము మెండుగా నుండెను. భోజుడు సర్పటి యను సిద్ధుని మోసగించి ఘామవేధి యను స్పర్శవేది క్రియను నేర్చుకొనెనని భోజ రాజీయములో అనంతామాత్యుడు వర్ణించినాడు. ఒక కోమటిని మోసగించి వేమారెడ్డి ఆ విద్యను నేర్చి కొండవీటి రాజ్యమును స్థాపించెనను కథలను అనేక విధములుగా జనులు చెప్పుకొనిరి. అదెంత సత్యమున్నదో చెప్పజాలము. ప్రోలయ వేమునికి పరుసవేదియో, తత్సమాన నిధియో యేదో దొరికినట్లే నమ్మవలెను. ప్రోలయవేముని మంచాళ్ళ శాసనములో(శా. శ. ౧౨౬౨=క్రీ. శ. ౧౩౪౦లో) ఇట్లు వ్రాసిరి.

"యదృచ్ఛయా స్వర్ణకర ప్రసిద్ధిం
లబ్ధ్వాన్నమాంబా పతి రాబభూవ"

ఈ స్వర్ణకర ప్రసిద్ధి యెట్టిదో తెలియరాదు. కొండవీటి దండకవిలెలోను దీన్నిగురించిన ఒక కథకూడ వ్రాసినారు.

హిందువులలో క్రీస్తు శకాదినుండియో లేక బౌద్ధశకాది నుండియో స్పర్శ వేదిని కనిపెట్టుటకై పాదరసముతో కొన్ని ఓషధుల రసము, పసరుచేర్చి అందు ఇనుము, రాగి వంటి లోహాలు వేసి పుటాలు పెట్టి కరగించి వెండి, బంగారు చేయుటకై చాలాపరిశోధనలు చేసిరి. సిద్ధనాగార్జునుడు వెండి, బంగారు చేయుట

---

1 సింహాసన ద్వాత్రింశిక. భా ౧. పు ౧౦౩.

2.... ....౫౧.
(అలరి మొదవులకును తలకోల యిడక చేరి పిదుకకొన తరమగునే)

కనిపెట్టెకో లేదో కాని తన కాలమందు ప్రపంచ మందంతటను రసాయనశాస్త్ర వేత్త లందగ్రగణ్యుడని పేరు పొందెను. చీనాలో అతడు మహామహిమోపేతు డని ప్రశస్తి నిండుకొనిపోయెను. క్రీ శ. ౧౪౦౦ ప్రాంతములోని రసవాద విద్యను గౌరన యొకచో నిట్లు వర్ణించెను.

"ప్రచుర హేమక్రియా పారీణులయిన వారల నెందు నెవ్వారిగాన నేను
బరగు రసగ్రంథ పటలంబులందు ధాతువాదము మీద తహ తహ పుట్టి
చేతి విత్తము మున్న చెసటియైపోయె మంత్రవాదులకును మందుమాకులకు
యంత్రవాదులకు సహాయకారులకు పలుతెరంగుల వెచ్చవడి యౌషధముల
కలిపి రసంబుల కల్వంబులందు కసబిసగా నూరి కదదుగా బోసి
వెల పుటంబులు వెట్టి విసవిసనూద పెట పెట మని పడి పెటల పెల్లెగసి
మటుమాయమై పోవ మది తలపోసి యలసి ఈశ్వర బీజ మది కట్టువడనె
యిల రసవాదంబు లేల సిద్ధించ,"

—నవనాథ. పుట. ౨౪౨

వాదభ్రష్టో వైద్యశ్రేష్ఠః, రసవాదులమూలాన వైద్యశాస్త్రమైనా ఇంతో అంతో లాభం పొందినది.

జనులలో అనేక విశ్వాసాలుండెను. పిల్లలు లేనివారు ఎన్నెన్నో పాట్లు పడిరి. బాలచంద్రుని తల్లి పిల్లలు లేక పడినపాట్లను చాలా విరివిగా పల్నాటి వీరచరిత్రములో వర్ణించిరి. ఆదే విధముగా ఇతర స్త్రీలు పలుపాట్లు పడుతూ వుండిరి. ఒక స్త్రీ సంతానార్థమై పడిన పాట్లివి :—

సీ॥ భక్తితో మాతృకాభవనంబులకు నేగు, కావించు నతిథిసత్కారములను,
వాయసంబులకు నిర్వర్తించు దధిబలి, కొలుచు జ్యేష్ఠాదేవి నలఘు మహిమ
చదివించుకొను పుణ్యసంహితావ్రాతంబు, మూలికామాణిక్యములుధరించు
తన్వంగి గంధాక్షతలు చిరంటుల కిడు, విప్రశ్నికల గారవించు దరచు.
కుమ్మరావంబు కడవలు కొల్లవిడుచు బాలురకుతియ్యపండులు పంచియుచ్చు
చెలులు తానునువ్రతములునలుపుచుండుతామరసనేత్రపుత్రసంతానకాంక్ష.[1]

1 శివరాత్రి మాహాత్మ్యము. అ ౬. ప ౪౦.

స్త్రీలు గర్భవతు లైనప్పుడు :

"మూడునెలల ముద్దవెట్టిరి యైదు కుడుము లైదు నెలల బెట్టి
రేడునెలల మొక్కి రెఱ్ఱ పోలమ్మకు సతికి చూలువెళ్ళ జరుపుకొనుచు.
"ఇంతిమది దలకుచు నెడమ ప్రక్క నిడగొ మెదలెననుచు జెప్ప సుదతులంత
చంటి జిగురుగోర సంధించి చిరజీవి యైన సుతుడుపుట్టె ననగ పొంగు"

కుమారుడు పుట్టినప్పుడు:

"పసుపుబొడ్డుమీద పసిడిటంకం బిడి యొయ్య నాభినాళ ముత్తరించి
ముత్తియపుల జేటముంచి యందిడు కనుదమ్ములందు సమ్మదము నిగుడ."
"కలిం దోచి నూనె వ్రేలిడి తలపుర్రియయందు నేతితైలంబును, జొ
త్తిలరించి మెత్తగా బొడు గిలరించి కుమారునునిచి రా దాదు లటన్.

"క్రమమున దాదు లక్కడను ముప్పదిలిన జలకంబుదేర్చి యాబెలువసుతుని
కొనరగ కాటుకయును చుక్కబొట్టును పాటించి యా గడపకు వెలుపట
పొదికిళ్ళ తపుడు సిప్పలు ప్రత్తిగింజలు సిడి యడ్డముగ చిట్టు పడిసివైచి
వేపరెమ్మలు నీళ్ళపెసలలోపల సించి కాపులు పురిటింట గట్టిచేసి
వాయసముల కెల్ల వనితల రప్పించి వారుదెట్టినయవి వడుసనంది
పచ్చకప్పురంపు బలుకులు వెట్టి విడియము లిచ్చ రింపు నయముగలుగ."[1]

పెండ్లి సమయములో జరిపెడి యాచారములు శ్రీనాథుడు యిట్లువర్ణించెను.

"వేడ్క నృత్యంబు లాడిరి వీధులందు పాడి రెత్తిలి పిక కుహూ పంచమమున
పంజళంబున ధవళ ప్రబంధ గీతకము ల నవ్వేళ కర్ణాట కమలముఖులు."

ఈ పద్యములో ఎత్తిలి అన గట్టిగా అని శబ్దరత్నాకరములో వ్రాసినారు. ఎత్తిలి అనునది ఒక విధమగు దేశీగాన మని తోస్తున్నది. పంజళము అనగా పాంచాలీ గీతికా విశేషము. ధవళము అనగా పెండ్లిండ్లలో పాడు పాటలు. ధవళాలకు సువ్వాలకు అప్పకవి కూడా లక్షణాలు వ్రాసినాడు. నేటికిని కొన్ని యిండ్లలో పెండ్లిండ్లలో ధవళాలు పాడుతారు. ఇంకా ఏమి చేసిరనగా :-

---

1 సింహాసనద్వాత్రింశిక. భా ౧. పు ౫౯, ౬౦.

''పూజకుండలు నిల్పె పువ్వుబోడి యొకర్తు శుభ వితర్దిక చతుష్కోణములను
జాజాల పాలెల సర్వౌషధులు నించి ప్రోక్షించె నొక్క పద్మాక్షి జలము
కాంత యొక్కతె సన్నెకలు పొత్తరంబును దోరించె పటశాఖతోడ గూడ
పీఠికంబులు పెట్టె బింబోష్ఠి యొక్కతె మడుగు పుట్టము కప్పె నడుగుమునుగ''

....

"తగవు లిచ్చిరి పుట్టింట తల్లిప్రజలు వీళ్కొసంగిరి చుట్టాలు వేనవేలు
కట్నమిచ్చె నృపాలుండు కన్నుదనియ పరమహీపాలు లిచ్చిరి పావడములు'' 1

పురిటి సమయములో చేయు నుపచారములను శ్రీనాథు డిట్లు వర్ణించెను.

"తలయంపి ధవళ నిద్రాకుంభ మిడువారు రక్షాభసిత రేఖ వ్రాయువారు
గౌర సర్షపరాజి కలయ జల్లెడివారు బలివిధానంబుల బరగువారు
లవణంబు నింబపల్లవము ద్రిప్పెడు వారు ప్రేమ మంచంబుతో పెనుచువారు
గవల ధూపంబు సంఘటియించువారును మంచిము ట్టెడద యోజించువారు
కదసి దీవించువారును గంధతైల మందుకొనువారు గాయంబు లందువారు
పాడువారును పరిహాస మాడువారునైరి శుద్ధాంతసతు లరిష్టాలయమున''

"కర్పూర సమ్మిశ్ర గంధసారంబున చరచె చప్పట భిత్తి చామ యొకతె
వెల్లకిలబెట్టె నుత్పలగంధి యొక్కర్తు గర్భగృహోపకంఠభూమి
జ్యేష్ఠాధిదేవత సేవించె నొకయింతి పసుపు పుట్టము గట్టి భక్తిగరిమ
పటముపై లిఖియించె పాటలాధరి యొర్తు క్రొత్తలత్తుక శశాంకుని ఖరాంశు
జరఠ మేషంబు కంఠదేశమున జుట్టె పుష్ప ధుంధుభముల నొక్క పువ్వుబోడి
అంబుజానన యొకతె నెయ్యభిఘరించె భుజగ నిర్మోక మొకతె నిప్పులగమర్చె''2

సింహాసనద్వాత్రింశతిలోని యాచారాలు తెలంగాణముపై యుండును.
ఇందలివి కృష్ణా గోదావరీ మండలాలపై యుండును.

జనులు తమ బిడ్డలకు శర్తలయిండ్లకు పోయిన తరువాత ఆవులను
అరణమిస్తూ వుండిరి.3

1. శివరాత్రి మాహాత్మ్యము, అ. ౨. ప. ౫౪ ౫౬, ౬౨
2. శివరాత్రి మాహాత్మ్యము. ఆ. ౨. ప, ౭౦, ౭౧. తర్వాతవికూడ చూడతగినవే.
3. 'తనదు గాదిలి పుత్రికి నీదలంచెనో' – భోజరాజీయము, ఆ. ౬. ప. ౩౯.

పూడ్చిపెట్టిన ధనమును (బంగారు, వెండి నాణెములు) భూమినుండి త్రవ్వి తీసుకొనుటకు ముందు దాని నావరించి భూతములు (ధనపిశాచాలు) ఉండు ననియు, వాటి శాంతికై బలి నీయవలెననియు జనులు నమ్మిరి. అది నేటికిని కలదు.

గీ. .... ఎట్టివారి సొమ్మో యిది పెద్ద కాలమయ్యె పృథివి నణఁగి
దీని వెడలదివియ బూనిన యప్పుడు భూతతృప్తి వలయు భూతలేంద్రా!

క. అనవుడు విభుడది చేయుద మని గొరియల చెరువు పెట్టియనువగు భో
జనముల నసురులు సురలును దనియంగా భూతతృప్తి తగ నొనరించెన్"[1]

ఇది భూస్థాపితమగు విక్రమార్కుని సింహాసనమును తీయుటకై భోజు డిచ్చిన బలి (చెరువు=బలి.)

ఆకాలపు ధనికులు సుఖభోజనము చేస్తూవుండిరి. అందు భోజనప్రియత్వము బ్రాహ్మణులలో నెక్కువగా నుండెను. రెడ్లు శైవులై యున్నందున వారు మాంసాహారులు కారేమో ? నేటికిని శైవులగు రెడ్లు మాంసము తినరు. సాధారణముగా నెరవాటి కాపులు, నామగొండ కాపులు అను రెడ్డి శాఖవారు మాంసము తినని శైవులు. మరియు మోటాటిరెడ్లలోను కొందరు శైవులై మాంసభక్షులు కాని వారై యున్నారు. వైష్ణవ మత మవలంబించిన రెడ్లు మాంసభక్షులయిరి. వైష్ణవాచార్యు లిది నిషేధించినట్లు కానరాదు. ఆముక్తమాల్యదలో రెడ్లభుక్తివిధాన మును తెలుసుకొను ఆధారములు కలవు. కవుల వర్ణనలు, విశేషముగా బ్రాహ్మణుల భోజనముగానే కానవస్తున్నది. కొండవీటి రాజ్యమంత్రియగు లింగనమంత్రి పంక్తిలో శ్రీనాధుడు పలుమారు కంఠదఘ్నముగా, తుష్టిపూర్తిగా భుజించి ఆమంత్రి అన్నదాతృత్వమును (బ్రాహ్మణుల మేరకు) యిట్లు వర్ణించి ఋణ విముక్తుడయ్యెను.

సీ. ఖండశర్కరజున్నుకండ చక్కెరలు-దోసెలు, వడల్, సేవెహసెములతోడ,
కమ్మగా కాచిన కరియాల నేతితో, కమనీయ పంచభక్ష్యములతోడ,
సంబారములతోడి శాకపాకముతోడ పక్వమైన పెసరపప్పుతోడ,
తేనియధారతో, పానకంబులతోడ, శిఖర షాడబ రసశ్రేణితోడ,

1. సింహాసనద్వాత్రింశిక, భా ౧. పు ౨౧.

అప్పులవణాదికములతోడ అమృతఖండ
పాండురంబైన దధితోడ, బ్రాహ్మణులకు
భోజనము పెట్టి ద్వాదశీ పుణ్యవేళ
లింగమంత్రి నవీనరుక్మాంగదుండు.[1]

(శిఖరషాడబరసము=పండుదానిమ్మ తియ్యనిరసము) ద్విజాతివర్గము వారు ఏకాదశీవ్రతనిష్ఠు లన్నమాట. తన్మాహాత్మ్య ప్రతిపాదితమగు రుక్మాంగద కథ అప్పటికే ప్రచార మందియుండెను.

ఇంకా యెట్టి రుచిర పదార్థముల నారగించి రనగా:—

" ద్రాక్షాపానక ఖండశర్కరలతో, రంభాఫల శ్రేణితో,
గోక్షీరంబులతోడ, మండెగలతో, క్రొన్నేతితో, పప్పుతో,
నక్షయ్యంబగు నేరుబ్రాల కలమాహారంబు నిశ్శంకతన్
కుక్షుల్ నిండగ నారగించితిమి యక్షుద్రక్షుధా శాంతికిన్ [2]

అంతేకాదు, భక్ష్యభోజ్య చోష్య లేహ్య పానీయముల వైవిధ్యములను కాశీఖండమం దిట్లు వర్ణించినారు.

"కనక రంభాపలాశ పాత్రంబులయందు విచిత్రంబుగాగల వంటకంబులు, అపూపంబులు, లడ్డువంబులు, ఇడ్డెనలు, కుడుములు, అప్పడంబులు, ఇప్పట్లు, గొల్లెడలు, జిల్లేడుకాయలు, దోసియలు, సేవియులు, అంగరపోలియలు, సారసత్తులు, బొంతర కుడుములు, చక్కిలంబులు, మడుగుబూవులు, మోరుండలు, పుండ్రేక్షుఖండములు, పిండ ఖర్జూర ద్రాక్షా నారికేళ కదళీ పనస జంబూ చూత లికుచ దాడిమీ కపిత్థ కర్కంధూ ఫలంబులు, గసగసలు, పెసరుంబులుగములు, చెఱకు గుడములు, అరిసెలు, బిసకిసలయముల వరుగులు, చిరుగడములు, బడిదెములు బులుపలు, బులిః రకలు, పప్పు రొట్టియలు, చాపట్లు, పాయసంబులు, కర్కటీ కారవేల్ల కూశ్మాండ నిష్పావపటోలికా కోశాలాబూ సిగ్రూదుంబర వార్తాక బింబికా కరవింద శలాటువులును, కందయుం బొందయు, చారులు, దియ్యగూరలు, పచ్చడులు, బజ్జులు, గిజ్జబులు, వడియంబులు, కది

1 భీమేశ్వర పురాణము, అ౧. ప ౬౧.

2 భీమేశ్వర పురాణము, అ ౨, ప ౧౪౨.

యంబులు, గాయంబులు, గంధతోయంబులు, ఉండ్రాలు నానుబ్రాలును, అనుములు, మినుములు, బుడుకులు, నడుకలు, సిలిమిడియును, చలిమిడియును, ద్రబ్బెడయు, వడయును, సుక్కెరలు, చక్కెరలు, నేతులు, దోనెతాలలు, బిట్టును, గట్టును, దాలతిమ్మనంబులును, దోపలు, పూపలు, మోదకంబులును, గుడోదకంబులు.........వడ్డించిరి [1]

ఈభోజ్యపదార్థములలో సగము అర్థము కానివిగా ఉన్నవి. ఇందు కొన్ని వంటలు నేడు పలు పలు పాంతాలలో లేవనవచ్చును ఇవి అకాలమందలి ప్రజా జీవిత విశేషములందు ముఖ్యమైనవి. సూక్ష్మముగా తరిచి పరిశోధించు కొలది ఇంకనూ పెక్కు విశేషములు తెలియ రాగలవు.

వినోదములు

అటలు పాటలు మున్నగు వినోదములు కాకతీయుల కాలము లోనివే యీ కాలమందును కానవస్తున్నవి. అవికాక మరికొన్ని యాకాలములోనివిగా తెలియ వస్తున్నవి.

రాజకుటుంబపు రాచవారు పలువురు దుర్మార్గులై ప్రజల బాధించుట సర్వసాధారణము. ఆ కాలమందును నిట్టివారు కొందరుండి యుందురు. వారిని దృష్టిలో నుంచుకొని మంచన యిట్లు వ్రాసెను.

సీ. ఎలుక వేటల పేర నేగి పట్టణములో ప్రజల యిండులు కూలద్రవ్య బంపు
చెలగి దేగలకును తొండల నేయబోయి ద్రాక్షామంటపంబులు గాసిసేయు
కోడిపోరుల పేర వాడల దిరుగుచు పొదగన్న కడవల బొలియవైచు
వేటకుక్కల దెచ్చి విడిచి మందులోని మేకల కుసికొల్పి మెచ్చియార్చు"[2]

జనులాడు జూదములు బహు విధములుగా నుండెను.

క. సరిలేని యంజి సొగటా లరుదగు జూదంబు నెత్తు మచ్చనగండ్లుస్
దిరమగు నోమనగుంటలు సరసతమెయి నాడుచున్న సతులం గనియెన్.[3]

---

1 కాశీఖండము—ఈ ఘట్టముతో ఇంకనూ చాలా చాలా తెలిపినారు. అభిలాషులు మూలము చూడగలరు.

2 కేయూర బాహు చరిత్రము. అ ౩, ప ౨౯౫.

3 భోజరాజీయము అ ౫ ప ౭౬.

ఈ యాటలు ఆడువా రెక్కువగా ఆడుచుండిరి. అంజీ యను నాటి యెట్టిదో శబ్దరత్నాకరకారునికే తెలియదు. సొగటాలు అనునది పాచికల ఆట. దానికి పగడసాల, పగడసారె ఆట యనియు అన్నారు పలువురు కవులీయాటను ప్రబంధాలలో వర్ణించినారు. ధనికులైనవా రీయాట పలకల సిద్ధము చేయించి యుంచుకొనెడివారు అచ్చనగండ్లు యిప్పటికినీ బాలికలు, యువతులు ఆడుచుందురు. దానికి అచ్చనగాయలు అనియు పేరుకలదు. గచ్చకాయలతో కాని, చిన్నవి గుండ్రని గులకరాలతో కాని ఆడుదురు. ఓమనగుంటలు ఒక కట్టె దిమ్మలో ౧౪ గుంతలు చెక్కించి వాటిలో చింత బిచ్చలు పోసి యాడు ఆటకు పేరు.

యువకు లాడుకొన్న యాట లెట్టివనగా, కందుక కేళి—ఇది చెండుఆట.

బహుశా బట్టలతో గట్టిగా గోళాకారముగా చేసి దానిపైన గట్టి లావుదారముల జాలె నల్లుచుండిరేమో. అట్టివి ౩౦ ఏండ్ల క్రిందట యుండెను.

పిల్లదీవాటలు :- ఇది "విమల చంద్రోదయారంభ వేళలందు" ఆడుచుండిన యాటయని శ్రీనాథుడు వర్ణించెను. ఇదెట్టి యాటయో తెలియదు. "బాల క్రీడా విశేషము" అని శబ్దరత్నాకరములో వ్రాసినారు. నాలుగైదువూర్ల యేండ్ల క్రిందటి చాలా యాటలు మనకు తెలియకపోవుట విచారకరము.

ఖాండిక జనుల పరిహాసములు :- "ఒక కొంత ప్రొద్దు ఖాండికజనంబు లొనర్చు పరిహాస గోష్ఠికి పల్లవించు" అన్నారు. కాని ఖాండికశబ్దము శబ్దరత్నాకరములో లేదు. సంస్కృత బృహన్నిఘంటువగు శబ్ద కల్పద్రుమమందున ఈపదము లేదు కాని "ఖండః=అశ్లీలభాషి" అని కలదు. తత్సంబంధి ఖాండికుడు అని వ్యాకరించుకొనిన నీసందర్భమునకు సరిపోవును. బూతులలో హాస్య ముత్పత్తిచేయు 'వి క ట క వి' వంటివాడని యర్థము కలుగును.

బిందుమతీవిద్య :- ఇది గారడి (ఇంద్రజాల) విద్య. శబ్దరత్నాకరములో ఈ శబ్దమే లేదు. సంస్కృత నిఘంటువగు శబ్దకల్పద్రుమ మందును ఈ పదము లేదు. బిందుమతి యనునది "విప్రవినోద" అను ఇంద్రజాల విద్యవంటిది. విప్రవినోదమను విద్యను ఒక విధమగు బ్రాహ్మణ జాతి

వారే, వారును తెనుగు దేశమందే, ఒక గారడి విద్యగా ప్రదర్శించెడి వారు.

ప్రహేళిక :- దీనికి పర్యాయపదము ప్రవల్హికా అనియు, దాని కర్థము 'గూఢముగా నుంచబడిన యర్థముల కావ్యవిశేషము' అని శబ్దరత్నాకరములో వ్రాసినారు ఇవి స్పష్టముగా అర్థముకాని రీతి తెలిపినారు. తెనుగులో తట్టు—తట్టు వేయుట అనుట యిదియే. 'కొందుకు, తిందురు', 'ముందర పెట్టుకొని యేడ్తురు' అంటే యేమి? అనగా ఉల్లిగడ్డ అని చెప్పుట తట్టు అని యందురు. తిరుమలేశ పద్యాలు ప్రహేళికలే. తిరుమలేశు డెవ్వడో యెవ్వరును అతనిని స్మరింపరు.

శబ్దకల్ప ద్రుమములో ఇట్లు వ్రాసినారు :-

ప్రహేలికా=ప్రహేలతి అభిప్రాయం సూచయతీతి కూటార్థభాషితాకథా॥ దీనికుదాహరణములు 'తిరుమలేశ పద్యాలు.' అవి తెనుగులో ప్రసిద్ధమైనవి. [1]

వేట, రాజులలోనే విశేషముగానుండినట్లు కవులు వర్ణించినారు. వేటలలో పక్షివేటకు విశిష్టతకలదు. సంపన్నులు డేగలతో పక్షులవేటాడుచుండిరి. ఆ డేగలు "కౌజు కక్కెరలను" మున్నగు పక్షులను చంపుచుండెను.

సీ. కేరిజంబుల గోరి కేరుట దీరించి పూరేండ్ల బుడకల బూడ్దెకలిపి
పాలగుమ్మల నేలపాలుగా నొనరించి వెలిచెల మెలకువ వెలితిచేసి
బెగ్గురు కదుపుల బెగ్గిల గ్రమ్గించి కొంగల పొగరెల్ల ద్రుంగద్రొక్కి
కక్కెర నెత్తురు గ్రక్కించి కొక్కెర పిండు గుండియలెల్ల బెండుపరచి
కారుకోళ్ళ నెండ గారించి గొరువంక బింక మింక వాని పొంక మణచి
చెమరు టోతుగముల జమరి కౌజుల జించి సాళువంబు జయపాలు జేరె [2]

ఈ పద్యములో పాలగుమ్మలు (పాలపిట్టలు), వెలిచెలు, బెగ్గురు (సారసము) కొంగలు, కొక్కెర, కారుకోళ్ళు, గొరవంక, కౌజు (కముజు)అనుపిట్టల పేర్లు పల్లెజనులు (పట్టణవాసులు కారు) ఎరుగుదురు కాని, తక్కిన పక్షుల పేర్లు

1 శివరాత్రి మాహాత్మ్యము, ఆ. ౨. ప౭౭(పైనాల్గాటల చర్చ అందు కలదు)
2 సింహాసన ద్వాత్రింశిక, ౧ భా. పు. ౨౬.

పల్లెజనులుగూడా ఎరుగరు. కేరిజము అను పదము శబ్దరత్నాకరకారుడు కేరజము అని వ్రాసి 'ఒకానొక పక్షి' అని దానికర్థము వ్రాసినాడు. పూరేడు అన పక్షి విశేషము అనియు తెలిపెను కొక్కెరఅనగా కొంగయేగాని, కొంగలనుకూడ కవి వర్ణించినందున అందలి భేదములని యెరుగవలెను. కక్కెర అన పక్షి విశేషము అనియే నిఘంటువులో తెలిపినారు. కాడకోడి అన అడవికోడి గొరవంకలను తెనుగులో బట్టిడిగాడు అనియు, సంస్కృతములో శారిక అనియు నందురు. చెమరబోతు అను దాని కర్థము శ. ర. నిఘంటులో లేదు కాని చెమరు అనుదానికి చెమరుకాకి యని వ్రాసినారు. ఈపక్షి నీలము వన్నె కలదై కాకికన్న చిన్నదై, తోకపొడవుగా కలదై, ధ్వనికూడా కాకితో భిన్నించినదై పెద్దరాళ్ళను గోడలు కట్టువారు మలిచినప్పుడగు కంగ్, కంగ్ అను ధ్వనినిబోలి కూయునదై యుండును. కౌజు పిట్టలను కొందరు సాకి పంజరాలలో పెట్టి పొలాలకు తీసుకొనిపోయి ఉరులొడ్డి యుంతురు. వాటి ధ్వనికి సజాతీయములగు కౌజుపిట్టలు కలహించుటకై వచ్చి ఉరులలో చిక్కి దొరకిపోవును. స్వజాతితో కలహించు పిట్టలలో కోళ్ళు, కౌజులు, పికిలి పిట్టలు (బుల్ బుల్) ముఖ్యమైనట్టివి.

మన భాషలో పక్షి చరిత్రలు లేనేలేవు. సంస్కృతిమందును శ్యైనశాస్త్ర మొకటి కలదు. అదున్నదని యెరిగిన సంస్కృత పండితులే యరుదు. నిఘంటువులలో ఆయా పక్షుల చిత్రములను ముద్రించి వానిజీవిత విశిష్టతలను కొద్దిగా తెలుపవలెను. కాని పక్షి విశేషము, జంతు విశేషము, క్రీడా విశేషము, అని వ్రాసివేస్తే ఏమిలాభం? ఇంగ్లీషులో ఊనాడు కాదు ౧౩౦ ఏండ్లక్రిందట, ఇంకే మైనా అంటే అంతకు పూర్వమే, పక్షులను గురించిన గ్రంథములు ఒకటి రెండు కాదు, నూర్లకొలదిగా సచిత్రముగా, సమగ్రముగా వ్రాసి ముద్రించిరి. మన దేశములో ఒక్కరయినా పక్షి జీవితములను గమనించినారా? ఒక్క అనువాదగ్రంథమైనను (పక్షులనుగూర్చి పిల్లల వాచకాలుతప్ప) ముద్రించిరా? అందుచేత ప్రాచీన కవు లిట్టి పద్యాలను వ్రాస్తే వాటి కర్థమువ్రాయు నిఘంటుకారులు పక్షి విశేషమని తప్పించుకొనిపోవుటయు, మన కర్థము కాకపోవుటయు సంభవిస్తున్నది.

ఇతర ప్రబంధాలలో నాచన సోముని మొదలుకొని పలువురుకవులు వేటను వర్ణిస్తూ వచ్చినారు కాని పక్షులవేటలను వర్ణించిన కవు లరుదు. అందుచేత పైన నుదహరించిన పద్యము విలువకలదే! "బురుకపిట్ట యింతగానిలేదు" అని యీ కవియే (సిం. ద్వా. భా. ౨, పు ౨౦,) వర్ణించెను.

భటులను—సిపాయీలను—ఆకాలములో జట్టించంటూ ఉండిరి. తర్వాతి కాలములో ఇంగ్లీషు ఫ్రెంచివారు ప్రవేశపెట్టిన మిలిటరీ యూనిఫారంవలె పూర్వోకు యుద్ధభటులకు వేషాలు సరిగాలేకుండెను. కాని వారికిని కొంత ప్రత్యేక వేషమంమండెను. తలకు చుంగుల రుమాలయు, ముందు చుంగులు వెనుక బిగించిన ధోవతి లేక చల్లాడము (చిల్లడము, చిల్లడము) అను 'నిక్కర్' వంటి మోకాళ్ళపై లాగును, నడుములో రంగుకాసె దట్టియు(పట్టి), ఆదట్టిలో కత్తులు కరాచులును, చిన్నవి, చిక్కనిఅంగీయు, వీపున డాలును, ఇవి సాధారణముగా వారి వేషాలు.

"జెట్టి అలంకరించుకొనేవరకు కోటలోగుండు (శత్రువుల ఫిరంగిగుండు) పడె" అని మన తెనుగుసామెతకూడా. యుద్ధవేళలందు జెట్టీలు యుద్ధావసరాలంకరణములను గావించుకొంటూ వుండిరని తెలియవస్తున్నది. ఈ జెట్టిలను 'రాచలెంకలు', 'బంటువారు' అంటూ వుండిరి. 'బంటువానికిం గటారి చేత నున్నంజాలదె'[1] యనుటచే బంటులకు కటారి ముఖ్యాయుధ మని తెలియవచ్చును.

('కరకంచు వలిపెంబు గట్టిగా గాసించి' అను పద్యములో బంటుల వేషము ఇదే ప్రకరణములో తెలిపినాను.)

ఒకనా డొకచోట వసంతోత్సవము లు చేసుకొనుచుండ ఒక రాచలెంక గుంపునుండి వెడలివస్తూ 'తన మీసములను నంటిన సుగంధంబు విదిర్చికొనుచుండ, నెదురైన ఏకాంగవీరుడను లెంక దురభిమానంబున గనలి,

"ఎరా! ముందరగానక నేరమిపై దెమ్చుకొనుచు, నీ మీసలు, నా
చేరువ పడిపెట్టెద విది యోరీ! యేకాంగవీరు డుంట యెరుగవే?"

అనగానే అవతలి లెంకకునూ అభిమానము నిండుకొనెను. ఉభయులు ద్వంద్వయుద్ధానికి సన్నద్ధులైరి. మధ్యవర్తులు, తుదకు రాజునూ ఎంత చెప్పినను వినలేదు. కడపట, రాజసమక్షములో ప్రజలందరు చూస్తూవుండగా వారికి కత్తితో ద్వంద్వయుద్ధము చేయుట కనుజ్ఞ యయ్యెను. ఆ యుద్ధములో ఓడిపోవు లక్షణాలను నిరూపిస్తూ ఒక లెంక కొన్నినిబంధనలు (షరతులు) నిర్ణయించెను. ఆ పోటీ యుద్ధఘట్టమును కొరవి గోపరాజు యిట్లు వర్ణించెను.

1. సింహాసన ద్వాత్రింశిక, భా ౨, పు ౨౨.

ఏమో ఉత్తుత్త రోషానికి వచ్చి తీరా ఎదుటివాడు తీసుకొని ఎదురునిలచి నప్పుడు తోకముడిచే వ్యవహారము కాగూడదుసుమా అని ఒకలెంక యిట్లనెను.

"గుడికొలువుబంటు మల్లని కొలది పంతమయ్యె నిచ్చట నది యెట్టులంటిరేని"

"ఒకడు దేవర భాండాగారంబు నింటికడన్ పాలెమువడం గొలిచి పళ్యారంబుల ప్రసాదంబు తినుచు పోతుక్రియ నుండ నొక్కనాడు, దేవరను దర్శింప వచ్చి వారి సందడిలో నొక్క యీడిగ తనకాలు ద్రొక్కినన్ కోపించి ఏమిరా, బంటుమల్లు నన్నెరుంగవా తన్నితివి, అనిన, నతండు నే నెరుంగన, ఈ సందడిలో కాలుదాకె, ననిన, నెరయం దన్ని యెరుంగ ననెనం పోనిచ్చెదనా? యనుచు నందందు దట్టించిన అయ్యీడిగడా కేలి కటారి వలకేల నందుకొని, తన్నినాడ, యేమనియెదవురా? అనిన అతని బిరుసు చూచి బంటు మల్లండు స్రుక్కి, ఏమియు నేమనియెద, దేవర కూడిగంపు బంటుంగాన దోసమనియెద ననియెం గావున,

"మీకు పిన్నవాడ ఏకాంగవీరుండ రంకెవైచిన, నడబింకమైన,
నగిన, కేరడించినన్, మీన లంటిన, పట్టితివియ నాకు పాడిగాదె"

అట్టి ద్వంద్వయుద్ధాని కేమేమి 'పంతముల కొలదులు' (షర్తులు) విధారించగా అందొక భటు డిట్లనెను.

"పుల్లతి వెట్టిన, భూమికి కొనరిన, ఎదిరి పోటునకు చే యొడ్డుగుచున్న,
దండకై దప్పిన, తప్పు క్రేళ్ళురికిన, పంతఁబుగొన్న, చౌఙము గొన్న,
దాణికి జొచ్చిన, దాచిన, మానిన, అరువ నొడ్డిన బయలాస పడిన,
చాగ బొడువకున్న, లాగంబునకుకొన్న, మడమ గెంటిన, వ్రేళ్ళు మగుడబడిన,
తారుమారైన, తలవంచి పొడిచిన, పారుగా తలంచు పంత మిదియె."

ఇందలి కొన్ని పదాలు కత్తిసాములోని సాంకేతికములు.

పైవాని ప్రతిస్పర్థి పెట్టిన ఎదురుపంతము కొలదులు (ఎదురుషర్తులు) ఎట్టి వనగా:—

"మఱిగాక దృష్టి నేమరక రక్షించుచు సూకర దృష్టిమై ఢాక గొలిపి
గర్జనసేయక మార్జాలదృష్టిమై తరలక పరుజించి తాకబూని"

ఇంకను భల్లూక దృష్టి, గృధ్రదృష్టి, ఫణిదృష్టి, కపిదృష్టి, చోరదృష్టి, శార్దూల దృష్టి కూడ వర్ణించి "సురియ కాండ్ర పంత మిదియ" అని తేల్చెను.

అయితే యీ రెండును సాధారణముగా క్షత్రియుద్ధాలలో పెట్టు పంతములు కావు.

"అనుడు వింతపంతంబుల కచ్చెరువంది పొందుగా జూచి విడువుండన భట్టియు, అంగాధీశ్వరుండును నిలువంబడి, విస్తారంబుగలుగ వైహాళి దీర్చి, యెల్లజనులం గూర్చుండ నిడి, గలబ పుట్టకుండ, ఎడ నెడన్ తలవరుల నిలిపి, పట్టెడు వారల మాటమాటలలోను పట్టుండని నియమించి, నలువురుబంట్ల నడుమ నిడి, కరారంబులు ఒక్క కొలందిగా కొలిచి, నిమ్మపండ్ల దొడిసి, ఎడగలుగ బంటుచేతికిచ్చినన్ పమ్ముకొని యవ్వీరులు, ధీర ధీరంబుగ జొచ్చిరి."[1]

పంతంబుల పద్యములో చౌబళము, దాణి, అరువ అను పదాలకు నిఘంటువులలో అర్థాలు లేవు.

గారడి అను విద్యను ఇంద్రజాల మనిరి. ఇంగ్లండులోని ఇంగ్లీషు పత్రికలలో ఇంచుమించు ౫౦ ఏండ్లనుండి యొక చర్చ కొన్నిమారులు చేసినారు. ఇంచుమించు ౧౫౦ ఏండ్లక్రిందట ఒక ఇంగ్లీషు వాడొక ఇంద్రజాల ప్రదర్శనమును హిందూస్థానములో చూచి దాన్ని చాలా మెచ్చుకొని ఆనాడే పత్రికలో వ్రాసెను. ఆ ఇంద్రజాలములో ఒకడు త్రాటి నొకదానిని పైకి నిలువుగా విసరి గాలిలోనిలబెట్టి దానిపై కెగబ్రాకి మాయము కాగా, వాని యంగములు ఖండ ఖండములుగా క్రిందబడె ననియు, మరి కొంతసేపటికి వాడు త్రాటినుండి గబగబ దిగివచ్చెననియు వ్రాసెను. అది యబద్ధ మనియు, అట్టి విద్యను ప్రదర్శించు వానికి ఇంగ్లండుకు రానుపోను వ్యయమును భరించి వేలకొలదిగా బహుమానము లిత్తుమనియు కొందరు ప్రకటించిరి. కాని కొరవి గోపరాజు ఒక కథలో ఇదేవిధమగు ఇంద్రజాలమును వర్ణించినాడు.

ఒకడు తనభార్య అనుదానిని వెంటబెట్టుకొని రాజసన్నిధిలో ఆమెను రక్షణార్థమై విడిచి, తాను దేవసహాయార్థమై యుద్ధముచేయ వెళ్ళుతున్నానని చెప్పి ఒక త్రాటిని పైకి నిలువుగా విసరి, దాన్ని నిలబెట్టి, దానిపై కెగబ్రాకి

1 సింహాసన ద్వాత్రింశిక, భా ౨. పు ౨౧. ౨౪.

మాయమయ్యెను. కొంతవడికి వాని కాలు సేతులు, తల, మొండెము తుంటలై క్రిందబడెను. వాడుంకువగా నుండిపోయిన వానిభార్య రాజును వేడి సెలవుపొంది సహగమనము చేసెను.

వెంటనే త్రాడు పైకి ప్రాకిపోయిన భటుడు పైనుండి దిగివచ్చి తన భార్యను పంపుమనెను. రాజు విచారగ్రస్తుడై ఆమె సహగమనము చేసెనని చెప్పెను.

"ఆవీరుం డప్పుడె నిజ భావము ప్రకటముగ నాత్మభామినితోడన్
దా వైతాళికు డగుచున్ గైవారము చేసె జనులు కడు వెరగందన్.
నరనాథ! నిన్ను నపుడవసర మడిగినవాడ, నైంద్రజాలికురీతిన్
నరుల నణకించి నీచే సిరి వొందం జోద్య మిట్లు చేసితి ననియెన్"[1]

ఇది ఆనాటి ఇంద్రజాలవిద్య. అదేసందర్భములో చతుష్షష్టికళల పరిగణనమునుకూడ తెలిపినారు. అందీ క్రిందివి చేరినవి. వేదాలు, శాస్త్రాలు, పురాణాలు, వాస్తు, ఆయుర్వేదము, ధనుర్వేదము, మాంత్రికత్వము, సంగీతము, జలస్తంభనాదులు, (మహేంద్రజాలము), జూదములు, అష్టావధానము, వాద్య నృత్య కౌశలము. బహురూపనటనత్వము (అనగా పగటివేషములు), పరిహాసము మున్నగునవి.[2]

కాకతీయరాజుల కాలమందు శ్రీకాకుళము తిరునాళ్ళ ప్రసిద్ధిగా నుండినట్లు క్రీడాభిరామమందు వర్ణింపబడినది. అంతకు పూర్వకాలమందే అది ప్రసిద్ధియై యుండినట్లు మంచన కేయూరబాహుచరిత్రలో వ్రాసెను.

"నలువుగ కాకుళేశు తిరునాళులలోపల గుండమంత్రి ని
ర్మలమతి బిట్టు వేగముగ మాడలు రత్నచయంబు చల్లె"......[3]

అని వర్ణించుటచే పూర్వకాలమందు రాజులు మంత్రులు ఉత్సవకాలాలలో రూకలుచల్లి బీదలకు దానము చేయుచుండిరని విశదమైనది.

---

1 సింహాసన ద్వాత్రింశిక. ఆ ౨ పు ౧౧౧
2 ... ... ౧౦౨
3 కేయూర బాహుచరిత్ర, ఆ ౧ ప ౪౩.

జూదములు అనేకవిధములైనవి ఆడుతూవుండిరి. అందు కొన్ని కాకతీయ కాలమందలివి తెలిపియుంటిమి. అవన్నియు ఈ కాలములోనూ వుండెను. ఒక మేటిజూదరి తన ద్యూతచాతుర్యమును నిట్లు తెలుపుకొనెను.

"దృష్టి యేమరక నందయు, జోగరంబును దిగయును, గాళ నా తేటపడిన
అచ్చులలోపలనే యచ్చున గైకొని మాటలాడినయట్ల వేటు గలుగ
తలపుగతి వచ్చు కోరిన దాయ మనగ...ఎల్లపిడికిళ్ళు విడిపించుకొని
యేలుకొందు."[1]

ఈ యాటను పల్లెజనులు లక్కిముష్టి. నక్కముష్టి, అని యందురు. బహుశ అది నక్కముష్టియై యుండునేమో! ఒకడు గవ్వలుకాని, చింతబిచ్చలు కాని పట్టుకొని వచ్చును. నాలుగు బిచ్చలు ఒక ఉద్ద యగును. పిడికిలి పట్టిన వాని కొకదిక్కు వదలి తక్కిన మూడుదిక్కులలో ఎందరైనను సరే, తమ కిష్టమువచ్చినన్ని రూకాలుకాని, పైసలుకాని యుంతురు. పిడికిలి పట్టినవాడు ఉద్దలప్రకార మెంచగా, నాలగుమిగిలితే దానిని మష్టయందురు మూడుమిగిలితే దానిని తిగ యందురు రెండు మిగిలితే దుగ యందురు. ఒకటి మిగిలితే దానిని నక్క యందురు. నక్కనుండి ముష్టవరకు నాలాగు సంకేతము లున్నందున దానిని నక్కముష్ట అనిరనియు, అదియే నక్కముష్టిగా లేక లక్కముష్టిగా మారెననియు ఊహింపవచ్చును. ముష్టిపట్టినవాని యింట సంఖ్యయే మిగిలిన, వాడు తక్కిన మూడిండ్లవారి పైకమంతయు తీసుకొనును. లేక తనకేయింట సంఖ్యవచ్చునో ఆ సంఖ్యలో నెంత పైకముండునో అంత యిచ్చి, తక్కిన సంఖ్యలవారి మొత్తమును వదిలివేయును.

పైన వర్ణించిన కవియు నాలుగు సంకేతములను తెలిపినాడు. కాళయన నాలుగైయుండును. తిగ యన మూడు, నంది యన ఒకటి. జోగర యన రెండై యుండును, వర్ణించిన వరుస కూడ పైయర్థముల సూచించును. అచ్చులన పట్టుకొనివచ్చు గవ్వలో, చింతకాయలో లేక అంతటి చిన్న గులకరాళ్ళో యని యర్థము.

చదరంగపు పందెములుకూడా వుండెను.

---

1 సింహాసన ద్వాత్రింశిక. భా ౨. పు ౧౩.

"చతురంగంబున నేనతి చతురుడ కరి తురగ మంత్రి శకట భట ప్రస్థితి పరహస్తము సేయుదు క్షితిమెచ్చగ రాజు బంటుచే గట్టింతున్"[1]

చతురంగమును మొదట కనిపెట్టినవారు హిందువులు. దానిని అరబ్బులు నేర్చుకొనిరి. అరబ్బుల సైన్యములలో రథములు లేవు కావునను వారికి ఒంటెలే సమృద్ధికావునను, రథములకు మారుగా ఒంటెలను పెట్టి యాడిరి. ఆయాటను యూరోపునాసులు నేర్చుకొనిరి. వారికి ఏనుగులు లేవుకావున వాటికి మారుగా కోటలు (Castles) ఏర్పాటు చేసుకొనిరి. తర్వాత నెత్తము (పాచికలాట)ను గురించి తెలిపినాడు. అటుపై పులి జూదముల గూర్చి యిట్లు తెలిపినారు.

"తగులు విరివియైన కడుమెచ్చగ నాడుదు, పులుల మూట, జూదంబులలో మిగులంగ నేర్పరి బాగిడి ఆగుటన్ సొగటాల నే నతి ప్రౌఢుండన్."[2]

పులిజూదములు మూడువిధములైనవని కవి తెలిపినాడు. మన దేశములో ఇండ్లముందటి అరుగుబండలపైన, దేవాలయాల బండలపైన పులి జూదపు ఇండ్లను మలిపిస్తూ వుండిరి. ఈ యాటను చతుర లతిబాకచక్యముగా ఆడెడివారు. ఇప్పటికిని ఈ ఇస్పేటు (పేక Pack) జూదపు కాలములో కూడా గ్రామాలలో పలువురు వృద్ధు లీయాటలం దారితేరిన గంటుపోకలై మిగిలియున్నారు. ఈయాటలను విరివిగా వర్ణించి సవరించి పటములు వ్రాసి, ఒక ప్రత్యేక గ్రంథముగా మన కాలములో ముద్రించకపోతే మనకు నాలుగైదు నూర్ల యేండ్లక్రిందటి మనపూర్వుల ఆటలేమియు మనకు తెలియరానట్టుగా, మనకాలమందు పూర్వావశిష్టముగా మిగిలి పాశ్చాత్యులచే దిగుమతియైన పేక జూదపు వెల్లువలో కొట్టుకొనిపోయి నష్టమగును. పాచికల ఆట ౨౦ ఏండ్లక్రిందటి వరకు విరివిగా నుండెను. ౨౦ ఏండ్ల క్రిందట పాలమూరు జిల్లాలలో, రాయలసీమలో, నక్కముష్టి చాలా ఆడుతుండిరి. పులిజూదాలు కూడా విశేషముగా నాడుతుండిరి. కాని యిప్పు డివన్నియు అరుదైపోయినవి నిఘంటుకారులు బాలక్రీడా విశేషము, ఒకవిధమగు జూదము అని వ్రాయటయో లేక అంతమాత్రముకూడా వ్రాయక ఆపదాలనే యెత్తుకొనక పోవుటయో చేయుచున్నారు. ఇది సరియగు పద్ధతికాదు. ఈ విషయమున పరిశోధనలు చేయవలసినవారి కీసూచనలు చేయనైనది.

---

1 సింహాసన ద్వాత్రింశిక ఖా ౨ పు ౮౫.

2 సింహాసన ద్వాత్రింశిక ఖా ౨ పు ౮౫.

ఇక మూడువిధములగు పులిజూదము లని కవి తెలిపినాడు. రెండు పులి జూదాలు కలవు. కాని, మూడవది తెలియరాలేదు తెలియ వచ్చినంత తెలుపు కొందము.

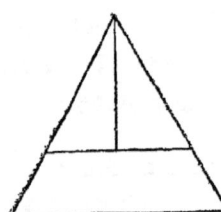

ఒక పులిని మూడుమేకలతో కట్టివేయ వలెను. పులికి పెద్ద గులకరాతి ముక్కయు, మేకలకు చిన్నగులకరాతి ముక్కయు నుంచి ఆడుదురు.

పులిని మొదట పై శిఖర కోణమం దుంతురు. మేకను దానిసమీపమందలి యింట పెట్టి దానిపై దాని మేకలేకుండిన అవతలి యింటిపై పులి ప్రాలును. కాన మేకలను పెట్టువాడు పులికి మూడవ యింట బెట్టి తర్వాత పులియంచున నుండు నింట పెట్టెదరు. పులి జరుగకుండా కట్టివేసిన ఆట ముగియును. లేదా మూడు మేకలను పులి చంపిననూ ఆట ముగియును. ఇది యొక పులిజూదము.

రెండవ దెట్టిదనగా :—

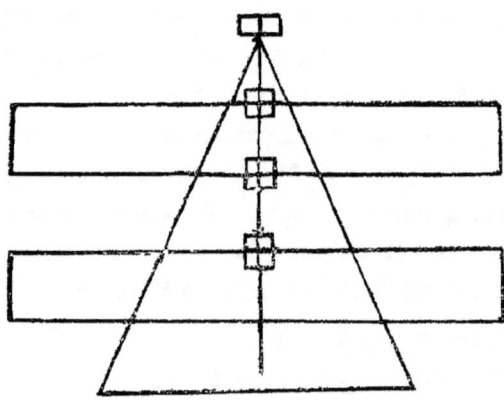

నాలుగు పులులతో ౧౬ మేకలతో ఈ యాట నాడుదురు. నాల్గు పులులను నిలువు త్రికోణమందలి మధ్యరేఖపై వరుసగా నుంతురు. మేకల ప్రతికక్షి పులులకు ప్రక్క యింటిలో పెట్టక ఒక యిల్లు ఎడముగా ఒక మేక నుంచును. పులుల కక్షి ఒక పులిని ఒక యిల్లు జరుపును. మేకలవాడు రెండవ మేక నుంచును. పులి ప్రక్కనున్న అదే పంక్తిలో మేక ప్రక్కని యిల్లు ఖాలీగా నుండిన పులివాడు మేకపై పులిని దాటించి చంపును. ఈవిధముగా ౧౬ మేకలను పెట్టిన తర్వాత మధ్య పులులు చంపగా మిగిలిన మేకలతో పులులను కట్టివేయు ఎత్తులతో మేకలను జరుపుదురు. మేకలు విరివిగా చచ్చి, ఇక పులుల కట్టలేనని అనుకొని ఓటమి యొప్పుకొన్న ఆట ముగియును. అటులే పులులు కదలకుండ వాటి ప్రక్కని యిండ్ల నాక్రమించుకొనిన ఆట ముగియును ఇది రెండవ విధమగు పులి జూదము. ఈ రెంటిలో ఆటాడువా రిద్దరే యుందురు.

ఇక మూడవదేదో తెలియదు. కాని ఉత్త మేకల చదరంగము అని మూడాట లాడుదురు అందేదయిన నుండునేమో అని యీ క్రింద తెలుపనైనది.

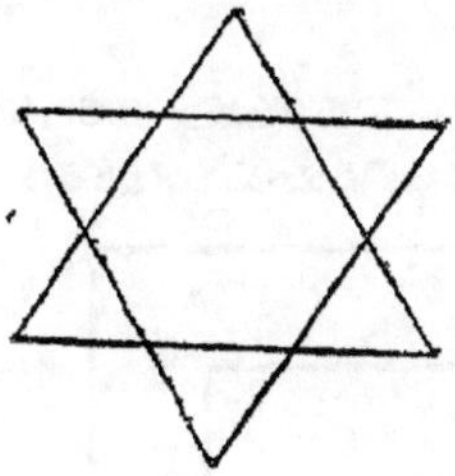

ఈ యాటను ఒక్కడే ఆడుకొనును. తొమ్మిది కాయలను పెట్టుకొని వాటిని జరుపుతూ చంపుతూ పోవును. ప్రొద్దుపోని మనిషి ఈ యాటకు పూనుకొనును.

ఇదియు మేకల ఆటయే. ప్రక్కపుటలోని నమూనాలో శివ పంక్తితప్ప తక్కిన పంక్తులలోను తోకగానుండు త్రికోణపు టిండ్లలోను ఇద్దరాటకాండ్రు పదారేసి మేకల నుంతురు. ౧, ౨ రేఖలు దాని త్రికోణ మొకనికి, ౪, ౫ రేఖలు దాని త్రికోణము ప్రతిపక్షుని కుండును. ఒకరి తర్వాత ఒకరు ఒక్కొక్కమారొక మేకను మొదట ఖాలీగానున్న" ౩-వ రేఖలోనికి జరుపుదురు. ఒకని మేక ప్రక్క కింకొకని మేక వచ్చి కూర్చున్నను, ఆ మేక ప్రక్కయిల్లు ఖాళీగా యున్నను అవతలివాని మేక వచ్చిన మేకను చంపును. మొదలు చూపిన పులిజూదముల రెండింటిలో పులి ఒక్కొక్క మారొక్క మేకనే

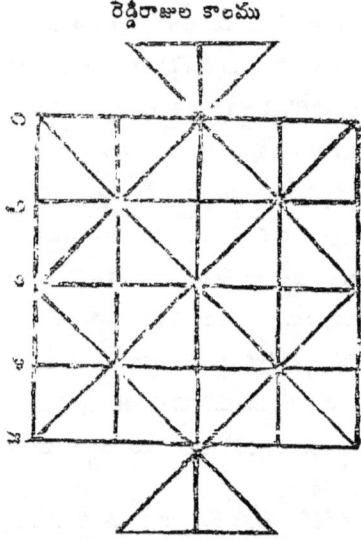

కొట్టును కాని యీ యాటలో ఎన్ని సందులు దొరికితే అన్ని మేకలను ఆటకాడు కొట్టవచ్చును. ఎదుటివాని మేకలను చంపి దుర్బలునిగా చేసి పూర్తిగా మేకలను చంపవచ్చును, లేదా కట్టివేయ వచ్చును.

మరొక విధమగు ఆట కలదు. దీనిని ఇద్దరు ఎదుటమదుట కూర్చొని యాడుదురు. ప్రతివాడు ౯ మేకలను (కాయలను) తీసుకొనియాడును. ఒకదొక

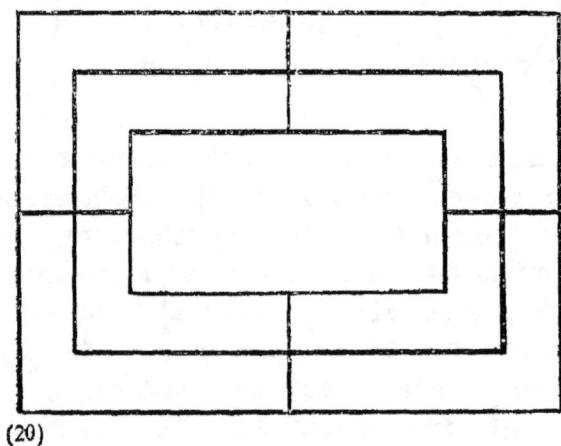

(20)

కాయ నొక యింటిలో నుంచిన రెండవవాడును తన దిక్కేకాక తన యిష్టము వచ్చినచోట తన కాయ నుంచును. ఈ విధముగా కాయలు పెట్టుటలో ఒకడు తన కాయల మూడింటిని ఒకే వరుసలో పెట్టనియ్యక లన కాయను ఆవరుసలో పెట్టవలెను! ఆ యాటంకములను తప్పించుకొని ఒక డొకే వరుసలో తనమూడు కాయలు పెట్టిన యెదుటివాని కాయనేదైన నొక దానిని తీసివేయును. ఈ యాటను చర్ పర్ అని యందురు. తన కాయలను మూటి నొక వరుస పెట్టి చర్ అని యెదుటివాని కాయను తీసివేయును. మరల తన కాయను వెనుకకు జరిపి స్వస్థానానికి తెచ్చి మూటి నొక వరుసచేసి పర్ అని ఎదుటివాని కాయను మరొక దానిని తీసివేయును. అందుచే నీ యాటను చర్ పర్ ఆట యనియు నందురు.

కావున ఈ యాటలో నేదైనా మూడవ పులి జూదములో చేరిన దేమో తెలియదు. ఈ యాటలన్నియు తెనుగు మండలా లన్నింటిలో నున్నవో లేవో గట్టిగా చెప్పజాలము కొరవి గోపరాజు పుణ్యమా అన్నట్లు అతని వర్ణనబట్టి మన పూర్వుల యీ వినోదాలు కొన్నియైనా తెలియ వచ్చినవి.

మారేడుపల్లి సికింద్రాబాదు నుండి శ్రీయుత తాడేపల్లి కృష్ణమూర్తిగా రమవారు నాకిట్లు వ్రాసియుండిరి "మూడు విధములగు జూదములలో రెండు తెలిపి మూడవది తెలియదన్నారు. మూడవ విధమగు పులిజూద మిట్లాడుదురు.

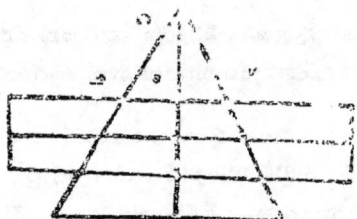

ఈ యాటకు ౩ పులులు ౧౫ మేకలుండును. కొందరు ౩ పులులు ౧౪ మేకలతో ఆడుదురు. ఆట యారంభమందు మొదట ౧వ స్థానమం దొక పులిని పెట్టుదురు తర్వాత క్రమముగా ౨, ౩, ౪ ఇండ్లలో తక్కిన మూడింటి నుంచుదురు. ఆట తక్కిన ఆటలవలెను పులుల కట్టుటయో లేక మేకలను పులులు చంపుటయో ఆటకు ముగింపు. ఈ యాట ఉత్తర సర్కారులలో ఆడుదురు.

చర్ పర్ అని వర్ణించిన ఆటనే ఉత్తర సర్కారులలో "దాడి" ఆట యందురు. చర్ పర్ అనుటకుమారుగా "దాడి" అని యెదుటివానికాయ నెత్తి వేయుదురు. (ఈ సూచనకు పైఖారికి కృతజ్ఞత).

చర్ పర్ ఆట అత్యంత ప్రాచీనమై ఏషియా, యూరోపు ఖండాలలో అన్ని దేశాలలో నుండెనట. మోర్ హెడ్ అను ఆటల నిపుణుడు 'Pocket Book of Games' అను గ్రంథములో మిల్ (Mill) అను నొక ఆటను వర్ణించినాడు. అది పూర్తిగా చర్ పర్ ఆటయే. దాన్ని గురించి ఆతడిట్లు వ్రాసినాడు. "The Mill is known to every European school boy. It is unknown in America. It is one of the most ancient of games. It is seen on the steps of Acropolis in Athens, on a Roman tile' on the deck of a Viking vessl." "మిల్ ఆట ప్రతి యూరోపియన్ బడిపిల్లకాయకు తెలిసిన ఆటయే. ఇది అమెరికాలో లేదు. ఇది అత్యంత ప్రాచీన ఖేలనము ఏతెన్సులోని దేవాలయమందు దాని రేఖలు తీర్చియుండిరి రోము ఇటికెలపై కూడ ఇది యుండెను నార్వే ప్రభువుల ఓడలపైకూడ దీని రేఖల చెక్కియుండిరి."

ఇదే సందర్భములో జూదమువలన కలుగు నష్టముల నుపన్యసించి, ద్యూతకారుల దృష్టిలో అది మంచి వినోదమే యని వాదింపజేసిన హేతువాదములు విపులముగా విషయభరితముగా నున్నవి. అం దీపద్య మొకటి కలదు.

> "ధనలాభమును పురాణము వినికియు వాద్యంబు యోగవిద్యయు శాస్త్రం
> బున సంగీతము కావ్యంబులు నాటకములు జూదమున కెనయగునే" 1

ఆ కాలమందు జనులకు పురాణశ్రవణములో చాలా ఆసక్తియుండెనని తెలిపియుంటిమి. ఇది మరొక నిదర్శనము. యోగవిద్యలో, లోహములను బంగారుచేయు విద్య చేరియుండును. నేటికిని అట్టివిద్యను కొందరు యోగం అని యందురు. ఈ పద్యము వద్దనే,

> "జూదమున ధాతువాదము వాదంబున దొడర చేటువశ్యము కలుగున్"

అని యున్నందున యోగవిద్య నిచ్చట ధాతువాదానికి వాడి యుందురు.

---

1 సింహాసన ద్వాత్రింశిక, భా ౨. పు ౧౬.

వసంతోత్సవములు రాజులకు ప్రీతిపాత్రము లగుటచే అవి జనులలోను వ్యాపించిపోయెను. దక్షవాటికలో భోగమువారి గుంపులు రెండుండెను. వారు వసంతోత్సవ కాలములందు భీమేశ్వరుని ద్ద నాట్యమాడి గా. ము చేస్తూ వుండిరి.

వసంతోత్సవాలలో 'కుసుమరజము', 'గంధఁబు పసుపు', 'గంధపుటుండలు ఒకరి పైనొకరు వేసుకొనుచుండిరి. పన్నీరు, రంగలు పిచికారీలతో 'చిమ్ము'కొనుచుండిరి మరియు,

"నేతులనూనెలం బసుపు నీరును కుంకుమ చెందిరంబులన్
నూతన గంధసారములను న్నానరించిరి కేలితంత్రముల్"1

'చిరుబంతి పసుపు'ను 'గాజు కుప్పెలఁ గస్తూరికాజలము'ను సంపన్నులు చల్లుకొంటూ వుండిరి. ''కర్పూరాది సుగంధద్రవ్యంబులు వసంత చాలనం బొనర్చెడివారిలో నుండి కలహకంటకుండను రాచలెంక వెడలివచ్చుచు తన మీసములను నంటిన సుగంధంబు విదిర్చికొనుచు" వెళ్ళెను2. అను వాక్యమును బట్టి జనులలో వసంతోత్సవము వ్యాప్తిలో నుండెననుట స్పష్టము.

జనులకు నాటకములందు చాలాప్రీతి. నాటకముల ముచ్చటలు పలుమారు సారస్వతములో కానవచ్చినవి. కాని అవి సంస్కృత నాటకములు కానీ, వాటి రీతుల అనుకరణములు కానీ కావు అదేమి కారణమో ౧౯౦-వ శతాబ్దాదివరకు సంస్కృత మర్యాదలతో కూడిన నాటకాలు తెనుఁగున వ్రాయలేదు. పెద్దపెద్ద కవులుకూడా "యక్షగానాలు" వ్రాసిరి. యక్షగానము అని యేల పేరువచ్చెనో తెలియదు. ఈ యక్షగానాలు సంస్కృత నాటకాలకు భిన్నమైనవై దక్షిణదేశమునం దంతటను జనుల కాదరపాత్రములై ప్రీతికరములై వ్యాప్తిలో నుండినట్టివి కాన ఇవి నన్నయ కంటే పూర్వమునుండి వచ్చిన "దేశికవితాయుక్తమగు పాటల నాటకాలై యుండెను. "అక్కలేజోగు" అని కామేశ్వర్యాది శక్తిదేవతల గొలుచు జక్కులవారను జాతివారు తెనుగుదేశములో కలరు. ప్రాచీనమునుండియు కవులు "జక్కులపురంధ్రీ" వర్గమును వర్ణించుతూ వచ్చినారు. ఈ జక్కుల వారే

1 భీమేశ్వర పురాణము, అ ౫. ప ౧౧౬.

2 సింహాసన ద్వాత్రింశిక, భా ౨ పు ౨౦.

యక్షులు జక్కు అను దేశి (ద్రావిడ) శబ్దమును సంస్కృతములోనికి తీసికొని యక్షశబ్దముగా సంస్కృతీకరించిరో యేమో? అనార్య జాతులలో యక్షులు చేరినారు. యక్ష కిన్నర గంధర్వ పన్నగ పిశాచ రాక్షసాదివర్గాలన్నియు అనార్య జాతులే.

కిన్నెర లను జాతిని ప్రాచీన గ్రీకులు కినార్రై (Kinaries) అనిరి. గంధర్వులనగా కాశ్మీరు ప్రాంతమందలి గాంధార దేశమువారు. పన్నగ. జాతి మధ్య ఏషియా లోనివారు, పిశాచులు టిబెటు, మంగోలియా ప్రాంతాలవారు. రాక్షసులు అరక్షస్ (Araxes) అను నదీప్రాంతమువారై యుందురు అటులే యక్షులు అక్షస్ (Oxus) లేక జక్షార్తస్ (Jaxartes) ప్రాంతమువారైనను కావచ్చును. లేదా క్రీస్తుశకారంభమున మన దేశములో పశ్చిమోత్తర భాగాలను గెలిచి పాలించిన యచీ (Yuchi) అను జాతియైనను కావచ్చును. అయితే వారు మన తెలుగుదేశలోని జక్కులతో నే సంబంధము కలవారో తెలియదు. యక్షుల వేషాలువేసి గానములో ప్రసిద్ధియైన యక్షుల పేరతో వెలసిన యక్షగానములను ప్రయోగించి నాటకాలాడినందున జక్కులవారను మన నటకులకు పేరు వచ్చెనేమో ఆలోచనీయముగా నున్నది.

మనకు విజయనగరరాజుల కాలమునుండి కొన్ని యక్షగాన నాటకముల పేరులు తెలియవచ్చినవి. కొన్ని లభించినవి. అంతకుపూర్వము యక్షగానాల నాటకాలను విరివిగా ఆడినట్లు నిదర్శనములు కలవు.

"కీర్తింతు రెవ్వానికీర్తి గంధర్వులు గాంధర్వమున యక్షగానసరణి"
అని భీమేశ్వర పురాణమున వర్ణితము.

జక్కులవారే మొదట నాటకా లాడియుండినవారు శివసంబంధమగు కథలను ప్రదర్శించి యుందురు. శైవకథలను ఆడి ప్రదర్శిస్తూ వుండిరని పాల్కురికి సోమనాథుడు పండితారాధ్య చరిత్రలో తెలిపినాడు.

"అచట గంధర్వ యక్ష విద్యాధరాదులై పాత్రల నాడించువారు"

అని పర్వత ప్రకరణమం దన్నాడు. తర్వాత భాగవత కథలను, వైష్ణవ గురువుల చేతను, రాజులచేతను ప్రోత్సహింపబడి ఆటలాడి జనులలో వైష్ణవము వ్యాపింపచేసి శైవమును నణగద్రొక్కుటకు దీనిని గూడా సాధనముగా గైకొని యుందురు. భాగవత కథలను ఆటలుగా నాడువారిని భాగవతులు అనిరి. వారే

'భాగోతులై' రి. శ్రీనాథునిదో లేక సమకాలికవిదో యైన ఒక చాటువు. "భాగోతుల బుచ్చిగాడు" ప్రసిద్ధముగా అచ్చపు స్త్రీవలెనే స్త్రీ వేషమువేసి ఆకర్షణీయముగా ఆడుచుండెననియు, పాడుచుండెననియు. "పెందెల నాగి" అను స్త్రీయు అట్టిదే యనియు, స్త్రీలు (తక్కువజాతి 'నాగి', 'గంగి' వంటివారు) కూడా స్త్రీపాత్రం నభినయిస్తూ వుండిరని తెల్పుటకు సహాయపడినది. క్రీడాభిరామమునకు వీధి నాటకము అని పేరు. దానిని ప్రదర్శించిరని అందిల్లు తెలిపినారు.

"నటులది దోనసముద్రము, విటులది యోర్గల్లు, కవిది వినుకొండ మహా
పుటభేదన మీ త్రితయము, నిటు గూర్చెను బ్రహ్మ రసికులెల్లరు మెచ్చన్"

అయితే క్రీడాభిరామము ప్రదర్శన యోగ్యముగా లేదు. ప్రదర్శించిన ప్రజల కర్థమై యుండదు. అర్థము కానిదాన్ని జనులు చూడరు. వీధి నాటకము అనుటలోనే దాని చరిత్ర యిమిడియున్నది. అవి ఇప్పటివలె టికెటు నాటకాలు కావు. వీధులలో కొద్దిపాటి పరికరాలతోనే ఉచితముగా జనుల యెదుట నాటకాలాడుతూ వుండిరి. గ్రామ ముఖ్యులు, ధనికులు నాటకమువారిని పోషిస్తూ వుండిరి.

జనులు అనేక విధములగు పాటలు పాడుకొనుచుండిరని కాకతీయ కాలమందు తెలిపినాము. పల్నాటి వీరుల చరిత్రమును విప్పుకుంట్లవారును, కాటమరాజు కథను గొల్లవారును, ఎల్లమ్మ కథను బవనివారును చెప్పువారైరి. ఈవిధముగా ద్విపద భేదాలతో కథలుపాడి వినిపించి జీవించు కులాలు కొన్ని యేర్పడెను. ఎల్లమ్మకథయే రేణుకాకథ. దీనిని చాలా విపులముగా పురాణకథకు భిన్నముగా రెండుదినాలవరకు బవనీండ్లు జవనిక వాయిస్తూ చెప్పుదురు. వీరే పెద్ద దేవరకథను రాయలసీమలో చెప్పుదురు. ఇది పురాణాలలో నెందును లేనట్టిది. బ్రాహ్మణయిండ్లలో కామేశ్వరికథ ప్రసిద్ధమైనది. దానిని ప్రొద్దున మొదలుపెట్టి సాయంత్రమువరకు చెప్పుదురు. "అక్కలు లేచేవరకు నక్కలు కూసె" అన్న సామెత దీనినిబట్టియే వచ్చినది. ఈ కథ గుంటూరు కృష్ణాగోదావరి జిల్లాలలో విశేషప్రచారమందున్నట్లు కానవచ్చును. ఈకథను జక్కులవారు చెప్పెడివారని క్రీడాభిరామమందు వర్ణించినారు.

క్రీడాభిరామములోని 'కామవల్లి' కథాసూచన యిదియే. బీదలు, పనిపాటలు చేయువారు, మోటకొట్టువారు, కలుపుదీయువారు, దంచువారు, విసురువారు, పాటలుపాడుచు పనిచేయుచు ఆయాసమును మరుస్తూ వుందురు.

"పనిచేసి గంజియైనను అంబలైనను నెద చల్లగా ద్రాగి యెచటనైన
పడియుండి వెన్నెల గుడిపాటపాడగా పేదల కాత్మసంప్రీతి కలుగు." 1

వెన్నెలగుడిపాట యన నెట్టిదో తెలియదు. వెన్నెలలో పాడునట్టి పాట యని మాత్ర మూహింప వచ్చును. పాల్కురికి తెలిపిన వెన్నెల పాట యిదియై యుండును.

గుఱ్ఱములకు నడక నేర్పుట యొక అనుభవవిధానమై యుండెను. మంచి గుఱ్ఱపురౌతులు ప్రత్యేకముగా గుఱ్ఱములను సాధించువారై యుండిరి. గుఱ్ఱపు నడకలు పలువిధములవై యుండెను. మన సమీక్షాకాలములో "జోదనయు, జంగనడకయు, తురకినడకయు, రవగాలునడకయుంగల వారువంబులు" ఉండెను 2. జోదన అనధారితకము అనియు, జంగన అనగా కాలు చాచిపెట్టి నడచునడక అనియు, రవగాలు నడకయన అస్కందితము అనియు శబ్దరత్నాకరములో వ్రాసినారు. కాని తురకియన గుఱ్ఱమని యర్థము వ్రాసినది ఈ సందర్భమునుబట్టి కుదురదు. నాలుగుకాళ్ళను ఎత్తి సవారిపోయిన ఈనాడు దానిని చాతురికినడక అందురు. బహుశా అది చౌతురికియై యుండునో యేమో ?

దొంగతనము అందులో కన్నపుదొంగతనము, బందిపోటు దొంగతనము జనులకు బాధాకరమైనదైనను కవులవర్ణనలలో అదొక కళగా పరిణమించినది. సంస్కృతవాఙ్మయమందు దండి దశకుమారచరిత్రములోను, శూద్రకుడు మృచ్ఛకటికా నాటకములోను దొంగతనమును వర్ణించుటను చదివినవారి కదొక ప్రీతిదాయకమగు కళగా కానవచ్చును ఆమర్యాద ననుసరించి కొరవి గోపరాజు చౌర్యవిద్యను వర్ణించువిధాన మిట్లున్నది.

దొంగలు కాళికాది శక్తిదేవాలయముల కేగి తమదొంగతనము విజయవంతముగా కొనసాగిన అమ్మవారికి ముడుపు లిచ్చుకొందుమని మ్రొక్కుకొందురు. ఊళ్ళలో చీకటిపడగానే ఆరెకులు (తలారులు) కావలిగా తిరుగజొచ్చిరి. దొంగలు సిద్ధమైన విధ మెట్టిదనగా,

"గాలిచీరయు నొల్కిబూడిద గ్రద్దగోరును గొంకియున్
కోలయున్ వెలుగార్పు పుర్వుల క్రోవి ముండులబంతియున్

1 సిం. ద్వాత్రింశిక భా. ౨ పు. ౫౯
2 .... ౪౧

మైలమందుల కొయ్య కత్తెర, మాఱుగన్నపు కత్తియున్
నీలిదిండులు, నల్లపూతయు నేర్పుతోడుగ గ్రుచ్చులున్"
'పాలెమున్న వారిపై నొల్కి బూడిద మందుచల్లి పెద్ద మగులు కొంత
కూలద్రవ్వి రాచకూతురుండు మేడ కత్తిరించినట్లు గంటువెట్టి'

"తొడితొడి క్రోవుల పువ్వుల విడిచి దివియ లార్చి...రి"[1]

పైవర్ణనలోని చౌర్యపరికరములలో ఒల్కు బూడిదయొక్కయు, వెలుగును ఆర్పి వేయునట్టి పుర్వులక్రోవియొక్కయు ఉపయోగమును తెలిపినారు శ్మశానములో పీనుగుల గాల్చిన బూడిదను నిద్రించువారిపై చల్లిన అది మచ్చుమందుగా పనిచేయునని దొంగల విశ్వాసము. అందుకు "పాలెమున్న వారిపై" చల్లుచుండిరి. (పాలెము అన మొదటి యర్థము కావలి. సీమాంతమందు దుర్గాధిపతులుగా నుండి తగినంత సైన్యములు కొని ప్రతిఫలముగా జాగీర్లను పొందిన వారి కర్మమయ్యెను. వారిదండును కూడా పాలెమనిరి.) గాలిచీర అన గాలి జోరకుండుటకై అడ్డముగా పెట్టెడు వస్త్రము. గ్రద్దగోరు అన 'చోరసాధన విశేషము' అని శబ్దరత్నాకరకారుడు వ్రాసెను. అంతమాత్రము మనకును తెలియును. దొంగలు గ్రద్దగోరుతో కన్నము పెట్టుచోట గీయుదురు. ఆ గీత మెత్తదనమును బట్టి అట కన్నము పెట్టుదురు. అటు కానిచో మరొక తావున గీయుదురు. దొంగల కట్టి విశ్వాసముండెను. అది గ్రద్దగోరుయొక్క ప్రయోజనము! తెలంగాణాలోని కొన్ని ప్రాంతాలలో ఈ విశ్వాసము నేటికిని కలదు. కొంకియన కొండివంటి వంపు చీల. దానికి త్రాడుగట్టి గదులలోనికి దిగి సామానులను ఆ చీలకు తగిలించి త్రాడులాగి సైగ చేసిన పై నున్నవారు గవాక్షము ద్వారా చేదుకొని తీసుకొనుచుండిరి. కట్టకడపట దిగినవాన్ని కూడా ఆత్రాటితో చేదుకొనుచుండిరి. పుర్వులక్రోవి యనియు, క్రోవుల పువ్వులు అనియు కవి రెండురూపాలు వాడినాడు. రెంటిలో పుర్వులు అనునదే సరియగు రూపము. క్రోవి అన గొట్టము అందు పుర్వులను అనగా పురుగుల నుంచి వాటిని దీపములపై విడిచిన అవి వాటిని ఆర్పుచుండెను. దీపము లార్పు పుర్వులేవియో మంటు కనుగొందము. ముడ్ల బంతి యెట్టిదో? ముండ్లబంతిని త్రాడునకు గట్టి గవాక్షము ద్వారా వదిలితే కొండ్లకు సామానులు తగిలిన వాటిని చేదుకొనుచుండిరేమో! అదే ముండ్ల (కొండ్ల) బంతి (Circle) అయి యుండును.

1 సింహాసన ద్వాత్రింశిక. భా ౨. పు ౮౮.

మైలమందులు అనునది నిఘంటువులో లేదు. అవి మైకపు మత్తుమందులే అయి యుండును నల్లపూత అంటే చీకటిలో కనబడకుండుటకై ఒంటికి పూసుకొనుపూత. ఈకళ యీవిధముగా నశించిన దన్నమాట! అనేక విషయాలు మనకు తెలియనివైనవి

తిమ్మభూపరుడు అనుకవి పరమయోగి విలాసము అను పద్య కావ్యమును వ్రాసెను. దానినుండి శబ్దరత్నాకరమందు గ్రద్దగోరు అను పదమువద్ద యిట్లుదాహరించినారు.

క. బలపము, కన్నపుగత్తియు తలముళ్ళును, చౌక్క, నీలిదట్టి యిసుము, చీ
మలక్రోలు, గ్రద్దగోరును, ములుబంతియు, కత్తెరయును మొదలగువానిన్.

ఈపద్యమందు "చోరసాధన విశేషములను" వర్ణించినారు. తలముళ్ళన తలముడి బహువచనము. తల వెంట్రుకలను మడిచి కట్టెడు ముడిబట్టయై యుండును. నీలిదిండు, నీలిదట్టి అనగా నీలిరంగు వేసిన బట్టలను వారు తొడిగిన చీకటిలో కానరాకుందురు. ఇసుము (ఇసుక) ఎదుటి వారికంట చల్లుట కేమో? 'చీమల క్రోలు' నకును, 'పుర్వుల క్రోవుల' కును సంబంధము కానవచ్చెడి. క్రోవు బహువచనమే క్రోలు. ఆ క్రోవులలో (గొట్టములలో) చీమలునింపి తీసికొనిపోతూ వుండిరన్నమాట. చీమలు వెలుతురును ఆర్పునా? రెక్కల చలిచీమలీ పనిని చేయునా? అదియు తెలియదు. దీపము చూచిన పుట్టలుగా వచ్చి దానిపై బడు పురువులు కొన్ని కలవు. అవి యీ చీమల వంటి వేమో! దీపములార్పునవి చీమలు అని పైన వ్రాసినను తర్వాతి కాలపు ఇద్దరు కవులు ఆ పురుగులు భ్రమరములు అని తెలిపినారు. "భ్రమరాల బట్టిన క్రోవి" అని గౌరన తెలిపినాడు. (హరిశ్చంద్ర, ఉత్తర భాగము, పుట ౨౨౬.)

"భవనదీపాహిత భ్రమరపేటిక" అని వేంకటనాథ కవి (క్రీ.శ. ౧౫౫౦ ప్రాంతము వాడు.) పంచతంత్రములో వ్రాసెను. (౩-౧౯౯) భ్రమరములన తుమ్మెదలు కదా! తుమ్మెదలు దీపముల నార్పునేమో! ఎవరైనా పరీక్షించిన కాని తెలియదు. దొంగల పరికరాలను, వారి చౌర్యకళను చాలాచక్కగా వేంకటనాథు డిట్లు వర్ణించినాడు.

భవన దీపాహిత భ్రమరపేటిక, వాలుకాభస్త్రీ, తలముళ్ళు, గ్రద్దగోళ్ళు
ములుదోరణముబట్ట, మొలత్రాటికురువాడి క్రైదువు. దెసకట్టు కాపుబొట్టు
జిలుగు కన్నపుకత్తి, బలపంబు, మొగమాయ మందు, తాలపుటాకు, మైలగోచి
మడుపుటాకులు, పోకపొడికాయ, మోరచ్చు చెప్పులు, భుజగ వృశ్చిక చికిత్స
సుప్తివృద్ధిక రౌషధక్షోద, మసిత వసన భంగంబు పెడతలవంక సికయు,
కారు నునుమేను, నెర్రని కన్నులమర దూరితత్రాసు డపుడొక్క దొంగబంటు
"వచ్చి త్రిమ్మరు తలవరులు కన్గొనకుండ బవరి చుట్టును బలపమున వ్రాసి
ముంచి కన్నపు గత్తిమొన కెత్తి పెట్టించి యొయ్యనొయ్యన శిలలూడదివిచి

....

గాలికుండ వెలుతురు కాకయుండ కరకు గరబట్ట కన్నపు గండిగప్పి"

(౩-౧౯౯, ౨౦౦)

బలపము యొక్క యుపయోగ మిచ్చట ఈ కవి తెలిపినాడు.

ఇంతకు పూర్వమే క్రీ. శ. ౧౨౫౦ ప్రాంతమందుండిన పాల్కురికి చౌర్యకళ నిట్లు వర్ణించి యుండెను.

"కత్తియు, బలపంబు, కావిచీరయును, కత్తెర, యిసుము, నక్షతలును, ముండ్ల
బంతియు, నీలికప్పడమును, ద్రిండు, మంతర కాటుక, మరి చందవేది,
సెలగోల, యొంటట్ట చెప్పులు ఏకె మొలుకుల బూడిదయును, వాటుజాలు,
కుక్కలవాకట్టు కొంకినారసము, గ్రక్కున కంకటిరజ్జువు, నమర"
గడియ కన్నంబును, కడప కన్నంబును, గోడకన్నంబును, గురినేల కన్నము
ఓడక త్రవ్వించి, యిల్లొయ్యన జొచ్చి పరికించి............[1]

పై పద్యమందు ద్రిండు అనగా నడుమున కట్టు పట్టీ లేక దట్టి లేక పిపుపై చుట్టెడు వస్త్రపు చుట్ట. మంతరకాటుక అన మంత్రించిన కాటుక అంజనముగా పనియిచ్చునట్టిది. చందవేది పదము నిఘంటువులలో లేదు. ఈ చౌర్య కళను గురించి ముందు ప్రకరణమున నెక్కువగా చర్చింపబడును.

తెనుగు భారతము అనుశాసనిక పర్వములో నీ క్రింది పద్యము కలదు.

1. బసవ పురాణము. పుటలు ౧౫౪, ౧౫౫

"గ్రువ్వ. గ్రద్ద, దివ్వారుపుఁ బురువు, గూబ,
యిల్లు సొచ్చిన శాంతి సేయింపవలయు" ౪-౧౨౯

ఇందుకు సంస్కృత మూల మిట్లున్నది.

"గృహే శ్వేతేన పాపాయ తథావై తైలపాయికాః
ఉద్దీపకాశ్చ గృధ్రాశ్చ కపోతా భ్రమరా స్తథా
నివిశేయు ర్యదా తత్ర శాంతి మేవ తదాచరేత్
అమంగళ్యాని చైతాని తథోత్క్రోశా మహాత్మనాం"
ఆను. ౧౧౪ అధ్యాయము.

తైలపాయికములు అనగా గబ్బిలములు. కపోతములన గువ్వలు, ఉద్దీపకము లన నేమో? ప్రకాశమిచ్చునవి అని శబ్దకల్పద్రుమము కొందచీను అని (ఆంధ్ర) శబ్దరత్నాకరము. అవెట్టివో యేమో? రాత్రులందు గూబల కన్నులు ప్రకాశించునుకాన అవే ఉద్దీపకము లగునా? తిక్కన గూబ అని వాడినాడు. దానికి సంస్కృత మూల మేదీ మరి? రాత్రులందు ప్రకాశించునవి మిణుగురు పుర్వులు కదా! అవే ఉద్దీపకములగునా? ఆచర్చ మనకు ప్రధానముకాదు. "తిక్కన దివ్వారుపుఁ బురువు" అని వాడెను. దివ్య అనగా దివ్వె దివ్య ప్రయోగ మిదొక్కటే తెనుగులో కానవచ్చినట్లున్నది. దివ్వటీ వలె దివ్వ అని పద ముండెనేమో. ఏది యెట్లున్నను దివ్వారుపు బురువు అనగా దీపము నార్పు పురుగు అని యర్థము. ఆ పురుగేది? సంస్కృత మూలములో భ్రమరాపి అని కలదు ఈ చర్చలో భ్రమరములు దీపము లార్పునని ఒక కవి ప్రయోగించినది చూపినాను కదా! భ్రమరమునకు తిక్కన దీపమార్పు పురుగు అను నర్థము చేసి వ్రాసెను. కావున దొంగలు క్రోవులలో గొట్టములలో దీపముల నార్పుటకై తీసుకొని పోయినవి భ్రమరములేయని స్పష్టమై పోయినవి.

మైలారు దేవుని అనగా మైలారు అను ఊరిలో ప్రసిద్ధముగా నెలకొన్న వీరభద్రుని కొలిచే భక్తులను మైలారు భటులనిరి. వారు ప్రాణాంతకమగు ఆత్మహింసా కార్యములను భక్తిపారవశ్యము చేతను, మ్రొక్కుబడి చెల్లించుట కొరకును చేయుచూ ఉండిరి.

"రవరవ మండు నెర్రనిచంద్ర మల్లెల చోద్యంపు గుండాలు చొచ్చువారు
కరవాడి యలుగుల గనపపాతర్లలో నుట్టిచేరులు గోసి యురుకువారు

గాలంపుగొంకి గంకాళచర్మము గ్రుచ్చి యుడువీధి నుయ్యేల లూగువారు
కటికి హొన్నాళంబు గండకత్తెర వట్టి మిసిమింతుబును గాక గ్రమింగువారు
సందులను నారసంబులు సలుపువారు యెడమ కుడిచేత, నారతులిచ్చువారు
సాహసమ మూర్తిగై కొన్న సరణివారుధీరహృదయులమైలారువీరభటులు [1]

పెద్దపెద్ద పొడవైన గుంతలలో ఎర్రని బొగ్గునిప్పులు పోసి వారందు నడిచిపోతూ వుండిరి. నేలపై శూలాలు పాతి పెద్ద గడపైనుండి ఉట్టి ఊగి వాటిని గ్రెంపుకొని ఆ శూలాలపై పడుతూ వుండిరి. బహుళా ఆత్మ బలిదాన మవుతూ వుండిరి.

ఒక గడపై తిరుగు ఇనుప కడెమునకు కట్టిత్రాడు కొననున్న ఇనుప కొండిని వీపు చర్మానికి గ్రుచ్చుకొని దానిపై వ్రేలాడబడి గడె చుట్టును రంకు రాట్నమువలె తిరుగుతూ వుండిరి. బంగారు నాళపు (హొన్ను+నాళము) పిడి గల గండకత్తెర (తల నరకు సాధనము)తో తల పంచు విచ్చుకొను చుండిరి. బాణాలను (దబ్బనములను=శస్త్రములను) ఒంటి సంధులందు గ్రుచ్చుకొంటూ వుండిరి నేటికిని కార్తికనంది సేవలలో శైవులు ఆవేశముతో దబ్బనముల (శస్త్రాలు-నతాలతో) దవడలకు గ్రుచ్చుకొందురు. అరచేతులలో కర్పూరమును వెలిగించి దేవరకు హారతు లిచ్చిరి. ఇవి అబద్ధమయిన ముచ్చట్లు కావు.

విజయనగర చక్రవర్తుల కాలములో వీపున కొంకిని గ్రుచ్చుకొని జనలు ఉయ్యేల లూగిరనియు, ఇతర సాహస హింసాయుత కార్యాలను ప్రదర్శించి రనియు కాంటి యను యూరోపుఖండవాసి వర్ణించి యుండెను. పైగా నేటికిని నిప్పులలో నడుచుట, దబ్బనాలు గ్రుచ్చుకొనుట, అరచేతులలో కర్పూర హారతు లిచ్చుట శైవులలో కాననగును.

భరతముని ప్రతిపాదితమగు నాట్యభంగిమములు శాస్త్రోక్తముగా కూచి పూడివారు బహుళా అభినయిస్తూ వుండిరేమో! కూచిపూడివారి నృత్యమే మీ కాల మందే వ్యాప్తిలోనికి వచ్చియుండును. సామాన్య జనులు మాత్రము తమకువచ్చి వట్టి నచ్చినట్టి దేశినృత్యములందాసక్తి కలిగియుండిరి.

కవితలో సంగీతములో నృత్యములో దేశివిధానము, మార్గ విధానము అని ప్రాచీనమునుండి రెండువిభిన్నరీతు లేర్పడియుండెను. నన్నెచోడుడు

---

1 క్రీడాభిరామము.

మార్గకవిత (సంస్కృత పద్ధతి) నుండి భిన్నించిన దేశికవితను గూర్చి తెలిపెను. సంగీత శాస్త్రములలో మార్గవిధానము, దేశివిధాన మున్నవని వివరించినారు. రామాయణమును కుశలవులు "ఆగాయితాం మార్గవిధాన సంపదా" అని రామాయణములో వ్రాసినారు. "దేశిమార్గ లాస్య తాండవంబులు" అని కాశీఖండములో చెప్పినారు

దేశినృత్యవిధానాతే జనులకు ప్రీతి నిచ్చినవై యుండెను. ఆ నృత్యాలలో పురుషు లాడునవి కొన్ని, స్త్రీలాడునవి కొన్ని యుండెను కోలాటముపై అందెలు వేయుచు కోలంట్లువేయుచు పాడుచు మగవా రాడెడివారు. స్త్రీలు వలయాకారముగా చప్పట్లు చరుచుచూ ఆడేవారు ఇప్పటికి తెలంగాణాలో బతకమ్మపాట అనునది, రాయలసీమలో బొడ్డెమ్మ అనునది యీ విధానపు గీతికాయుక్త నృత్యమే!

స్త్రీలు గొండ్లియాటను ఆడిరి:—

"వీరు మైలారదేవర వీరభటులు గొండ్లియాడించుచున్నారు గొరగపడుచు నాడుచున్న చూడు మూర్ధాభినయము తాను నెట్టిక సీలంతగాని లేదు."

గొండ్లి (గొండిలి) అనునది కుండల అనుదాని తద్భవమేమో! కుండలాకార నృత్యమే గొండ్లి. గొండ్లి విధానమే బతకమ్మ, బొడ్డెమ్మ ఆటలు. గొరగపడుచు అనిన మైలారుదేవుని గొలుచు స్త్రీ. ఆ స్త్రీ నీటి పాత్రలోని వస్తువును మొగ్గవాలి నాలుకతో నందుకొనె ననియు అందే వర్ణించినాడు.

నాట్యములలో దేశి మార్గ నృత్యములను గురించి శ్రీనాథుడు కాశీఖండములో రెండు మూడు తావులలో నుదాహరించినాడు.

జక్కిణి యనియు, చిందు అనియు రెండుదేశీనృత్యము లుండెను. జక్కిణిని గురించి దశావతార చరిత్రలో నిట్లు వర్ణించినారు

"దురుపదంబులు సొక్కమై సిరులువొసగ
సరిగ నిరుగెల కుంచియల్ సవదరించి
పెక్కువగ జక్కిణికోపు ద్రాక్కె నొక్క
చక్కనిమిటారి నరపతుల్ సొక్కి చూడ"[1]

1. Hist. R. K. Page 432

ఇట్టివి ఆనాటి తెనుగు సారస్వతములో విరివిగా గానవస్తున్నవి.

ఈ విధముగా రెడ్లరాజ్యకాలమందు జనులు జీవించిరని తెలుసుకొన గలిగినాము. కొండవీడు మహావైభవోపేతమయినదై యుండుటచే శ్రీనాథుడు తదభిమానముచేత పరరాజుల దర్శించినప్పుడు తన కొండవీటి నిట్లు వర్ణించెను.

సీ. పరరాజ్య పరదుర్గ పరవైభవ శ్రీల గొనకొని విడనాడు కొండవీడు
పరిపంథి రాజన్యబలముల బంధించు గురుతైన యురిత్రాడు కొండవీడు
ముగురురాజులకును మోహంబు పుట్టించు కొమరుమించిన వీడు కొండవీడు
చటులవిక్రమ కళా సాహసం బొనరించు కుటిలారులకు జోడు కొండవీడు
జవన ఘోటక సామంత సరస వీర భట నటానేక హాటక ప్రకట గంధ
సింధురార్భటీ మోహన శ్రీల దనరు కూర్మి నమరావతికి జోడు కొండవీడు.

ఈ ప్రకరణానికి ముఖ్యాధారములు

౧ కొరవి గోపరాజు:— సింహాసన ద్వాత్రింశిక ౨ భాగములు. కాకతీయ కాలానికి క్రీడాభిరామ మెటులో, ఈ కాలాన కిది అట్టిది. ఇది సాంఘిక చరిత్రకు చాలా యుపయుక్తమైనది.

౨. HISTORY OF THE REDDY KINGDOMS. రెడ్డి రాజ్యాల చరిత్ర, (ఇంగ్లీషు) — కర్త:— శ్రీ మల్లంపల్లి సోమ శేఖరశర్మ గారు.

ఈ గ్రంథము ఏప్రెల్ ౧౯౪౫ లో వెలువడినది. ఇది సాంఘిక చరిత్రకు చాలా విలువనిచ్చునట్టి సమగ్ర గ్రంథము. నేను స్వయముగా నోటు చేసుకొని చదివిన విషయాలు కాక నాకు తెలియనివి దీనినుండి యుదాహరించి దీన్ని పేర్కొన్నాను. దీనిని ఆంధ్రా యూనివర్సిటీ వారు ప్రకటించినారు. తెనుగులోను ముద్రించుట బాగని సూచింతును.

౩. శృంగార శ్రీనాథము :— శ్రీ వేటూరు ప్రభాకర శాస్త్రిగారు. ఇదియు చాలా విలువకలది.

౪ శ్రీనాథుని కృతులన్నియు—చాటువులును.

౫. ఆంధ్రుల చరిత్రము, (౩-వ భాగము) — శ్రీ చిలుకూరి వీరభద్ర రావు గారు.

౬. భోజరాజీయము :- అనంతామాత్యుడు.

౭. కేయూర బాహూ చరిత్ర :- మంచెన.

౮. ఎర్రాప్రెగడ :- నృసింహ పురాణ, ఉత్తర హరివంశ, కృత్యాది పద్యాలు.

౯. రెడ్డి సంచిక (రాజమహేంద్రవరము ఆంధ్రేతిహాస పరిశోధక మండలి)

౧౦. గౌరన :- హరిశ్చంద్ర, నవనాథ చరిత్ర

౬వ ప్రకరణము

విజయనగర సామ్రాజ్య కాలము

క్రీ॥ శ॥ ౧౩౩౬ నుండి ౧౫౩౦ వరకు.

మతము

ఒక దిక్కు రెడ్డి రాజ్యము. వెలమ రాజ్యము స్థాపితములు కాగా మరొక దిక్కు విజయనగర సామ్రాజ్య మారంభ మయ్యెను. అందుచేత రెడ్డిరాజుల కాలముతో బాటుగ విజయనగర రాజ్యకాలచర్చయు చేయుట యవసరమైనది. సామ్రాజ్య స్థాపనకాలమునుండి శ్రీకృష్ణదేవరాయల నిర్యాణము వర కీ ప్రకరణమున చర్చింపబడును.

పలువురు చరిత్రకారులు విజయనగర సామ్రాజ్య స్థాపనము క్రీ. శ. ౧౩౩౬ లో నయ్యెనన్నారు. శ్రీకృష్ణదేవరాయలు క్రీ. శ. ౧౫౨౦ లో చనిపోయెను. క్రీ. శ. ౧౫౬౫ లో తళ్ళికోట యుద్ధమందు రామరాజు వధ్యుడై విజయనగర విధ్వంసము దక్కన్ సుల్తానులచే అతి ఘోరముగా జరిగెను. పెనుగొండలో మరల తిరుమలరాయలు నిలద్రొక్కుకొని తురకల యాక్రమణను నిరోధించి రాజ్యము చేయగలిగెను. కాని, శ్రీరంగరాయలు చాలా దుర్బలు డగుటచే రాజధాని చంద్రగిరికి మారెను. అచ్చట కొంతకాలము నామమాత్రావశిష్టముగా సాగి తుదకు క్రీ శ ౧౬౮౦ ప్రాంతములో విజయనగర సామ్రాజ్యము రూపుమాసెను. క్రీ శ. ౧౫౩౦ నుండి ౧౬౭౮ వరకు ముందు ప్రకరణములో చర్చింతుము.

ఓరుగంటిని మంట గలిపిన ముసల్మానులు తెనుగుదేశ మంతటను వ్యాపించుకొని తమ ఘోరకృత్యములను నిరాఘాటముగా సాగించిరి. అట్టిసమయములో ప్రోలయ కాపయనాయకులు వారిని తరుముటయు, రెడ్డి వెలమరాజులును అదేపని చేయుటయు సంభవించినందున తెనుగు దేశము తురకల పైశాచికము

లను నాలుగైదేండ్లకన్న నెక్కువగా సహించి యుండినది కాదు. కాని ఢిల్లీనుండి పొరకచుక్కు (ధూమకేతువు) వలె విజయధాటీ సమారంభముతో చూచినదెల్ల వశ్యముగాను. పట్టినదెల్ల బంగారముగాను, సాగినమార్గ మంతయు జైత్రయాత్ర గాను. కావించిన మలిక్ కాఫిర్ తమిళ పాండ్యదేశమందలి మధురలో ముస్లిం రాజ్యమును స్థాపించి పోయెను. అచ్చట సుల్తాను లేడుమంది ఇంచుమించు ౪౦ ఏండ్లు రాజ్యము చేసిరి ఆ రాజ్యకాలములో వారు తలచినట్లెల్ల ప్రజలను దుర్భర హింసలపాలు చేసిరి. ఆంధ్రదేశమున కది సంబంధించకున్నను వారిచర్యలంతటను నాకేవిధముగా సాగినవగుటచేతను తెనుగుదేశమునను జనులకు కలిగిన కష్టాలను తెలుసుకొనుట కుపకరించునని యిచ్చట వాటి మాసర తెలుపబడును.

వీరకంపరాయచరిత మను నామాంతరముకల మధురా విజయ మనుకావ్యమును కంపరాయల భార్య యగు గంగాదేవి వ్రాసెను. అది సత్యమయిన చారిత్రిక గ్రంథము. క్రీ. శ. ౧౩౭౧ లో కంపరాయలు మధుర నుండి తురకల నోడించి వెళ్ళగొట్టెను.

మధురా విజయములో ఒక స్త్రీ కంపరాయని కాంచీనగరమందు దర్శించకొని, మధుర రాజ్యమందలి తురకల పాలనము నిట్లు వివరించెను.

అధిరంగ మవాప్తయోగ నిద్రాం హరి ముద్వేజయతీతి జాతభీతిః
పతితం ముహు రిష్టికానికాయం ఫణచక్రేణ నివారయ త్యహీంద్రః

హరియొక్క యోగనిద్రకు భంగము కాకుండా, శ్రీరంగగోపురపు ఇటికలు పడిపోగా శేషుడే తన తలలతో ఆనబట్టుతున్నాడు. (పాములు పారాడిన వన్నమాట)

ఘుణజగ్ధ కవాట సంపుటాని స్ఫుట దూర్వాంకుర సంధి మండపాని
శ్లథ గర్భ గృహాణి వీక్ష్య దూయే భృశమన్యాన్యపి దేవతాకులాని.

దేవతాయతన ద్వారాలను చెదలు తినివేసెను. మంటపాలు విచ్చుకొని పోయి వాటి సందులలో గడ్డి పెరిగినది. గర్భగృహాలు పడిపోయినవి. ఈ యవస్థ ఇతర దేవాలయములకును కలిగినది.

ముఖరాణి పురా మృదంగ ఘోషై రభితో దేవకులాని యాన్యభూవన్
తుముళాని భవంతి ఫేరవాణాం నినదైస్తాని భయంకరై రిదానీం.

మృదంగ ధ్వను లుండినచోట ఇప్పుడు నక్కలకూతలు వినవస్తున్నవి.

సతతాధ్వర ధూమ సౌరభైః ప్రాఙ్నిగమో ద్ఘోషణవద్భి రగ్రహారైః
అధునాజనివిస్ర మాంసగంధై రధికక్షీబ తురుష్క సింహనాదైః.

అగ్రహారాలలోని యజ్ఞధూమాలు పోయి మాంసము కాల్చు సెగలపొగ లెగయుచున్నవి. సర్వాయుక్త వేదఘోషలకు మారుగా కేవలము అనుదాత్త కర్కశ తురుష్క నిర్ఘోషలే మిగిలినవి.

మధురోపవనం నిరీక్ష్యదూయే బహుశః ఖండిత నారికేళ షండం
పరితో నృకరోటి కోటిహార ప్రచలచ్ఛూల పరంపరాపరీతం

మధుర తోటలలోని టెంకాయల చెట్లను కొట్టివేసినారు. వాటికి మారుగా శూలములపై మానవుల తలకాయలు వ్రేలాడుతున్నవి.

రమణీయతరో బభూవ యస్మిన్ రమణీనాం మణినూపుర ప్రణాదః
ద్విజ శృంఖలికా ఖలాల్ క్రియాభిః కురుతే రాజపథః స్వకర్ణ శూలం

ఏ మధురా వీధులలో రమణుల నూపురరవములు వినబడుతుండెనో అందిప్పుడు బ్రాహ్మణులకు తగిలించిన సంకెళ్ళ గ ల గ ల ధ్వనులు వినవస్తున్నవి.

స్తన చందన పాండు తామ్రపర్ణ్యా స్తరుణీనా మభవత్ పురాయదంభః
తదసృగ్భిరుపైతి శోణిమానం నిహతానా మభితో గవాం నృశంసైః

ఏ తామ్రపర్ణి నదిలో యువతుల మైపూతల చాయ లుండెనో అందిప్పుడు వధింపబడిన గోవుల రక్తము కలిసియున్నది.

శ్వసితానిల శోషితాధరాణి శ్లథ శీర్ణాయత చూర్ణకుంతలాని
బహుబాష్ప పరిప్లుతేక్షణాని ద్రవిడానాం వదనాని వీక్ష్యదూయే.

ఎండిన నోళ్ళు, మాసిన తలలు, ఎడతెగని కన్నీరు కల ద్రవిడ పడుచులను చూచుటకు బాధ కలుగును.

శ్రుతి రస్తమితా, నయఃప్రలీనో, విరతా, ధర్మకథా, చ్యుతం చరిత్రం
సుకృతం, గత, మాభిజాత్య మస్తం, కిమివాన్యత్, కలిరేక ఏవ ధన్యః.

ఈ పరిస్థితి నంతయు ఒకే వాక్యములో చెప్పవలెనంటే :—వేదాలకు అస్తమయం, నీతికి ప్రలీనం, ధర్మానికి స్వస్తి, చరిత్రకు చ్యుతి సత్కార్యాలకు విరతి, కులీనతకు నాశనం, కలిగి కలియొక్కటే ధన్యత నొందినది.[1]

గంగాదేవి వ్రాసిన పై విషయాలలో టెంకాయ చెట్లను మధురా సుల్తానులు కొట్టించి వాటి స్థానములో శూలాలు పాతించి, వాటిపై హిందువుల తలలు గట్టించిరన్న విషయమునకు ఆ కాలమందలి ఇబన్ బతూతా అను అరబ్బు యాత్రికుడు స్వయముగా చూచి ఇట్లు వ్రాసినదే తార్కాణము.

"గయాజుద్దీన్ మధురను రాజ్యము చేస్తుండగా హిందువులను బాలా బాధపెట్టెను. గయాజుద్దీన్ అడవినుండి మధురకు వెళ్ళుచుండగా నేను (ఇబన్ బతూతా) వెంట నుంటిని. అప్పు డాతనికి విగ్రహారాధకులు (హిందువులు) పలువురు తమ స్త్రీలతో, పిల్లలతో పెళ్ళుచు ఎదురుపడిరి. వారు అడవిలోని చెట్లు కొట్టి బాటచేయుటకై నియుక్తులై యుండిరి సుల్తాను వారిచే రెండు కొనలందు వాడి మొనలుగల శూలములను మోయించెను. తెల్లవారగానే వారిని నాలుగు గుంపులనుగా విభజించి నగరముయొక్క నాలుగుద్వారాలవద్ద కంపెను. శూలాలను భూమిలో పాతించి యా శనిమాలిన దరిద్రుల వాటిపై గ్రుచ్చి చంపించెను.

ముసల్మానుల విజృంభణమున కనేక కారణములు కలవు. అందొకటి హిందువులలో మతభేదము లేర్పడి పరస్పర వైషమ్యములు ముదిరిపోవుట. కాకతీయుల కాలములో శైవమత విజృంభణమును గమనించినాము. విజయనగరారంభ దశలో వైష్ణవ మతవ్యాప్తి కానవచ్చెను ఈ కాలమువరకు ఆచార్యత్రయమువారి అద్వైత విశిష్టాద్వైత సిద్ధాంతములు వ్యాప్తిలోనికి వచ్చెను. జైన బౌద్ధుల సంఖ్య లెక్కలేనిదయ్యెను. ఇక మిగిలినవి శైవ వైష్ణవములు. శైవులు మొదట పరసాంప్రదాయములను నోటికి వచ్చినట్లు తిట్టుటకు మొదలు పెట్టిరి. శివుని దప్ప అన్య దైవతమును మెచ్చినవారి నెత్తిన కాలు పెట్టుదుమనిరి. శివుని వలననే విష్ణ్వాదులు వరములంది మాన్యాలుపొంది సామంత స్థితిలో నుండినట్లు కథలు కల్లలు కొల్లలుగా వ్రాసుకొనిరి.

1. మధురా విజయము, అష్టమ స్సర్గము, ఆదిభాగశ్లోకాలు.

శ్రీకృష్ణ దేవరాయలే తన ఆముక్తమాల్యదలో శైవ ప్రభువులు పరమతస్థుల కపచారము చేయుటను, పర దేవతాయతనములను పడగొట్టి శైవ మఠముల కట్టించుటను ఈవిధముగా వర్ణించెను. ఒక పాండ్యరాజును గూర్చి విష్ణుగుప్తునితో శ్రీరంగనాథు డిట్లనెనట.

"వెఱ్ఱిశైవంబు ముదిరి మద్వినుతి వినడు నతి యొ
నర్పడు మామక ప్రతిమలకును
హరుడె పరతత్త్వమను, మదీయాలయముల
నుత్సవంబుల కులుకు నెయ్యురును నట్లె.

సీ. అశ్రాంత జంగమార్చనసక్తి వర్తిలు
వేదవద్ద్విజపూజపీటి గలిపి
భౌమవారపు వీరభద్ర పళ్ళెర మిడు
గృహదైవతంబు లిఱ్రింకు లింక
షణ్ణవతిశ్రాద్ధచయ మారబెట్టి సం
కర దాసమయ్యా భక్తప్రతతికి
అద్యంబులైన దేవాలయంబులు వ్రాల
నవవీ నిరాశమరాళి నిలుపు
జందెముత్తర శైవంబు జెంది త్రెంచు ప
తితు లారాధ్యదేవళ్ళె ప్రాప్యులనుచు
ఉపనిషత్తులు వారిచే నబ్బి వినుచు
వెండి యేజంగమెత్తిన వెరగుపడును,

క. శివలింగము దాల్చిన జన నివహంబేమైన జేయు నిది పాపము దా
నవుగా దన దాసమయమున నవునను విప్రులకె యగ్రహారము లిచ్చున్. [1]

ఆ పాండ్యరాజు శైవులు గంజాయి త్రాగినను చూచీ చూడనట్లుండి విప్రులతప్పు కొంచెమైనను పంచాయతిసభ కెక్కించి వారికి శాస్తి చేయించెననియు, ఆ రాజును నమ్మించుటకై యిష్టము లేకున్నను ఇతరులు రుద్రాక్ష పేరులు మెడనిండ ధరించి చంకలో వీరశైవ పుస్తకమగు సూతసంహితల నిరికించుకొని తిరిగిరనియు నిదే సందర్భములో తెలిపెను. రాజులును, మఠా

1 ఆముక్తమాల్యద ౪-౪౨ నుండి ౪౪,

చార్యులును నీవిధముగా ప్రజల బాధించుటవల్ల హిందువులలో పరస్పర ద్వేషాలు, రాజద్రోహ, దేశద్రోహ బుద్ధి ప్రబలుటలో నాశ్చర్యము లేదు.

కాళహస్తీశ్వర శతకమును ధూర్జటి వ్రాసెనందురు. శైలిని బట్టి అదీ తనిది కాదని చెప్పవచ్చును. దాని నెవరు రచించినను అది యీ సమీక్షా కాలపుదిగా కానవచ్చును.

అందు విష్ణుదూషణములు మెండుగా గలవు. "నీపాదపద్మంబుచేర్చె న్నారాయణు డెట్లు మానసము దా శ్రీ కాళహస్తీశ్వరా!", "శ్రీ లక్ష్మీపతి సేవితాంఘ్రి యుగళా శ్రీ కాళహస్తీశ్వరా!" "శ్రీరామార్చిత పాదపద్మ యుగళా శ్రీకాళహస్తీశ్వరా" అని దూషించెను. ఇట్టి తిట్టులను విని శ్రీవైష్ణవు లూరకొందురా? వారును కొన్ని కథలను కల్పించి శివునిచేతను విష్ణుపాదముల బట్టించిరి. పరమయోగి విలాసమున తాళ్ళపాక తిరువేంగళనాథుడు కొన్ని తావుల శివదూషణము చేసెను. ఈ ద్వేషము లెంతవరకు పోయె ననగా, శైవవైష్ణవులు పరస్పరము చండాలు రనియు, పాషండు లనియు, పాపు లనియు తిట్టుకొని సచేల స్నానాలు చేసిరి.

తమ సాంప్రదాయములో చేరినవారు కులము చెడి, వ్యభిచారులై, దొంగలై, మద్యపాయులై, హంతకులైనను సరే, తమ వేల్పుపై భక్తి కలవారేని లేక భక్తి యున్నట్లు నటించినను సరే, వారికి ముక్తినిచ్చిరి. ముక్తి ధామములు కూడా వేరెవేరె యుండెను. శైవులు కైలాసానికి, వైష్ణవులు వైకుంఠానికి పోయిరి. ఇప్పటికిని పోతూనే వున్నారు. తమ సాంప్రదాయక దేవతలతో ఎన్నెన్నో నీచపుటచ్చులను చేయించిరి.

మ. నిను నావాకిలి గావుమంటినా, మరు న్నీలాలకభ్రాంతి గుం
బెన పొమ్మంటినా, యెంగిలిచ్చి తిను తింటేగాని కాదంటినో,
నిను నెమ్మిం దగ విశ్వసించు సుజనానీకంబు రక్షింప జే
సిన నావిన్నప మేల కైకొనవయా శ్రీ కాళహస్తీశ్వరా;

అనియు,

"నిన్నే రూపముగా భజింతు మదిలో నీరూపు మోకాలో, స్త్రీ
చన్నో, కుంచమొ, మేకపెంటికయొ...... ?"

అని కాళహస్తీశ్వర శతకకారుడు వ్రాసెను. అదే విధముగా శ్రీవైష్ణవులు విప్రనారాయణునికి వేశ్యాసాంగత్యమును కలిగించి శ్రీరంగనాథ స్వామిచే వేశ్యకు దొంగసొత్తు నిప్పించిరి. ఈ కథ అల్లినవారు సంఘములో మతవ్యాప్తికై అవినీతులను కూడా వ్యాప్తి చేసిన వారైరనుట వారికి తోచక పోయెనేమో! శైవులను వైష్ణవులుగా, వైష్ణవులను శైవులుగా మార్చుట పరిపాటి యయ్యెను. విజయనగర సామ్రాజ్య కాలములో శైవుల ప్రాబల్యము తగ్గెను. బసవ పండితారాధ్య సోమనాథులవంటి ప్రచారకులు లేకపోయిరి. వైష్ణవ ప్రాబల్య మెక్కువయ్యెను శైవులు బిజ్జల రాజ్యమును పశపరచు కొన్నట్లుగా, వైష్ణవులు రెడ్డి వెలమలను విజయనగర చక్రవర్తులను వైష్ణవులనుగా మార్చివేసిరి. అనాటి మన మత పరిస్థితి యిట్టి హీనదశకు వచ్చియుండెను.

వివిధ సాంప్రదాయక వర్గాలవారు తమతమ ప్రాబల్యముగల తావులం దితర వర్గములవారిని హింసించుటకు గూడ జంకలేదు అనేక జైనాలయములను శైవులాక్రమించుకొని వాటిని శివాలయములనుగా మార్చిరి. వేములవాడలో నేటికిని శివాలయము ముందట ప్రాచీనమందుండిన జైనవిగ్రహాలు తమ యవస్థను తెలుపుకొంటున్నవి. గద్వాల సంస్థానములోని పూడూరు అను గ్రామమందు పశ్చిమ చాళుక్య శాసనాలున్నవి. అచ్చట ఊరిముందటనే ఒక పెద్ద జైన శాసన మున్నది. ఆ యూరికి కొంతదూరములో నొక శివాలయ మున్నది. దాని యావరణములో ప్రాచీన జైనవిగ్రహాలు లోపలినుండి తొలగించి బయట నుంచినారు. శైవులను జూచి వైష్ణవులును జైనుల హింసలను ప్రారంభించిరి. జైనులిప్పటి మైసూరురాజ్యములో ఆనాడింకను మిగిలి యుండిరి. వారిని శ్రీవైష్ణవులు హింసించి శ్రావణ బెళ్గోళలోని వారి దేవాలయములను కూల్చిరి. అప్పుడు మొదటి బుక్కరాయలు వారికి సఖ్యత కూర్చి శ్రీవైష్ణవులచేత కూలిన జైన దేవాలయములను బాగు చేయించెను. (1)

విజయనగర రాజులుమాత్రము మతసాంప్రదాయిక ద్వేషాలకు తావిచ్చినవారు కారు. ఒకదిక్కు తురకలు తాము గెలిచిన ప్రాంతాలలో హిందువులను బాధించి, మతముమార్చి, గ్రంథాల నంటుబెట్టి, దేవాలయాలను గూల్చి ఛీధ్వము చేయుచుండ, హిందువులలో ఐక్యత కలిగించుటయే రాజనీతిగా నుండెను.

(1) Vijayanagara Sexcentenary Gommemoration Volume P. 42.
(ఇక ముందు దీనిని V. S. C. అని యుదాహరింతును.)

ఆనాటి విదేశీ యాత్రికులు విజయనగర రాజ్యమందు సర్వమత సహన ముండుటను చూచి యాశ్చర్యముతో ప్రశంసించిరి. రాజులలో మతసామరస్య ముండినను జనులలోను, మతాచార్యులలోను అది మృగ్యమై యుండుట శోచనీయము.

మధుర రాజ్యములో ముసల్మానుల క్రూరచర్యలను గురించి తెలుపనైనది. అట్టి చర్యలే ఆంధ్ర కర్ణాట ప్రాంతాలలో ముసల్మానులు కాలు బెట్టిన తావులలో వ్యక్తమయ్యెనని యప్పటి వాఙ్మయములో విశేషముగా వర్ణింపబడెను. శ్రీకృష్ణదేవరాయలే యిట్లు వర్ణించెను.

సీ. సనకాది దివిజ మస్కరి ఫాలగోపిచందన
  పుండ్రవల్లిక ల్నాకి నాకి
సెలసి హాహాహూహూవుం దండియలతంత్రి
  త్రెవ్వసింగిణులుగా దివిచి తివిచి
సప్తర్షి కృతవియజ్ఝరవాలుకాలింగ
  సమితి ముచ్చెలకాళ్ళ చమిరి చమిరి
రంభాప్రధానాప్సరః పృథూరోజకుంభంబు
  లెచ్చట గన్న బట్టి పట్టి
తిరుగు హరిపురి సురతరుసురల మరగి
బహుళ హళి హళి కృతకలబరిగనగర
సగర పురవర పరివృఢ జవన యవన
పృతనభవదసి నని దెగి కృష్ణరాయ. [1]

"గోవధంబుసేయు తురకల దైవంబవు నీవు" అని చంద్రుని పెద్దన తిట్టెను [2]

సైనిక వ్యవస్థ

ముసల్మాను విజృంభణమున కొక కారణము :- హిందువులలో మత కుల ద్వేషాలుండుటచే ఐకమత్యము లేకపోవుటయని తెలిపినాము. మరొక కారణము, హిందువుల యుద్ధ నిర్వహణ లోపమైయుండెను. ముసల్మానులలో ఐక్యత,

1 ఆముక్త మాల్యద. ౧-౪౧.
2 మనుచరిత్ర ౩-౪౨

మతావేశముండెను. మరియు మతవ్యాప్తి చేయుట వారియాదర్శమై యుండెను. పైగా వారి సైన్యములో అశ్విక దళము అపారముగా నుండెను. గుఱ్ఱములు దక్షిణ హిందూస్థానమందు తగినట్టివి లేకుండెను. అరేబియా, పర్షియా దేశాల నుండియే అవి దిగుమతి యవుతూ వుండెను. అరబ్బులు, పారసీకులీ వ్యాపారమందు కోట్ల ద్రవ్యమును గడించిరి వారు సహజముగా తమ మతస్థులగు హిందూస్థానీ ముసల్మానులకు మొదలు గుఱ్ఱములను సప్లయిచేసెడివారు. విజయనగర చక్రవర్తులు గుఱ్ఱములు లేని లోపమును గమనించి వాటిని కొనుటకై సదా కృషిచేసిరి. గుఱ్ఱము లోడలలో వచ్చునప్పుడవి చచ్చిన వాటి తోకల దెచ్చి చూపిన గుఱ్ఱము ధర యిస్తూవుండిరి. ఒక్కొక్కమారు ఒక్కొక్క గుఱ్ఱమునకు ౨౦ పౌను లిచ్చిరి. పోర్చుగీసువారు ఏటేట ౧౦౦౦ గుఱ్ఱములు సప్లయి చేసిన, తాను ౨౦,౦౦౦ పౌను లిత్తునని కృష్ణదేవరాయ లనెను.

హిందూ సైన్యములో మరొక లోప మేమనగా, వారికి తుపాకిమందు, ఫిరంగీలు తక్కువై యుండెను[1] వాటి యుపయోగమును వారు తురకలనుండియే నేర్చుకొనవలసి వచ్చెను తురకల యుద్ధతంత్రము మేలైనదిగా నుండెను. వారు యుద్ధధర్మములను పాటించినవారు కారు హిందవు లింకను పురాణయుగము నుండి బయటపడినవారు కారు. మూడవ భల్లాలరాజు మధుర సుల్తానులపై దండెత్తి ముట్టడించగా తురక లోడిపోవుట నిజమని గుర్తించి సంధి చేసికొందుమనియు దాని కవకాశ మియ్యవలెననియు కోరిరి. భల్లాలు డొప్పుకొనెను. అతడును అనని సైన్యమున్న ఇక యుద్ధము లేదని నిశ్చింతగా నిద్రించగా రాత్రి ముసల్మానులు వారిపై బడి పౌ ప్తిక ప్రళయము గావించి, భల్లాలును బట్టుకొని అపార ధనమిచ్చిన విడుతుమని, లాగవలసిన దంతయులాగి అతని తిత్తి యొలిపించి తోలలో గడ్డినింపి కోటకు వ్రేలాడ గట్టిరి.

ఇట్టి మోసాలు ఔరంగజేబు మరణమువరకు ముసల్మానులు చేసినను, పూర్వము కూడ గోరీ, అల్లావుద్దీన్ మున్నగు సుల్తానులు బహు మోసములు చేసినను హిందువులు గుణపాఠము నేర్చుకొనలేదు! నేర్చుకొన దలచలేదు !!

"దక్షిణదేశ హిందూ రాజుల వద్ద అపార ధనమున్నదనియు, వారిలో ఐక్యత లేదనియు, అన్నిటికన్న మకుటాయమానమగు లోపము హిందూసైన్య

1. V. S C. P. 222.

దుర్బలతలో నున్నదనియు, అల్లావుద్దీన్ ఖిల్జీ గుర్తించి దక్షిణాపథముపై బడెను. (1)

హిందువుల మరొక లోప మేమన, వారు శత్రువుపై గెలుపొంది నపుడు మరల శత్రువు తల యెత్తకుండా గట్టి చేసుకొన్నవారు కారు. రాయచూరు యుద్ధములో ముసల్మాను లోడిపోగా వారిని పూర్తిగా తుడిచివేయ వలెనని సేనాను లొత్తి చెప్పినను శ్రీకృష్ణదేవరాయలు వినక పారెడి వారిని సంహరించుట ధర్మము కాదని వాదించెనని విదేశీయుడగు నూనిజ్ చకితుడై వ్రాసి యుంచెను. (2) అతడు ఉమ్మత్తూరును గెలిచి నప్పుడు ఓడిన రాజులనే మరల అందు నెలకొల్పెను. ముసల్మానుల యుద్ధతంత్ర మట్టిది కాదు. శత్రువు విరిగి నప్పుడు వానిని పూర్తిగా భస్మముచేసి, వానియొక్కయు, వాని ప్రజల యొక్కయు, ధనమును పూర్తిగా లాగుకొని, వారి నగరములను నాశనము చేసి తలచినన్ని ఘోరాలు చేయుట వారు నేర్చిన రాజనీతి.

దేవగిరి, ఓరుగల్లు, కంపిలి, విజయనగరము శిధిలాలే వారి చర్యలకు సాక్ష్య మిస్తున్నవి. మలిక్ కాఫిర్ దక్షిణాపథమును దోచి ౩౧౨ ఏనుగుల పయిన ధనమును, ౯౬౦౦౦ మణుగుల బంగారును అసంఖ్యాకమగు ముత్యాల రత్నాల పెట్టెలను, ౧౨౦౦౦ గుర్రాలను తీసుకొని ఢిల్లీ చేరెను.

హిందూ సైనికులు ముసల్మానులవంటి సైనికభటులు కారు. ముసల్మాను సైన్యములో అరబ్బులు, ఖురాసానీ తురకలు, పారసీలు, అబిషీలు (అబిసీనియనులు), పఠానులు, భిల్లులు, మున్నగు ఆటవికులు ఉండిరి. తమ సైనికలు తురక భటులకు సరిరారని విజయనగర చక్రవర్తులు గుర్తించి, తురకలను తమ సైన్యములో భర్తీచేసి, వారికొరకు "తురకపేట"ను ప్రత్యేకించి వారికి మసీదులు కట్టించి సకల సదుపాయములు చేసిరి. అట్లు చేసినను వారికి హిందూ రాజులపై విశ్వాస ముండినటుల కానరాదు. వారు తమ ఏలికలకు సలాములు కూడ చేయుటకు ఇష్టపడనందున ఏదోవిధముగా తమ గౌరవము నిలుపుకొనుటకు

1. "..........the utter want of unity among the Hindu States of the South, and to crown all, the inherent weakness of the Hindu armies convinced Alauddin...........of the advantage of invading the South"-Heras; V. S. C. P. 29.

2. V. S. C. P. 183.

తన గద్దెపై ఖురాను నుంచకొని దానికిచేసిన తురక సలాములను తానును పంచుకొనెను. ఇట్టిలోపాలతో కూడిన సైన్యాలను విజయనగర చక్రవర్తులు వీలయినంతవరకు సవరించుకొంటూ వచ్చిరని నిరూపించినాము.

కాకమాని మూర్తి కవిచే రచితమయిన[1] రాజవాహన విజయము అను పద్యకావ్యమును చూడగలిగితిని. శ్రీ యన్. వేంకటరమణయ్యగారు వ్రాసిన యొక ఇంగ్లీషు వ్యాసమును జదివి తెనుగు మూలమును చూచితిని. రాజవాహన విజయములో తురకల తుపాకీ యుద్ధాలు వర్ణింపబడుట చేతను సదాశివరాయల టంకాలను పేర్కొనుటచేతను తత్కర్త క్రీ శ. ౧౬౦౦–౧౬౫౦ ప్రాంతమందుండినవాడుగా కనబడుచున్నాడు. రాజవాహన విజయమందు యుద్ధయాత్రను గురించి విపులముగా వర్ణించినాడు. విజయనగరరాజుల యుద్ధయాత్రలను సమకాలికులు కొందరు వర్ణించి దానికిని ఈ కవితలోని విషయములకును ఏమియు భేదము కానరానందున కటువైన యీ కవితనుండి మనకు పనికివచ్చువిషయముల నుదాహరింతును.

"రాజవాహన యువరాజు యుద్ధయాత్రను నగరమందు ప్రకటించెను. సైన్యమంతయు నగర బహిః ప్రదేశమందు కూడెను. యువరాజు జలతారు పనిగలిగి చక్కని కుట్టుపని కలిగిన అంగీ తొడిగి, సందిదండెపై రత్నాల కడెమును ధరించి ఎర్రని బురుసాని టోపీని ధరించియుండెను. పల్లకీమోయు బోయీలు మొసలి మొగముల రూపముతో నున్న కొనకొమ్ములు కలిగి పరదాలును, పట్టుకుచ్చులును కల పల్లకిని యువరాజుకై తెచ్చిరి. ఆ బెస్తబోయలు వ్రేలాడు రుమాల చెంగులు కట్టిరి. జేనెడు బాకుల నీలిదట్లలో నుంచిరి. బిళ్ళచెప్పులు తొడిగియుండిరి. మావటీడుపట్టపుదంతిని తెచ్చి నిలిపెను. ఒకడు అలంకరింపబడిన గుర్రాన్ని తెచ్చెను దానికి హురుమంజిలో సిద్ధమైన జీను, కళ్ళెముండెను. ఫరంగి కేడెమును రాజుకు పట్టిరి. యువరాజు తుక్షారమును (తుఖారాదేశపు సమరాశ్వమును) ఎక్కెను. అతని యెదుట ఏనుగుల బలము, తర్వాత గుర్రపు బలము, దాని వెనుక రథముల బలము, అటుపై కాల్బలము నడిచెను. యుద్ధవీరణములు అనగా శంఖ, కాహళ, ఢక్కా, హుడుక్కాది రవములు దిక్కులు పిక్కటిల్ల మ్రోసెను. ఏనుగుల

1 రాజవాహన విజయ మను ప్రబంధము నాకు లభ్యము కాకుండెను. నాకు ప్రియమిత్రుడగు శ్రీ మల్లంపల్లి సోమశేఖరశర్మగారు సంపాదించి నాకంపిరి. వారికి నా కృతజ్ఞతాపూర్వక నమోవాకములు

దంతపు కొమ్ములకు పెద్ద ఖడ్గములను కట్టి యుండిరి. గుర్రపు సేనతో పఠానులెక్కువగా నుండిరి. వారు జంపాలకు నూనె పూసి దువ్వి మెరుగిచ్చి వాటిపై జరీవాగలు చుట్టిరి. అంగీలు దొడిగిరి. అంగీపై నడుములో దట్టీలు బిగించిరి. రూందే (తుర్కీ) దేశములో సిద్ధమైన రూమీ కత్తులు పట్టియుండిరి. వారికి రాగి వన్నె మీసాలుండెను. కండ్లు ఎరుపై యుండెను. తాంబూలములు నమలినందున వారి నోళ్ళెర్రబారి యుండెను. వారు గుర్రాలపై జారులు తీరి యువరాజునకు సలామందించిరి తర్వాత చెంగులు విడిచిన పాగాలతో నడుములో కటారులతో కురుచ బల్లెములతో, చేతపై నిలిపిన డేగలతో "కయిజీతపు రాజులు" వెళ్ళిరి. ఆ రాజులవెంట వారి సామానులను మోయు తట్టువలు వెళ్ళెను. తర్వాత డాలు, కత్తులు పట్టిన బంట్లు పసుపువన్నె చల్లాడములతో, ఆ చల్లాడములకు కట్టిన చిరుగంటల మ్రోతతో, దృష్టి దోష పరిహారమునకై పెట్టించుకొనిన మసి బొట్లతో, నడుము దట్టీలతో, ఒరనుండి సగము బయటకి లాగిన కత్తులతో, ఆ బంట్లు వెళ్ళిరి. కర్ణాట దేశమందు బేండర్ (నిర్భయులు) అని పేరుగాంచిన బోయలు, నల్లని దట్టీల నడుములందు చుట్టి రంగు చెల్లాడముల దొడిగి వెండితో పొదిగించిన అంబులతోను, కటారులతోను, వీపున నుండు బాణాల పొదులు తలపాగల ముందుకు నూగుచుండ నల్లని పులులవలె నడిచిరి.

బంట్లు అంబులు, బాణాలు, తీసుకొని, మణికట్లపై ఇనుప కడెములు గలుగల్లు మనగా గోనె సంచులతో అవసరమగు యుద్ధ పరికరాలను మోసికొనుచు నడిచిరి. తర్వాత ఒంటరులు అను వీరభటులు దట్టీలలో వంక కత్తులను జొనిపి జుట్లను ఒంటిపొర గడ్డలచే నెత్తికట్టి కొవెలకుంట్ల తిరుమణులతో, బాగా తోమిన తెల్లని దంతములపై అందానికిగాను చెక్కించిన బంగారు పువ్వులతో, రక్షగా తమ పెద్దలు కట్టిన తాయెతులతో నడిచిరి. భటులు తమ్ము సాగనంప వచ్చిన భార్యలను ఇంటికి పొమ్మని తొందర పెట్టిరి. కొందరు స్త్రీలు వెంట వత్తుమనిరి తురక యోధుల భార్యలు తట్టువలపై నెక్కి, కాళ్ళ మెట్టెలతో, ముసుగులతో, సైన్యము వెంట వెళ్ళిరి. కన్నడ స్త్రీలు పలువురు వెండి సందెకడెములతో, నొసట విభూతితో, మంకెనలలో, పాలు, పెరుగు, నెయ్యి పెట్టి గిత్తలపై కట్టి తాము వాటిపై కూర్చుని సైన్యము వెంట పాలు, పెరుగు, నేయి అమ్ముటకు వెళ్లిరి. యువరాజుంచుకొనిన భోగిని ఒక పల్లకీలో పర్దాలు వేసుకొని బయలు దేరెను. ఆమెకు చెలికత్తెలు తాంబూలములు కట్టి యందింపగా పరదాలో నుండి బయటకి చేయిచాచి అందుకొను నప్పుడు ఆచేతి సౌకుమార్యమును, అంద

మును చూచినవారు ఆమె రూపు రేఖలను పూర్తిగా చూచిన మరెంత అందముగా నుండునో అని అంచనాలు వేసుకొని ఆశ్చర్యపడసాగిరి రాజు భార్యకూడ ఒక అందలములో బయలు దేరెను ఆమె పల్లకి వెంట పట్టె నామములతో శ్రీవైష్ణవాచార్యు లిద్దరు రాఘవాష్టకమును చదువుచు వెళ్ళిరి. ఆ రాణిని సేవించు స్త్రీలు పలువురు కాళంజి, యడపము, తాళవృంతము, కండి, కుంచె, వింజామరలతో సేవలు చేయుచు వెళ్ళిరి. ఆరాణియొక్క భద్రతకై ఆమెపల్లకిలో ఆమె సోదరుడు కూర్చునెను. ద్విపదలను పాడి, కతల చెప్పు పట్టెనామాల శ్రీవైష్ణవులు వెంట వెళ్ళిరి. మరియు రాజాంతఃపుర స్త్రీల రక్షణకై రాచవారు కొందరు వారి వెంట వెళ్ళిరి. పెసరకాయ, దోస, చెఱకు, సజ్జ మున్నగు పంటలను లాగి తినుచు సైన్యము వ్యవసాయకుల భూములను శీఘ్రగా చేసి పోయిరి. గుర్రాలు వరిచేలను నుసిగా త్రొక్కి పోయెను. రథముల వలన, ఏనుగుల వలన పంట చేలు నాశనమయ్యెను. కాపులు అందుకై దుఃఖించిరి. ఈవిధముగా సైన్యము "కూచి" (March) చేసెను శరత్కాలమందు సైన్యము బయలుదేరెను. వారు రాత్రులందు మంచుకు తాళలేక అడుగున బందారాకు పరచుకొన దుప్పట్లు నిండుగా కప్పుకొన్నను చలికి వడవడవడికిరి. సైన్యపువ్యయములను వ్రాయసట్టి కరణాలు సైన్యమువెంట వెళ్ళిరి. పలువురు బోగము స్త్రీలు సైన్యమువెంట వెళ్ళి సైనిక విటులవద్ద "రూకలు పది యైదు సిద్దురకు" లాగిరి. ఈ విధముగా యువ రాజు యుద్ధ యాత్ర వెడలెను. (చూడుడు ౨వ ఆశ్వాసము)

ఇదే రాజవాహన విజయమందలి పంచమాశ్వాసములో యుద్ధవర్ణన చేసినారు. దాన్నిబట్టి కొన్ని వివరాలిట్లు తెలియవచ్చెడి. "దుర్గముల పాలెగాండ్లైన కమ్మవారును, వెలమవారును, ౩౦౦౦ వరహాల జీతము పొందు పరాను సైన్యపు సేనానులు, కై జీతపు రాచవారు, "పగటి గాసంబు తప్పక యుండ దినరోజు మాదిరి నొంటరి బోదుమూక" మొదలైన వారు యుద్ధము చేసిరి. ఆ యుద్ధమందు శత్రువులు "గడలఫౌజు" కకావికలయ్యెను. తుపాకీలను కాల్చు మూక ఒక దిక్కు వాటిని శత్రులపై కాల్చిరి. గజసేనను కోట తలుపులు పగుల గొట్టి పురి కొల్పిరి. బాణములను కొందరు రువ్వుచుండిరి. కోట గోడలవద్ద గనులు త్రవ్వి మందునింపి కాల్చుచుండిరి. దానిని కోటలోనివారు భగ్నపరచుచుండిరి. కొందరు నిచ్చెనలతో కోటగోడ లెక్కుచుండిరి. కోటలోనివారు వారిని కూల

ద్రోసిరి శత్రువుల బిసుసుతనమును జూచి రాజవాహనుడు ''రేపు సర్వాంగ్గ'' యని ప్రకటించెను. శత్రువు లది విని సంధి చేసుకొనిరి.

కంపరాయలు దక్షిణదిగ్విజయ యాత్రా ప్రస్థానము చేసినప్పుడును పైన వివరించిన విధానమే కానవచ్చినది. "వీరకంపరాయలు ప్రొద్దుననే లేచి పృతనాధ్యక్షులను (సేనానులను) సేనాసన్నాహమునకై ఆదేశించెను. వారును రణ దుందుభులను కోణాభిఘట్టనలచే నగరమందు మ్రోయించి ప్రకటించిరి. ఏనుగులు గుర్రాలు వచ్చి చేరెను. కవచ ధారులగు భటులు కృపాణ కర్పణ ప్రాస కుంత కోదండపాణులై వచ్చికూడిరి. ప్రస్థానోచిత వేషములతో సామంతులు సేనానులు వచ్చిరి. ఉత్తుంగ ధ్వజముల నెత్తిరి. పురోహితులు యాత్రా ముహూర్తమును నిర్ణయించిరి. అథర్వ వేదమంత్రాలు తెలిసిన బ్రాహ్మణులు మంత్ర పూతమగు హోమము చేసిరి. తర్వాత తనకై తెచ్చిన యుత్తమాశ్వము నెక్కెను. సేనానులు జయవాదములు చేసిరి. సామంతులు రాజుముందు నడిచిరి. నగరస్త్రీలు లాజలు చల్లిరి తర్వాత ప్రయాణము సాగించి అయిదారు దినాలలో చంపరాజు రాజధానియగు ముల్వాయిని చేరిరి. యుద్ధమందు చంపరా జోడి పారి, రాజగంభీర అను కోటలో దాగెను. కంపరాయ లాకోటను ముట్టడించి బాణములతో కోటలోని సైన్యాన్ని నష్టపరచెను. కోటనుండి యంత్రములచే రువ్వబడిన పెద్దపెద్ద గుండ్లు కంపరాయల సైన్యమును నష్టపరచెను. తుదకు నిచ్చెనలతో కోటనెక్కి పట్టుకొనిరి.[1]

విజయనగర రాజులు లక్షలకొలది సైన్యమును కలిగియుండిరి. తళ్ళికోట యుద్ధములో రామరాజు ఆరులక్షల సైన్యములతో పోరాడెనని అంచనా వేసియుండిరి. విజయనగర చక్రవర్తులు సైన్యముపై గుర్రములపై యెక్కువగా వ్యయము చేసిరి. బహమనీ రాజ్యము అయిదు చీలికలై అహమద్ నగరు, గోలకొండ, బిదర్, బిజాపూర్, బీరారులలో నెలకొని సర్వకాలము లందును ప్రక్కబల్లెమై ప్రమాద హేతువై యుండెను. ఏమాత్ర మవకాశము దొరకినను వారు సామ్రాజ్యమును ధ్వంసము చేయువారు. అందుచేత విజయనగర చక్రవర్తులు సైన్యముపై అత్యంత శ్రద్ధ వహించిన వారైరి. మొదట తురానీ వారును తర్వాత పోర్చుగీసువారును ఈ రాజులకు గుర్రాల నమ్మిరి. మంచి

1. మధురా విజయం ౪వ సర్గము.

పెద్ద గుర్రమును ౩౦౦ నుండి ౬౦౦ డకెట్ల వర కమ్మిరి. (౧ డకెట్ = ౩ రూపాయలు). చక్రవర్తి యొక్క గుర్రము వెల ౧౦౦౦ డకెట్లు [1]

విజయనగర సైన్యములో ౪౦,౦౦౦ గుర్రాలుండెను కాల్బలము కత్తులు, బల్లెములు పట్టుచుండెను. మొత్తము ౧౦ లక్షలసేన యుండెను.

విన్సెంటు స్మిత్ తన ఆక్సుఫర్డ్ హిందూదేశ చరిత్రలో ఇట్లు వ్రాసెను. "౧౫౨౦లో కృష్ణదేవరాయలు రాయచూరు యుద్ధమునకు ఏడులక్షల మూడు వేల కాల్బలమును, ౩౨,౬౦౦ గుర్రపుసేనను, ౫౫౧ ఏనుగులను తీసుకొని పోయెననియు, ఆ సైన్యము వెంట సైనులు, నౌకరులు, వ్యాపారులు మున్నగు వారు కొల్లలు కొల్లలుగా పోయిరనియు పీస్ వ్రాసెను. రాయలకన్న చాలా కాలమునకు ముందే రథాలు సైన్యమునుండి తొలగిపోయి యుండెను. రాయల బలమునకు సంఖ్యాబలమే ప్రధానము కాని, సైనికులు ముసల్మానుయోధులకు భయ పడెడివారు. సైనికులు పలువురు వ్యక్తిగతముగా శూరులే, బలాఢ్యులే కాని సైనిక వ్యూహములో వారు పనికిరాని వారైరి.

"ద్వంద్వ యుద్ధము కేవలము విజయనగర రాజ్యమందే నెగడెను. ద్వంద్వయుద్ధము చేయువారు మంత్రి లేక రాజు సెలవు పొందవలసియుండెను. గెలిచినవానికి ఓడినవాని ఆస్తి యిప్పించెడివారు." (సింహాసన ద్వాత్రింశికోదాహృత వర్ణన యంతయు సత్యమేయని పైవాక్యాలు నిరూపించినవి).

పీస్ అను విదేశి ఇట్లు వ్రాసెను: "సైనికులు నానావిధములగు రంగురంగుల బట్టలను తొడుగుతూ వుండిరి. అవి చాలా విలువగలవై యుండెను. వారు పట్టు డాళ్ళపై బంగారుపూలను, పులులను, సింహాలను చిత్రింప జేస్తుండిరి ఆ డాలులు అద్దాలవలె మెరుస్తూ వుండెను. వారు పట్టు కత్తులమీదకూడ బంగారు నీరుపని యుండెను. ధనుర్యుద్ధముచేయు దళముకూడా సైన్యమందుండెను. అమ్ముల మీదకూడా బంగారు పనితన ముండెను. బాణాలకు ఈకలుకట్టవారు, నడుములో కాసెదట్టీ; ఆ దట్టీలో బాకులు, గండ్రగొడ్డండ్లు చెరివియుండిరి. జానకి త్రాడి

1. SALATORES-Social and Political Life in Vijianagar Empire, Vol. II.

ఇక ముందీ గ్రంథాన్ని Salatore అని యుదాహరింతును.

తుపాకీదళ మొకటి యుండెను[1] ఆటవికులగు చెంచులు, కోయలు మున్నగు వారినికూడా సేనలో చేర్చుకొనిరి."[2]

కాల్బలమువారు ప్రాణాలను లెక్క పెట్టేవారు కారు. వారు చెడ్డీతప్ప మరేమియుకట్టుకొనక శరీరమంతయు నూనె పూసుకొని యుద్ధములో దిగెడివారు. శత్రువులతో పెనగినప్పుడు వారికి చిక్కక జారి పోవుటకై వారీతంత్రమును పన్నినవారు. గరుడ, గరుడా అని సైనికులు యుద్ధ కేకలు వేసెడివారు.

గుర్రాలను బాగా అలంకరిస్తుండిరి. వాటితలపై వెండి బంగారు పట్టీలను కట్టిరి. గుర్రపురౌతులు పట్టుబట్టలను దొడుగుతూవుండిరి. ౧౦౦౦౦ ఏనుగుల సైన్యముండెను. ఏనుగులకు రంగులువేసి అలంకరించిరి. ప్రతి ఏనుగుపై నలుగురు కూర్చొనుటకై అంబారి కట్టిరి సైన్యావసరములగు వస్తువులను ఎద్దులు, కంచరగాడిదలు, గాడిదలు మోయుచుండెను.[3]

యుద్ధములో నుపయోగించు ఆయుధముల ముచ్చట ఆ కాలపు వాఙ్మయములో అందందు వర్ణింపబడినది. కుమార ధూర్జటి తన కృష్ణరాయ విజయములో కృష్ణరాయల జైత్రయాత్ర నిట్లు వర్ణించెను.

సీ. రటిత దిక్తట నట త్ఫటపెటార్భటులతో
ఘోరమైన తుపాకిగుండ్లచేత
దవ్వుదవ్వున హెచ్చి రివ్వురివ్వున వచ్చి
పసరించు రాచూరి బాణములను
పెల్లుగావేసి చిత్తజల్లుగా వెదజల్లు
పెంపరుల్ పెంపారు నంపగముల
ధాటీగతి నటింప మాటికి సూటిగా
నాటుకొన్ బల్లెంపు టీటెగముల

1. Salatore, II.
2. "పార్వతీయ బలంబులోనం గూడకయ రాజునకు ప్రజాబాధ తరుగదు" ఆముక్తమాల్యద. ౪-౨౨౨ అట్లే ౨౨౩ ౨౨౪, ౨౨౫ కూడా చదువుకోవలెను.
3. Salatore, II.

అరిమీఱ తరిమిన భయమున విరిగి జరిగి
నిజబలంబులడాకకు నిలువలేక
శరణు జొచ్చినవారల కరుణ జూచి
యచటి దుర్గస్థలంబుల నాక్రమించె[1]

తుపాకీలు యుద్ధములో ముఖ్యమైనవయ్యెను. రాయచూరులో బాణములు సిద్ధము చేసినట్లు కానవచ్చును "రాచూరి బిరుదు తలాటము" అని నవనాథ చరిత్రలో (పుట. ౩౬) వ్రాసిరి. దీన్నిబట్టి రాయచూరులో పూర్వము ఆయుధ పరిశ్రమ ప్రసిద్ధముగా నుండెననుట స్పష్టము. "కలనైన విరుగెరుంగని పోటు పరిక, రాచూరు కత్తులమాటు జొచ్చె కొన్ని" అని వేంకటనాథుడును పంచతంత్రములో వర్ణించెను. (౪-౨౪౯) కృష్ణరాయల సైన్యమును చూచి తురక లిట్లనుకొనిరట.

ఏనుగులు వేయి, బోందిలీ లెంచిచూడ
లక్ష, పెండారు లొకలక్ష, లక్ష తురక
లిచటి బల మాన్యపాలున కెంచ భటులు
నారులక్షలు, హరు లర్వేదారువేలు,
పరలు కరు లొక రెండువే లరసిచూడ
రాజులును వెల్మలును కమ్మ ప్రజలు ఘనులు
కలుగు రాయలతో పోరి గెలువ మనకు
వశమయ్యెన ఖుదా యున్నవాడటంచు.[2]

యుద్ధములో నుపయోగించు ఆయుధాలను కొన్ని తెలిపినాము. ఆవికాక పెట్లగ్రోవులును, జబురుజంగులును, ఫిరంగులును, ధమామీలును, బాణపుజివ్వలును, రాళ్ళను ప్రయోగించిరి.[3] దంచనములు అను ఆయుధములనుకూడా యుపయోగించిరి. అది ఫిరంగియని కొందరు, గొలుసుతోడి పాషాణయంత్రమని కొందరు వ్యాఖ్యానించిరి. ధ్వంసనము అనుదాని తద్భవము దంచనమై యుండును.[4] సైన్యములకు ముందొక నాయకుడును, వెనుక నొక నాయకు

1. కృ. రా. విజయము. ౩-౫.
2. కృ. రా. విజయము. ౩-౨౬.
3. .... ౨-౨౯.
4. ఆముక్తమాల్యద ౨-౯.

డును ఉండెడివారు వెనుక భాగమందలి నాయకుని "దుముదారు దొర" అనిరి.[1] ఇది ఉర్దూపదము, దుమ్ అన తోక; దార్ అన రక్షించువాడు. అనగా వెనుకభాగమును రక్షించు సేనాని. విజయనగరమందు,

> "...తూర్ణోచ్చముల్ వాజులం దలరున్, బాహ్లిక, పారసీక శకధట్టారట్టఘోటాణముల్"[2]

బాహ్లికమన బల్ఖ్ దేశము. పారసీకము ఈరాన్. శక అన సిథియన్. గ్రీకుల సాగ్డియా ఈరానుకు పశ్చిమమునముండు ప్రాంతము. ధట్ట ఎచ్చటనో తెలియదు. ధట్టనుండియే తట్టు, తట్టువ పదము లేర్పడెనని శ్రీ వేదము వేంకటరాయ శాస్త్రి వ్యాఖ్య. ఆరట్ట పంజాబు ప్రాంతభూమి, యుద్ధమునకు పనికివచ్చు గుర్రాలు దక్షిణ హిందూస్థానమందుత్పత్తి కాకుండెను. ఉత్తమాశ్వములకు ప్రసిద్ధిగన్న దేశమును మధ్యఆసియాలోని తార్తరీ, ఖోటాన్, ఖురాసాన్, ఈరాన్ అరేబియా దేశాలును కొంత వరకు అఫ్గనిస్థానమును, సింధు, పంజాబు దేశములును నై యుండెను. నామలింగానుశాసనములో అమరుడు గుర్రములకిచ్చిన పర్యాయపదము లన్నింటికి లింగభట్టీయములో ఏదో యొక వ్యుత్పత్తిని సాగదీసి అర్థము చెప్పినారు. కాని అవి సరియని చెప్పుటకు వీలులేదు అమరములోని అశ్వపర్యాయ శబ్దములలో పెక్కు శబ్దములు గుర్రములు బహుళముగా దొరకు దేశముల పేర్లని నేనూహించినాను. అఫ్ఘనులకు ప్రాచీననామము అశ్వకానులు. (అదే అహ్వకాన్, అఫగాన్ అయ్యెను.) అశ్వములు కలవారని అశ్వకాన్ శబ్దము తెలుపుతున్నది. మధ్య ఏషియాలో ఖోటాన్ గుర్రాలే ఘోటకములై యుండును కృష్ణరాయలు ఘోట్టాణముల్ అని వాడినదియు గమనింపదగినది. తురికీ దేశపుదికాన తురికీ యన గుర్రమను నర్థమయ్యెను. తెనుగులో సామ్రాణి గుర్రాలు అని కొందరు కవులు వాడిరి. అనగా ఈరాన్‌లోని సమరాన్ అను స్థలమునుండి వచ్చినవని యర్థము. ఖురాసాని అని మరికొందరు గుర్రమునకు పేరు పెట్టిరి. మధ్య యేషియాలోని ఖురాసాన్‌నుండి వచ్చినవన్నమాట. గుర్రమును గురించిన చర్చ చాలా కలదు. దానిని గురించి ప్రత్యేకముగా వ్రాయవలసి యుండును

1. మనుచరిత్ర ౩-౨౪.
2. ఆముక్తమాల్యద. ౨-౨౦.

తెనుగువారికి సమరాశ్వముల లోపము చాలా గొప్పలోపము. గుర్రముల ప్రాముఖ్యమును విజయనగర రాజులు, రెడ్డి వెలమరాజులు బాగా గుర్తించి వాటి కెంత వ్యయమైనను భరించి తమ సైన్యమందు చేర్చిరి. కాని కొందరు తప్ప తక్కినవారు గుర్రపు సవారీలోను, దానిపై యుద్ధము చేయు నిపుణతలోను తురకలకన్న తక్కువ యైనవారే. హిందూరాజులు ఆశ్విక దళములో నెక్కువగా ముసల్మానులనే చేర్చవలసిన వారైరి.

సైన్యములో భటులకు కుస్తీలు, ఆయుధ ప్రయోగమును, సవారి మున్నగునవి బాగా నేర్పెడివారు. శ్రీకృష్ణదేవరాయలు మంచి సాములో సవారీలో ఆరితేరిన జెట్టీలలో మేటిజట్టి. ప్రతిదినము కుసుమ నూనెను చిన్న గిన్నెడు త్రాగి అదే నూనెతో అంగమర్దనము చేయించుకొని సాముచేసి, సవారిచేసి, కుస్తీలు పట్టెడివాడని పీస్ అను విదేశి వ్రాసెను[1].

ఆ కాలమందు స్త్రీలుకూడా మంచి జెట్టీలుగా సిద్ధమై కుస్తీలు జేసిరి. క్రీ॥ శ॥ ౧౫౫౬ నాటి యొక్క శాసనములో హరియక్క అను నామె తన తండ్రిని కుస్తీలో చంపిన జెట్టీలతో కుస్తీచేసి వారిని చంపి పగదీర్చుకొనెను.[2] జనులకు సాముచేయుటలో ఆసక్తి యుండెను. జానకి త్రాటి తుపాకి ప్రయోగము లోనికి వచ్చినను కత్తి యుద్ధమున కింకను ప్రాధాన్యముండెను. అందుచేత జనులు కుస్తీలు, కత్తిసాము, కట్టెసాము, సవారి మున్నగునవి నేర్చుకొనిరి. వాడవాడలలో సాము గరిడీలు (తాలీంఖానాలు, అఖాడాలు) ఉండెను. సాము సాలెలతో భూమిని లోతుగాత్రవ్వి మన్నుతీసివేసి అందిసుక సగముఃవరకు నింపి పై భాగమును ఎర్రమట్టితో నింపెడివారు. అట్టిరంగమందు సాము నేర్చుటకు కావలసిన గదలు (ముద్గరములు—వీటినే వర్ణ వ్యత్యయముతో ఉర్దూలో ముగ్దర్ అందురు.) సంగడములు (వీటి నుర్దూలో సింగ్ తోలా అనిరి. అవి మధ్య ఇరుసు, ఇరుప్రక్కల చిన్న రాతి చక్రములు కలవి) ఉండెడివి. సాములోను, కుస్తీలోను బాగా గడితేరిన వారిని జెట్టీలనియు హొంతకారులనియు పిలిచిరి.[3]

---

1. Salators, II.
2. Salatore, II.
3. మనుచరిత్ర ౩-౩౯. ఇందు సూర్యాస్తమయ వర్ణన కలదు. దాని నుండి పై విషయాలు తేల్పనైనది. రాధామాధవము ౩-౮౯ నుండియు ఇది వెల్లడి యవుతున్నది.

నేటికిని సాము గరిడీలలో పై యాచారవిధానములే వర్తిస్తున్నవి. వీరుల స్మారకార్థమై వీరగల్లులను స్థాపించిరి. అట్టివి నేటికిని చాలాపల్లెలలో కానవస్తున్నవి.[1]

ఏదైనా యుద్యమము సాగించినపుడు జనులు శకునము జూచెడి వారు. అదేవిధముగా రాజులు యుద్ధమునకు బయలు దేర సంకల్పించి నప్పుడు తెల్లవారుకాలమున వీధులలోనో, నగరోపాంతమందో శకునముల గమనించెడివారు. దానిని ఉపశ్రుతి అనిరి. శ్రీ కృష్ణదేవరాయలు కటకము (ఓఢ్రదేశము)పై దండయాత్రకు వెళ్ళుటకు ముందు ఉపశ్రుతిని విచారించుకొనిరి. ఆనాడు తెల్లవారుటకు ముందే ఒక చాకలి మైలబట్టలను బండపై ఉతుకు లుతుకుచూ అదే తాళముగా ఈవిధముగా పాడుకొంటూవుండెను.

కొండవీడు మనదేరా ! కొండపల్లి మనదేరా !
కాదని వాదుకు వస్తే కటకందాకా మనదేరా !

వెంటనే ఆతడు సైన్యాలతో బయలుదేరెనట ! చాకలివానికి కూడా పరదేశాలన్నీ "మనవేరా" అనునంత రాజ్యాభిమానము ప్రశంసకు పాత్రము

బిదరు పట్టణములో బరీదు సుల్తానుల కాలమునాటి కోటలు, రంగీన్ మహల్, చీనీమహల్ మున్నగునవి కలవు. రంగీన్ మహలును అలీబరీద్ అను సుల్తాను (౧౫౪౦-౮౯) కట్టించెను. అచ్చట కోటలో లభించిన ఇనుపముండ్లను

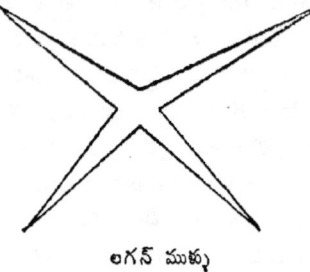

లగన్ ముళ్ళు

కొన్నింటిని అర్కీయాలజీ శాఖవారు కూర్చి యితర యుద్ధపరికరాలతోపాటు నుంచినారు. ఇనుపముండ్లను ఉర్దూలో గోఖ్రూ అందురు. కన్నడములో లగన్ముళ్ళు అందురు.

(1) Salatore, 11.

అవి రెండంగుళముల పొడువుండును. నాలుగు కొనలుండును భూమిపై వాటిని యెటు వేసినను సరే మూడు పాదాలపై నిలిచి నాల్గవపాదము పైకి లేచి యుండును.

అవి దబ్బనమంత మందముగ నుండును. వాటిని లక్షలకొలదిగా సిద్ధము చేసి శత్రువులు దాడిచేయువేళ కోటచుట్టును చల్లి నడిచెడివారు. శత్రువుల గజ తురగములుకాని, కాల్బలముకాని వేగముగా రాకుండుటకై రాత్రి కాని లేక పగలు చూచుకొనక కాని నడిచిన ఆ సూదులవంటి ముళ్ళు శత్రు సైన్యమునకు నష్టము కలిగించెడివి. ఇది అపూర్వపద్ధతి. ఇట్టివి మరెక్కడను చూడలేదు. మన వాఙ్మయమందును వాటి జాడలు లేవు. బహమనీ సుల్తానుల యుద్ధ తంత్రములో నీ లగన్‌ముళ్ళు కూడా చేరియుండెను.

విజయనగర రాజులకాలమందుండిన చింతలపూడి యెల్లనార్యుడు తారక బ్రహ్మ రాజీయములో అచ్యుత దేవరాయలను కీర్తించినాడు. అచ్యుతునివద్ద నంజ తిమ్మయ యనునతడు "గ్రంధాసార లేఖకుడై" మంత్రియై యుండె నన్నాడు.

> ''ఆ రాయల కృప గ్రంథా
> సారము వ్రాయుచును కీర్తి సంపాదించున్
> ధీరగుణాఢ్యుడు, కందా
> సారము నంజరుసు తిమ్మ సచివుడు సిరలున్''

కందాసారము లేక గ్రంథాసారము అన మిలిటరీ లెక్కలు అని పీఠికా కారులగు శ్రీ కోరాడ రామకృష్ణయ్యగారు వ్రాసినారు. ఇది స్కంధావారము నుండి ఏర్పడియుండునన్నారు. సైన్య సంబంధమగు లెక్కలు వ్రాయుట గొప్ప పదవిగా భావింపబడు చుండెను.

నాణెములు

విజయనగరరాజ్యములో చాళుక్య కాకతీయ నాణకపద్ధతి కొన్ని మార్పు లతో ప్రచారమందుండెను. వెండి, బంగారు, రాగి నాణెములు వ్యాప్తిలో నుండెను. రాజులేకాక సామంతులును నాణెములను ముద్రించు సెలవును పొంది

చుండిరి. కల్తీ వెండి బంగారు నాణెములను గుర్తించుటకు కమసాలులు నియుక్తులై యుండిరి కవుల రచనలలో ఈక్రిందివి పేర్కొనబడినవి.

మినుకు, [1] కాసు, [2] మాడలు, [3] వీసము, [4] అప్పటి నాణెములలో వరహా అన్నింటికన్న పెద్దది. కాకతీయులకు వరాహము, దాని ముందు ఖడ్గము రాజచిహ్నముగా నుండెను. దానినే విజయనగర చక్రవర్తులు స్వీకరించిరి. వరాహ చిహ్నముతో ముద్రించిన బంగారు నాణెములను వరహాలు అనిరి. వాటిని టంకసాలవాటు లనియు వ్యవహరించిరి. (::)

చిన్నము, తారము అనునవి వెండినాణెములు.

"శిబికొని పోడొక్క చిన్నమైన న్యాయార్జితము తారమైన లెస్స" (+)

దొంగనాణెములను పరీక్షించుటకై కమసాలులేకాక బచ్చులుకూడ ఏర్పాటై యుండిరి. [1] ప్రజలు కోమట్లవద్ద తమ ధనమును వడ్డీకిచ్చి దాచుకొనిరి. అనగా కోమట్లే ఆకాలపు బెంకులు. పలుమారు వడ్డీ లెక్కలవద్ద తగవు లేర్పడి అల్లరులుచేసి తుదకు రచ్చబావిడికి వెళ్ళి ఇచ్చి పుచ్చుకొన్న వారు తమ తగవుల పరిష్కరించుకొంటూ వుండిరి.

''ఇట్లొనగూర్చి వైశ్యునకు నిచ్చి, చనన్ మరి పుచ్చి చౌకముల్
వెట్టుచు, వడ్డిలెక్కలటు వెట్టుచు ధారణవాసికై కొదల్
వెట్టుచు, వాడు రేగి మరి పెట్టుదు పెట్టుననంగ, మిట్ట గూ
పెట్టుచు' సిట్టు పోర గనిపెట్టుచు నొక్కరు డుండి వెండియున్." [2]

---

1 పరమయోగివిలాసము-తిరువేంగళనాథుడు. పుట ౯౮.
2 ''ఒక కాసు చెల్లింపకున్నాడు" చిన్న రాగినాణెము.
పరమయోగి విలాసము. పు ౪౩౭.
3 ... ... పు ౪౮౦.
4 ఆముక్తమాల్యద ౩-౪.
(::) ... ... ౨-౮౩.
(+) నీతి సీసపద్యములు—తాళ్ళపాక తిరుమలయ్య.
1 ఆముక్తమాల్యద. ౪-౨౬౯.
2 ఆముక్తమాల్యద. ౬. ౬.

(ధారణ అను పదమును హిందీలో ధారణ్ అందురు. అనగా ధర. ధారణ వాసి యన, ధరలో ఎచ్చుతచ్చులు లేక ధాన్యమునకు పైకముధర. మరియు పైకానికి ధాన్యం ధర కట్టుట. మిట్ట అన రచ్చ కట్ట రచ్చకట్ట పంచాయతిని గురించి ముందు వ్రాయదుము.)

పరాశరమాధవీయములో హరహరరాయలు పన్నులను నాణెములలో చెల్లింపవలెనని యాజ్ఞ యిచ్చినట్లు తెలియవస్తున్నది. అనగా అంతకు ముందు జనులు పన్నును ధాన్యరూపముగా కూడా చెల్లించి రన్నమాట. నాణెము లన్నింటిపై వరాహ లాంఛనమే యుండెనని తలపరాదు. రాజులు తమ చిత్తము వచ్చినట్లుగా లాంఛనముల మార్చిరి. విజయనగర నాణెములపై హనుమంతుడు, గరుడుడు, ఎద్దు, ఏనుగు, ఉమామహేశ్వరుడు, వేంకటేశుడు, బాలకృష్ణుడు, దుర్గ, లక్ష్మీనారాయణులు, రాముడు, శంఖ చక్రాలు లాంఛనాలుగా ముద్రింపబడెను.

నాణెములను గుంజల లెక్క ప్రకారము ముద్రించిరి.

ఈ క్రింది నాణెములు ముఖ్యమైనట్టివి.

బంగారువి :— గద్యాణము (వరహాలు), ప్రతాపలు (వీటినే మాడలు అనిరి.), పణము, కాట, హాగ.

వెండివి :— తారము, చిన్నము.

రాగివి :— పణము, జీతల్, కాసు మున్నగునవి.

రెండవ దేవరాయల నాణెములను గురించి అబ్దుర్రజాక్ అను ఈరానీ రాయబారి క్రీ. శ. ౧౪౪౩ లో ఈ విధముగా వ్రాసెను.

నాలుగు కాటీలు ఒక వరహా.
వరహాలో సగము ప్రతాపము.
ప్రతాపలో పదవభాగము పణము.
పణములో ఆరవభాగము తారము.
తారములో మూడవభాగము నాణెములు.

"సాధారణముగా వరహా ౫౨ గుంజల ఎత్తుండెను.''

"కన్నడములో ప్రతాపము అన్న నాణెమును తెనుగు మాడ అన్నట్లున్నది. అది రెండు రూపాయల లోపలి విలువకలది. చిన్నమను నాణెము వరహాలో ఎనిమిదవ భాగము అనగా ఏడణాల విలువది."

"హాగ అను కన్నడ నాణెమునే కాకిణీ అనిరి. అది పణములోని నాల్గవ భాగము."

"తిరుమలరాయలు రామటంకలు అను నాణెములను జారీచేసెను. [1] శ్రీనాథుడు దేవరాయల ఆస్థానమందేకదా దీనారటంకాల అభిషేకమును పొందినది! నాణెముల నిపుణు లెవ్వరును దీనారములనుగాని, టంకములనుగాని పేర్కొనలేదు."

పై నాణెము లన్నింటిలో మాడలే తెనుగుదేశమం దెక్కువగా వ్యాప్తిలో నుండెనని సారస్వతమందలి వర్ణనలనుబట్టి ఊహింపవచ్చును. జనులు మాడలను బిందెలలో నింపి ఇండ్లలో, దొడ్లలో, చేలలో గుర్తుగా దాచుకొంటూవుండిరి. తరాలుగా దాచిన జాడలు వృద్ధులు తమవారికి తెలుపకముందే చచ్చుటయు, దానికై వాని సంతతివారు వెదుకుటయు సంభవించెడివి. ధనాంజనము వేసి ధన మెక్కడున్నదో కనిపెట్టే మంత్ర తంత్రవేత్తలు బయలుదేరిరి పలుమారు దాచిన ద్రవ్యము పచులకు హఠాత్తుగా దొరుకుతూ వుండెను. ద్రవ్యమును భూమిలో పూడ్చి దాచకొను నాచారము నేటికికూడ మన పల్లెలలోని కొందరిలో కానవస్తున్నది వరశుల్క కన్యాశుల్కములు మాడ్కలోను, వరహాలలోను ఇస్తూ వుండిరి. వివాహాలలో బంధుమిత్రులు వరహాలను "చదివిస్తూ" వుండిరి. ఈనాడు జనులు రూపాయలు చదివించినను "అముకవ్యక్తి చదివించిన ఇన్నివరహాలూ" అని పురోహితుడు అందరు వినగా చదువుతూనే ఉంటాడు విజయనగర టంకముద్ర అంతటి బలిష్ఠమయినది.

నాణెములు మన ప్రాచీనుల చరిత్ర నిర్మాణమునకు చాలా సహాయపడును. పైగా ఆకాలపు లోహముల విలువను, టంకసాల పద్ధతులను, నాణెముల విలువలను ఆర్థిక వ్యవస్థను తెలుపునట్టివి. పాశ్చాత్యులు ప్రాచీన నాణెములకు విలువనిత్తురు. వాటిని ప్రయత్న పూర్వకముగా సంపాదించి సేకరించి యుంతురు.

1 పంచముఖ అనువారు వ్రాసిన వ్యాసము.

కాని మనము పూర్వనాణెములు దొరకినఅవి చెల్లవని వాటిని కరగించి యుపయోగించకొందుము. మన చారిత్రక పరిశోధకులందరు ప్రత్యేకముగా నాణెముల పరీక్షను బాగా చేసినవారరుదై యున్నారు. తెనుగుదేశములో చాళుక్య, కాకతీయ, రెడ్డిరాజ్య విజయనగర సామ్రాజ్య కాలములలోను, గోలకొండ రాజ్యములోను నుండిన నాణెములను సచిత్రముగా, సమగ్రముగా, ప్రత్యేకముగా బయలుదేరిరి. యవసరము.

వ్యాపారము

కాకతీయుల కాలములోకన్న రెడ్డిరాజుల కాలములో దేశీ విదేశీ వ్యాపారము వృద్ధిపొందియుండెను విజయనగర రాజుల కాలములో వ్యాపారము మరింత వృద్ధి నొందెను. హిందూస్థానమందు పాడి కామ ధేనవులు, ధన కల్ప వృక్షములు (Pagoda Trees) కలవని యూరోపు ఖండములో మూలమూలలందు మార్మోగి పోయెను. హిందూస్థానమునకు బోయి "పగోడా చెట్లను" ఉద్రూతలూపి రాలిన ధనరాసులను ఓడలలో నింపుకొని పోదమని అచ్చటి సాహసికులు సాహుకారులు, మేలయిన తుపాకుల మెడలపై వేసుకొని ఓడలలో బయలుదేరిరి. అయితే వారికి హిందూస్థానమునకెల్లపోవలెనో సముద్రముపై దారి తెలియకుండెను. స్పెయిన్, పోర్చుగల్ దేశాలవారు ఒకరికంటే ఒకరు ముందుగా ప్రయాణము కట్టిరి. స్పెయిన్ వారు సముద్రముపై కొలంబస్ నాయకత్వములో పోయిపోయి తుదకు అమెరికా ఖండ తీరమందలి దీవులను చేరిరి. అదే హిందూస్థానమనుకొనిరి. కాని తరువాత పొరపాటును గుర్తెరిగి ఆదీవుల జనులకు మొదటిపే రేముండెనోకాని వారుమాత్రము ఎర్ర ఇండియనులు అను నూతన నామ మిచ్చిరి పోర్చుగల్ వారు వాస్కోడగామా అనువాని నాయకత్వములో ఆఫ్రికా ఖండమును చుట్టుకొని తుదకు హిందూస్థాన పశ్చిమ తీరమందు చేరిరి. వారు శ్రీకృష్ణదేవరాయల కాలములోపలనే మన దేశమందు ప్రత్యక్షమై విజయనగర సామ్రాజ్యములో వ్యాపారము చేసిరి.

అరబ్బు దేశము ఎడారి భాగము. అందుచేత అరబ్బులు జీవించదలచిన వ్యాపారముచేతనే జీవించవలసి యుండెను. వారు బహు ప్రాచీనమునుండి హిందూస్థానముతో వ్యాపారము చేసిరి. అత్యంత సన్నిహితముగా నుండిన ఈరాన (లేక పారసీక) దేశము హిందూస్థానముతోనే యెక్కువ వ్యాపారము చేసెనున్

హొరుముజ్ జలసంధిలోని రేవుల నుండి ఓడలు వచ్చి పోయెను (Gulf of Hurmuz). అక్కడి ముత్యాలు చాలా శ్రేష్ఠమైనవై యుండెను. అందుచేత వాటిని హొరు ముంజి ముత్యాలనిరి.

తూర్పున నుండి బర్మా, మలయా, ఇండోనీషియా, చీనా దేశాలతో వ్యాపారము జరిగెను. విజయనగర సామ్రాజ్యము తూర్పున కటకము నుండి రామేశ్వరము వరకును, పడమట గోవానుండి కన్యాకుమారి వరకును వ్యాపించి యుండెను. పడమట గోవాలో కాలికట్టు రేవులో ఎక్కువ వ్యాపారము జరిగెను.

"కాలికట్టువంటి మంచి రేవులు సామ్రాజ్యమందు ౩౦౦ వర కుండెను" అని అబ్దుర్రజాఖ్ వ్రాసెను "రత్నాలు, ముత్యాలు, ఆభరణాలు, గుర్రాలు, ఏనుగులు, పట్టు, నూలుబట్టలు, సుగంధ ద్రవ్యములు, ఓషధులు, ఇనుము, వెండి, విశేషముగా వ్యాపార వస్తువులై యుండెను. వ్యాపారములో సంపూర్ణ న్యాయము ప్రసాదింపబడుచుండెను. అందుచేత పోర్చుగీసువారును, అరబ్బులును ఎక్కువగా వచ్చిరి."[1] అని బార్బోసా వ్రాసెను.

వ్యాపారమును గూర్చి శ్రీకృష్ణదేవరాయలే తన ఆముక్తమాల్యదలో నిట్లు వ్రాసెను.

"రేవుల్మావు మతంగజంబును మణి శ్రీఖండ ముక్తాదియున్
రా, వాణిజ్యము పెంచి యేఁగ నగున్ వర్షంపుదెవ్వేన్ రుజన్
హొళ్ళన్ దిగు నన్యభూప్రజల రా జాయాయు జాత్యోచితిన్
బ్రోవంగాదగు, తోటదొడ్డిగను లాపుల్ సూద బంపందగున్" [2]

పరదేశములనుండి గుర్రములు, ఏనుగులు, రత్నాలు, చందనము, ముత్తెములు, రేవులద్వారా వచ్చెననియు, వాటిని తెచ్చు విదేశీ వ్యాపారులకు సౌకర్యములు కూర్చిరనియు, క్షామాద్యుపద్రవముల వలన పరదేశి జనులు వచ్చిన వారి నాదరించిరనియు పై పద్యము సూచించినది.

(1) V. S. C. P. 36.
2 ఆముక్త మాల్యద ౪—౨౪౫

(25)

సింధురమహాశ్వముఖ్యము ల్చేర్చు దొల
దీని వణిజులకూళ్ళు సద్గృహములు పురి
గొలుపుదేజంబు వెల మేలుగలుగ బ్రాత
వారిగా జేయు నరి నవి చేరకుండ. [1]

దూరదూరపు దీవులనుండి, దేశాలనుండి వర్తకులు ఏనుగులు, పెద్ద గుర్రాలు తెత్తురు. వారికి మంచి యాదరణ గావించి, వారి విడిదికి మేలైన యిండ్లిచ్చి, గ్రామాలిచ్చి, రాజదర్శనమిచ్చి, మంచి మర్యాదలిచ్చి యాదరించవలెను. లేకున్న వారు ఏనుగులను గుర్రాలను శత్రురాజులకు ముట్టజెప్పుదురని పై పద్య భావము.

శ్రీకృష్ణదేవరాయ లక్షరాలా యీ నీతిని పాటించెను. ఈరానీ రాయబారి తనకు దర్బారులో ప్రత్యేక గౌరవమిచ్చి వీధులో ఎదురైన తన యేనుగునాపి కుశలాదులను విచారించి చాలా ప్రేమతో ఆదరించెనని వ్రాసుకొనెను.

పాండ్య దేశమందలి తామ్రపర్ణీ నదిలో పెద్దజాతి ముత్యములు పూర్వము లభించెను. ఆముక్తమాల్యదలో,

"తామ్రపర్ణి గలుగు అల ముట్టరాని ముక్తామణీకులంబు" అని వ్రాసినారు. [2]

"మౌక్తికవ్రాతములై వెలుంగు తామ్రపర్ణీ తటమట్లు" అని అల్లసాని కూడా వ్రాసెను. [3]

తూర్పున పెగూనుండి, మలకానుండి ఎర్రసముద్రానికి వెళ్ళు ఓడలు కాలికట్టురేవులో ఆగి, సరకులను కొనిపోయెడివి. ఆనాడు వర్తకమంతయు ముసల్మానులదే. ఎందెక్కువగా అరబ్బులే చేసిరి వారు ఆఫ్రికాకు తూర్పుననుండు మడగాస్కరు దీవినుండి ఇండియాకు తూర్పున నుండు మలాకావరకు రేవులలో నిలిచి వ్యాపారాలు చేసిరి.

1 ఆముక్త మాల్యద ౪-౨౪౮
2 ఆముక్త మాల్యద ౪-౪౫
3 మనుచరిత్ర ౩-౮౦

సిజర్ ఫ్రెడరిక్ అనువాడిట్లు వ్రాసెను. "గోవా రేవుద్వారా విజయనగరానికి అరేబియా గుర్రాలు వెల్వెట్ ఒట్టలు డెమాస్కస్ వస్త్రాలు, పోర్చుగల్ నుండి ఆర్మోసిన్ (Armosine) అనునది దిగుమతి యవుతుండెను. ఒక గుర్రానికి కావలసిన వస్తువు లేయేదేశముల-దు సిద్ధ మయ్యేడివో యీ క్రింది పద్యము తెలుపుతున్నది.

"పచ్చని హురుమంజి పనివాగె పక్కెర
పారసి పల్లంబు పట్టమయము
రాణ నొప్పారు పైఠాణంబు సింగిణి
తళుకుల కోరుల తరకసంబు
మిహి పసిండి పరంజు మొహదా కెలం
కులు తావు గుబ్బరిసేత కేవడంబు
డాకెలంకున సిరాజీ కడి చురకత్తి
కురగట క్రొవ్వాడి గొరకు పొరిది."

(మను. ౪-౨౮.)

పైఠాణము=పైఠన్ (ప్రతిష్ఠానము-ఔరంగబాదు జిల్లాలోనిది). సిరాజీ=ఈరానులోని షీరాజ్ పట్నము. పట్టుబట్టలు సూరతు రేవుద్వారా కూడా దిగుమతి యయ్యేను. కంచినుండి తెనుగు దేశానికి మంచి నేత నూలుబట్టలు వచ్చెను. శ్రీవైష్ణవులు "పదియారు మూర డంబరపుటంచు కమ్మదాల్ కంచి ధోవతి చెల్వు మించు లెసగ" కట్టుకొనుచుండిరి. (కృష్ణరాయ విజయము, ౨-౨) ధనికులు "పసిండి వ్రాతల దంతపుం బెట్టెలలో" ఆభరణములుంచుకొనిరి. (రాధామాధవము, ౪-౧౩౨)

"విజయనగర సామ్రాజ్యము నుండి బట్టలు, బియ్యము, ఇనుము, చక్కెర, సుగంధ ద్రవ్యాలు ఎగుమతి యయ్యేను. తమిళ దేశపు రేవగు పులికాటునుండి మలాకా, పెగూ, సుమత్రా దేశాలకు రంగు అంచులు ముద్రలు కల (కలంకారి) వస్త్రముల నెగుమతి చేసిరి. బియ్యము బస్రూరు, బారకూరు, మంగళూరు నుండి మలబారుకు, మాల్దీవులకు, హూర్మజుకు, ఏడెన్‌కు ఎగుమతి యయ్యేను. భట్కల్ నుండి చక్కెర, ఇనుము ఎగుమతి యయ్యేను."

"గుర్రాలు, ఏనుగులు, ముత్యాలు, రాగి, ముత్తెపు చిప్పలు, పాదరసము కుంకుమ, చీనాపట్టు, ముఖ్మల్ సామ్రాజ్యములోనికి దిగుమతి యయ్యేను. ఏను

గులు సింహళమునుండి, ముఖ్మల్ మక్కానుండి దిగుమతి యయ్యెను" (1) (మక్కా నుండి వచ్చిన వల్లు అగుటచే కాబోలు మఖమల్లు అని పేరు వచ్చెనో యేమో?), మన వాఙ్మయములో పల్నాటి వీర చరిత్రలోను, ఇతర పద్య కావ్యాలలోను మఖమల్ ముచ్చట కలదు.

ముస్లిముల తర్వాత వ్యాపారము విరివిగా చేసినవారు కోమటి సెట్లు, మలబారీలు. అయితే వీరు విదేశాలతో వ్యాపారము చేసినది తక్కువే. సామ్రాజ్యమందొక ప్రాంతమునుండి మరొక ప్రాంతానికి సరుకులు మార్చినవారే. కోమటిసెట్లలో ఆరవ నాటుకోటుచెట్లే యెక్కువ వ్యాపారము చేసినారు.

దేశమందు బాటల నిర్మాణము చాలా తక్కువ. అందుచేత బండ్లపై వ్యాపారము చేయుట కనుకూలముగా లేకుండెను. వ్యాపారస్థులు ఎద్దులపై కూలీల కావళ్ళపై, గుర్రపు తట్టువులపై, గాడిదలపై కంచర గాడిదలపై సరుకులను తీసికొనిపోతుండిరి. ఈవిషయమును మన సారస్వతమందు పలుతావులలో తెలిపినదేకాక ఆగంతుక వైదేశికులగు పీస్, బార్బోసా ప్రభృతులు తాము చూచినట్లు తెలిపినారు. బాటలు లేక అడవులెక్కువగా నుండినప్పుడు దొంగలు కూడా ఎక్కువగానే యుండిరి. పరకాలుడను వైష్ణవభక్తుడు వైష్ణవకైంకర్యమునకై బాటలు కాచి, వ్యాపారులదోచి, రేవులను కొల్లగొట్టి ధనములాగుటను ద్విపద పరమ యోగివిలాసమందతివిపులముగా వర్ణించినారు (చూడుడు. ౬-వ, ౭-వ ఆశ్వాసాలు) దొంగలభయానికి వ్యాపారులు గుంపులుగాపోయిరి. 'విజయ నగరము నుండి భట్కల్‌కు ఆయిదారువేల యెద్దుల మోతల సరుకులు తీసికొని పోవుచుండిరి ౨౦ లేక ౩౦ పశువుల కొకమనిషి వంతున నుండెను" అని పీస్ వ్రాసెను. (2)

ఆ కాలపుధరల సమకాలికులు కొందరు వ్రాసియుంచినారు దానిని చూచిన అనాడన్నియు చాలా చౌకగా లభించెడివని తెలియరాగలదు. పీస్ ఇట్లు వ్రాసియుంచెను.

"విజయనగరమందు సకలవస్తువులు లభించినట్లు ప్రపంచములో మరెందును లభించవు. బియ్యము, గోధుమలు, పప్పుధాన్యాలు, జొన్నలు, చిక్కుళ్ళు,

(1) V. S. C. P. 221-2.
(2) V. S. C. P. 224.

ఇతరధాన్యాలు సమృద్ధిగా నున్నవి. ఇవి చాలా చౌకగా లభించును. ఒకటిన్నర అణాకు మూడుకోళ్లు నగరములోను, నాలుగు పల్లెలలోను లభించును. ఒకటిన్నర అణాకు ౧౨ లేక ౧౪ పావురాలు దొరుకును. ఒక పణము (౮ అణాలు) ఇచ్చిన పచ్చి ద్రాక్ష మూడుగుత్తు లిత్తురు ఒక పణమునకు పది దానిమ్మపండ్లు దొరకును. ఒక వరహాకు నగరములో ౧౨ మేకలు, గ్రామాలలో ౧౫ మేకలు దొరుకును. ఒక భటుడు తన గుఱ్ఱమును ఒక దాసిని నెలకు నాలుగైదు వరహాలలో భరించగలడు." (అనగా ౨౦ లేక ౨౫ రూపాయిలు.)

మిరియాలకు సుంకము తీసుకొనెడివారు. ఆ కాలములో మిరియాలకు చాలా (రవానా) గిరాకి (గ్రాహకము) ఉండెను. మిరపకాయ లింకను దక్షిణ అమెరికానుండి మన దేశములో ప్రవేశపెట్టి యుండలేదు. మిరపకాయ లను పదము మిరియము అను శబ్దమునుండి మిరియపు కాయ అని యేర్పడినది. అది క్రీ॥ శ॥ ౧౬౦౦ తర్వాతనే మనదేశమందు నెగడెను. అంతకు పూర్వము కారానికి మిరియాలే వాడిరి. మిరియాలు మళయాళ దేశమందు సమృద్ధిగా పండును. తూర్పు దీవులందును అవి సమృద్ధి. వ్యాపారులు వాటి నక్కడినుండి తెప్పించి తెనుగు దేశమందమ్మిరి వాటివలన వచ్చు సుంకము వలన ప్రభుత్వానికి గొప్ప ఆదాయ ముండును

"ఒకవైశ్యో దుత్తముడు మిర్యముల పెరికలు త్రోవగా పెక్కు గొంపోవ గని యవి యేటి వెక్కుడి కేగుచున్న వనుచు చౌరంగి తన్నడిగిన వాడు సుంకరి యను భీతి స్రుక్కి నేర్పునను బొంకి తప్పించుక పోద మటంచు నవి జొన్నలనుటయు నట్లుగా నాత్మ దవిలి తలంప చిత్రముగా నా పెరిక లందలి మిరియంబు లవి జొన్నలయ్యె."

—నవనాథ. పుట ౯౯.

ఆ కాలములో జొన్నలకు సుంకము లేకుండెనని పై పంక్తులను బట్టి యూహింప వచ్చును.

కోమట్లు వ్యాపారపు మఱుగుమాటల నాడుదురు. మద్రాసులో బేరగాండ్లిరువురు చేతులుకలిపి పైన సెల్లా కప్పి ఒకరి అరచేతిలో ఒకరు ధర వ్రాసి తెలుపుకొందురు. పూర్వము కూడ "కోమటిబాస" యుండెను

"తక్కటి సెట్లు నాతలి బిలిపింప
జేరి కోమటి బాస జెప్పె" పట్టింపు
ఘూరాము సల్లేదు ఘూరాము లోఁడె
మరికెంబు బోడ దమ్మని నొండెనతని
దరిమి గాలము త్రాటదమ్ములనొండె
మలుచంపు బుడుగుల మాసల్లె డొండె
మలయక కాలము మాసల్లెదైన
వెలుకుల నొండేసు వెస చెర్వులోన
బిలకింత మనుచు చింతింపుచున్నాడు."

—నవనాథ, పు. ౨౩౮,

ఈ బాస కర్థము చేసుకొన ప్రయత్నించుట పనిలేనిపని.

క్రీ. శ. ౧౩౩౭లో హరిహరరాయలు పన్ను చెల్లించువారు ౧ రూపాయకు ౩౪ సేర్ల ధాన్యమిచ్చునట్లు నిర్ణయించెను. దీన్ని బట్టి ధాన్య మెంత చౌకగా నుండెనో తెలియగలదు.

ధాన్యం తూకములు, సోల[1], తూము[2], ఇరుస, మానికె మొదలగు మానములలో జరుగుతూ వుండెను.

ఓడ రేవులలోని బేరమును గూర్చి యిట్లు వ్రాసిరి.

"అటకు మిక్కిలి చేరు దగు పయోరాశి
తట సమీపమున నిత్యంబు నోడలును
పచ్చ కప్పురమును పట్టుబట్టలును పచ్చి
కస్తురి మేల్మి పసిడి యిట్టికెలు
మణులు చంద్రాననామణులు పటీర
కణములు మొదలుగాగల వస్తువులును
నిరవొంద నెన్నిక కెక్కు బేహరులు
హరుల రంతుల తోరహత్తుగా దెచ్చి

1 ద్విపద పరమయోగి విలాసము, పు ౭౯
2.... ... ... పు ౪౮౦

ఆరించి బేహారమాడగ నటకు వానికై
చను దెంచు వారల వాని
బూని బేహార మాడి పోవువారలును"[1]

ఆ కాలమందు దిగుమతులగు వస్తువులను సమకాలికులు తెలిసిన వన్నియు ఇందు కలవు. పైగా చంద్రాననా మణుల (అందగత్తెల) వ్యాపారము కూడ జరిగెను. ఈబేరము రెడ్డిరాజ్యకాలములోను జరిగినటుల ఆ కాలపువారు తెలిపినారు. పరదేశముల సెట్లవేష మెట్టిదనగా :—

"పరదేశముల సెట్లపగిది దిండుగను పెల్లుచుట్టిన పెద పెద ముడాసులును డొల్లుబొంగులును నీటుగ పొందుపరచి పొదిగల్లు అసిమల భుజములం బూని వదలుగా రింటెముల్ వలెవాటువైచి."[2]

ఇందు డొల్లుబొంగులు తప్పు. డొల్లుపోగులు అని యుండవలెను. అనగా ఊగునట్టి పోగులని యర్థము. (ముడాసు పదము నిఘంటువులలో లేదు) "ముడాసుపై లపేటాడల్బు" అని శుకసప్తతిలో వర్ణించుటచే ముడాసు అన టోపి అని యర్థము. ముడాసు కన్నడ పదము. కోణాకారముగల చక్కని బట్ట. టోపిపై లపేటా-షమ్లా-రుమాల కట్టుట నేటికిని ముసల్మానులలో అచారమైనది. అసిమి, అసివి, అశ్వసంచులు మూరెడు వెడల్పు గజముపొడవు కలిగి నిలువు మధ్యదుండు జేనెడు సందుగలిగి కుట్టిన గోనెసంచి. ఆ సంచిలో రెండుమూలలలో వస్తువులనుంచి వీపున ఒక మూల ఎదపై ఒక మూల పడునట్లుగా భుజముపై వేసుకొందురు. ఎద్దుపై లేక అశ్వముపై ఎక్కినపుడు దానిని గంతవలె వేసుకొని పోదురు. గుర్రాలపై నెత్తుధాన్యాదుల సంచులగుటచే అసిమి లేక అసివి సంచులని వాటికా పేరు వచ్చియుండును. ఇవి నేటికిని పల్లెలలో కోమట్లవద్ద అందందు కానవగును అసిమిని మాత్రసంచి యనియు అనిరి. ప్రయాణములో అది తలగడగా పని యిచ్చెడిది.[3] రింటెములు అనునది సరికాదు. రెంటములు అనునది సరి, (రెండుపోరువల దుప్పటియని యర్థము.)

1 ద్విపద పరమయోగి విలాసము పు ౪౮౬.
2 ... ... పు ౪౮౭.
3 ఆముక్త మాల్యద. ౨-౭౪.

వైదేశిక బేహారులు చేసిన దేశ దేశ వ్యాపార మెట్టిదనగా :—

> "కొంకణ జీని పైగో వరకంగు లంక యయోధ్య మలాక యీడాము
> మొదలైన దీవుల మునుకొని వచ్చి" 1

ఇందు మొదటిపంక్తి అంతయు తప్పుగా కనబడును. చీని, పెగూ, అరకాన్ అను దేశాల ఆ పేరులని తెలియక లేఖకులు అడ్డాదిడ్డముగా వ్రాసినట్లున్నది. లంక అనునది సింహళము. మలాక మలయాలోనిది. ఈడాము అనగా అరేబియా రేవుపట్టణమగు ఏడెన్ అయి యుండును.

విజయనగరములో కొందరు ౫ లక్షల జనులుండిరనియు, అంతకంటే చాలా యెక్కువగా నుండిరని మరికొందరును తెలిపినారు. అట్టి నగరములో వ్యాపారము చాలా విరివిగా నుండెను. వ్యాపారులు కందులవలె రత్నాలరాసులు పోసి అమ్ముచుండిరని ఆకాలపువారు వ్రాసిరి. నగరవాసుల వైభవములు అనంతముగా నుండెను. అట్టివాటికై విలాస వస్తువులు సమృద్ధిగా అమ్ముతూ వుండిరి.

పరిశ్రమలు

ఇదే సందర్భములో జనుల యవసరాలకై యే యే వస్తువులు సిద్ధమయ్యేనో తెలుసుకొందుము. సాధారణముగా శూద్రులలో బహు జనులు రాటములపై నూలు వడుకుచుండిరి. దానిని నేయువారు సాలెవారు. వారిలో బహుశాఖలుండెను. సాలె, పద్మసాలె, పటుసాలె, అగసాలె మున్నగు వారుండిరి. "అవ్వీటి మేటిసాలె, అగసాలె, పటుసాలె, వానె, వైజాతి, సాతులు, ఏతుల కోమటులు"[2] అనువారుండిరి. పటుసాలె లన పట్టువస్త్రములను నేయువారు. వానె అన ఒకజాతి కోమటు లని యర్థము వ్రాసినారు. వణిక్ అను దానినుండి యేర్పడినదేమో? వైజాతియన వైశ్యజాతి యని రెడ్డిరాజ్యకాల చర్చలో తెలిపినాము. సాతులన గోనెలు నేయు పెరికెవారు. ఏతుల అన చాప లల్లెడువారు. ఈపదము ఏతులు అనియో ఏతుల యనియో సరిగా తెలియదు.

విజయనగరములో కొల్లలుగా గుబ్బీపూల నమ్ముచుండిరి. జనులకు సుగంధాలపై చాలా వేడుక. కస్తూరి, కుంకుమపూవు పలుగులో నూరి వాడిరి.

---

1 పరమయోగి విలాసము పు ౪౦౦.

2 ఆముక్తమాల్యద. ౪-౩౫.

"చెవుల సంకులు, కొంకిసిగలు, కావిదుప్పటులు నొప్ప, గంధకలనా కుసుమ స్రక్ గ్రథనాదుల నైపుణ్యంబు లేకలదు ఆంధ్రదేశీయులగు గంధకారులు"[1]

అనుటచే ఆంధ్రదేశమందే పూలదండలు కట్టి, సువాసన వస్తువుల సిద్ధము చేసి, బుక్కాపిండిని (పిష్టాతకము) చేసి అమ్మి జీవించువారుండి రనుట స్పష్టము. కొల్లలుగా భోగముసానుల యిండ్లు గల విజయనగరములో గంధకారుల కొదువయుండునా ? ఆ బుక్కావారు "పన్నీరు వించిన తన్నీరు తిత్తులొత్తిరి." వారు తన్నీరు (తుప+నీరు=చల్లని) పన్నీరును కూడా సిద్ధముచేసి తోలుతిత్తులలో పోసి యమ్మెడివారు.

తెనుగుసీమ ప్రాచీనమునుండి వజ్రాల గనులకు ప్రసిద్ధి నొందినట్టిది. గుత్తికి ౨౦ మైళ్ళ దూరమునసున్న వజ్రకరూరు ఇంగ్లీషువారు దేశాన్ని గెలిచిన కాలమందు కూడ వజ్రాలకు ప్రసిద్ధిగన్నట్టిది. గుత్తి దుర్గాధీశు డచ్చటి వజ్రాలను చక్రవర్తుల కంపుతూ వుండెను.[2] ఇట్టి గనులు మరిమూడు నాలుగుండెనని ఆ కాలపు యాత్రికులు వ్రాసినారు.

కంసలి, కమ్మరి, కంచరి, కాసె, వడ్లవారి వృత్తులు నిండుగా ఉండెను. వీరిని పంచాణమువారు (శిల్పులు) అని పేర్కొనిరి. నేటికిని పల్లెలలో పంచాణ పదమును "పాంచాలి" యని యుచ్చరించి వడ్ల, కమ్మరి, కంసలివారలను పాంచాలివారని యందురు. వడ్లవారిని, కంసాలివారిని పంచాణము వారనుటకు

"సారెకు నచటి పంచాణంబువారి జేరి ... ...
గుడిసొచ్చి చోరులు కొంపోయిరకట యనుచు కంసాలివా రనిశంబు
వినగ అనుచుండు"[3] అనుట ప్రమాణము.

సాధారణ కాలమందు ౧౦ లక్షల సైన్యము కలిగి అవసరమైనప్పుడు ౨౦ లక్షల సైనికుల వరకు కూర్చగలిగిన సామ్రాజ్యములో కమ్మరివారికి పని

1. ఆముక్తమాల్యద ౪-౩౫
2. V. S. C. P. 218.
3. పరమ యోగి విలాసము-పు ౫-౨౩.

తక్కువగా నుండునా? వారు వివిధాయుధములను చేయుటలో నారితేరినవారు. మహారాజులు, సామంతులు దేవాలయములను, సత్రములను, భవనములను, కోటలను నిర్మించినందున కాసె వారికి పని తక్కువకాకుండా యుండెను.

వస్త్రములకు దేశిరంగులు వేయువారుండిరి. వారు ప్రధానముగా నీలిరంగును వాడిరి. మంజిష్ఠ, ఇంగిలీకము, కరక్కాయ, మున్నగునవి వాడిరి. "ఇంగిలీకంబునన్ తడిపి యెత్తు కసీసపు రెంటములు" జనులు వాడిరి, (చూ. ఆము. ౪-౧౦.)

ప్రజాజీవన విధానము

విజయనగర సామ్రాజ్యమం దాంధ్రులది పై చేయిగా నుండినది. ఆంధ్రదేశము మహావైభవముతోను, ఐశ్వర్యముతోను నిండియుండెను. ఆంధ్రు లుత్సాహవంతులై కళాపోషకులై దేశాంతరములందును ప్రఖ్యాతి గాంచిరి. అది మంచి చెడ్డలతో నిండిన ప్రబంధ యుగము. సుందర నిర్మాణములు, చిత్రలేఖనములు, ఇతర శిల్పములు దేశమంతటను సువ్యక్తము లయ్యెను. ధనికుల భోగలాలసత ఇదే కాలమందు విజృంభించెను. విద్యానగరము హృద్యనగర మయ్యెను. అందులోనే భావిపతన సూచన లిమిడి యుండెను. జనుల యిండ్లు, వారి యుడుపులు, వారి వేషములు, అలంకరణములు ఆచారవ్యవహారములు మనకు బాగుగా తెలియ వచ్చినవి. మొదట రాజులయొక్కయు, రాచవారి యొక్కయు జీవన విధానములను గురించి తెలుసుకొందము. వారికి అలంకరణములందు అభిమానము మెండుగా నుండెను.

"పన్నీటితో గదంబము సేసి పూసిన
మృగనాభిపస రాచనగరు దెలుప
పాటలానిలము లార్పగ దపారపుజుంగు
లలరు దానికి మూగు నళులజోప
కర్ణదోలామౌక్తికచ్ఛాయ లెగ్గబాకు
నురుహారరుచుల ద్రస్తరికి దన్న
శశికాంతి చెంగావి దళ మలచిన కేల
స్వర్ణత్సరువు వాడివాలు మెరయ

మెఱతయడపముదే, జరన్మేరు వనగ
తలవరులు గొంద రొలసి ముంగల జనంగ
అర్థి రథ్యాంతఃపురాంతరమున
భోగినీసంగతికి రాజు పోవుచుండి.'' 1

రాజులు పన్నీటితో కలిపిన కస్తూరిని పూసుకొనుచుండిరి. పొడవైన కుచ్చుటోపీలు పెట్టుకొనుచుండిరి. చెవులలో ముత్యాల పెద్ద పోగులును, కంఠమందు ముత్యాల హారమును ధరించు ఎర్రని అంచుగల తెల్లవస్త్రాలు ధరించిరి. బంగారు పిడిగల కత్తిని చేతబట్టిరి. పరిచారిక (ఆడపాప!) తాంబూలకరండమును (పాన్‌దాన్) పట్టుకొని వెంట నుండెడిది. ముందర తలారులు నడిచిరి. ఇవన్నియు భోగముదాని యింటికి వెళ్ళునప్పటి సంరంభము

రాచనగళ్ళలో నెమళ్ళను పెంచుతుండిరి. సుఖముగా నిద్రించిన రాచవారు ప్రొద్దెక్కిన తర్వాతనే మేల్కొనెడివారు. తర్వాత గమగమ పరిమళించే పువ్వులతో చేయబడిన ''గంధరాజము'' అనెడి పరిమళ ద్రవ్యముతో అంగమర్దనము చేయించుకొని చాలాసేపు వేన్నీళ్ళ స్నానము చేసి తెల్లని ధౌతవస్త్రములను నానావిధ హారములను ధరిస్తూ వుండిరి. అటుపిమ్మట సన్నని వరియన్నమును, వేటాడి తెచ్చిన అడవిమృగ పక్షుల మాంసమువంటను, అపుడు కాచిన వెన్నతో కలిపి ఆరగించెడివారు. కస్తూరీ సమ్మిశ్రిత తాంబూలమును వేసుకొని రాత్రులందు మేడలపైకి వెళ్ళి అందు చిన్న చక్రములతో కూడిన లోహపు కుంట్లలో అగరు చెక్కల ధూపమును అఘ్రాణించుతూ అంతఃపురసుందరులతో ఆనందించుతూ వుండిరి [2] రాచవారి వేషాలు కూడ, సామాన్యుల వేషాలతో భిన్నించినవై యుండెను

''జడలు మడంచి, చొళ్లెముగ సన్నపుబాగడలంగ జుట్టి చ
ల్లడములు పూని మీద బదిలంబుగ గట్టిన వట్టికాసెలం
బిడియము లందదోపి పృథు భీషణ బాహుల సాళువంబులన్
దడలి కెలర్చుచున్ జనిరి నాథుని మ్రోల నృపాల నందనుల్ [3]''

1 ఆముక్త మాల్యద ౨—౭౫
2 ఆము. ౪—౧౩౫.
3 మనుచరిత్ర ౪-౩౦

రాజులు, ధనికులు, సంపన్నులు వేసుకొనుచుండిన తాంబూలాలు విలువయిన సుగంధ ద్రవ్యములతో కూటినట్టివి. అవి,

"ఖండిత పూగీ నాగర ఖండంబుల ఘనశశాంక ఖండంబులచే
హిండితమగు తాంబూలములు" 1

వక్కలు, సొంటి, పచ్చకర్పూరము తాంబూలములతో చేరియుండెను. అంతేకాదు, అవి,

"మృగమద సౌరభ విభవ ద్విగుణిత ఘనసార సాంద్రవీటీ గంధ
స్థగితేతర పరిమళమై" యొప్పెను 2

అన్నివర్గములవారు తాంబూలము వేసి రనియు, అది యుత్తేజకరమయినదనియు, అందుచేతనే రాజు ౨౦౦ మంది భార్యలపయిగా ఉంపుడుగత్తెలతో భోగింపగలిగెనేమో! అనియు అబ్దుర్‌రజాక్ ఆశ్చర్యముతో వ్రాసెను.

తాంబూల సంబారములుంచు కరండికల సుందరముగాను, వెండి బంగారుతో చేయబడినవిగాను, సన్నని తీగె పనులు కలవిగాను ఉండెడివి. అందుచే వాటిని "జాలవల్లికలు" అని వ్యవహరించిరి. 3 సంపన్నులు స్నానము చేయునప్పుడు వాడుకొనిన నలుగుపిండికూడ విలువైనట్టిది. "హరిద్రామలకాదిక స్నానీయ వస్తువ్రజంబు 4 పసపు, ఉసిరికపొడి మొదలయిన స్నాన వస్తువులు అనుటచే పిండిలో వాటిని కలిపిరని అర్థము. పెసలు, సెనగలు విసరిన పిండిలో అవి కలిపెడివారు. ఇది స్త్రీల స్నానపు పిండి, పురుషులు "గంధామలకంబు" గంధపు పొడి, ఉసిరిక కలసిన పిండిని రుద్దుకొనిరి. 5 స్నానానంతరము స్త్రీలు అగరు ధూపమును వెంట్రుకలకు వేసి జవ్వాజి పూయుచుండిరి. మరికొందరు "హరిచందన గోరోచనాగరు ప్రకల్పిత

1 ఆముక్తమాల్యద ౫-౯౩.

2 మనుచరిత్ర ౨-౨౪

3 పారిజాతాపహరణము ౨-౨౦.

4 ఆముక్తమాల్యద ౫-౮౯.

5 పారిజాతాపహరణము, ౫-౫౬.

సురభి ధూపంబును" వెంట్రుకలకు వేసిరి.[1] స్త్రీలు కాలి వ్రేళ్లకు లత్తుక రంగును పూసుకొంటూ వుండిరి.[2]

ధనికుల యాహార మెట్టిదో తెలుసుకొందము.

"తారుణ్యాతిగ చూత నూత్న ఫలయుక్తైలాభిఘారస్వన
ద్ధారాధూపిత శుష్యదంబు హృతమా త్స్యచ్ఛేద పాకోద్గతో
ద్గారంపుం గనరార్చు భోగులకు సంధ్యావేళన్ గేళికాం
తరాభ్యంతరవాలుకాస్థిత హిమాంత ర్నారికేళాంబువుల్.[3]

భోగులును, మాంసభుక్తులును నగువారు ఎండకాలములో చేప తునకలలో మామిడికాయ ముక్కలు వేసి తాళింపుచేసి, మధ్యాహ్నమందు భుజించి, సాయంకాలమందు తడిపిన ఇసుకలో పూన్చిన టెంకాయలను తీసి ఎడనీరు త్రాగి, చేతల కనరును పోగొట్టుచుండిరి. ఇది శ్రీకృష్ణదేవరాయలు స్వయముగా ననుభవించినదై యుండును బ్రాహ్మణుల వైభవముల కేమియు కొదువ లేకుం డెను. వేసవిలో అరటిపండ్లు, పనసతొనలు, నేతిముద్దలవంటి దోసబద్దలు, మంచి జాతుల మామిడిపండ్లు ద్రాక్షపండ్లు, వడపప్పు, తియ్యదానిమ్మలు, రసదాడి అను అరటిపండ్లు, పానకము మున్నగునవి సాపడుతూ వుండిరి.[4] ఆలర్క మును ముండ్ల యుచ్చింత కూర యని వేదము వే. రా. శాస్త్రిగారు వ్రాసిరి. దానిపై యామునాచార్యులకు ప్రీతి మెండుగా నుండెను[5] అది మేదోవృద్ధిని కలిగించెడి కూరయట! కాని యిదే యామునాచార్య కథను వ్రాసిన పరమ యోగి విలాసములో ఈ కూరను 'ముండ్ల ములిచింతకూర' అని వ్రాసినారు[6].

రాజులకు, రాజబంధువులకు వేటపై ఆసక్తి యుండెను. చిరుత పులులను పెంచి వాటిని వదలి జింకలను వేటాడెడివారు[7]. వర్షము బాగా కురిసిననాడు

---

1 రాధామాధవము, ౪-౧౬౩.

2 .... ౪-౧౬౮.

3 ఆముక్తమాల్యద, ౨.౬౮.

4 .... ౨౭౩.

5 ఆముక్తమాల్యద ౪-౧౯౫

6 పరమయోగి విలాసము ద్విపద. పు ౫౮౧.

7 ఆముక్తమాల్యద ౪-౧౯౩.

వేటకుక్కలలో బయలుదేరి జింకల జోపుతూ వాటికాళ్లు బురదలో దిగబడి యురకలేక అలసిపోయినప్పుడు వాటిని కుక్కల సహాయముతో పట్టుకొంటూ వుండిరి[1]. పెద్దన యీ వేట హిమాలయములలో చేసినట్లు వర్ణించెను. హిమాలయ పర్వతాలపయిన రేగడిపన్నుల కుండా? రేగడి సీమయగు కర్నూలు, కడప, బళ్ళారి జిల్లాలలో నేటికిని జనులు వర్షాకాలములో జింకలవేట నాడుదురు. కర్నూలు, కడప మండలాలలో నుండు ఎర్రమల నల్లమలలలోని చెంచుల జీవనమును, వారి వేటను ధూర్జటికవి యిట్లు వర్ణించినాడు.

పొత్తపినాడు అనున దిప్పటి కడపజిల్లాలలోని రాజంపేట తాలూకాలోనిది. ఉడుమూరు అనున దిప్పటి ఉడుములపాడు. అచ్చట చెంచులుండిరి. వారు పారుటాకుల కటిసీమల కట్టిరి. అవే వారి యుడుపులు. నేటికిని కోయలు మున్నగువారు స్త్రీ పురుషులును ప్రతిదినము అడ్డాకులను పెద్ద ఆకులను ముందొకటి వెను కొకటి వేసి మొలకు కట్టుకొందురు. చెంచు స్త్రీలకు కురువిందదండలిష్టము. పైరులకు దృష్టిదోషము పోవుటకై పసరముల తలలను, ఏనుగుల తలలను కొమ్ములతో చేలలో నెత్తెడివారు. వారు అడవిలోని పండ్లను, గడ్డలను, తేనెను, చారపప్పు మున్నగువానిని తినెడివారు. వారి స్త్రీలు ఎరుపుగల వెంట్రుకలతో నెమలి పింఛాలు పెట్టి, అలంకరించుకొనెడివారు. చెంచులకు విల్లంబులు ప్రధానమగు ఆయుధాలు. వారు బాణాలతో అడవి జంతువులను వేటాడి వాటి మాంసమును తినెడి వారు. నేరేడు, నెయ్యూటి, కొండమామిడి, దొండ, పాల, నెమ్మి, బరివంక, చిటిముటి. కలివె, తొడివెంద, తుమికి, జాన, గంగరేను, ఏలగ, మోవి, బలుసు, బీర, కొమ్మి, గొంజి, మేడి మొదలగు పండ్లను తినెడివారు[2].

అడవిలోని చెంచు, కోయ, భిల్లులు నామకార్థముగా తమచుట్టు రాజ్యాలకు లోబడినవారయినను వారించుమించు స్వతంత్రులే. "ఆభీర భిల్లాది కంపకోలనూల నాజ్ఞ చెల్లు"[3], "వారెవ్వరికైన అభయ మిచ్చినచో వానిచేతికి ఒక యంపకట్టెను (బాణము) గాని, నూలిపోగునుగాని గుర్తుగానిత్తురు. దానిం గని

1 మను... ౪-౨౦.

2 శ్రీ కాళహస్తీశ్వర మాహాత్మ్యము ౩వ ఆశ్వాసము. ౧ నుండి ౧౩౦ వర కుండు పద్యా లన్నియు చూడవలెను.

3 అముక్తమాల్యద ౪-౨౦౬.

వారి ప్రజలైన దొంగలు వానిని చెనకరు" (వేదంవారి వ్యాఖ్య). ఆటవికులను స్నేహితులనుగా చేసుకొనకుండిన వారు ప్రజలను బాధించెడివారు. "పార్వతీయ బలంబులోనం గూడకయు రాజునకు ప్రజాబాధ తరుగదు. ఎట్లేని బెదరు వాపి, వారలం జేకూర్చుకొనవలయును. అవిశ్వాసంబును, విశ్వాసంబును, అలుకయు నెలమియు, అతి వైరంబును ఆత్యనుకూలంబును, అల్పు లగుట నల్పంబును యగు. ఎట్లంటేని" (ఆము. ౪-౨౨౨) "చెంచులలోనగు వారు పాలన్నము పెట్టిన మాత్రాననే ఆ పెట్టినవారియెడ సత్యము తప్పక ప్రవర్తింతురు. అయినను ఏ యించుక అతిక్రమము కనబడినను పగబట్టుదురు." (వేదం వ్యాఖ్య. ఆము. ౪-౨౨౩)

మన సారస్వతములో వేట ముచ్చట వచ్చినప్పు డాటవికులు రాజువద్దకు వచ్చి పునుగు పిల్లుల, దుప్పికొమ్ముల, ఏనుగు దంతముల, పులిగోర్ల, జింక చర్మాల, చారపప్పు, ముంతమామిడి, తేనె మున్నగు వాటిని తెచ్చి కానుక యిచ్చినట్లు వర్ణించిరి. అంతకంటె మించి వారేమియు తెలుపలేదు. మన ప్రక్కననే అనాదిగా జీవించి మన భాషనే నానాపభ్రంశ రూపాలతో మాట్లాడు గోండ్లు, కోయ, చెంచు, సవర మున్నగు నాటవికులను సంస్కరించుట, వారి జీవన విధానములను బాగా గమనించి, వారి చరిత్రలను వ్రాయుట అనునది మనలో నేటికిని లేదు. పాశ్చాత్యులు వారిని గురించి అనేక గ్రంథాలు వ్రాసిరి. ఇటీవలనే హ్యుమన్‌డ్రాఫ్ అను జర్మనువాడు హైదరాబాదులో ఆటవికోద్యోగియై చెంచులను గూర్చి, బిసన్ కొండలోని (గోదావరీ తీరారణ్యము లందలి) రెడ్డి అను ఆటవికులను గూర్చి(Reddies of the Bison Hill) సమగ్రోద్గ్రంథములను వ్రాసెను. వాటిని చూచువారు కూడా మనలో లేరు. అయితే ఆ జర్మనుకు తెనుగు రానందున చెంచుల తెనుగును అర్థము చేసికొనలేక చాలా తావుల పొరపాట్లు చేసినాడు. చెంచులను గురించి తెనుగువారే వ్రాయుటకు ఉత్తమాధికారులు మన చెంచుల ఆటలు, పాటలు, భాషలోని విశేషాలు, ఆచారాలు, విశ్వాసాలు, దేవరలు, వారిబట్టలు, రూపములు, పరిశ్రమలు వారి ఓషధీ విజ్ఞానము, వారి మంత్రతంత్రాలు, వారి ధనుర్విద్యా పాటవము, వారి గుడిసెలు, ఆహారము మున్నగు ననంత విషయాలను గూర్చి కొందరు యువకులు ప్రత్యేక కృషి చేయుట యుక్తము.

దొరల యిండ్ల పంచాల చిలుకలతోను, హంసలతోను, సన్నని పనితోను కూడినట్టి "సకినెల పట్టెమంచములు," వాటికి దోమ తెర లుండెను. వారి యిండ్లవద్ద 'నకీబులు' వేత్ర హస్తులు ప్రహరి (పహిరా) యిచ్చెడివారు. (నకీబు ఫార్సీ నకీబ్ పదమే. దానికి సర్దార్ అని యర్థము. అనగా భటుల సర్దారులు,) రాచవారు తమ గ్రామములకు వచ్చినప్పుడు వారిని పెండ్లి కొడుకుల వలె పగటి దివిటీలతో, వాద్యములతో ఎదుర్కొని తీసుకొని పోయెడివారు.

విజయనగర చక్రవర్తులు సామ్రాజ్యవ్యయము లన్నియు, సొంత వ్యయము అన్నియు పోగా ఏటేట ఒక కోటి మాడలు మిగిలించుకొంటూ వుండిరి. వారి మంత్రులు, సామంత మండలాధీశులు జీతమునకు మారుగా పొందిన జాగీర్ల నుండి ఒక్కొక్కరు ఏటేట ౧౫౦౦౦ నుండి ౧౧ లక్షల మాడల (అర్ధవరహా) ఆదాయం పొందుతుండిరి. అందు వారు మూడవ భాగము చక్రవర్తి కిచ్చి తక్కిన భాగముతో నియమిత సైన్యము నుంచుకొని, అజ్ఞాపించినపుడు దానితో యుద్ధసహాయార్థము వెళ్లవలసి యుండెను. కాని వారు నియమిత సైన్యమును నిలువ యుంచక గ్రామాలలోని జనులను కొందరిని అవసరమగునప్పుడు వచ్చుటకు కట్టడి చేసుకొని ఆదాయమును పెంచుకొని, ఇచ్చవచ్చినట్లు వ్యయము చేసి ఆనందించెడివారు. (1)

విజయనగర రాజధాని యావరణము ఇంచుమించు ౬౦ మైళ్లుండెను. చక్రవర్తి ప్రాసాదము మహాభవనముతో నిండినది. అందు పెద్ద పడసాలలు, మోసాల లుండెడివి. లోపల విశాలతగల బయళ్లుండెడివి. ఎక్కడ బట్టినా నీటి కాలను లుండెడివి. నగరములోని మండలాధీశ్వరులు, మంత్రులు కూడా అదే విధానముపై తమ భవనాలు కట్టుకొని యుండిరి. చక్రవర్తి ప్రాసాద సమీపముననే సామంత ప్రభుల భవనాలుండెడివి. అవి బారులు తీర్చిన వీధులుగా నేర్పాటై యుండెను. అవి చాలా యందమై అలంకృతమై శిల్పములతోను, చిత్తరువులతోను నిండినవై కన్నుల పండువై యుండెను. విరూపాక్ష స్వామ్యాలయము ముందు అతివిశాలమగు వీధియు చక్కని వరుసలో నుండిన మహాభవనములను చూచి యానందింప దగినవై యుండెను. నాగులాపురము(హోసపేట) లోని యిండ్లు ఒంటిమిద్దెలై, విశాలమైనవై, అందమైనవై యుండెను(2)

(1) V. S. C. P; 226.
(2) V. S. C. P. 226,

సామంతుల యొక్కయు, రాచవారి యొక్కయు ఉడుపులను బార్బోసా యిట్లు వర్ణించెను. "వారు నడుమున కాసె కట్టెదు వారు చాలా నిడుపుకాని చిన్నని సన్నని నూలు అంగీలు దొడిగిరి లేదా పట్టు అంగీలు తొడిగిరి. ఆ యంగీలు ముందు భాగమున విడుచుటకు కట్టుటకు ననుకూలముగా నుండెను. దానిని తొడల సందున దూర్చి కూర్చొనుచుండిరి, నెత్తులపై చిన్న రుమాలలుం డెను. కొందరు పట్టు జరీ టోపీల ధరించిరి. వారు చెప్పలుకాని ముచ్చెలుకాని తొడిగిరి. భుజాలపై పెద్ద పెద్ద దుప్పటంతటి సెల్లాలను వేసుకొనిరి. వారి స్త్రీలు చాలాసన్నని తెల్లని నూలు చీరలనుగాని, రంగురంగుల పట్టుచీరలను గాని అయిదుగజాల పొడవుకలవి కట్టుతూ వుండిరి. (ఇప్పటివలెనే కట్టు చుంగులు కొంగు వేసుకొనిరి.) పట్టుతో జలతారుతో కప్పిన ముచ్చెలను తొడిగిరి"(1)

"విజయనగర చక్రవర్తులు ఊరపిచ్చుకలు ఎలుకలు, పిల్లులు, బల్లులు కూడా తినిరి" అని నూనిజ్ అనే విదేశ యాత్రికుడు వ్రాసెను. నేటికిని పరమ నీచులును మన దేశ మందెందును పిల్లుల, బల్లుల తినుటలేదుకదా! ఇక ఆ చక్రవర్తులకు ఉత్తమమైన కోరినట్టి రుచ్యమైన మాంసము దొరకక యీ యసహ్య మాంసములను తిని రనవలెనా ? ఇది పచ్చి అబద్ధము. పాశ్చాత్యులు తెలిసీ తెలియనిపిచ్చివ్రాతలను కూడా వ్రాసి పెట్టిపోయినారు. అవి విన్నన్ని వేదమువలె గ్రాహ్యములు కానేరవు.

సామాన్య జను లెట్లు జీవించిరో కనుగొందము. సాధారణ జనులలో ముఖ్యులు రెడ్లు. కొండవీటి రెడ్డిరాజుకు విజయనగర చక్రవర్తి కన్యకనిచ్చి పెండ్లి చేసియుండియు నిరంతరము రెడ్డిరాజులకు విజయనగర చక్రవర్తులకు యుద్ధాలు జరిగెను. తుదకు రెడ్డిరాజ్యము పడిపోయెను. సామ్రాజ్యములోని రెడ్లు గ్రామాధికారులుగను, వ్యవసాయకులుగను, సైనికులుగను జీవనము గడిపిరి. శ్రీకృష్ణరాయలు వారిని తన ఆముక్తమాల్యదలో రెండు మూడు మారులు తడవెను. "విడువ ముడువ వేపరని పీసంబుగల రెడ్డి"ని పేర్కొ నెను. దుప్పటి కొంగులో బీదవారు కాసుపీసము ముడి వేసుకొని అత్యవ మైనప్పుడు కూడా విడువలేక విడిచి వాడుకొందురు. పేదవారికి పీసమే కోశము. రెడ్లు తమచేలవద్ద గుడిసెలు వేసికొని మంచెలు వేసికొని పిట్ట

(1) V. S. C. P; 227.

దొంగలనుండి చేలకు కావలి గాసెడివారు. వారి స్త్రీలు ముసుపట్టిన వర్షాకాలములో అంబలి పాత్రను బుట్టలో పెట్టి నెత్తిమీద పెట్టుకొని దానిపై జమ్ముగూడ వేసుకొని కావలిగానున్న తమపురుషుల కిచ్చెడివారు. జొన్న సజ్జ గోధుమ పిసికిళ్ళు' కావలి కాయువారికి సమృద్ధిగా నుండెను. వర్షాకాలములో రెడ్ల బ్రదుకు' నిటు రాయలవారు వర్ణించినారు.

"గురుగుం, జెంచలి, తుమ్మి, లేతగిరిసాకుం, తింత్రిణీపల్లవో
త్కరమున్, గూడ పొరంటినూనియులతో కట్టావికుట్టారుగో
గిరముల్ మెక్కి తమింబసుల్ పొలయు వో గ్రేవుల్ మెయిన్నాక, మే
కెరుపుం గుంపటి మంచ మెక్కిరి ప్రభుత్వైకాప్తి రెడ్లజ్జడిన్.[1]

శ్రావణమాసములో ఆకుగూరలు సమృద్ధి, అప్పుడు గురగు (గునగు అని వ్యవహారం). చెంచలి, తుమ్మి, లేతతగిరిసాకు (తగిరెంత అని వ్యవహారం). ఈ నాలుగు కూరలను తరిగి చింతచిగురు కలిపి బాగా నూనెపోసి పొడికూరగా చేసి కావలసిన ఉప్పు కారము మున్నగునవి చేర్చి కలగూర చేసి రన్నమాట. వారికి పశువుల సమృద్ధియు, గొర్లమందలి సమృద్ధియు, వరి మళ్లను, మంచాలపై పడకలును కలవని ఈ పద్యమందు సూచితములు.

సామాన్య రెడ్ల భోజనమును కృష్ణరాయలు వర్ణింపగా అతనికి ౧౦౦ ఏండ్ల తర్వాత నుండిన తంజావూరి రఘునాథ రాయలు రెడ్డి దొరల భోజనము నిట్లు వర్ణించెను.

"కప్పుర భోగివంటకము, కమ్మగనే, వడియున్, భుజించి, మేల్
దుప్పటు లట్లు మూరగల తోరపు బచ్చటముల్ చెలంగగా
గొప్పక దానిపైడి జిగి గుత్తపు టుంగరముల్ కరంబులన్
ద్రిప్పుచు రచ్చచేయుదురు రెడిదొరల్ తమి హెచ్చ నచ్చటన్."

—రఘునాథ రామాయణము.

రెడ్లు గ్రామాధికారులై యుండిరి. దొంగలను పట్టుట, శిక్షించుట, తగవులు తీర్పులు చెప్పుట, గ్రామరక్షణము సేయుట వారి విధులై యుండెను.[2]

1 ఆముక్త మాల్యద. ౪-౧౩౪.

2 ఆముక్త మాల్యద ౭-౧౯

ఈ సందర్భములో రడ్డి అని రాయలు ప్రయోగించినారు. రాష్ట్రకూట, రట్టకుడి, రట్టకి, రడ్డిఅని రూపాలు మారుతూ తుదకు క్రీ॥ శ॥ ౧౬౫౦ నుండి రెడ్డి పదమే స్థిరపడెను.

"ఎడ్డెతనపు కై సేతల రడ్డులు పురస్సరద్వార్యముగా"

అని యతిస్థానములో తెనాలి రామకృష్ణుడును, "రాజౌనా, రడ్డియౌనా" అని చేమకూర వేంకటపతియు వాడిరి. రడ్డీ పదప్రయోగము చేమకూరదే తుదిది. అటుతర్వాత రెడ్డిరూపమే నిలిచినది.

రెడ్లు వ్యవసాయమును ప్రధాన కులవిద్యగా చేసుకొనిరి. ''వారికి తెనుగు దేశములో మంచి పలుకుబడి యుండెను. పంట మైలారు రెడ్డి చాలా ప్రసిద్ధుడు, వారు దూర దూర ప్రాంతాలకు వలసపోయిరి. అందుచేతనే యిప్పటికిని వారు తిరుచునాపల్లి, కోయంబత్తూరు, సేలం జిల్లాలలో నున్నారు.'' (1)

"రామయభాస్కరుడు అను బ్రాహ్మణుడు శ్రీ కృష్ణదేవ రాయల పక్షమున కొండవీటికి వెళ్ళి గోపీనాథస్వామి దేవాలయమును పునర్నిర్మాణము చేసి కొండవీటి రెడ్డిరాజ వంశమువారిని అప్పటికి దేవుని దర్శింప నాహ్వానించి ఒకరొకరిని అంతరాళికము లోనికి తీసుకొనిపోయి తలలు గొట్టించెను. అటుతర్వాత రాయలు సులభముగా కొండవీటిని ఆక్రమించుకొనెను." (2) ఇదే విషయమును గూర్చిన ఇట్టి యైతిహ్యము కలదని కొంద రాంధ్రులుకూడ వ్రాసిరి.

అయితే యిందెంత సత్యమున్నదో నమ్ముటకు వీలులేదు.

ఆనాటి వ్యవసాయమును గూర్చి బార్బోసా యిట్లు వ్రాసెను. "జనులు కనరా దేశములో వరి యలుకుదురు. జడిగెములుకట్టి గొఱ్ఱుతో విత్తుదురు. బయలు మెట్టుపొలాలలో విత్తనాలు చల్లి పాయుదురు.'' నూరేండ్ల క్రిందట నుండిన సర్ థామస్ రో అను ఇంగ్లీషువాడు రాయల సీమలో చెరువులనుగూర్చి యిట్లు వ్రాసెను. "ఈ ప్రాంతాలలో క్రొత్త చెరువులు కట్టుటకు ప్రయత్నించుట వ్యర్థప్రయత్నము. అనువైన ప్రతిస్థలములో కూడ పూర్వము చెరువులు కట్టి

(1) Salatore, II. 37,
(2) Salatore, II; 133–4

నారు. కడపలోని ఒక తాలూకాలో ౩౫౭౪ చదరపుమైళ్ళ వైశాల్యములో ౪౧౯౪ చెరువులున్నవి" (1). విజయ నగరచక్రవర్తులు సమృద్ధిగా చెరువులు కట్టించి రైతుల నాకర్షించి దేశమును సుభిక్షముగా చేసిరి. రాయల రాజనీతియు నట్టిదే.

> ''దేశ సౌభాగ్య మర్థసిద్ధికిని మూల
> మిల యొకింతైన కుంట కాల్వలు రచించి
> నయము పేదకు, అరి, కోరునను నొ
> సంగి ప్రబలజేసిన అర్థధర్మములు పెరుగు'' 2

చిన్న భూప్రదేశములందు సహితము చెరువులు, కుంటలు, కాలువలు త్రవ్వించి రైతులకు తక్కువ పన్నులపై భూములిచ్చి తక్కువ కోరువారినుండి తీసుకొనిన వారు వృద్ధికి వత్తురు. ప్రభుత్వకోశము నిండును. రాజు ధర్మపరుడను కీర్తియు వచ్చును అని రాయలు వ్రాసెను. నూనిజ్ అను సమకాలికు డిట్లు వ్రాసెను. "నాగులాపురము (హోసపేట)లో రాయలు చాలా గొప్ప చెరువును కట్టించెను. ఆ చెరువు నీటితో వరిమళ్ళు చేసి తోటలు సమృద్ధిగా పెంచిరి. రైతుల నాకర్షించుటకై రాయలు ఆ చెరువు క్రింది భూములపై మొదటి తొమ్మిదేండ్లు పన్నును తీసుకొనలేదు. అటుపై వచ్చిన ౨౦ వేల మాడల పన్నుతో ఆతని మండలేశ్వరుడగు కొండమరాజు ఉదయగిరిలో అనంత సాగరమును కాలువాయి చెరువును కట్టించెను (3)

రాయలవారు స్వయముగా వ్యవసాయకుల కనుకూలములు కల్పించి నను పలువురు మండలాధికారులు పన్నులెక్కువగా లాగి, బాధించిరి. అందుచేత పలుమారులు పన్నులు తక్కువగానుండు ప్రాంతాలకు రైతులు వెళ్ళిపోయిరి. ఉత్తరఆర్కాటు జిల్లాలో ౩౩ పన్నులలో ౩౨ పన్నులను దేవస్థానమువారు తీసుకొనిరి. ఒక పన్నునే కేంద్ర ప్రభుత్వము తీసుకొనెను. దేవాదాయ బ్రహ్మదాయ భూములనుండి వసూలుచేయు పన్నులను రాయలు తీసివేసిరి చిదంబరములో పన్నులెక్కువని ప్రజలు మొరపెట్టుకొనగా అక్కడి మండలాధికారి వాటిని తగ్గించెను. మరొక తావున ప్రజలు గుంపులుగా వెళ్ళి రాయలతో మొరపెట్టుకొన వారు పన్నులను తగ్గించిరి. (4)

---

(1) V. S. C. P. 216.

(2) ఆముక్తమాల్యద. ౪-౨౩౬.

(3) (4) V. S. C. P. 217, 228.

"గట్టిగా పెంప దక్షత లేమి నూరూర
బందెల బడిపోయె పశుగణంబు" [1]

అనుటచే బందెదొడ్ల పద్ధతి దేశమంతటనూ నుండెను. రెడ్డివేష మెట్టిదో యిట్లొక కవి వర్ణించెను.

"బసపు చంగుల తలపాగ నెట్టెంబు
కసిబిసి మెసగు జాగాల వీడియము
మిన్నదేరెడు దొడ్డమెడ నూలు మిగుల
పన్నియగల మాధవళి పచ్చడంబు
దళసరియగు దేవదారు గంధంబు
వలకేల గనుపట్టు వంకుటుంగరము
దొల్లు బోగులును కాటుకపప్పు దేడు
పిల్లిగడ్డము, పడిబెట్టు మీసలును
నలవడ నాందోళికారూఢు డగుచు
అలనాటి పూర్విత్తుడగు పెద్దిరెడ్డి" [2]

(నెట్టముకాదు నెట్టెము=అనగా గుంపురుమాల. మాదళము, మాదావళము అన్న రూపాలు కలవు. అనగా కపిలవర్ణము కలది. వంకుటుంగరమన వంకి వంటి వంకర యుంగరమని యర్థమేమో! పెద్ది రెడి కాక పెద్దరెడ్డియేమో !)

ఈకవి కాపువానిని వేరుగా వర్ణించినాడు. రెడ్లుకూడ కాపులే. కాని ఇతర జాతులవారు పలువురు కాపులని చెప్పుకొనిరి. ఇక్కడ వ్యవసాయకుడగు నొక శూద్రజాతి వాడని యభిప్రాయ ముండును.

"అప్పు డామడిసేయు నాయూరికాపు
ముప్పిరిగొను పగ్గముల చుట్టతోడ
గుచ్చిన మునికోల గొంగడిముసుగు
మచ్చల మచ్చల మట్టికాశియును

1 మనుచరిత్ర ౧-౨౯
2 ద్విపద పరమయోగి విలాసము, పు ౪౭౭

బలువైన కేలి యంబటికుండ తనకు
నలవడ నలగొండ లన నొప్పుచున్న
మీఁదైన యెద్దుల మెడ కాడిమీద కోటేరువైచి
నెక్కొని రొప్పికొనుచు చనుదెంచె" [1]

(కాశీ కాక కాసె అయియుండును.) వరిమళ్ళలోని వరిపంటలు సమృద్ధిగా నుండెను. కొన్ని వడ్లపేర్లను రాయలిట్లు తెలిపినారు. "తీగమల్లెలు, ఖర్జూరాలు, పుష్పమంజరులు మామిడిగుత్తులు, కుసుమములు, సంపెఁగలు, పచ్చగన్నెరలు, పాళలు, రాజనములు" [2] ఇంతవరకు రెడ్ల, కాపుల, వ్యవసాయమును గురించి వ్రాసినాము. ఇక ఇతర జాతులవారిని గురించి తెలుసుకొందము.

కరణము వేషమెట్టిదనగా:—

"వనమించు తెలివలిపంపు పింజియలు పొసగ మట్టినయట్టిబోదకుల్లాలు
చింపికుప్పసములు చెవిదోరములను సంపుటంబులతోడ జంపాడు నొడలు
బిగువగా చెంపదోపిన బలపములు తక నలవడ వత్తరి
కరణికులు చనుదెంచిరి." [3]

(బోదకుల్లాలు=చిన్నటోపీలు. కుప్పసములు=కుబుసములు (అంగీలు.) సంపుటము అన ఒకవిధమైన బట్టపలక. పూర్వము బట్టపై లేక కాగిదాలపై నల్లని గార (Coating) పూసి యెండించెడివారు. ఆ యట్టలను రెండుమూడు కలిపి యుంచుకొని వాటిపై మెత్తని కోపు బలపముతో వ్రాసి తుడిచికొని మరల మరల వ్రాసెడివారు. బట్టకు రెండుప్రక్కల కాగిత మంటించి దానిపై ఆకు పసరు, బంక, బొగ్గు నసి పట్టించి పలకవలె చేసికొని దానిపై కోపు బలపాలతో వ్రాయుచుండిరి. కరణాలు అట్టి సంపుటాలను పట్టుకొని కోపు బలపాలను చేవులపై నుంచుకొనిపోయిరి. "ఆ కాలమందు నల్లని బట్టపై బలపముతో వ్రాస్తుండిరి," అని బి. సూర్యనారాయణగారు వ్రాసినారు. కరణాలు వ్యవసాయపు పన్నుల లెక్కలు వ్రాయువారు. ఆ కాలములో భూములు శాశ్వత పట్టాపై యియ్యకుండిరి! కొందరు కలసి కోరుకో పన్నుకో చేతనైనంత భూమిని తీసుకున్నట్లున్నది. మండలాధికారులు భూములను పొంది అందు తమ సేవకైన

1 పరమయోగి విలాసము. పు ౨౩౧.

2 ఆము ౧-౬౬.

3 పరమయోగి విలాసము ద్విపద. పు ౪౨౮.

వ్యయము తీసివేసి మిగిలినదానిలో కొంత కోరును ప్రభుత్వానికి చెల్లించు వారు

> "ఉమ్మడియును ! తాణె, యుత్తరు వమర మిమ్మెడియింప మాకియ్యేటి వరకు చెల్లిన ధనమెంత" 1

ఉమ్మడియన సేవ. రాజసేవకై యిచ్చిన ఇనాము. రాణయన భటుల సిబ్బందియుంచుట. ఉత్తరువు అనునదియు ఒక విధమగు హాళెపు సేవ. అమరము అనునదియు అట్టిదే.

అమరమును గూర్చి కృష్ణరాయ విజయందిట్లు నిర్వచింపబడినది.

> "భటులు వేయిటికెన్న ,ఇర్వదియు నాళ్లు
> వేలుగా, లక్ష యిర్వదివేల పజకు
> చెల్లు నల్వదిలక్షలు జీత మనఘ
> అమర మేలెడు దొరల కిక్రమమె సుమ్మి"

"ఉత్తరపు ఉమ్మళియు త్రోయంగ మరియు నందులకు నిందులకుపోయె పొమ్మని పాం బులిపివుచ్చుటయు గనలి భూపతి బోదుకలు కొంగుబట్టిపెంచి రాదిగిచి యీడ్చుటయు" 2 గుంపించి అనుటచే రాజులకు రావలసిన భూభాగము రాకున్న రాజసేవకులు వారి నవమానించెడివారు. (బోదుకలు పదమునకు మారుగా బోడికలు అని శ. ర. లో కలదు.) పన్నులు చెల్లించనివారిని,

> "పడతాళ్ళ చేద దీర్పరుల మన్నీల తడయక పిలిపించి తద్వార్త చెప్పి" 3

శిక్షానిర్ణయము చేసెడివారు. (పడతాలు శబ్దములు శ. ర. నిఘంటువులో లేదు. సందర్భమునుబట్టి భటుడనియర్థము.) శ్రీ రాళ్ళపల్లి అనంతశర్మగారు పడవాలు అను పదమును తెలిపినారు. అవుడు భటుడనుట సరిపోయినది మరియు 'గుదియగట్టి' వారిని ఈడ్చుకొని పోయెడివారు. బండలెత్తి, ఎండలో నిలబెట్టి చేతులకు కాళ్ళకు సంకెళ్ళు వేసి బాధపెట్టెడివారు.

---

1 పరమయోగివిలాసము ద్విపద పు ౪౫౮

2 పరమయోగి విలాసము-పు ౪౬౧.

3 .... పు ౪౫౭.

వైద్యుల వేష మెట్టిదనగా :—

"చంక మందుసంచి జగజంపు వలువ
పొంకమై నిజకర్ణముల నొప్పు దూది
కునివడ జుట్టిన కురుమాపు పాగ
అనువంద పంచలోహంపుటుంగరము
ఉరుతరంబైనట్టియూర్ధ్వపుండ్రంబు
కరమొప్పు వలకేలి కరకకాయలును
బెరయ పచ్చడముతో పెనుపడ సంది
నర గనుపట్టు బాహాట పుస్తకము
బనుపడలో గుణపాఠంబుచదివికొనుచు
మూలికలుదిక్కులు చూచికొనుచు
అన్నగరవ నుండు నత దేగుదెంచె' [1].

(జగజము—శ. ర. లో లేదు.) బాహాటము అన బయలు పడినది. వెంటనే, అరగనుపట్టు అనుటచే బాహాటమున కీయర్థము సరిపడదు, "బాహాటము" అను వైద్యగ్రంథము కలదు దాని కెక్కువ ప్రామాణ్య మానాటి వైద్యులలో కలదేమో ? బాహాటమని కవి యేల వాడెనో ?

(విజయనగరమున ఆయుర్వేద కళాశాల లుండెను. అందు అరబ్బులు ఈరానీ విద్యార్థులుకూడా వైద్యవిద్య నభ్యసించిరి. అరబ్బు యువకులు ఈ దేశమున ఆయుర్వేదము కొంతకాల మభ్యసించనిదీ తమ విద్య పూర్తి కాదని తలచిరని ఫ్లూజెల్ అను యూరోపువాడు వ్రాసెను. విజయనగరములో వైద్యకళాశాల లుండెననియు అందు అరబ్బు విద్యార్థులు చదువు తుండిరని సులేమాన్ అను అరబ్బు వ్యాపారి వ్రాసెను.

వైష్ణవ భాగవతుడు :—

"వదలుపింజల నిడు వాలుధోవతియు బోలగా జుట్టిల పొత్తిపొగయును దూలగట్టిన వెడతోపు పచ్చడము అంతే డాకేలి పంచాంగంబు ముష్టి చంకవ్రేలెడు తాళ చలిదిమూటయును" [2]
కలిగి ప్రయాణము సాగించెను.

---

[1] ప. యో. విలాసము. పు. ౪౩౦.

[2] ప. యో. విలాసము, పు, ౩౦౮.

మేదరివాని వేషమును కవి యిట్లు వర్ణించెను :—

"మలయంగ నెదదుంటి మైనోరగాగ
మొలత్రాటి జెక్కిన మోటకత్తియును
కొనసిగతో గూడి కురులొక యింత
గనుపట్ట జెరివిన గన్నెరాకమ్మ
గొనల వెల్వడు పుట్టగోచియు నెరులు
బెంగొన్న నసుదబ్బపీచు డాకేల
వెదవెదజివ్వాడు వెదురుసలాక
యెడమచేబొటవ్రేలి యినుపయుంగరము
.... అవ్వనభూమి కేతెంచె [1]

(గన్నెరాకమ్మ=గన్నేరాకువంటి అలుగులుకల అమ్మ) జివ్వాడు తప్పు, జవ్వాడు అనవలెను. మేదరవారు తెనుగువారు కారు, వారు అరవలుగా గనుపింతురు. రాయలకాలమునాడే వారిభాష వేరుగా నుండెను. అడవిలో ఒక బాలుని ఆక్రందనమును మేదవారు విని,

"అలించి మార్జాలమని సంశయించి పాక్కా పాక్కని తమభాష జెప్పుచును"[2]

అనుటచే వారిభాష వేరనుట స్పష్టము. తెలుగుదేశమందలి మేదరవారు తెనుగు భాషనే మాట్లాడుదురు. కాని బొంగు, ఈతబరిగెలతో బుట్టలల్లు ఎరుకలవారు మాత్రము చెడిన అరవమును మాట్లాడుదురు. పాక్కా అన పిల్లి అనునర్థమిచ్చు కన్నడ పదముకాని, తమిళ పదముకాని లేదని తెలిసినది. మరే భాషలో నున్నదో యేమో ? మేదర వారిని సంస్కృతములో వేణులావకులు, కటకారులు అనిరి. వారు వెదురుచాపలు, బుట్టలు, తడకలు, మంచములు, గుమ్ములు మున్నగునవిచేసి జీవింతురు. మనలో వీరు కాకతీయుల కాలానికి పూర్వమునుండియే జీవించినను వీరినిగురించి తెలుసుకొన్నవారు లేరు.

కాసెవారు (ఇండ్లు కట్టువారు) ఎట్టివారనగా :—

"కలయ నాచార్యుల కాసీల గపుడు పిలిపింప వారలు పెనుజన్నిదములు
చంకల శిల్పశాస్త్రపుస్తకములు వంకవో జుట్టిన వలుదపాగలును

1 ప. యో. విలాసము, పు ౩౦౮.
2 ప. యో. విలాసము, పు ౬౨.
3 ప. యో. విలాసము, పు ౬౬.

కొలదిరేఖలు వడి కోసినయట్టి యెలమించి వలకేలి యినుపకమ్మలను
చేరువ నిలిచిరి"[1]

వారిపను లెట్టివనగా :—

చప్పటి కుముదంబు చదరపానంబు కప్పుచూరులు, కంబకాళ్లు, పద్మకము
ఒగి మహాజగతియు, ఉపజగతియును మొదలయిన తమ పని...." [2]

ఈ పదములలో చదరపానము అన చదురమైన పానవట్టమనియు' కప్పుచూరు లన ఇంటికప్పు ముంగలి భాగము లనియు, పద్మక మన దేవాలయ గోపురముల అడుగు భాగములలో తీర్చెడి పద్మదళము లనియు అర్థము చేసి కొందురు. కప్పుచూరులు తప్ప తక్కిన పై పద్యములోని పదములన్నియు శ. ర. నిఘంటువులో లేవు. మహాజగతి, ఉపజగతి, పద్మక పదములు శబ్ద కల్పద్రుమమందును లేవు. వాస్తు శాస్త్రములం దివి లభించు నేమో ?

మాలదాసరి వేష మెట్టిదనగా :—

చమురు తగిలిన తోలు కుప్పసము, టెక్కి అనగ టోపియును, ఇత్త డితో చేయబడిన ఒక శంఖపు ఒక చక్రపు ఆకారముగల కుండలములు, జింక కొమ్ముల అలుగులు, తోలుతిత్తి మొగలియాకు గొడుగు, గుర్రపు వెంట్రుకతో నమర్చిన దండె [కిన్నెర] యు, చిటితాళములు, చంకబుట్ట, తులసిపేరులు నామాలు మున్నగు పరికరములు కలవాడై యుండెను [3]. అతడు వాయించు కిన్నెరను "చాండాలిక" అనిరి.

ఆ కాలమున వెట్టివా రుండిరి. ''వెట్టివాని కేల విమలవిచారంబు ?" "వెట్టివానికి కూలి వేడ దగదు'' అని యొక కవి అనెను[4]. ''ఇల దొమ్మరిది జాతిహీనత యెంచదు'' పూటకూళ్ళది పుణ్యమునకు జొరదు''[5] అని యున్నం దున దొమ్మరివారిని హీనులనుగా చూచిరి.

1 ప. యో. విలాసము. పు ౨౩౮,

2 ప. యో. విలాసము. పు. ౨౪౦.

3 ఆముక్తమాల్యద ౬-౬.

4 వెంకటేశ శతకము, తాళ్ళపాక పెదతిరుమలయ్య.

5 ....

భోగమువారి వేషా లిట్లుండెను :—

పలిపె చెంగావి పావట, వెలిపట్టుచీర కట్టి, జవ్వాది పూసుకొని, చంద్ర కాంతపు దువ్వెనతో నెత్తి దువ్వుకొని, జారుకొప్పు వెట్టి, అణిముత్యాలచేర్లు కంఠమున ధరించి, పచ్చని బొట్టొకరించి, గుమ్మడిగింజ (వంటి) నామము దీర్చి, తాటంకములుదాల్చి, మొదపుతీగెకు (హార ముఖభాగము) చెంత ముత్తెపుబలుకుపెట్టి, పుంజాలదండను, నేవళము (మణులహారము) వేసుకొని, బన్న సరములు దాల్చి, చేతులలో మురువులు కంకణములుదాల్చి, ముత్యాల చేకట్లు కట్టుకొని, సందిదండలు, నెలవంక తాయెతులు, ఉంగరాలు, మణులు యొడ్డాణము, బిల్లల మొలనూలు బంగారు సరపణి (గొలుసు), మణినూపురములు భోగము స్త్రీలు ధరించెడివారు [1].

భోగముసానుల వద్దనుండు దాసి వేష మిట్టిది :—

నల్లపూసలపేరు, బండి గురిగుంజ, తావడములు (హారములు), పవడంబు చేకట్లు, పిత్తడి కడెములు, పికిలిపూదండలు, నల్లముదుక గాజులు, లక్క తాయెతులు, తెల్లని తగరంపు ముక్కర, సీసపు ముద్దుటుంగరము, కాకి బేగడ బొట్టు, కంచుమట్టియలు, శంఖు ఉంగరము, ఇవి దాని యాభరణములు[2].

ఆ నాటి స్త్రీలు సాధారణముగా ఈ క్రింది భూషణముల ధరిస్తూ వుండిరి :—

"తలుకు బిల్లాండ్లు బబ్బిలి కాయలును మ
ట్టియలు వీరమద్దెలు సందియలును
మొలనూళ్ళు, నొడ్డాణములు, నేవళంబు
బుంజాలదండయు బన్నసరము మొగపు
దీగయు నాణి ముత్తెపు బేర్లు సందిదండలు
సూడిగములు గౌడసరములును
కడియాలు పెక్కుజోకల యంగరములు
ముంగరయు గోలాటంపు గమ్మజోడు

1 పరమయోగి విలాసము, ద్విపద. పు. ౨౬౩-౪.
2 .... పు. ౩౨౩.

చెవుల పూవులు బవిరలు చేరుచుక్క
కొప్పువలయును సవరించి రొప్పుమీర
భూషణములకు తానొక భూషణముయి
పడతి యపుడొప్పె కన్నులపండువగును" [1]

అప్పుడు ముక్కర సర్వసాధారణముగా నాభరణము [2]. నేటికిని రాయలసీమ, దాని పరిసర తెలంగాణా ప్రాంతములో శూద్ర స్త్రీలు ముక్కర పెట్టుకొంటున్నారు. వనితలు కొప్పులలో తిరుగుడు బిళ్ళలు, కంఠములలో ముత్యాలహారాలు, నడుములందు డాపులు, కాళ్ళలో పాంజీలు ధరించిరి [3]. భోగపుసానులు ఎర్రని పావడలను కట్టుకొనిరి [4].

తంబలజాతివారు దేవాలయ సత్రభోజనములకుగాను విస్తర్లను కుట్టుకొని తెచ్చియిచ్చువారై యుండిరి [5]. తంబలలు (తంబలి) వారు రాయల సీమలో శుభకార్యాలలో పూలు, తములపాకులు తెచ్చి యిచ్చువారు. మరియు పూర్వము శివాలయములందు పూజారులై యుండిరి. నేటికిని అట్టి యర్చకులు కొందరు మిగిలియున్నారు. మరికొన్ని తావులలో వారు దేవాలయములందును, శుభకార్యములందును డోలు వాయింతురు. వీటినిబట్టి వారికొక నియమిత వృత్తి కలదని చెప్పజాలము. తాంబూలి శబ్దభవమే తంబలి (తంబళ) అయియుండునో యేమో ?

అన్ని వర్ణముల పురుషులు నడుములలో ఎర్రని పట్టిని ౬, ౨ మూరల దానిని చుట్టుకొంటూ వుండిరి [6], దానిని కాసె, కాసె కట్టు, కాసెదట్టి, దట్టి అనిరి. అయితే ఎరుపే ప్రధానము కాదు. కొందరు నల్ల కాసెలు కట్టిరి. [7]

1 కళాపూర్ణోదయము ౨-౬౯.
2 ఆముక్తమాల్యద, ౪-౧౬౧.
3 మనుచరిత్ర ౬-౩౯.
4 .... ౬-౮౧
(5) Salatore, 11.
6. ఆముక్తమాల్యద, ౪-౧౮౨, ౧-౧౨.
7. ఆముక్తమాల్యద, ౨-౧౬.

ధనికులు, అధికారులు, కవులు, పండితులు, రెడ్లు మున్నగువారు పల్లకీలలో వెళ్ళుతూ వుండిరి. పల్లకీలను బోయీలు (బెస్తలు) మోసెడివారు. పల్నాటి యుద్ధములో పల్లకీ బోయీల ముచ్చట కలదు. అనగా క్రీ.శ. ౧౧౫౦ నుండి ఈనాటి మన కాలమువరకు గూడా బోయీలు తమ వృత్తిని వదలుకొన్నవారు కారు. కవి పండితసభలను రాజు కావించినప్పుడు వారు బయట వదలి వెళ్ళు పాదరక్షలను కాపాడుటకై సేవకులు నియుక్తులై యుండిరి.[1]

సాత్తని, సాత్తిన అని వైష్ణవార్చకులలో రెండు శాఖ లుండెను. సాత్తినవారు నెత్తి గుండుగా గొరగక జందెము వేసుకొన్నవారు. సాత్తనివారు నెత్తి బోడిగా గొరిగించి జందెములేక యుండువారు. (ఆముక్తమాల్యద, ౨-౯౭) సాత్తనివారి వేష మెట్టిదనగా :—

"పొంకపు పట్టెనామములు పొల్పగు మేల్ తిరుచూర్ణ రేఖలున్
చంకల తాళికాదళ విసారిత పేటికలన్ భుజంబులన్
సంకును చక్రముల్ గలుగు సాత్తనివారు..."[2]

వెలివాడలో మాదిగవారు చెప్పులు కుట్టి వాటిని తంగడాకుతో మెత్తచేసి యిచ్చెడివారు.

విజయనగరములో భోగపుసానుల సంఖ్య అపారముగా నుండెను. వారిపై గణాచారి గుత్తాపన్ను వసూలుచేసిరి. నగరముననుండు ౧౨౦౦౦ రక్షకభటుల జీతాలు భోగమువారి పన్నులతో సరిపోయెడిది. రాచవారు, ధనికులు, ఉంపుడుగత్తెల నుంచుకొనుటయు, ఆ ముచ్చటను ప్రకటించుకొనుటయు మగతనపు లక్షణముగా భావించిరి. మంచిమంచి మంత్రులు, పాళెగాండ్రు, రాజులు కవులచేత అట్టి రసికతను వర్ణింప జేసుకొనిరి. సింగమనాయడు తన భోగముదాని ముచ్చటను భోగినిదండకముగా రచింపచేసెను. సంపన్నులు తమ యుంపుడు కత్తెను భోగం వారిని ఉత్సవాలలో వెంట తీసుకొనిపోయి జనులు చూచునట్లుగా వారితో సరసాలాడెడివారు.[3]

---

1. ఆముక్తమాల్యద, ౪-౭.

2 కృష్ణరాయ చరిత్ర. ౨-౫.

3 ఆముక్తమాల్యద, ౪-౩౫,

దాసరులు "సందె గోపాలభిక్ష" చే జీవించిరి. సంధ్య వేళలో గోపాల కీర్తనలతో యిండ్లవద్ద బిచ్చ మెత్తుకొనుటను సందె గోపాలమనిరి. 1.

బ్రాహ్మణులు విద్వత్తుచేతను, వైదిక వృత్తిచేతను జీవించెడివారు. దేవాలయములందు అర్చకులుగాను, పురోహితులుగాను, జ్యోతిర్వేత్తలుగాను జీవించిరి. వారికి దేవాలయ సత్తములం దుచితముగా భోజనము లభించెడిది. ఈయాచారము నేటికిని తిరువాన్కూరు, కొచ్చిన్ సంస్థానాలలో కానవస్తున్నది. వారికానాడు ప్రతి శనివారము శిరస్స్నానానికై నూనె పిండి కూడ యిచ్చెడివారు. వ్రతాలకు కొదువ లేకుండెను. నానావిధ దానాలను, అందు ముఖ్యముగా షోడశ దానాలను, వారికిచ్చు విషయములో హేమాద్రి యొక గొప్ప గ్రంథమునే వ్రాసి యుంచెను. అది ప్రమాణ గ్రంథ మయ్యెననియు, రెడ్డిరాజులు హేమాద్రి ప్రోక్తదానాల నన్నింటిని చేసిరనియు తెలిపినాము. గ్రహణ సంక్రమణ కాలాలలోను, రాజులకు గ్రహశాంతి యవసరమైనప్పుడు బ్రాహ్మణులకు దానాలు చేసిరి. "అబద్ధంబులాడి చిల్లర ప్రభువులన్ భ్రమియించుచుండి, దీక్షితులం జూచి యియక వాడమి ద్రవ్యాభిలాషినై మధురకుం బోయి యప్పురంబున"

"బహివడ్డ ద్విజున కల్పపు పాచితం బిడి
పసిడి క్రైతా వాసిబంతి గుడిచి
కలిబ వణిక్పురోధులతోడ బుణ్యాహముల
బియ్యములకునై మొత్తులాడి
శశి రవిగ్రహ జపస్నానాదికము లెల్ల
దొరల వాకిండ్లకే దొద్దయిచ్చి
పచ్చిగ్రిత్తో లబ్రెదుచ్చాల మెట్లంది
కొనదాన యూరెల్ల గుత్తవట్టి
దర్పపోటుల దిని లేనితరుల మైత్రివంటి
పితృ శేషము భుజించి యదియు నెడల
అక్కవాడల నరకూళ్ళ మెక్కమీద
వీరశేఖర మొకత లార్త్విజ్యము కొని 2

ఆనాటి పురోహితులు జీవించిరి.

---

1 ఆము. ౪-౩౫.

2 ఆముక్తమాల్యద ౩, ౪, ౫.

అయితే, యిట్లందరను చేసిరని కాదు. కొందరైనను చేసిరని యర్థము. విద్వాంసులు వివిధ విద్యలను నేర్చిరి. అందు ముఖ్యమైనవి షడంగములు నాల్గు వేదాలు, మీమాంస, న్యాయము, పురాణము, ధర్మశాస్త్రము అను ౧౪ శాస్త్రాలు. తర్కశాస్త్రము ఖండకారికా పుస్తకములు అనగా స్మార్తకర్మ ప్రయోగాలు కల శాస్త్రాలు, యజ్ఞ యాగాదుల మంత్రాలు, విశేషముగా బ్రాహ్మణ విద్యలై యుండెను [1]. బ్రాహ్మణులు సేద్యము చేయరాదండిరి. చేసినను చాలా అరుదు. వారు అప్పులపాలైనప్పుడు తమ మాన్యాలను కుదువ యుంచుతూ వుండిరి [2].

రాజుల కొలువులో కవి పండిత సభలు జరిగేవి. లేదా విద్యా పీఠముల వద్ద జరిగెడివి. మధుర దక్షిణదేశమందు ప్రసిద్ధమగు విద్యాపీఠమై యుండెను. కంచి, కాశి, కాశ్మీరము, తక్షశిల, నలందా, నవద్వీపము, అమరావతి వంటి స్థలాలలో విద్యాపీఠములు మరీ పూర్వకాలమందుండెను. విద్యార్థులు చదువు పూర్తిచేసుకొని స్నాతకులై గురువవద్ద సెలవుపొంది ఒక విద్యాపీఠమునకు వెళ్ళి అచట పండిత పరీక్షలో నెగ్గి జయపత్రమును (డిగ్రీ) పొంది పోయెడివారు. రాజసభలలో విద్యాధికారు లుండెడివారు. అచ్చట కవులుకాని, పండితులుకాని, వాదములు చేసెడివారు. అందు గెలిచినవారికి బహుమతులిచ్చెడివారు. ఓడిపోయిన పక్షమువారు తబ్బిబ్బై బయటకు వచ్చి తమ పాదరక్షలు మరచిపోయి తిరిగివచ్చి తీసుకొని తమ యెదుటనే ఉండు అందలాలు కానక ముందుకు పోయి వెదుకులాడి భ్రమనొంది రాజుపై నిందపెట్టి నానావస్థలు పడెడువారు [3]. కవి పండితుల సభ రాజుయొక్క భవన "చతుశ్శాలిక"లో జరిగెడిది. (4) వాదములందు గెలిచిన వారిని, మహాకవులను రాజులు పూజించిరి. వారికి టంకాలిచ్చిరి.

"వాద మొనరించి గెలిచి, తత్వంబు దెలుపు
వాని కని బీరపువ్వులబోని టంక
సాల వాటులు నించి యాస్థాని గట్ట
కాలసర్పముగతి బ్రేలు జాలె జూచి" [5]

---

1 ఆముక్తమాల్యద ౨-౩.
2 మనుచరిత్ర ౩-౧౨౯
3 ఆముక్తమాల్యద, ౪-౨.
4 ... . ౪ ౪.
5 ఆముక్తమాల్యద. ౨-౫౮

నాణెములలో ప్రత్యేక కృషి చేసినవారు విజయనగర కాలములో టంకా లుండినట్లు వ్రాయలేదు. అవి బంగారువి. కొత్తటంకాలైతే బీరపూలవలె మెర సెడివి. శ్రీనాథుని కిదే విజయనగ రాస్థానమందే టంకా స్నానము చేయించిరి. అట్టిచో నాణ్య నిపుణులు దానిని పేర్కొనకుండుట యేలనో తెలియరాదు.

కవులు కూర్చొను స్థలమును శంఖపీఠి యనిరి. ఇది తమిళ దేశాచారము.

"ఈ కవితాభిమానము వహించితి నేటికి శంఖపీఠిపై
నీ కవు లున్న యట్లు వసియింపక దేవునితోడ నేల చా
ర్వాక మొనర్చితిన్[1]

ఇచ్చట శంఖపీఠి యన నేమో? శ. ర లోను, శబ్దకల్పద్రుమములోను లేదు. మధురాది తమిళ ప్రాంతాలలో పూర్వము సంగము (సంఘము) అను కవుల పీఠము లుండెను. దానినే మన కవి శంఖము చేసెను."—రాళ్ళపల్లి.

అగ్రకవియగు అల్లసాని పెద్దనకు రాయలు స్వయముగా గండపెండే రము తొడిగించుటయు, అతని పల్లకిని స్వయముగా మోయుటయు, ఆతడెదు రైనచో మత్తకరీంద్రము నాపి యేనుగుపై నెక్కించుకొనుటయు, ఐతిహ్య ప్రసి ద్ధములు. రామరాజ భూషణుడు, భైరవికవితాత, రాజుల గద్దెలపై రాజుల ప్రక్కన కూర్చునిరనియు వ్రాసినారు. బ్రాహ్మణులలో పలువురు మంత్రులు, దండనాయకులు, మండలాధికారులై యుండిరి. ఈ విధముగా బ్రాహ్మణులకు సర్వత్ర అపూర్వ మర్యాదలు జరిగెను.

శ్రీకృష్ణదేవరాయలు స్వయముగా ఎట్టి వస్త్రభూషణములు ధరించెనో సమకాలికు లిట్లు వర్ణించిరి.

"రాజు రెండుజేనల పొడవుగల జరీటోపిని ధరించెడివాడు యుద్ధానికి వెళ్ళినపుడు నూలురుమాలను కట్టి దానిపై నానారత్న భూషణములను పెట్టు కొంటూ వుండెను. జరీపనిగల తెల్లని వస్త్రములు కట్టెను. చాలా విలువగల రత్నాలహారములను కంఠసీమ ధరించెను. తలపై జరీపట్టుటోపీ ధరించెను. రాజభవనముల కావలిగాయు పరిచారికలు కూడ టోపీలు ధరించిరి."

న్యూనిజ్ ఇట్లు వ్రాసెను.

1 శ్రీ కాళహస్తీశ్వర మాహాత్మ్యము. ౩-౧౨౪

"రాజు ఒక తడవ ధరించిన యుడుపుల మరల ధరింపడు. చాలాసన్నని జరీ పట్టుబట్టలనే అతడు ధరించును. వారి టోపీని కులాయి యందురు." రాయల విగ్రహమున్ను, అతని యిరువురు భార్యల విగ్రహాలున్ను తిరుపతిలో కలవు. రాయల విగ్రహమునకు తలపై తుర్కీ కుచ్చుటోపీ కలదు. అళియరామ రాజును, అతని సైనికులను యద్ధమునకు వెళ్ళినప్పుడు వ్రాసిన చిత్తరువులలో మూరెడు పొడవుగల టోపీలు వారు ధరించినట్లు చిత్రించినారు. ఈ టోపీల యాచారము కర్ణాటకులలో నుండెనేమో? తురకలలో ఆనాడీవేషము లేకుండెను. వారి చిత్తరువులలో సిట్టివి కానరావు. తెనగుసీమలోను నిట్టివి లేకుండెను. శ్రీనాథుడు ప్రౌఢ దేవరాయల అస్థానానికి పోయినప్పుడు కర్ణాట దర్బారు వేషము వేసికోవలసి వచ్చెను. కుళ్ళాయి పెట్టుకొని మోకాళ్ళ క్రిందికి జారిన మహా కూర్పాసమను అంగీని తొడిగి పెద్దసెల్లా వేసుకొనెను. అయితే కులాహ్ అను శబ్దము ఫార్సీలో టోపీ యను నర్థమగుటచే ముసల్మానుల నుండియే విజయ నగర రాజులు వారి అనుయాయు లీ యాచారమును స్వీకరించిరేమో? అనాటి కర్ణాటాచారమును నేటికిని కొందరు వైష్ణవ భిక్షుక భక్తులు అక్షయపాత్రతో బయలుదేరి పొడవు టోపీలను ధరించి రామదాసు కీర్తనలను పాడుచుందురు.

జనుల వేష భూషణములను గురించి అబ్దుర్రజా కిట్లు వ్రాసెను. 'ఈ దేశమందు ధనికులును—చెవులపోగులను, కంఠహారాలను, దండకడెములను, ఉంగరాలను ధరింతురు' (1) నికోలోడీ కాంటి అను యూరోపు వాసి యిట్లు వ్రాసెను. 'జనలు గడ్డాలు పెంచరు. కాని జుట్టుపెంచి కొప్పు ముడి వేయుదురు. యూరోపువాసులవలె జనులు ఎత్తై ఆయురారోగ్యాలు కలిగి యున్నారు. పట్టె జముఖానాలపై జరీ అంచు ఛాదర్లను పరుచుకొని పండు కొందురు. కొందరు స్త్రీలు సన్నని అట్టలుకల మోజాలను జరీపనులతో అలంక రించి తొడిగి కొందురు.'

బార్బోసా అను మరొక పాశ్చాత్యు డిట్లు వ్రాసెను. 'పురుషులు చిన్ని రుమాళ్ళను కట్టుదురు. లేదా పట్టుటోపీలను పెట్టుకొందురు. కిర్రు చెప్పులను తొడుగుకొందురు. శరీరమునకు రుద్దుకొనుటకై వాడుకొను నలుగు పిండిలో గంధముపొడి, కుంకుమపువ్వు, కర్పూరము, కస్తూరి, కలబంద కలిపి నూరి పన్నీటితో మర్దనచేసి రుద్దుకొందురు. (2) విజయనగర వాసులు తురకలవలె

1, 2. Salators, II.

చల్లడములను తొడుగు కొందురు. చల్లడమును 'చండాతకము' అనిరి ([1])జనుల టోపీలు రెండు విధములైనవి. ఒకటి రెండు జానల పొడవైనదని తెలిపినాము. రెండవది బొందెలు కల బట్ట కుల్లాయి. అది నెత్తికి నిండుగాను, చెవులు చెంపలు మూయునదిగానుండి గొంతుక్రింద బొందెలతో కట్టబడుతూ వుండెను. అది 'గౌదకట్టుకసి చేరుల టెక్కి'[2] అనగా చెంపలు మూతబడునట్లుగా కొరడా కొనవలె నుండు బొందెలతో గడ్డముక్రింద ముడివేయు కుళ్ళాయి యనియర్థము.

దొరలు తమ అధికారుల పనుల మెచ్చుకొన్నప్పుడు వారికి కొత్త వస్త్రములు, అంగీలు, టోపీ పసదనముగా నిచ్చేడివారు; 'మేలు కుళ్ళాయి గబ్బాయి కొమ్మంచు నొసగి'[3] అని వర్ణించిరి. గబ్బాయి అనవలెనో, కబ్బాయి అనవలెనో తెలియదు. కొందరు కవులు అంగీ అను నర్థములో 'కబాయి' అని వాడినందున ఇచ్చట కబ్బాయి యనవలెను. కుల్లాయివలె ఇదియు విదేశిపదమో యేమో? ఈ పదమును ఆ కాలపు పింగళి సూరన వాడెను. అంతకు పూర్వకవితలలో ఇది కానరాదు

జనుల వాహనములు చక్రపుబండ్లు, ఎద్దులు, గుర్రాలు, అందలములు, పల్లకీలు అయియుండెను. "పల్లకీలు, నందలములు, వారువంబులును, దంతులు నాదిగ గల్గు వాహనంబులు"[4] అనుటలో పల్లకీలు, అందలములు అని రెండును కలిపి చెప్పినందున వాటిలో భేద మున్నదనుట స్పష్టము. అందలము అనగా ఇప్పుడు పీఠాధిపతులను ఉత్సవ విగ్రహాలను తీసికొనిపోవునట్టి దాపులేని వాహనములు. పల్లకి యనగా ప్రక్కలందును పైభాగమందును మూతల కప్పును గల 'మ్యానా'. ధనికులు ఉయ్యేలమంచాలు, దోమ తెరలమంచాలు, చక్కని శిల్పములతో కూడినవాటిని వాడిరి.

'బంగారు గొలుసులు పవడంపు దరిమెన
కోళ్ళుచు వింతబాగుల బొగడలు
రత్నంపు చిలుకలు రాయంచ ప్రతిమలు
పసిడి పువ్వుల వ్రాతపనుల సొబగు

1. ఆముక్తమాల్యద, ౪-౩౫.
2. ... ... ౭-౧౫.
3. ప. యో. విలాసము, పు పు ౪౦-౨.
4 కళాపూర్ణోదయము ౨-౭.

వివిధంబులగు చిత్రవిరచనలును దనసి
  లీ మాలుపట్టె యల్లిక బెడంగు
పలు తెరంగుల పట్టుతలగడ బిల్లలు
  మవ్వంపు కుంకుమపువ్వు పరపు
గలిగి మెరుగులు దిక్కుల గడలుకొనగ
  మించు ఒద్దపు టుయ్యెల మంచమునను
బొలుపు మీరుచు దన యంతిపురము
  సతులయాదిగంబులు గైకొంచు నున్నవారి' [1]

కొందరు పావలు (సమ్మాళిగలు) తొడిగిరి. జనులకు నిలువుటద్దాల్లు, చేతి అద్దాలుండెను, ఆచారపరులవి మట్టివని కంచుటద్దాలను వాడిరి. కంచును బాగా తోమి దానిలో చూచుకొనిరి.[2] జనులు ధనము జాలెను (వల్లువము, వల్లము) నడుమున కట్టుకొనిరి [3]

బీదజనుల యిండ్లు పూరికప్పులవై యుండెను. మట్టిమిద్దెల యిండ్లును వారికుండినట్లు ఆముక్తమాల్యదలో సూచితము. ''మట్టిమిద్దెల వారికి నిదురు చెడియె'' (ఆము. ४-౧౨౩) భోగమువారి యిండ్లే జనుల యిండ్లపైకి వైభవోపేతముగా నుండెనని విదేశి యాత్రికులు వ్రాసిరి. వారు చాలా ధనవంతులనియు, వారి యిండ్లు ఉత్తమముగా నుండెననియు పీస్ వ్రాసెను.

జనుల ఆచార వ్యవహారములు

మల్లయుద్ధాలు, కుస్తీలు జనులకు ప్రీతి. ''మల్లయుద్ధాదికం దృష్ట్వా[4] అని యొకడు వ్రాసెను. జనులు సాధారణముగా కంచు పాత్రలలో (కంచాలలో) తినిరి.[5]

మరులు తీగెను తొక్కితే బాట తప్పుదురని ప్రజలు విశ్వసించిరి.

---

1 .... ౨-౧౫.

2 ఆముక్త మాల్యద. ४-౧౮౯.

3 ప. యో. విలాసము. పు ౩౦౩, ధర జాలెతో దూడ ధన మిచ్చివల్లె'

4 ఆకాశ భైరవకల్పం

5 ఆముక్త మాల్యద. ४-౧౨౮.

"మరులు దీగ మెట్టి యిరులన్న నోయనియెడు తమిస్రగాడు పడి పొలము
తెల్లదిరిగి తూర్పు తెల్లనౌ తరినొక్క శూన్య గహనవాటిజొచ్చి చనుచు" 1

మరులు తీగెను వర్లుమాతంగి యని యందురు. అదొక అలము. సన్న ఆకు లుండును, దానిపండు గురిగింజంత ఎర్రగానుండును. దానిలో రెండు విత్తులు దోసవిత్తులవలె నుండును. ఆ రెండు విత్తులు ఒకే దిక్కునకుండును. ఒకదాని కొకటి ఎదురుగా వేరు వేరు దిక్కుల మొగమైయుండును. ప్రియులను కూర్చుటకును తాంత్రికులు దీనిని వాడుదురు. దీన్ని గురించి ఆయుర్వేద వైద్యు లెరుగుదురు. భర్తలు భార్యలపై ప్రేమ లేనివారైన వారిని వశీకరించుకొనుట యంత్ర మంత్ర తంత్రాలను సేవించి వశీకరణ మూలికలనుగొని భర్తలకు భోజనమందు కలిపి తినిపించి పలుమారు వారిని తెలియక చంపుకొనెడి స్త్రీలు కొంద రానాటినుండి యీనాటివర కుండిరి. సంస్కృతాంధ్ర భారతములందు పాండవుల యరణ్యవాస కాలమందు ద్రౌపది భర్తృ వశీకృతి కాశ్చర్యపడి సత్యభామ యామెను వశీకరణపు మణి మంత్రౌషధము లేవియో తెలుపుమని యడిగి నట్లు వర్ణించినాడు దీన్నిబట్టి స్త్రీల వశీకరణ ప్రయోగము లతి ప్రాచీన భారతీయ యోగములే యనవలెను. వాత్స్యాయనుని మొదలుకొని తర్వాతి కామశాస్త్ర ప్రవర్తకులందరును వశీకరణ యోగాలను గురించి వ్రాయనే వ్రాసిరి కాని ఇవెందును పనిచేసినట్లు నిదర్శనములే లేవు. ఉన్న నిదర్శనాలవలన భర్తలు వశీకృతులగుటకు మారుగా భస్మీకృతులైరనియే తెలియవచ్చినది. రుక్మాంగదలో నిట్లున్నది :-

'పతి నను నొల్ల దవ్విభుని బాయుట కోర్వగ జాల నక్కటా
గతియిక నాకు నెద్ది గజగామిని యానతి యిమ్మటంచు దు
ర్మతమున సిద్ధురాలికి క్రమంబున జెప్పిన చెట్టుమందు నీ
పతికిది పాలతో నిడుము భర్తవశుండగు నంచు బల్కగన్'

'వలపు మందిట్టిడ మొక్కలమున పతి సమసె.........(౩-౨౩౯)

బ్రాహ్మణులు శిరస్స్నానము చేయునప్పుడు ఇప్పపిండిని రుద్దుకొనిరి.[2]

1 .... ౬-౧౨.

2 ఆముక్తమాల్యద, ౧-౮౩,

రెడ్డిరాజ్యకాలములోని దొంగలక్షణాలను చూచినాము. విజయనగర రాజ్యకాల కవులును ఇంచుమించవే లక్షణాలను వర్ణించినారు. తాళ్ళపాక చిన్నన్న యిట్లు వ్రాసెను.

> 'చేసమ్ము, ఎకవారు చెప్పులు, రాగి చాయలు దేరు నచ్చపు నీలిదట్టి మొలవంకియను .... ఇనుము, కన్నపుగత్తి, ఉడ దట్టిలోన పొసగిన దివ్వార్పు బుర్వ్యులకోవి తలముళ్ళు, చొక్క, నిద్రపుదద్దగోరు బలపంబు. బదసికల్, బంతి కత్తెరయు, [1]

మున్నగు సాధనములతో దొంగలు దొంగతనాలు చేసిరి. పూర్వప్రకరణమున త్రాడు, వంకికొంకియు దొంగల పరికరాలలో చేరినట్లును వంక ఇనుప కొంకి త్రాట గట్టి గవాక్షములద్వారా వస్తువుల చేదుకొనుటకై యుండునని వ్రాసియుంటిని. అదే యుపయోగమును చిన్నన్న యిట్లు తెలిపినాడు. ఒకదొంగ యింటిలోనికి దిగి,

> 'గురు హేమబింబంబు గొలుసునం గట్టి కదలింప నా సన్న గని మీది వారలది యందుకొని యంత నతని గ్రమ్మరను అల గొలుసున తొంటి యట్ల నెన్నడుము బలసి చేరుకొనంగ. ..' [2]

దొంగల దోపిడివిధానమును (టెక్నిక్) రాయలు విపులముగ సమగ్రముగా వ్రాసినారు ఒక బ్రాహ్మణుడు తనభార్య యూరికి శిష్యునితోను క్రొత్త కోకలు రూకలసంచితోను పయనమయ్యెను. ప్రయాణముచేయువారొక్కరొక్కరుగా పోకుండిరి. కాన యితరబాటసార్ల పయనము చూచుకొని అతడు పయనమయ్యెను. ఒక దొంగ యతని వెంట తానును ఒక బాటసారివలె సిద్ధమయ్యెను. రాత్రి పధికులు ప్రయాణము చేయక మజిలీలలోని సత్రాలలో దిగెడివారు. తెల్లవారకముందు వారు లేచి ఉత్తరదిక్కు ప్రయాణమైరి. వారిలో పధికుడుగా చేరిన దొంగ ముందే తనవారి కీసంగతి తెలిపి వారిని దారికాచుటకు పంపెను. సాతు (బాటసారులగుంపు) ప్రయాణము చేయుచుండగా దొంగ తనకు బాగా తెలిసినట్లుగా బాట చూపువాడై వారి నొక యడవిలోనికి తప్పించి ఒక సెలయేరు రాగానే ఈల వేసెను ఈల దొంగల సంకేతము. వాగులు, వంకలు, కనుమలు,

---

1 ప. యో. విలాసము. పు ౪౮౩

2 ప యో. విలాసము, పు ౫౨౬

దొంగలకు దోచుకొను అనుకూలస్థానాలు. ఈల వేయగానే దాపునుండి ఒక బాణము సంచకరముగా సాతుపై బడెను. వెను వెంటనే రివ్వురివ్వున రాళ్ళ వాన గురిసెను. బాటసారులాగి హల్లకల్లోలము చెందిరి. తర్వాత దొంగలు కనబడి సాతును చుట్టివేసి కొట్టి గాయపరచి దోచుకొనిరి. బాటసారులలో కొందరు పారిరి. కొందరు మూటల చెట్లచాటున పారవేసిరి. కొందరు కొట్టవద్దు, మా స్త్రీల వంటవద్దు, కావలసిన దిదిగో అని యిచ్చిరి కొంద రమ్ముల నెక్కు పెట్టిరి అట్టివారి పోలికి పోలేదు ఏమి లేనివారిని పరీక్షించి వదలిరి. పొదలలో దాగినవారిని ఈటెలతో పొడిచి, వారి బట్టలను గూడా లాగికొని, పాత గుడ్డలను గోచులకై ప్రసాదించిరి. బాటసారుల చెప్పుల అట్టలను గన్నెరాకువంటి బాకాలతో చీల్చి అందేమైనా దాచిరేమో చూచిరి. ప్రయాణికులును దొంగలకు దొంగలు, చెప్పులలో, జుట్లలో, టోపీలలో, వస్తువులదాచి తీసుకొని పోవు చుండిరి. బ్రాహ్మణుడు తనశిష్యుని వానిగతికి వదలి తన వరాలసంచి యొక్కయు, తన పొట్టయొక్కయు బరువుతో ఉరుకలేక ఉరికెను. బాటసారుల వెంట వచ్చిన దొంగబాటసారి వానిని వెన్నంటి కొంకులపై సురియతో నరికెను. మొలత్రాట గట్టిన వరాలసంచిని ధోవతిలాగి త్రెంచుకొనెను. గొదకట్టుటోపీని విప్పి పరీక్షించెను. వాడు పొరుగూరు మాలదొంగకాన బ్రాహ్మణుడు గుర్తుపట్టి, తెలివి తక్కువతో, ఒరే యెటు తప్పించుకొందువో చూతాములే, అనిఅన్నాడు. గుర్తుపట్టినవాన్ని చంపవలసి వాడు చావగొట్టెను. అంతలో మరొకబిడారు (బాటసారులగుంపు) ఆ దారిసిలాగా వాడడ్డాదిడ్డి పోట్లుపొడిచి తనవారిని కలుసుకొని పారిపోయెను. ఆ బిడారులో బ్రాహ్మణుని బావ యుండెను. కాన తనను కావడిలో పట్టించుకొని పోయెను. కాని బాటలోనే బ్రాహ్మణుడు గుటుక్కుమనెను,[1]

దొంగల పట్టుటలో భటులు, వారి అధికార్లులు, గ్రామాధికార్లులు "ఘల్లు ఘల్లున గిలుకలతోడి గుదియలు" చేతబట్టిన తలారులు బాగా శ్రద్ధ వహించెడి వారు. దొంగలతమ సొమ్ములను అమ్ముటను గమనించి దొంగల పట్టుచుండిరి, దొంగసొమ్ములు భోగమువారి యిండ్లకు, కమసాలులకు చేరునని మొదలు వారి నొకకంట చూచెడివారు. దొంగలు దొరికిన వారిని బాధలు పెట్టి పట్టుకారులతో హింసించి దాచినతావులను తెలుసుకొని దోచిన సొమ్ములు తెప్పించెడివారు.

---

1 ఆము. అ ౭. పద్యములు ౭ నుండి ౨౧ వరకు.

తర్వాత గ్రామపెద్దల రచ్చకట్ట పంచాయతిలో వారిని విచారించి పెద్దలిచ్చిన శిక్షను అపరాధులపై విధిస్తూవుండిరి. అపరాధులను నిర్బంధములోనుంచి వారిచే భవనాలకు, కోటల నిర్మాణాలకు సున్నము రాళ్ళు మోయించెడువారు. [1]

దొంగలు తప్పు నొప్పుకొననిచో,

'ఇరుసు కట్టున వేడి యెండలో మిగుల జడియ వీపులమీద చాపరాలెత్తి
పొగడదండలువైచి పోసీక యెదుట బెగడ దిట్టుచు నడ్డపెట్టి....' (2)

బాధించెడువారు. ఇరుసుకట్టున అన ఇంటిముందట యని యర్థమను కొందును. పొగడదండ అనుపదమునకు శ. ర. లో అర్థములేదు. తప్పు చేసిన వారికి పొగడపూలదండ వేసి పూజించి ప్రార్థించి తప్పు నొప్పించు కొనరుకదా! శ్రీనాథునికిని చేతికి కట్టికోడెము వేసి వెదురు గూటముతో బిగించి గుండు నెత్తించి వీపున బండలు వెట్టిరి. ఆ శిక్షలలో పొగడదండము కూడా వేసి శిక్షించిరి.

'కవిరాజుకంఠంబు కౌగిలించెను కదా పురవీధి నెదురెండపొగడదండ'

అని యతడు దుఃఖించెనుగదా! ఇచ్చటకూడ వేడియెండలో నిలబెట్టి బండలెత్తి పొగడదండలు వేసిరన్నారు ఒక్క పొగడదండకాదు, పొగడదండలు అని అన్నారు. అవేటివి? అవి పొగడపూలవలె నుండు యినుపసంకెళ్ళో లేక త్రాళ్ళో అయియుండును. నేటికిని అప్పులు చెల్లించనివారిని మెడకు త్రాడో శెల్లానో చుట్టి లాగుకొనిపోవుదురు. మెడపట్టి లాగించుమనుటయు కలదు. రుద్రకవికృత నిరంకుశోపాఖ్యానమందు నిరంకుశుడు గుడిలో శివవిగ్రహముతో తనదియు విగ్రహముదియగు జూదమాడి, తానే గెలిచి శివుని తన పందెము చెల్లించుమనెను. విగ్రహము పలుకలేదు. పలుకకుండిన విడతునా? అని అతడిట్లనెను.

"తగునె పన్నిద మీక యీగతి దప్పు మౌనము దాల్పగా
తగవు నీకును నాకు బెద్దల దండ బెట్టెద జడినై

1. ఆము. ౪-౧౮౩.
2. పరమయోగి విలాసము ద్విపద పు. ౩-౩౪.

గగనకేశ ! యటంచు జందురు కావిసేలు గళంబునన్
పొగడదండ యొనర్చెనా విట భూసురాగ్రణి దిట్టయై"

నిరంకుశోపాఖ్యానము, ఆ. ౩ ప. ౨౬.

దీనినిబట్టి పొగడదండ లక్షణము కొద్దిగా వెల్లడి యవుతున్నది. మెడలో త్రాడో, గొలుసో, దుప్పటో, సెల్లయో పెనవేసి ఇయ్యవలసిన పైక మిచ్చు వరకు కదలరాదుసుమా ! అని ఆజ్ఞ పెట్టుటకు పొగడ దండ వేయుట అని చెప్పవచ్చును. సెల్లను నిరంకుశుడు శివమూర్తి కంఠమున వైచినప్పుడు "పొగడదండయుబోలె నప్పు, గడదండ, కాలకంధరుమెడ కలంకార మయ్యె" అనుటచేత పొగడపూల దండవలె సెల్లను మెడకువేసెనని యర్థమగును.

"....... పార్వతీధవుని కంఠమునన్ దగిలించినట్టి కాం
చన మణి రుచ్యమాన నిజ శాటి చెరంగులు గూడ బట్టి నీ
పని యన నెంత వేగిరమ పన్నిద మిమ్మని దీయ నయ్యెడన్"

ఈశ్వరుడు ప్రత్యక్షమై ఓటమి యొప్పుకొని పందెపునప్పు నిచ్చు కొనెను దీనినిబట్టి సెల్లాయంచులను కూర్చిపట్టి నీ 'పని' పట్టించెద చూడుము; లేకున్న అప్పును చెల్లించుము అని సెల్లాతో లాగెను 'తీయ' అనగా తివియు = లాగగా అని యిచ్చట అర్థము చెప్పుకోవలెను. ఈ కథాభాగము పొగడదండ లక్షణమును మనకు కొంత వెల్లడి చేసినది. రుద్రకవి క్రీ.శ. ౧౬౭౦ ప్రాంతము వాడు. ఈ ౩౦౦ ఏండ్లలోనే మన పూర్వుల మాటలు, ఆచార వ్యవహారాలు కొన్ని మనకు తెలియరానివై పోయినవి. ఇంకనూ ఉపేక్షించిన మిగిలిన కొద్ది పాటి జాడలు కూడ పూడిపోగలవు.

"నేరములకు శిక్షలు చాలా ఘోరముగా నుండెను. చిన్న దొంగతనాలు చేసినవారికి ఒకకాలు ఒకచేయి నరికెడివారు పెద్ద దొంగతనాలు చేసినవారిని గొంతుక్రింద కొండి క్రుచ్చి వ్రేలాడగట్టి చంపిరి. ఉత్తమ కులస్త్రీలనుగాని, కన్యలనుగాని చెరిచినవారిని ఉరికొండిపై చంపిరి. రాజద్రోహము చేసిన పాళె గార్లను బంధించి శూలాలను పొట్టలలో పొడిచి శూలారోపణము చేసెడువారు. చిన్నకులాలవారు నేరములు చేసిన సాధారణముగా వారిని తలగొట్టుచుండిరి. అపరాధుల కొందరిని ఏనుగులచే త్రొక్కించిరి. కొన్ని అల్పపు నేరములకు అధికారులు జనుల వీపులపై బండ లెత్తించి దినమంతయు వంగబెట్టెడివారు."

పరిపాలనకై దేశమును ౨౦౦ మండలాలుగా విభజించి యుండిరి. ప్రతిమండల మొక పాలెగారు అధీనమం దుండెను. వారు నిర్ణయమగు పన్నును చెల్లించుటకును నియమిత సైన్యముతో సిద్ధముగా నుండి అజ్ఞయైనప్పు డంతయు ఆ సైన్యముతో రాజసేవలోకి వెళ్ళుటకు బాధ్యులై యుండిరి.

పూటకూళ్లు పెట్టి జీవించునాచారము మనకు కాకతీయుల కాలమునుండియు కానవస్తున్నది. పూటకూళ్ళలో "ఆహారవిహారములు" దొరకుచుండెనని క్రీడాభిరామమందు వర్ణింపబడెను. విజయనగరమందు పూటకూళ్ళు సమృద్ధిగా నుండెను [1] పూటకూలివారు ద్రవ్యమార్జించువారు కాన కల్తీ భోజనము పెట్టి, పాసిన వంటకాలు ఉడుకువాటిలో కలిపి వాసన నెయ్యిని తెచ్చి, మజ్జిగలో నీరెక్కువగా పోసి, ఇట్టి దుష్ట చర్యలను చేసెడివారు. "పూటకూళ్ళది పుణ్యమునకు జొరదు!" అనుటచే స్త్రీలే అందును బహుశా వితంతువులే. వారును బ్రాహ్మణులే యీవృత్తిపై జీవించువారు "అక్కవాడల నరకూళ్ళు మెక్క"[2] అనుటలో వీధులలోనికి పోయి అక్కా అమ్మా అని స్త్రీలను మంచివారిని చేసుకొని సగము గడుపున కన్నము తిని-అని వేదమువారు వ్యాఖ్యానించినారు. కాని పూటకూళ్ళ అక్కలవద్ద హితవుకాని యన్నము లభించుటచేత సగము గడుపునకే తిని-అని యర్థమగును. క్రీడాభిరామమందు కూడ పూటకూటింటికి పోవునప్పుడు అక్కలవాడకు పోదమన్నారు. 'వంటలక్క' అని నేటికిని పూటకూళ్ళయామె నందురు.

నగరాలలో క్షౌరశాలలుండెను. అవి విజయనగరములో సమృద్ధిగా నుండెను.

"కూర్చుంబు గొరిగించుకొని యుష్ణతోయంపు
టంగడి తలగడుగు"[3]

క్షౌరశాలలేకాక తలంటి అంగమర్దనము చేసి ఉడుకునీళ్ళతో నలుగుతో స్నానము చేయించి పైకము తీసుకొను అంగళ్ళుకూడా నెగడి యుండెను.

1. ఆము. ౨-౨.
2. ఆము. ౨-౫.
3. ఆము. ౨-౨.

నగరాల దుర్లక్షణాలలో లంచాలు, కూటసాక్ష్యాలు ముఖ్యమైనవి. అవి విజయనగరమందు ప్రబలియుండెను. పైకము తీసుకొని కూటసాక్ష్యాలిచ్చువారు, లంచాలు తీసుకొని అన్యాయపుతీర్పు చెప్పు పెద్దలుండిరి.[1]

వైష్ణవభక్తులు "గర్భమంటపి గడిగిన కలకజలములోని రాతొట్టినిండి కాలువగ జాగి గుడివెడలి వచ్చునది శూద్రుడిడగ గ్రోలి" పోయెడివారు.[2] దీన్నిబట్టి శూద్రవైష్ణవులు కొందరు గుళ్ళలో అర్చకు లనియు, గుళ్ళలో రాతొట్లుండెననియు, మురికినీరే తీర్థమనియు, హరి పాదోదకమనుపేర ఆ మురికి నీటినే ఆ శూద్రుడు బ్రాహ్మణాదివర్ణముల వారికి తీర్థముగ నిచ్చెననియు తెలియ వచ్చెడి. తీర్థప్రసాదాలకు అంటు ముట్టు దోషములేకుండెను. ఆ యాచారమిప్పుడు పూర్తిగా మృగ్యము. ఆనాడు వీరశైవమున కెదురొడ్డిన శ్రీవైష్ణవములోను జనాకర్షణము సంస్కార ప్రియత్వముండెను. తర్వాత మరల వాటియవసరము కానరాలేదు.

జనులు భూమిలో పాతిన ధనపుజాడలను పెద్దలు చచ్చువరకు చెప్పక, చచ్చునాడు చెప్పక చచ్చుటచేత, వారి సంతతివారు ధనాంజనాది తంత్రజాలము నెరిగినవారి నాశ్రయించి ధనము నావరించిన భూతాలకు బలినిచ్చి ధనమును తీసుకొనెడివారు. భూతాలకు నెత్తుటికూటిని తూరుపుతట్టు బలిగాపెట్టి ధనమును త్రవ్వి తీసుకొనెడివారు.[3]

పెండ్లిండ్లలో నేటికాలములోవలెనే బంధుమిత్రులు చీరలు, వస్త్రములు, భూషణములు మున్నగునవి చదివించెడువారు.[4] అల్లుండకు మామలు విలువగు వస్త్రభూషణములను చదివించిరి.[5] ధనికులగు తల్లిదండ్రులు తమ కూతుండ్ర కరణముగా మంచములు, పరుపులు, పళ్లెములు, పీటలు, ఉయ్యెలమంచములు, తమ్మపడిగములు, బిందెలు, కొప్పెరలు, వక్కలాకుల పెట్టెలు, రత్నమౌక్తిక స్వర్ణభూషణములు, పట్టుబట్టలు, అగరు, కస్తూరి, జవ్వాజి, కుంకుమపువ్వు,

1. నీతి సీసపద్యశతకము-తాళ్ళపాక.
2. ఆము. ౬-౮.
3. మను. ౩-౨౧.
4. మను. ౫-౮౬-౯౭.
5. మనుచరిత్ర ౫-౯౭.

గంధము, పచ్చకర్పూరము, పన్నీరు, పునుగు, అత్తరు మున్నగువాని నిస్తూ వుండిరి. కూతుంద్ర సేవలో నుండుటకు దాసీలను (ఆడపావలము) కూడా ఇచ్చి పంపెడివారు.[1]

జనులు సాధారణజాడ్యాలకు చికిత్సలు కొంతవరకు తెలిసియుండిరి. నిన్న మొన్నటివరకు ప్రతి గ్రామములో కొందరు ముసలమ్మలు వాము, మిరియాలు, దుంపరాష్ట్రిము, పిప్పళ్లు, సొంతి మున్నగునవి మందుల మూటగా కట్టి యుంచుకొనెడివారు. తులసిచెట్లు చాలాయిండ్లలో నుండెడివి. వాటి రసము జ్వరాల కిచ్చెదువారు. ఇంకా కొంత తెలిసినవారు దుప్పికొమ్ము, గోరోజనము, కస్తూరి, కుంకుమ పువ్వు, వైష్ణవి, భైరవి మాత్రలు ఉంచుకొనెడివారు. గడ్డలకు గోధుమపిండి యుడికించి కట్టిరి. నెత్తి నొప్పులకు గులకరాళ్ళ ఆవిరియిచ్చిరి. నొప్పులకు వేపాకు మున్నగునవి కాచి కాక వేసెడివారు. నేత్రరోగాలకు ఆకాలం మందు చేసిన చికిత్స యిట్లుండెను.

"కోక పొట్లం బావిగొన నూది యొత్తుచు
 కషణోష్ణకరళభాగమున గాచి
నెత్తి తంగేడాకు మెత్తి రేచకనిమ్మ
 పంటిపుల్సున నూరి పట్టు వెట్టి
తెల్ల దింటెనపువ్వు దెచ్చి తద్రస మిడి
 జలివెపువ్వులు గోసి విలిచి పిడిచి
పేరననెయి వెట్టి పెరుగువత్తులావైచి
 చనుబాలతో రాచి సంకు చమిరి"[2]

నానావిధ చికిత్సలు చేసిరి. దెబ్బలు తగిలినప్పు డీ క్రింది చికిత్సలు చేసిరి :-

"కొంగవాల్నరకు లంగుళల బట్టుచు జబ్బ లంట గుట్టిడ వెజ్జువరయు వారు తలబడ్డ గుదియ ప్రప్పుల బ్రాతమసి యిడి"[3]

---

1. మనుచరిత్ర ౫-౧౦౦.
2. శ్రీ కాళహస్తి మాహాత్మ్యము, ౩-వ ఆశ్వాసము ౧౧౦.
3. ఆముక్తమాల్యద ౬-౨౦.

చికిత్సలు చేసుకొనిరి. కొంగవలె వంకరగా నుండు మాదిగకత్తిచేత బుజములు చీలినప్పుడు వైద్యులచే కుట్టు వేయించుకొనిరి. తలపై దెబ్బలు పడి చీలగా పాతగుడ్డల కాల్చి దానిమసి నందు పూసి తాత్కాలిక చికిత్సలు చేసుకొనిరి. వైద్యుల వేషము, వారిశాస్త్రమునుగురించి యింతకుముందే తెలుపనైనది.

అప్పుడప్పుడు క్షామ మేర్పడినప్పుడు పూర్వకాలమందు జనలు చాలా కష్ట పడెడివారు. పలువురు ఆకలిచే చచ్చిరి. పలువురు పిల్లల కూటికై అమ్ముకొనిరి. మన కాలమందే ౧౯౪౦ ప్రాంతములో బెంగాలు క్షామము వల్ల ౨౦ లక్షల జనులు చావలేదా! రైళ్ళు, రోడ్లు, మోటారులు లేని ఆ కాలములో క్షామ బాధ లెట్టివిగా నుండెనో యూహించు కోవచ్చును. ధాన్యము దొరకక జనులు ఈదర్లు ఈతగుజ్జు మొదలయినవి తినిరి.

"గునుగు లూదర్లు బరపటల్ గోళ్ళగొండు
లల్లిబియ్యంబు వెదురుబియ్యంబుగొట్టె
చెట్లు నింజెట్లు తుంగముసైయలు నీత
గుంజు మొదలుగ దిన దొరకొనియె జనము
అరువడు గంపెతవిందయ లరువది
దినములకు బండునని బ్రతుకాసస్
తరచుగ నేతా లెత్తగ బరిపరియై
యవియు మల్లెపడి చెడిపోయెన్."

పెద్దపెద్దగ్రామాలలో వారపుసంత లుండెను. వర్షాకాలములో అవి సరిగా సాగనేరకుండెను.[1] సంతకు తిరుగు బేహారులు గుర్రాల నుంచుకొని వానిపై నెక్కి వెళ్లుతూ వుండిరి. "ఊరూరి సంతకం దిరుగ పెద్ద లింటింట సంతరించు పిలుకువాటు గోడిగ జావడములు" వారి కుండెను.[2]

విజయనగర రాజ్యములో కృష్ణదేవరాయలును, తదితర చక్రవర్తులును సత్రాలు కట్టించి యుంచి బ్రాహ్మణులకు ఉచితముగా భోజనము పెట్టుతూ వుండిరి.[3]

1 "సంతల కూటములకు విచ్చు మొగ్గలొదవె" ఆము. ౪-౧౨౩,
2 ఆముక్తమాల్యద ౪-౩౫
3 రాధామాధవం, ౩-౮౫,

జనుల వినోద విలాసము

పండుగలు జనులకు ఉత్సవకాలాలు. ఆనాటి పండుగలే యీనాడును కలవు. అదంతగా భేదము లేదు. ఏరువాక పున్నమ వ్యవసాయకులకు ముఖ్యమైనట్టిది, పలువురు ఏరువాక అనగా ఏరులు వచ్చేకాలమందు చేయు పండుగ అని పత్రికలలో పెద్దపెద్ద వ్యాసాలు వ్రాసివేస్తూ ఉన్నారు. ఏరు అనగా నాగలి. ఏరువాక సాగించుట అనగా దున్నుట కారంభించుట. జ్యేష్ఠపూర్ణిమనాడు ఎద్దులను కడిగి రంగులతో అలంకరించి నాగండ్లకు ఎర్రమన్ను సున్నం పట్టెలు వేసి నూనెరంగులు పూసి చీరలు కట్టించి సొమ్ములు పెట్టి సాయంత్రము మంగళ వాద్యముతో నాగళ్లను గొర్రులను బుజాలపై తీసుకొని ఎద్దులతో ఊరేగి పొలాలకు పోయి దుక్కి ప్రారంభము చేసి వత్తురు. ఆనాడు భక్ష్యభోజ్యములతో గాటికి నైవేద్యమిత్తురు. ఇది ఏరువాక పున్నమ పండుగ. ఇది వైదికోత్సవమే! సందేహములేదు! జ్యేష్ఠమాసస్య పౌర్ణిమాస్యాం బలీవర్దాన్ అశ్వైర్భ్యః ధావంతి సోయం ఉద్వృష భయజ్ఞః" అని జైమినీ న్యాయమాలలో నుదాహృతము.

"కాలుని దున్ననంది నయి గంటలు దున్నక మంటినా, మహా
కాలునినంది దున్ననయి కర్దమ మగ్నతలేక మంటినా,
హాలికు లెన్నడున్ దెగని యౌరుల చేలును, ఔకుమళ్ళనున్
గా, లలినేరు సాగిరిల గల్గు పసి గొని పేద మున్నగన్" 1

కాపులు దొరికిన దున్నలను, ఎద్దులను కట్టి గడ్డినట్లు, దుబ్బలు దున్నుట కానా డారంభించిరన్న మాట.

దసరా పండుగ రాయల యాస్థానములోను, సామంతుల యాస్థానములందును మహావైభవముగా జరుగుతూ వుండెను. అది క్షత్రియుల పండుగ, సైన్యమునకు ప్రాధాన్యమిచ్చిన చక్రవర్తు లా పండుగను ఆకర్షణీయముగా చేయుట సమంజసమే. ఆంధ్రుల పండుగలలో విదేశీయులకు దసరా, హోలీ చాలా ముఖ్యమైనవిగా గనబడెను. అబ్దుర్రజాక్ స్వయముగా దసరా పండుగను జూచి యిట్లు వ్రాసెను.

"చక్రవర్తి తమపాలెగాండ్రను, నాయకులను, అందరిని తన నగరానికి పిలిపించుకొనుచుండెను. మూడునాల్గునెలల ప్రయాణము చేయునంతటి దూర

1 ఆముక్తమాల్యద ౪-౧౨౪.

దేశపు సామంతులును వచ్చెడివారు. ౧౦౦౦ ఏనుగులకు రంగులు వేసి అలంక రించి పండుగదినాలలో మైదానములో నిలిపెడివారు. అందమైన ఒక పెద్దమైదాన ములో అయిదారంతస్థుల బంగ్లాలుండెడివి. అన్నియంతస్థులలోను గోడలపై చిత్తరువులు వ్రాయబడి యుండెను. మనుష్యులు, జంతువులు, ఈగలు, నత్తలు కూడా చిత్రింపబడెను. ఆ చిత్తరువులు అతిసుందరమై కళాకాంతులతో శోభ నిచ్చెను. అదే మైదానములో స్తంభాలతో కూడిన తొమ్మిది అంతస్తులమేడ యుండెను. అది సాటిలేని అందచందాలమేటిమాలె. చక్రవర్తి సింహాసనము తొమ్మిదవ యంతస్తుపై నుండెను. అది చాలా పెద్దసింహాసనమై, సువర్ణ మయమై, రత్నాలతో నిండినదై యుండెను. దాని అందాన్ని అలంకరణాన్ని చూచి ప్రేక్షకులు ముగ్ధులవుతూ వుండిరి. ఆ సింహాసనముపై ఆసీనుడై చక్ర వర్తి దసరావేడుకల నవలోకించెడివాడు. ఆయుత్సవము మూడుదినాలు జరుగు తుండెను. వేషగాండ్ర వినోదాలు, గారడివారి ప్రదర్శనాలు, భోగంవారి ఆట పాటలు చక్రవర్తియెదుట ప్రదర్శింపబడుతుండెను."

పీస్ అనువాడిదే యుత్సవమును విపులముగా వర్ణించినాడు. పై విషయ ములతో పాటు మరికొన్ని యిట్లు తెలిపినాడు.

"జెట్టీలు కుస్తీలను ప్రదర్శించిరి. రాత్రులందు బాణసంచాలను కాల్చు తుండిరి. అందు నానావిగ్రహాలు, వాటినుండి పటపటమను బాణాలు ఆకాశాని కెగిరి పగులుచుండెను. శాక్తికి నవరాత్రులలో ప్రతిదినము ౨౪ దున్నపో తులు, ౧౫౦ మేకలు బలి ఇచ్చుచుండిరి. తుది దినమునాడు ౨౫౦ దున్నలను, ౪౦౦ మేకలను బలియిచ్చిరి. ప్రతిదినము బ్రాహ్మణులు దేవీపూజలు చేసిరి. గుర్రాల నలంకరించి ఊరేగించిరి."

ఒకతడవ కృష్ణరాయలు స్వయముగా ఒక అడవిదున్నను వేటాడి పట్టు కొని వచ్చెను. దానిని దేవీనవరాత్రులలో దేవికి బలి యియ్య నేర్పాటు చేసెను. ఆచారప్రకారము ఒకే ఒక కత్తి వ్రేటుతో దున్నతల తెగిపడవలెను. తెచ్చిన యడవిదున్న ఏనుగంతటిది. దాని కొమ్ములుసాగి తోకను తాకుచుండెను. అంతటి జంతువును ఒకేవ్రేటుతో నరకుటకు వీరులందరును వెనుకముందాడిరి. అప్పుడు విశ్వనాథనాయకుడు ఖడ్గము తీసుకొని సులభముగా ఒక్క కత్తిదూపుతో దాని తలను ఎగురవేసెను (1).

(1) Salatore II

హోలీపండుగను రాయలకాలములో వసంతోత్సవమనిరి. నికలోకాంటి దాన్ని గురించి యిట్లు వ్రాసెను. "వీధులలో ఎరుపురంగు నీరుచెడి వారు. వసంతోత్సవదినాలలో వీధులలో పోవువారి యందరిపైనను ఎవరు బట్టితే వారు రంగునీటిని చల్లుతుండిరి. తుదకు రాజుకాని, రాణి కాని ఆదారిని వెళ్ళితే వారికి ఈ సంప్రోక్షణ తప్పకుండెను (1). వసంతోత్సవ కాలమందు నానాప్రాంత సమాగత కవులవర్ణనలు విని ఆనందించి వారికి బహుమానము లిస్తూవుండిరి.

"ప్రతివర్ష వసంతోత్సవ కుతుకాగత సుకవి నికరగుంభి స్ఫూర్తి రోమాంచవిశంకిత చతురాంతఃపురవధూ ప్రసాధనరసికా!" [2] అని ముక్కుతిమ్మన రాయలను సంబోధించెను.

దీపావళినిగూర్చి కూడ మనకు విపులముగా తెలియవచ్చినది. విజయనగర చక్రవర్తుల కాలములో (క్రీ శ. ౧౪౫౦—౧౫౫౦ ప్రాంతములో) రచితమైన "ఆకాశభైరవకల్పము" అను సంస్కృత గ్రంథములో దీపావళీవర్ణన మెక్కువగా కలదని భండార్కరుసంస్థ కధ్యక్షులగు పీ. కే. గోడేగారు వ్రాసిరి. (Annals of Bhandarkar Institute, Vol. XXVI), "రాజు ఆశ్వయుజ కృష్ణ చతుర్దశినాడు తెల్లవారకమునుపే బ్రాహ్మీముహూర్తమందు లేచి శుచియై, బ్రాహ్మణాశీర్వాదము లందవలెను. తర్వాత బయట మంగళపంచవాద్యాలు మ్రోగవలెను. ముత్తైదువలు వారిని స్నానమునకు సిద్ధము చేయవలెను. మల్లురు తలంటి గోర్వెచ్చనినీటితో స్నానము చేయించవలెను.

"నదత్సు పంచవాద్యేషు బాహ్యకక్ష్యాంతరే తతః
క్వణత్కంకణయా వధ్వా దరవల్గ దురోజయా
అభ్యక్తః స్నాపితో మల్లైః కైశ్చిత్ కోష్ణేన వారిణా॥"

"ఇదంతయు సూర్యోదయానికి మునుపే ముగించుకొని తర్వాత దర్బారు చేసి గాననృత్యవినోదముల నానందించి అందరికినీ బహుమతులిచ్చి మధ్యాహ్నము భుజింపవలెను. రాత్రివేళ పటాకాలను కాల్చవలెను" అని యాకల్పములో వ్రాసినారు.

---

(1) Salatore.

(2) పారిజాతాపహరణము ౧-౧౩౯

ఆ కాలములోని ఆంధ్రులవినోదాలలో కొన్ని ముఖ్యమైన విప్పా దంత రించిపోయినవి. అందు ముఖ్యమైనది సిడి అనునట్టిది దానిని కేవలము వినోద మనుటకు వీలులేదు. అది భక్తిప్రధానముగా ఆత్మహింసాత్మకముగా చేయునట్టి ప్రదర్శనము. జనులు మ్రొక్కుబళ్లు చెల్లించుటకై సిడిపై వ్రేలాడుతుండిరి. ఒక పెద్దగడయొక్క కొనయందు ఒకయినుప కొండిని కట్టి అది గడచుట్టు తిరుగుటకై ఒక యినుపకడెము గడెకొనయందమర్చి దానికాకొండిని తగిలించెడి వారు. ఆ కొండిని స్త్రీపురుషులు తమ వీపుచర్మములోనో నరాలలోనో గ్రుచ్చు కొని దానిపై వ్రేలాడి స్తంభము చుట్టును గిరగిరత్రిప్పబడుచుండెడివారు. దీనిని బార్బోసా చూచి యిట్లు వ్రాసెను. "ఈ దేశములోని (విజయనగర రాజ్య మందలి) స్త్రీలు అతి సాహసికురాండ్రు. తమమ్రొక్కుల చెల్లించుకొనుటలో భయంకరములగు పనులను చేతురు. ఒక యువతి ఒక యువకుని ప్రేమించి నచో, ఆమె తన మ్రొక్కు చెల్లినచో సిడిపై వ్రేలాడెడిది. నిర్ణయమైన ఒక దినమున అలంకరింపబడిన యెద్దులబండిపై ఒక మోకును దాని కొక యినుప కొండి యుంచి తీసుకొనిపోదురు. మంగళవాద్యములతో ఆమె బయలుదేరును. ఆమె నడుమునకు మాత్రము బట్ట కట్టుకొనును. సిడిస్తంభమువద్దకు వెళ్ళి యినుపకొండిని ఆమె వీపుచర్మములోనికి గ్రుచ్చి సిడిపై కెత్తుదురు. ఆమె యెడమ చేతిలో చిన్న బాకుండును. గిరకను స్తంభానికి తగిలించి ఆమెను దానిపైకి లాగుదురు. ఆమె గాలిలో కొండిపై వ్రేలాడును. రక్తము కాళ్ళపొడ వునను కారినను ఏ మాత్రమున్నూ తాపమును ప్రకటింపదు. పైగా కూతలు పెట్టుచు కత్తి త్రిప్పుచు నిమ్మకాయలతో తనప్రియుని కొట్టుతుండును. కొంత సేపటికి ఆమెను దింపి గాయమునకు కట్టు కట్టుదురు. ఆమె దేవళమున కందరి లోపాటు నడిచి బ్రాహ్మణులకు దానాలు చేయును."

సిడిని సిడిమ్రాను అనియు నందురు. దాని నిట్లు వర్ణించినారు. ఒక స్తంభమును పాతి దానికొనను ఒక గుండ్రని రాతిలో రంధ్రముచేసి తగిలింతురు. దానిపై సన్నని దూలమును పెట్టుదురు. ఆ దూలమును గుండ్రముగా త్రిప్పుదురు. దానికే గిరకతోటి కొండిని తగిలింతురు. ఆ కొండిపై మనిషి వ్రేలాడును. [1] కృష్ణదేవరాయల అష్టదిగ్గజాలలో నొకడని ప్రతీతియేకాని,

(1) Salatore. (1)

తర్వాతి కాలమువాడగు తెనాలి రామకృష్ణుడు తన పాండురంగ మాహాత్మ్యములో ఈ సిడిని గురించి వర్ణించెను. ఇది రెడ్లలోనే యెక్కువగా నుండినట్లు తెలిపినాడు.

"అంభోధరముక్రింద నసియాడు, నైరావ
తియుబోలె సిడిమ్రేలె తెరవయొొర్తు"

అన్నాడు. (ఈ కవి రాయలతర్వాతి వానినిగా పరిగణించినందున ముందు ప్రకరణములో చర్చింతును.) ఈ సిడియాట నేడు లేదు. ౪౦౦ ఏండ్లలోనే యింత మార్పు!

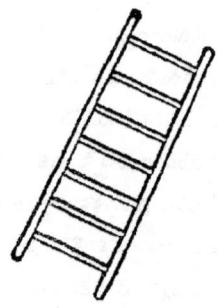

కోలాటమందు జనల కాసక్తి యెక్కువగానుండెను. రాయలసీమలో నేటికిని వెన్నెలరాత్రులందు జనుల కది ప్రాముఖ్యమైనది. కోడి పందెములు చాలా విరివిగా నుండెనని పీస్ వ్రాసెను. అదొక్కటే కాదు. దున్నపోతుల యుద్ధాలు, దేగవేటలు, పాచికలాటలు, జనులకు ప్రీతి పాత్రమని పీస్ వ్రాసెను. "కాసె కట్టుటయు కత్తిదాల్చుటయు, కృకవాకుల కలహంబులంద" అని రాయలు వర్ణించెను. [1]

చతురంగపు ఆట చక్రవర్తులనుండి సాధారణజనులవరకు ఆసక్తిని కలిగించినట్టిది. దీనిని మోసిన్ పుట్టకముందే హిందువులు కనిపెట్టిరని ప్రతీతి నౌషీర్వాన్ అను ప్రసిద్ధ పారసీకచక్రవర్తి యీ యాట గొప్పదనమును విని హిందూస్థానమునుండి అదేపనిగా చతురంగపు పలకలను, కాయలను తెప్పించు కొని ఆ విద్యను నేర్పు గురువును పిలిపించుకొనెను. బాణుడీ యాటను వర్ణిం

1 ఆము ౪-౧౮౨.

రుద్రభటుడు తనకావ్యాలంకారములో దీనిని పేర్కొనెను. బొడ్డుచర్ల తిమ్మన్న అనునతడు రాయలకాలములో నీ యాటయం దతినిపుణుడు. లోకల్ రికార్డులలో నీతిని గూర్చి యిట్లు వ్రాసినారు. "అతడు కవీశ్వరదిగ్గంతి అనిపించుకొని కృష్ణరాయలవారి యొద్దకు పోయి వారితో చదురంగం ఆడుతూవుండేవారున్నూ, ఆట గెలిస్తే వెయ్యార్లుపంచెంవేసి గెలుస్తూ వుండేవాడున్నూ; అప్పుడు కృష్ణదేవరాయలు చాలా సంతోషించి కొప్పోలుగ్రామం, సర్వాగ్రహారముగా ధారపోసి యిచ్చెను." ఈ విషయాన్ని పురస్కరించుకొనియే ఒక చాటు విట్లు కలదు.

"శతసంఖ్యలొక్కటైనను సతతము శ్రీ కృష్ణరాయ జగతీపతితో
చతురంగమాడి గెలుచును ధృతిమంతుడు బొడ్డుచర్ల తిమ్మన శౌరీ!"

ఆ కాలపు పిల్లలాటలను కవులు కొందరు వర్ణించినారు. కాని అందు మనకు తెలియనివే యెక్కువగా కలవు నిఘంటుకారులును మనకుండు సందేహాలతో 'బాలక్రీడావిశేషము' అని అర్థము వ్రాసి దాటుకొన్నారు. పింగళి సూరన యిట్లు వ్రాసెను.

''దినముల్ గొన్ని చనంగ నంత కడు వర్ధిన్ బొమ్మపెండ్లిండ్లు, గు
జ్జెనగూళ్ళచ్చనగండ్లు, పింపిళులు కుచ్చిల్, గీరనగింజ, లో
మనగుంటల్, కనుమూసిగంతనలు, కంబాలాట లోనైన ఖే
లనముల్ మీరగ బొంట్లతో నలరె బాలారత్న మెల్లప్పుడున్"[1]

గుజ్జెనగూళ్ళు=(కూళ్ళు) పిల్లలు గురుగులలో వంటలు వండి వడ్డించి నట్లు ఆడుకొను ఆట. పింపిళ్ళు అన పిల్లలు పెదవులతో ఘర్షణ ధ్వనులు చేస్తూ గొంతుకూర్చొని పాదాల నాడించి ఆడెడియాట. కుచ్చిళ్ళన గూఢమణియని సూ రా. నిఘంటువులో కలదు. అనగా మట్టిలో లేక ఇసుకలో బారెడు మూరెడు పొడవు కట్ట చేసి అందేదైన వస్తువును దాచిన దానిని రెండవవారు కనుగొనుట. గీరనగింజల కదేగతి పట్టినది. అచ్చనగండ్లలోవలె గులకరాళ్ళతో ఆడుయాటగా తారాశశాంక మందలి యీ పద్యభాగమునుబట్టి యూహింప వచ్చును.

---

1. కళాపూర్ణోదయము ౬-౨౦౨.

"......వైశ్యకన్యకల్ గీరనగింజ లాడుతరి
క్రిందను జిందిన దివ్యరత్నముల్ "

ధనికుల పిల్లలు, అందులో కవిత-అందుచేత వారు రత్నాలతో ఆడిరి. ఇవి ఆడుపిల్లలాటలు. మగపిల్లలాటలను గురించి ధూర్జటి యిట్లు తెలిపినాడు.

"చిట్లపొట్లాకాయ సిరిసింగణాపత్తి గుడుగుడుగుంచాలు కుందెనగుడి
దాగిలిమ్రుచ్చులాటలు గ్రచ్చకాయలు వెన్నెలచిప్పలు తన్నుబిల్ల
తూరనతుంకాలు గీరనగింజలు పిల్లదీపా లంకిబిల్లిగోడు
చిడుగుడు లవ్వలపోటి చెండుగట్టిన బోది యల్లి యుప్పనబట్టె లప్పళాలు
చిక్కనాబిల్ల లోటిల్లు చిందరాది యైన శైశవక్రీడావిహారసరణి
చెంచుకొమరులతోడ నుద్దించు కాడుతిన్న దభినవ బాల్యసంపన్నుడగుచు"[1]

విష్ణు పురాణములో మరికొన్ని తెలిపినారు :-

"కోలక్రోతులు బిల్లగోళ్ళు దూరనగోల
లందలంబులు మది కుందికాళ్ళు" (ఆశ్వాసం ౨.)

పై యాటలలో మనకు తెలియని వన్నియు నైఘంటుక "బాల్యక్రీడా విశేషాలే" అని యిప్పటికి తృప్తిపడవలెను.

సంపన్నుల యిండ్ల పెండ్లిండ్లలోని విందు లెట్టివనగా :-

కలవంటకములు బూరెలు తేనెతొలలు
  చాపట్లు మండిగ బొబ్బట్లు వడలు
కుడుములు సుకియలు గడియంపుటట్లు
  వెన్నప్పాలు వడియంబు లప్పడాలు
బొంగరములు సొజ్జెబూరెతాగులు సేవ
  లుక్కెర లరిసెలు జక్కిలములు
కర్జూర గోస్తనీ కదళికా సహకార
  ఫలములు కొబ్బరి పనసతొనలు

1. కాళహస్తి మాహాత్మ్యము ౩-౩౩.

తేనియలు జున్ను మీగడ లానవాలు
పానకములు రసావళ్ళు పచ్చడులు న
వాజ్య మొలుపు బప్పలు కూర లనుపమాన్న
నపుడు ప్రజనెల్ల దనియించె నహరహంబు"[1]

తుదకు పాకములందును కొన్నిజాద లెరుగలేకున్నాము! పైవన్నియు బ్రాహ్మణుల విందులే! ఇతరులలో ఇన్ని లేవు. వాటికి మారుగా మాంస మత్స్యాదిపాకములు చేతురు. రాయలు బ్రాహ్మణుల మరికొన్ని తిండ్లను గూర్చి తెలిపినారు. పొరివిళంగాయ (వేపుడుబియ్యపు పిండితో బెల్లపుపాకాన చేసిన యుండలు), పెరుగు వడియములు, పచ్చివరుగు ఇవి ప్రయాణభుక్తి సంబార ములు.[2] వానకాలములో కలమాన్నము, ఒలిచినపప్పు, నాలుగైదుపొగసిన కూరలు, వరుగుల, పెరుగు, వడియములు, నెయ్యియు-వేసవికాలములో ఉలి వెచ్చ అన్నము, తియ్యని చారులు, మజ్జిగపులుసు, పలుచనియంబలి, చెరుకు పాలు, ఎడనీళ్ళు రసావళులు (అతిరసములు), వడపిందెయూరుగాయ, నీరు చల్లయును-చలికాలములో పునుగుబియ్యపు అన్నము (పునుగువాసనగల రాజనములు), మిరియపుపొళ్ళతో కూడిన ఉడుకుకూరలు, ముక్కు కెక్కు ఆవ గాటు కల పచ్చళ్ళను, ఊరుగాయలను, పాయసాన్నములు, ఉడుకునేయి, ఇవురగాచిన పాలును బ్రాహ్మణులు కొందరు భుజించిరి.[3] జాతరలకు ఉత్సవా లకు పోవువారు పెరుగునద్దిని తీసుకొని బాటలందలి కాలువలవద్ద తోటబావుల వద్ద చద్దిమూటవిప్పి కలిసి భుజిస్తూవుండిరి. బర్రెయొక్క మీగడ పెరుగు అన్నముతో చిక్కగా కలిపి అందు నిమ్మరసము పిండి, అల్లపు ముక్కలు కలిపి యుండెడివాడు[4] ఇదొక విధమగు దధ్యన్నము.

కళలు

విజయనగర చక్రవర్తుల కాలములో కళాభివృద్ధి పరమావధి పొందెను. చక్రవర్తులు, సామంతులు, మంత్రులు, ధనికులు-భవనములను, దేవాలయము

1. కళాపూర్ణోదయము ౨-౮౧.
2. .... ౧-౮౦ నుండి ౮౩.
3. ౪-౭౫.
4. ఆముక్తమాల్యద ౧-౯౨.

లను కట్టించుటచేత శిల్పవృద్ధి యెక్కువగా నయ్యెను. రాజులు, జనులు, చిత్రలేఖనమును, కవితను, అద్దకమును సంగీతమును పోషించిరి. అచ్యుతరాయ కృష్ణరాయల కాలమందే కాక విజయనగర పతనానంతరము వేంకటపతిరాయల కాలమందును చిత్రకారులుండిరి. దేవాలయములయొక్కయు, భవనముల యొక్కయు గోడలపై చిత్తరువులు వ్రాయించిరి. అనంతపురము జిల్లాలోని లేపాక్షి దేవాలయములోని చిత్తరువులు తర్వాతివారి తెలివితక్కువవలన చెడ గొట్టబడినను మిగిలినవైనను చాలా సుందరమైనవి. అందు అచ్యుతరాయని కాలపు శాసనాలున్నవి కప్పుపై చిత్తరువు లున్నవి. స్తంభాలపై చక్కని శిల్పము లున్నవి. కాని తర్వాతివారు వాటిపై ఎర్రమన్ను సున్నము పట్టెలు వేసి తమచిత్రమును ప్రదర్శించినారు. అందు ఈశ్వరునికి సంబంధించిన సుందర చిత్రము లున్నవి. విజయనగరరాజులే తంజావూరిలోని బృహదీశ్వరాలయము చిత్తరువులు వ్రాయించిరి. పీస్ యిట్లు వ్రాసెను.

"కృష్ణదేవరాయల అంతఃపురభవనమందు రాజుయొక్కయు, వారి తండ్రియొక్కయు చిత్తరువులను గోడలపై వ్రాసినారు. అవి యారాజులను చాలా చక్కగా పోలియున్నవి. అచ్చటనే గోడలపై నానావిధజనుల యాకారములను తీర్చినారు. తుద కందు పోర్చుగీసు రూపులను కూడా దించినారు. ఆ చిత్తరువులు అంతఃపురకాంతలకు ప్రాపంచిక జ్ఞానము కలిగించెడివి." భోగపుసానులయిండ్లలో కూడా సింహాలు, పులులు, ఇతర జంతువులు, అవి అచ్చముగా బ్రదికినవా అన్నట్లు చిత్రించి యుండిరి. అని అబ్దుర్రజాక్ వ్రాసెను. "గోడల చెలువార కృష్ణ లీలలు లిఖించి" అని ప్రౌఢకవి మల్లన (౧-౧౧౮) వ్రాసెను.

రాయలనాటి కవితలోను, అందు ముఖ్యముగా రాయలే వ్రాసిన ఆముక్తమాల్యదలో అనాటి సాంఘిక చరిత్ర యిమిడినది. పాశ్చాత్యులవర్ణనలు మనకు లేకుండిన ఆ కవితలు ఊహాగానములనుచుండిరో ఏమో! అనాడు స్త్రీలుకూడా "శాస్త్రసరణి"గా "తూలి"తో చిత్తరువులు వ్రాసిరి. (1) చిత్రలేఖినిని తూలి, వాగర లేక కుంచె యనిరి. దానినే సంస్కృతములో ఏషికా, తూలికా యనిరి. గోడలపై మంచిగచ్చుచేసి వాటిపై రంగురంగు చిత్తరువులు వ్రాసిరి. 'హూణోటి

1. Salatore, II

నేర్పాది... ...శాస్త్రసరణిన్ తూలిన్ హరిన్ వ్రాసి'[1] అని రాయలు తెలిపెను. పసిడి గచ్చమర సోపానముల్ మూట దుంగిత విశాలితయు చిత్రితయు నైన సభ[2] అనియు తెలిపెను. ఇచట గచ్చుమచ్చుట కలదు. ఆ గచ్చు చాల గట్టిదిగా నుండుటకై సన్నని యిసుకలో బెల్లమునీరు, చమురు, సున్నము కలిపి గానుగబట్టి సిద్ధముచేయుచుండిరి.[3] ఇంత మాత్రము కవితలో ప్రతిబింబించినది. కాని ఆ గచ్చులో గోందు, కరక్కాయ, బెండకాయలు, అమృతవల్లి (పాచితీగ) ఆకురసము, తుమ్మచెక్క కూడా కలుపుతుండిరి. అట్టి గచ్చు కలకాలముండెడిది. భవనాలలో నెట్టి చిత్తరువులు వ్రాయించెడో అవియు మనకు తెలియవచ్చినవి

"ఆదినారాయణు డమృతాబ్ధి మథియించి
యబ్జవాసిని పెండ్లియైన కథలు
చంద్రశేఖరుడు పుష్పశరాసను గెల్చి
హిమాచలతనయ బెండ్లయిన కథలు
శ్రీరామచంద్రుండు శివధనుర్భంజన
మదరించి సీత బెండ్లయిన కథలు.
నలచక్రవర్తి వేల్పులు సిగ్గువడగ
భీమాధీశకన్య బెండ్లయిన కథలు
చిత్తభవ కేళి బంధ విచిత్రగతులు
హంస కలరవ కీర రథాంగగతులు
వ్రాసి రలవడ తత్స్వయంవర మహా
స్థలాంతికి స్వర్ణసౌధ కుడ్యముల నెల్ల."[4]

భోగముసానులయిండ్ల చిత్రములు వారికి తగినట్టివే !

"రతివధూమదనుల రంభాకుబేర
పుత్రకు లూర్వశీపురూరవులు మేన
కాకౌశికులు గోపికాముకుందులు
ధాన్య మాలినీరావణుల్ మత్స్యలోచ

1. ఆము ౨-౧౪౮.
2. ... . ౪-౨౮౭.
3. మను. ౨-౩౭.
4. రాధామాధవం, ౧-౧౭౭.

శర్మ్యశృంగులు దాశవశినేక్షణా పరా
శరులు తారానిశాకరులు గౌత
మాంగనాదేవేంద్రు లమర వేశ్యాజయం
తులు ద్రౌపదీ పాండవులు పృథాద్వి
హితులు నడచినగతు లాత్మ సుతలనుంచు
నింటిగోడల వ్రాయించనిందువదన.[1]

అంతేకాదు :—

"వనిత చతుర్జాతి వయో వనజాక్షుల
బంధమై భవము భద్రుని, ద
త్తుని గూచిమారు, పాంచాలుని వ్రాయించెన్
గృహంబు లోపలిగోడన్[2]"

"కూచిమార మనోజ ఘోటికా పుత్రాదికాసిత కామ సిద్ధాంతములను." ఇంకను నిట్టి వనేకములను బిడ్డలకు నేర్పించెను.[3]

విజయనగర చక్రవర్తులలో కృష్ణదేవరాయలే ఉత్తమ శిల్పములతో కూడిన దేవాలయములను నిర్మింపజేసెను. హజార రామాలయము విఠలాలయము చాలా సుందరములయినవని శిల్పవేత్తలు పొగడినారు. కృష్ణరాయల సభాభవనమును భువన విజయము అనిరి.

"భువన విజయాఖ్య సంపన్నవరత్న విభాప్రభాత నలినాస్త్రరమా
ధవ చరణకమల సేవా ప్రవణమతీ వీరరుద్ర పర్వతవజ్రీ"[4]

అతడు నివసించు సౌధమునకు మలయకూటము అని పేరుండచు. "మలయకూట ప్రాసాదనివేశ కృష్ణరాయమహీశా!"[5] భువనవిజయమం దతి సుందర శిల్పములు నిండుగా నుండెను. కోతులు, రాయబారులు, రాణీలు

1. శ్రీ కాళహస్తి మాహాత్మ్యము, ౪వ ఆశ్వాసము ౧౪.
2. ,, ,, ౪-౧౮.
3. ,, ,, ౪-౧౬.
4. పారిజాతాపహరణము.
5. ,, ౫-౧౦౮.

నృత్యము చూచుట, వేటలు, స్త్రీల ప్రసాధనక్రియలు నర్తకీలు, బందీలు మున్నగునవుండెను. అనగా ఆ కాలపు సాంఘిక చరిత్ర విజయనగర శిల్పములందు పూర్తిగా ప్రతిబింబితమయ్యెను. ఆ నగర విధ్వంసమువలన మన చరిత్రకు చెప్పరాని అపార నష్టము కలిగినది. రాజసౌధముఖశాల (మోసాల)పై ఘటికాయంత్ర ముండెను. ఘడియ కొకసారి గంటలు లెక్క ప్రకారము కొట్టుతూ వుండిరి

".. ఘటికావర్గాప్తి ఘంటారవాం, తరనిర్ణీతములై వినంగ బడియెన్ మధ్యాహ్న శంఖధ్వనుల్."

అని రాయలే తెలిపినాడు.

కృష్ణరాయలు సాహిత్యమందేగాక సంగీతమందును మంచి ప్రావీణ్యత కలవాడు. విజయనగర చక్రవర్తుల కాలమందే బహుశా తెనుగులో పాడినను, అరవములో పాడినను దాక్షిణాత్యసంగీతమునకు కర్ణాటసంగీతమను పేరుకలిగెను. "కృష్ణ" అను పేరుగల విద్వాంసుడు రాయలవారికి సంగీతము నేర్పెను. అతడు రాయలకు వీణావాద్యము కూడా నేర్పినందు కుశిష్యుడు గురువునకు గురుదక్షిణగా విలువైన ముత్యాల హారాలను, వజ్రాల హారాలను నిచ్చెనని కర్ణాటభాషలో నారాయణ కవిచే వ్రాయబడిన రాఘవేంద్రవిజయములో తెలిపినారు(1) సంగీతము శాస్త్రప్రకారము అత్యంతాభివృద్ధి నొందెను. ఒక్కొక్క ఋతువులో ఒక్కొక్క రాగమునకు ప్రాధాన్యముండెను. వసంతకాలమందు హిందోళరాగము పాడిరి.(2) రాయలకు పోర్చుగీసు రాయబారి తమ దేశపు వాద్యములను కానుక యివ్వగా వారు చాల సంతోషించిరట! క్రీ. శ. ౧౫౧౮ లో బార్బోసా యిట్లు వ్రాసెను. "ప్రతి దినము స్త్రీలు రాయలవారికి కడవల కొలది నీళ్ళతో స్నానము చేయించి పాటలు పాడుదురు." చక్రవర్తి సభ చేసినప్పుడు గానము చేసెడివారు. అనాటి శిలాశిల్పములలో నృత్యములు, వాద్యములు, కోలాటము, కాహళలు మున్నగునవి బహువిధముల నిరూపింపబడినవి. భోగముసానులు సంగీతవిద్యలో ప్రత్యేక కృషి చేసిరి. అంతేకాక నృత్య విద్యను తమ పిల్లలకు ౧౦ ఏండ్లకు ముందునుండియే నేర్పిరి. తమ పిల్లలకు ౧౦ ఏండ్లు పడువరకే "దేవదాసీలను"గా చేసెడివారు. వ్యభిచార వృత్తిలోని వారగుటచే వారికి

1. Salatore, Vol. II.
2. ఆముక్తమాల్యద ౫-౧౧౮,

గౌరవము తగ్గుటకు మారుగా హెచ్చినదనియు గొప్పగొప్ప అధికారులు వారి నుంపుడుగత్తెలుగా బాహాటముగా నుంచుకొనిరనియు పీస్ ఆశ్చర్యపడి వ్రాసెను. భోగము స్త్రీలకు రాజభవనాంలో నిరాఘాట ప్రవేశ ముండెను. హజార రామాలయములో నానాభూషణములతో మురుస్తూ వున్న సానులను స్తంభాలపై తీర్చినారు. వాటిని జూడగా పలువురు బిత్రులాగులను దొడిగి వాటిపై లంగాలు కట్టినారు. దేవీ నవరాత్రులలో ప్రతిదినము ప్రొద్దున భువన విజయములోను, రథోత్సవము లన్నింటను, దేవాలయములలో ప్రతి శనివార మున్నూ, వారు నృత్యము చేయవలసినవారై యుండిరి. నవరాత్రులందు మధ్యాహ్నము భోగపుసానుల కుస్తీకూడా జరిగెడిది. (కుస్తీ కిచ్చిన ప్రాముఖ్యమును కూడ ఇది నిరూపించును.) దేవాలయములలో నాట్యమంటప ముండెడిది. అందు సానులు నృత్యము నేర్పెడివారు. వారికి నృత్యము నేర్పించు గురువునకు కొన్ని యినాములు రాయలవా రిచ్చిరి. సంస్కృతములోను, కన్నడములోను సంగీత శాస్త్రములు వెలువడెను.

కూచిపూడివారి భరతాభినయముల ప్రఖ్యాతి యీ కాలములో నుండెను. మాచుపల్లి కైఫియత్తులో ఇట్లు వ్రాసినారు. "సంబెట గురువరాజు ప్రభుత్వములో ప్రజలకు అతి దారుణశిక్ష చేస్తూ వుండేవాడు. ప్రజలు సొమ్ము త్వరగా ఇయ్యకపోతే స్త్రీలను తీసుకవచ్చి స్తనాలకు చిరుతలు పట్టించేవాడు. ఆలాంటి దినాలలో వినుకొండ, బెల్లంకొండ తట్టునుంచి వచ్చిన కూచిపూడివారు అదిచూచి అక్కడనుండి లేచిపోయి విద్యానగరము పోయి అక్కడ వీరనరసింహరాయలు రాజ్య పరిపాలనం చేస్తూవుండగా భాగవతులు దర్శనం అయి కేళి అడుగగా సెలవు ఇచ్చినారు. అక్కడ కీర్తన వినికి చేసే అప్పుడు ఒకడు సంబెట గురువరాజు వేషం వేసుకొని, ఇద్దరు బంట్రోతుల వేషం వేసుకొని, ఒకడు స్త్రీవేషం వేసుకొని, సంబెట గురువరాజువలెనే ఆస్త్రీయొక్క స్తనాలకు చిరుతలు పట్టించి సొమ్ము యివ్వమని తహాశీలు చేసినట్లు వినికిచేసినారు...... ...రాయలు సంగతులు కనుక్కొని మరునాడు సైన్యం సిద్ధంచేసి రాయలకుమారుడు అనిపించు కొన్న ఇసుమాలుఖానుడనే తురకను సర్దారుగా ముకర్రారుచేసి పంపెను. అతడు సంబెట గురువరాజుపై లడాయిచేసి గురువరాజును పట్టుకొని తలకోసి తీసుకొని పోయినాడు. కోటలో స్త్రీలు బాలురు అందరు దేహత్యాగం చేసినారు."

అనాటినుండి నిన్న మొన్నటివరకు కూచిపూడివారు భరతాభినయాన్ని కాపాడి దేశమందు ప్రచారము చేసినట్టివారు. "కడిపోని తెరనాటకపుటూరి జంగాలు" (వేంకటనాథపంచ ౪-౨౪౦) అనుటచే ఊరి జంగాలు కృష్ణా గోదావరి జిల్లాలలో నాటకాలాడెడివారని తలపవచ్చును.

ఆంధ్రభాష సంగీతానికి అత్యంతానుకూలమైనట్టిది. దక్షిణాపథమందంతటను, కన్యాకుమారినుండి కటకం వరకును ఇతర ద్రావిడ భాషలవారు తెనుగు పాటలనే యెక్కువగా పాడుదురు. విజయనగర రాజులు కన్నడ రాజ్యమున కధీశులగుటచేత సంగీతముకూడా కర్ణాట సంగీతమయ్యెను. నిజముగా ఆంధ్ర సంగీతమని దానికి పేరుండెను. ఆంధ్రరాజులు సంగీత విద్యయందు ప్రత్యేక కృషిచేసిరి. తంజావూరి రఘునాథరాయలు రఘునాథమేళ యను క్రొత్తవీణను సృష్టించెను. పూర్వము ఒక రాగమునకు ఆంధ్రీరాగము అను పేరుండెను. అనగా గాంధార దేశము గానమున కెట్లు ప్రసిద్ధివహించెనో ఆంధ్రదేశ మిట్లు మరొక విధమగు (కర్ణాట సంగీతము) గానమునకు ప్రసిద్ధి వహించెనన్న మాట.

"విభావినీతు పౌరాళీ వేగవంతీతు పంచమా
ఆంధ్రీ గాంధారికా చైవ సత్స్వ్యర్మాలవపంచమా".

తెనుగు సంగీత విద్వాంసులు హిందూస్థానములో పరరాజులను, ముసల్మానులను మెప్పించిరి. విఠలుడు అనునతడు సంగీత రత్నాకరభాష్యము వ్రాసెను. అతని తండ్రి ౨౨ రాగశ్రుతులలో ప్రవీణు డగుటచే గుజరాతులోని మాండ్వీసుల్తాను అను గయాసుద్దీన్ మహమ్మద్ ౧౦౦౦ తులాల బంగారు నిచ్చి బహూకరించెను.[1] ఆ కాలపు తెలుగు వాఙ్మయములో గొండ్లి నృత్యమునుగూర్చి పలుమారు వ్రాసినారు. శ్రీ మానవల్లి రామకృష్ణకవిగా రిట్లు వ్రాసినారు. "జాయసేనాని తన నృత్త రత్నావళిలో—చాళుక్య భూలోక మల్లసోమేశ్వరుడు దానిని ప్రచారము చేసె" నని తెలిపి యీ క్రింది ప్రమాణము నిచ్చెను.

"కల్యాణకటకే పూర్వం భూతమాతృ మహోత్సవే
సోమేశః కుతుకీ కాంచిత్ భిల్లవేష ముపేయుషీం
నృత్యంతీ మథ గాయంతీం స్వయం ప్రేక్ష్య మనోహరం

---

1 శ్రీ మానవల్లి రామకృష్ణకవిగారు.
Journal of Andhra H; R. Vol. Xj. P. 174.

ప్రీతో నిర్మితవాన్ చిత్రం గోండలీవిధి మత్యయం
యతో ఖిల్లీ మహారాష్ట్రే గోండిగీతభిధీయతే."[1]

దీనినిబట్టి గోండు లను ఆటవికుల నృత్యము దేశమందు వ్యాపించె ననియు దానికి గోండిలీ అని పేరై క్రమముగా గొండిలి, గొండ్లి యయ్యెనన వచ్చును.

దేవాలయములందు, రాజసభలయందు భోగమువారు నృత్యముచేసి రసు టకు "హరి కొల్వున్ వివిధలాస్యస్పర్థి సుభ్రూ భ్రుకుంసుల పాదుల్ సరిదేర్చి పుచ్చి" అని రాయలు వ్రాసినదే ప్రమాణము.[2] భ్రుకుంసులు అన స్త్రీ వేషములు వేయు పురుషులు. నాట్యపు పోటీలు కూడా జరిగెననియు నిపుణులు ఉత్తమ మధ్యమాది నృత్యములను నిర్ణయించి రనియు పై యుదాహరణము తెలుపు తున్నది. మృదంగాదివాద్యములలో కొన్నింటిని రాయ లిట్లు తెలిపినారు. "మృదంగం బుపాంగంబావజంబు దండెతాళం బురుమ కిన్నెర సన్నగాళె వీణె ముఖవీష వాసె గ్రోలుడోలు మౌని భేరి గౌరు గుమ్మెట తమ్మెటంబు ఢుక్కి ఢక్కి చక్కి చయ్యంకి లోనగు నసంఖ్యాత వాదిత్రత్రితయపరంపరలు మొరసె" అని తేలును.[3]

విజయనగర కాల మందలి తెనుగు కవిత ప్రబంధయుగముగా పేర్కొన బడినది. మహాకవు లీ కాలమందు వెలసిరి. కవిసార్వభౌములు, ఆంధ్రకవితా పితామహులు, సాహిత్యరసపోషణ సంవిధాన చక్రవర్తులు, ఈ కాలమందే వెల సిరి. రాజులు కత్తి త్రిప్పిన వడితోనే గంటము త్రిప్పిరి. స్త్రీలుకూడా సంస్కృతాంధ్రములందు సుందరకవిత లల్లిరి. గంగాదేవి, తిరుమలాంబ రామభద్రాంబ మున్నగు స్త్రీలు ప్రసిద్ధ కవయిత్రులు. గోలకొండ మలకలచేతను జిలిబిలి తెలుగు పలుకులను పలికించిరి. ఇబ్రహీం ఇభరాముడయ్యెను ఈవిధముగా కళలానాడు సర్వతోముఖముగా వర్ధిల్లి దేశ విదేశజనులను ముగ్ధు లగునట్లు చేసెను.

1 శ్రీ మానవల్లి .... ౧౮౮.

2 ఆముక్తమాల్యద, ౪-౩౬.

3 ఆము. ౪-౩౫.

పంచాయతీ సభలు

ఆ కాలమందు కోర్టులు లేకుండెను. ప్రతిగ్రామమందు గ్రామపెద్దలు ప్రతిఫలాపేక్ష లేక తగవులు తీర్పుచేసిరి. విజ్ఞానేశ్వరీయమే ముఖ్యాధార భూత శాస్త్రము. బ్రాహ్మణులే సభాసదులు. వారి తీర్పులపై రాజువద్ద పునర్విమర్శ (అపీలు) కావచ్చును. సాధారణముగా వారి తీర్పునకు తిరుగు లేకుండెను. ధనోద్భవ (సివిల్), హింసోద్భవ (క్రిమినల్) అభియోగములను (కేసులను) వారే విచారించిరి. ముఖ్యమైన నేరములను రాజు స్వయముగా విచారించినను 'సభ' వారిని పిలిచి వారి సహాయముతో తీర్పు చెప్పెడివారు.

"సభ"ను చావడిలోనో, దేవాలయమందో, ఊరిమధ్య నుండు "రచ్చ" కట్టపైననో చేసిరి. అందుచేత వివాదమునకు సభగా కూడుటకును "రచ్చ" యనిరి.(1) రాజు స్వయముగా విచారించినప్పుడు,

"తీర్పరిం బిలిచి చేతికి నిచ్చి కనలి యీ చోరునకు నాజ్ఞయేది శాస్త్రంబు
చూచి సేయింపు దచ్చుగ మీ రటంచు
తెలియ విద్వాంసుల దిక్కు వీక్షించి" పలికె(2)

ఒకతడవ ఒక వైష్ణవునికి, జైనులకు ఇయ్యవలసిన పత్రము పైకముపై వివాద మయ్యెను. అప్పుడు,

"ఘనుల గొందర సభగా గూడబెట్టి తనవారిపనులు చందము జెప్పి
కొన్ని దినములు గడువిడి తేటతెల్లముగ సమ మాస తిథి వార సరణు
లేర్పరచి అమర జైనుల కిచ్చినట్టి పత్రంబు క్రమ మెట్టిదనిన......."

సభ వారియెదుట ఉభయులును తమతమ వాదాలు వినిపించిరి. సభవారు సాక్షు లెవరని విచారించిరి.

"....మా కిచ్చిన పత్ర మదె సాక్షులున్నార లొ గాములకు"
"అనిన వారాపత్ర మాసాక్షి వారు వినుచుండ వడి చదివింప"(3)

సభవారు విని తీర్పు చెప్పిరి.

---

(1) ఆము. ౪-౧౧౧

(2), (3) పరమయోగివిలాసము, పుట ౩౪౦.

లచ్చకట్టకు వాదిప్రతివాదులు కానుక లిచ్చెడివారు.

''తగవువారలతోట తమకను ల్పొదివి
  కట్టకానుక లిడి కడపట నిలుప
గట్టిగా నా కార్యగతి విచారించి
  అలయున్న సభవార లాయిరువురను
...... బిలిచి యిట్లనిరి అరయంగ
  నీమాన్యమైన యందులకు
పరగంగ సాక్షిసంబంధములు కలవె
  యనిన ఎక్కడిసాక్షు లంనాడె పోయి
రనిన పత్రముకలదా యని యనిన
  ఆదర మాతోటి యేడవ పెద్దతాత
కిడిన పత్రము చెద కిన్నాళ్ళదాక
  దనరుచునుండంగ తామ్రశాసనమె

యనిన సత్యము సేయుమన...పలుమాట లేల తప్పదు శౌరిసాక్షి
యని సత్య మొనరించి యలవాని గెలిచి........జనుదెంచె''[1]

పై పంక్తు లానాటి పంచాయతీ న్యాయస్థాన విధానమును వెల్లడించును. సభవారు వాదములను విని సాక్ష్యములు తీసుకొని ''సత్యము (ప్రమాణము) చేయించి'' శాస్త్రములను చూచి తీర్పు చెప్పెడివారు. ''సత్యము చేయుట'' సామాన్య విషయము కాదు, ప్రజలు అప్రమాణము చేసిన నిర్వంశ మగు ననియు, సంపద తొలగిపోవుననియు భయపడిరి పంచాయతి సభ్యులును అన్యాయముగా తీర్పు చెప్పుటకు భయపడెడివారు. అయినను అందందు లంచాలు తీసుకొని తప్పుడు తీర్పులు చెప్పువా రుండి రని వేంకటేశశతకములోని సూచనలను తెలిపినాము. కాని అది యరుదు. అట్టివారికి సంఘమందు మర్యాద లేకుండెను. పంచాయతీ సభా విశిష్టతలు ఆనాటి తెనుగు సారస్వతములో పలుతావులలో వెల్లడించినారు. అది యుత్తమ పద్ధతిగా నుండెను. ఇంగ్లీషు కోర్టులు, వకీళ్ళు, శాసనములు, బారీకులు, అప్రమాణాల నిర్భయత ప్రబలిన యీ కాలములో ఇక, ఆనాటి అచ్చపు పంచాయతీ రాజ్యముయొక్క పునస్థాపన కానేరదు. ఇది విజయనగర సామ్రాజ్య ప్రథమకాల సాంఘిక చర్చాలేశము.

1. ప. యో. విలాసము పు. ౫౩౨-౩,

ఈ సమీక్షాకాల సాంఘికచరిత్ర కుపకరించు గ్రంథములు :—

౧. ఆముక్తమాల్యద :— శ్రీకృష్ణదేవరాయ ప్రణీతము. శ్రీ వేదం వేంకటరాయ శాస్త్రిగారి వ్యాఖ్యాన సహితము. శ్రీ కళాప్రపూర్ణుల నొకమారు తమ మనఃపూర్వకాభిప్రాయములను విచారింపగా "రాయలవారు చేసినారు; పెద్దనగారు చూచినారు" అని ఒకేమాటతో సెలవిచ్చిరి. అదే నాయభిప్రాయము. గట్టిగా రాయలవారే యీ గ్రంథాన్ని వ్రాసినారని నేను విశ్వసింతును. సంపూర్ణ లోకానుభవ మిందు కలదు. అడుగడుగునకు సాంఘిక చరిత్రకు పనికి వచ్చును. ఈ విషయమందది తెనుగుసారస్వతమున అగ్రస్థాన మలంకరించును. అపూర్వ స్వాభావిక వర్ణనలు, తేలికయగు హాస్యము ఇందు నిండుగా కలవు. సర్వతంత్ర స్వతంత్రులవ్యాఖ్య లేకుండిన సగము మన కర్థము కాకుండెడిది.

౨. పరమయోగివిలాసము :—తాళ్ళపాక తిరువేంగళనాథుడు. ఇది ద్విపద కావ్యము. కవిని చిన్నన్న అనియు పిలిచిరి. "చిన్నన్న ద్విపద కెరుగును" అన్న సూక్తి యితనిగురించియే. వేణుగోపాలశతక కారుడు "అల తాళ్ళపాక చిన్నన్న..." అని తిట్టిన దితనినే! ఇతని కవిత్వములో ఒక పంక్తి పూర్తి సంస్కృతసమాస మొక్కటియు లేదు. తెలుగు నుడికారమే అంతటను కలదు. పాండిత్యములో పాల్కురికి సోమనాథునికన్న, గౌరనకన్న తక్కువదేయగును. కాని మనసాంఘిక చరిత్ర కదిచాలా పనికివచ్చును. ఈ దృష్టిలో వసు, వసు చరిత్రాది బహుప్రబంధాలకన్న నిది చాలా మేలైనది.

౩. మధురావిజయము :—గంగాదేవీకృతమగు సంస్కృత చారిత్రిక గ్రంథము. దీనిని ప్రకటించిన చరిత్రాచార్యులు ఇందు సత్యమగు చరిత్ర కలదని నిరూపించినారు. చక్కని సుందరకవిత తెనుగర్థముతో ముద్రింపదగినది.

౪. కృష్ణరాయ విజయము :—కుమార ధూర్జటి. కవిత్వము అపాటిదే. పేరు చారిత్రాత్మకమైనను అందలివిషయాలు పనికివచ్చునవి కావు.

౫. శ్రీ కాళహస్తి మాహాత్మ్యము :——ధూర్జటి. మూడవ యాశ్వాసమే కొంత పనికి వచ్చునది.

౬. రాధామాధవము :—ఎల్లనార్యకవి } ఈ రెండును చాలా కొద్దిగా ఉపకరించును.
౭. కళాపూర్ణోదయము :——పింగళి సూరన }

౮. Vijaianagar Sexcentenary Commemoration, Volume (1936):— ఇదిబాగా పనికివచ్చును. కాని ఇందు రాజులవంశాలు, వారి పరిపాలన కాలాలు లేవు. ఇది కర్ణాటక దృష్టితో వ్రాయింపబడినది.

౯. Social Political Life in the Vijaianagar Empire Salatore 2Vols. ఇది చాలా సహాయకారి. ఇదియు కేవల కర్ణాటక వాదిచే వ్రాయబడినందునను, గ్రంథకర్తకు తెనుగు రానందునను, మనకు ప్రధానముగా పనికి వచ్చునది కాదు.

౧౦. రాజవాహన విజయము – కాకమాని మూర్తి.

౫వ ప్రకరణము

విజయనగర సామ్రాజ్య కాలము

క్రీ॥ శ॥ ౧౫౩౦ నుండి ౧౬౩౦ వరకు.

శ్రీకృష్ణదేవరాయ నిర్యాణానంతరము విజయనగర సామ్రాజ్యము ౧౫౬౫ వరకు మహోజ్జ్వలముగా సాగి, తళ్ళికోట యుద్ధములో దానికి మొదటి పెద్దదెబ్బ తగిలెను. దక్కన్ సుల్తాను లేకమై రామరాజును చంపి ఆతని సైన్యమును చెదరగొట్టి విజయనగరాన్ని ఆక్రమించుకొని ఆరునెలలు అదేపనిగా విధ్వంసనకర్మలో నుండిరి. కాని విజయనగర బలము క్షీణించలేదు. తిరుమల దేవరాయలు పెనుగొండను రాజధానిగా చేసుకొని రాజ్యముచేసెను ఆతని యనంతరము శ్రీరంగరాయలు చాలా దుర్బలుడగు రాజగుటచేత తిరుపతివద్ద నుండు చంద్రగిరికి రాజధానిని మార్చుకొనెను. మొత్తానికి క్రీ. శ. ౧౬౩౦ తర్వాత విజయనగర సామ్రాజ్యము అంతరించెను. దానిశాఖ యొకటిమాత్రము తంజావూరులో రెండుతరాలు దేదీప్యమానముగా వెలిగెను.

ఓరుగంటిరాజ్య పతనానంతరము మహమ్మదీయులనుండి హిందువులను విజయనగర సామ్రాజ్యము ఇంచుమించు ౨౩౦ ఏండ్లు రక్షించెను. క్రీ. శ. ౧౬౦౦ తర్వాత ముసల్మాను సుల్తానుల పాలనములోనికి ఆంధ్రదేశమంతయు చేరినదయ్యెను. అంతలోనే ఫ్రెంచివారు, ఇంగ్లీషువారు దక్షిణాపథరంగముపై ప్రత్యక్షమైరి వారుకూడా దేశమును దోచుకొని పోదలిచినవారే కాని రక్షింప దలచినవారు కారు. అందుచేత క్రీ శ. ౧౬౦౦ నుండి ౧౮౦౦ వరకు ఆంధ్ర దేశములో అరాచకము పూర్తిగా తాండవించెను. అదొక అంధకార యుగము. ౧౮౦౦ నుండియైనను ఉత్తరసర్కారులు రాయలసీమ ఒక విధమగు స్థితికి వచ్చెను. కాని తెలంగాణా మాత్రము ఆధునిక కాలమువరకు దుర్భరస్థితిని యెటులో భరిస్తూ వచ్చినది.

మ త ము

కృష్ణరాయల కాలములోని పరిస్థితులలో మార్పు అంతగా రాలేదు. కాని తర్వాతి వాఙ్మయములోని కొన్ని విశేషముల నిందు తెలుపుట యవసరము. హిందువులను వారిమతమును, వారిసృష్టిని, (Culture) నిరంతరము ముసల్మానులు ద్వేషించినను హిందూరాజులు సుల్తానులతో రాజకీయముగా భిన్నించిరే కాని వారి మతాన్ని ద్వేషించినవారు కారు. ప్రజలుకూడ ఇస్లామమతమును ద్వేషించినవారు కారు. పల్నాటిసీమలో పల్నాటి వీరాలయములలో ఒక ముస్లిం గోరీ కూడా దేవాలయావరణమందే కలదు. నేటికిని ముసల్మానులుకూడా కార్తికమాసమందు జరుగు పల్నాటి వీర పూజలలో పాల్గొందురు. గుల్బర్గాలోని ప్రసిద్ధమగు వలీదర్గాపై భవనమును సేర్ నారాయణ మహారాజ్ అనునతడు కట్టించెనని ప్రతీతి కలదు.

పెనుగొండలోని బాబయ్య అను తురక వలీదర్గాకు సాళువ నరసింగ రాయలు కొన్ని గ్రామాలు దానముచేసెను. దానికే తర్వాతి రాజులును దానాలిచ్చిరి. జటిలవర్మ కులశేఖర పాండ్యరాజు శా॥ శ॥ ౧౪౨౨లో ఒక మసీదుకు గ్రామము దానము చేసెను. ముసల్మానుల మసీదులు ఓరుగంటిలో నుండను. "ఇదె కర్తారుడుండు తురకలమసీదు" అని క్రీడాభిరామములో స్థలనిర్దేశము కూడా చేయబడినది. ఈ కర్తారుడు (కర్తార్) అన యే ముస్లిందేవతయో తెలియదు.

> "కర్తారుం డనుచుం దురుష్కులు మొదల్గా గొల్వ ప్రత్యక్షమై
> మార్తాండుం డుదయించె నబ్ధితటసీమ ప్రాశితారాత్వకృతిన్"[1]

అని క్రీ॥ శ॥ ౧౫౦౫లో నుండిన మల్లనకవి వర్ణించెను. దీనినిబట్టి సూర్యుని తురకలు కర్తారు డనిరని తలపవచ్చును కాని ఇస్లాము మతములోను, దానికి సంబంధించిన భాషలలోను కర్తారుపద ముండినట్లు కానరాదు. ముసల్మానుల రంజానును రోజాను ఒక కవి యిట్లు వర్ణించెను.

---

1 విప్రనారాయణచరిత్ర—చదలవాడ మల్లయ ౩-౫౦.

"చనుపకముల తావిగొనక రోజాలుండి తేటిమలక మల్లెతెల్ల వికల
చందు చూచి విరహ జయకాంతమైదుగనా యొనర్చె నుత్త
రాయణమున."[1]

(చనుపకము=చంపకము మలిక్ శబ్దమును మలక చేసినారు. చందు=చంద్రుడు. దుగానా=రెండు నమాజులు.)

శైవ వైష్ణవులలో పరస్పరాసహనము పూర్వమువలెనే యుండెను. విప్రనారాయణునిపై దొంగతనమును మోపి ధర్మాసనసభయందు విచారణ చేసిన కాలమందు "వైష్ణవులకుం దలవంపులుచేసె" నని వైష్ణవులిట్లు ఖేదపడిరి.

"ఖభియాతుల్ మొద లీమతంబునకు మాయావాదు లాత్మీయ దు
ర్వ్యభిచారం బది మేరువంతయిన మాయన్ మిథ్య లేదంద్రు పె
ల్లభియోగింపదు రన్యదుష్కృతము గోరంతైన గొండంతగా
ప్రభువుల్ హాస్యరసప్రియుల్ మనల నీపాటైన మన్నింతురే ?"

మొదలే మామతానికి శత్రువులున్నారు. వారు తమవారి తప్పులను కప్పిపుత్తురు. మన తప్పులైతే కొంచెమున్నను కొండంతచేసి రచ్చకెక్కింతురు. అనుటచే ఈ సూచనయంతయు అద్వైతుల దిక్కే యనుట స్పష్టము. "బ్రహ్మ సత్యం జగన్మిథ్యా" అను మాయామిథ్యావాదమును అద్వైతులు చేసిరి. ఇతరులు "ఈతన్ని చోరు డనగాదు; జారు డనరాదు; అనాచారు డనరాదు" "పోరన మీర లీతనికి బూనడు బ్రహ్మరథంబు వైష్ణవుల్" అని సోల్లుంఠనము లాడిరి. () ఇతరులనగా అద్వైతులును, శైవులును కావచ్చును.

హిందూసంఘమునకు విశేషముగా కష్టము కలిగించినది సాంప్రదాయికతయే. వివిధసంప్రదాయకములలోని జనులలో అనేకకుటుంబములవారు కేవలము సంప్రదాయము పేరుపైననే బ్రదుకుటకు మొదలు పెట్టిరి. శైవులమని మఠాల నాశ్రయించినవారు, వైష్ణవులమని దేవాలయముల నాశ్రయించినవారు, మతము పేరుతో బిచ్చమెత్తుకొను వారును ఈ కాలములో బహుళమైరి. నంబులు పలువురు 'దాసరిబుట్ట" లతో బయలుదేరి బిచ్చమెత్తిరి. విప్రనారాయణుడు "తిరు

1 సాంబోపాఖ్యానము—రామరాజు రంగప్ప-౨-౧౦౩, (ఇత డించుమించు క్రీ॥ శ॥ ౧౫౭౦ ప్రాంతములోని వాడు)
() సారంగు ......

వరంగం బెరయకోవె" లనుచు బికిర మెత్తె "[1] శ్రీరంగమే పెద్దకోవెల అని పై అరవమున కర్థమని భాషాతత్త్వ శాస్త్రానుసరణి నూహింతును. పై చరణముతో ప్రారంభమగు ఒక ప్రసిద్ధమగు తమిళపాటగా అది కానవస్తున్నది. మాడభూషిమఠం వేంకటాచార్యులగారు తమ పాశురపరిమళములు అను పుస్తకములో నిట్లు వ్రాసిరి.

తిరువరంగము అను శబ్దము ద్రావిడమున శ్రీరంగము తిరువ రంగం తిరుమాల అనునది ద్రావిడ దివ్యప్రబంధములోని మొదటి వేయిగానములలోనిది. దీనిని బాడినవారు ఆంధ్రలోకవిదితులైన విప్రనారాయణులవారు. వారి చరిత్రమును—వైజయంతీ విలాసమును చదువని యాంధ్రుడుండడు. వారు పన్నిద్దరాళ్వారులలో నొకరు. వారి తిరువరంగం తిరుమల శ్రీవైష్ణవాలయంబులలో గానము చేయబడును." అందలి యొకగానమును మాడభూషివారు తెనుగులో నిట్లువ్రాసినారు.

చ॥ "ధనువొకటన్ మహాజలధి దర్పమణంచి జగంబు పొంగ భం
డనమున రావణాసురు నడంచిన యామనసేవకుండు నె
క్కొనివసియించు నీ పేరియకోవెలరంగని దామమంచు బే
ర్కొనకయె కాలముం గడవ ద్రోతురె తక్కరుణావిదూరులై"

ఇత్యాది స్తోత్రములలో "తిరువరంగం పెరియకోవెల" అను భావము లిమిడి యున్నవి.

"బలియ, బికిరంబు, జోగు, గోపాళ మనుచు[2] మరికొందరు బయలు దేరిరి. జోగు అనునది ఎక్కలి దేవిని కొలుచు జక్కులవారు యాచించు బిచ్చము. వారు "ఎక్కలేజోగు" అని నేటికిని యాచింతురు. గోపాళము=సందెగోపాళ మనునదే. గతప్రకరణములో తెలిపినట్టిదే

శ్రీరంగములో "రామానుజకూటము లుండెను "[3] కాని తెనుగు దేశములో నుండెనోలేదో చెప్పజాలము. తంబళ్ళనుగురించి యిదివరలో కొంత

1 వైజయంతీవిలాసము ౩-౯-౨

2 విప్రనారాయణచరిత్ర ౩-౧౩.

3 విప్రనారాయణచరిత్ర, ౨.౬.

తెలిపినాము. వారికి ప్రధానముగా శివాలయములందు పూజారితన ముండెను. తంబళిపదమున కేమర్థమో తెలియరాలేదు. వారు దేవాలయములకు విస్తళ్లు ప్రతిదినము తెచ్చి యిచ్చువారు. "తిరుమల దేవరాయల కాలములోని ఒకశాసనమునుబట్టి వాటికి ఆదెప్పనాయసింగారి కార్యకర్త అయిన సూరపరాజు గోరంట్లలోని సోమేశ్వరదేవాలయమునకు విస్తళ్లు తంబళివా రిచ్చుకొనుటను వారి ప్రార్థనపై నిలుపుదలచేసి అందుకుమారుగా దేవాలయమును బాగుచేయునట్లు శాసించెనని తెలియ వస్తున్నది (1)."

వైష్ణవాలయములు కట్టించినప్పుడు "విష్ణుప్రతిమోత్సవము" చేసెడివారు. (శివాలయములకును అట్లే చేసిరి.) శ్రీవైష్ణవులు ద్వాదశ పుండ్రకధారులై శ్రీచూర్ణరేఖలు దిద్ది "తిరుమణి వడముల" తో "తిరుపగూడల" తో "చెర్వములతో ఆ యుత్సవానికి వేంచేసిరి. తిరుమణి వడము=తావరపూసలదండ. తిరుపగూడ=నామాల సాధనములు కల తాటాకుబుట్ట. చెర్వము=చరువ=పాత్ర.[2] వైష్ణవమత ప్రచారమును వైష్ణవకవులుకూడా చేసిరి. సాంబోపాఖ్యానము వ్రాసిన రామరాజు రంగప్ప ఇట్లు వ్రాసెను. "సిద్ధాంతదర్పణుండను గురుడు హస్తినాపురికి పోయి భీష్మద్రోణ విదురాదులను పంచసంస్కారసంస్కృతులను గావించి శరణాగత ధర్మంబుల భాగవతవాత్సల్యంబును తెలిపి, హరికథా శ్రవణము కావించి, అష్టవిధ భక్తి ప్రకారంబును, నవవిధభక్తి యుక్తులను తిరువారాధనా మర్యాదలను ఆదిగాగల పరమవైష్ణవ సిద్ధాంతంబు బుద్ధిగోచరంబునజేయుచుండె."[3]

వైష్ణవాలయములలో పూజారులు "తాతలతరంబు నాటినుండి యాశ్రయించి జీవిస్తూవుండిరి. నైవేద్యములను వారే అనుభవించెడివారు. భక్తులిచ్చిన దీపారాధనపు నూనెను వీలుకొలది తీసుకొనెడివారు. భక్తులిచ్చు దక్షిణలవల్ల మంచి లాభము పొందిరి.

"విను మేము ప్రాలుమాలిన దీవె సుడిగాక, కినిసిన రెండు గుగ్గిళ్లుగాక తక్కిన నింత గ్రంథప్రసాదముగాక, మనపైన నొక వడతునుక గాక యట

(1) Salatore. II

2 సాంబోపాఖ్యానము: ౪-౧౪౭.

3 సాంబోపాఖ్యానము, ౪-౧౩౨.

మటెంచిన కుంచెడంత సాదముగాక, కాదేని యొక గుల్ల కాసుగాక దాటకొన్నను బలితంపుజింపుడు గాక, పిక్కిన నొక పోకవక్కగాక....."[1]

అని పూజారులనుటచే వారు గుడిపై జీవించువిధానము కానరాగలదు. "ధర్మసత్రపు బ్రాహ్మణులు" పలువురుండిరి.[2]

లక్ష్మీదేవిపండుగను జనలు చేసెడివారు. దీనిని శరత్కాలమున చేసిరి. ఆ పండుగనాడు విటులు భోగమువారికి "పండుగదండుగలు" సమర్పించుకొనిరి.

"మింతజనదత్త మేషి కంఠసముద్భూత రవము కడు నెమ్మది, ను
త్కంఠ పలిపె వేశ్యాకలకంఠుల కత్తరి గృహోపకంఠములందున్."

ఈ విధముగా దూకలు, కోకలు, ఆకులు, పోకలు, మేకలు ఇవన్నీ సానలకు కానుకలుగా విటు లంపిరి.[3] ఈ వర్ణననుబట్టి యీపండుగ దీపావళి పండుగయని తోచును. నేటికిని దీపావళినాడు భోగపుసానులు ధనికులయిండ్లకు వేకువన వెళ్ళి, మంగళహారతు లిచ్చి అనుగ్రహీత లగుదురు.

సంతానము లేకుండిన పున్నామనరకములో పడుదురని శాస్త్రాలలో పూర్వకాలపువారు వ్రాసి పోయినందున, హిందువులలో నేటివరకును పడరాని పాట్లు పడుతున్నారు. ఆ కాలములో సంతు లేనివారి యవస్థలు మరీ యెక్కువగా నుండెను.

"ఉపవాసంబులు, సత్య ధర్మ మహితోద్యోగాది కృత్యంబులున్
జపముల్, విప్రకుటుంబభోజనములన్, శాంతుల్ పయస్సత్రముల్,
తపముల్ దైవతపూజనక్రియలు, తీర్థస్నానముల్, దానముల్,
విపరీతప్రతిబంధమోక్షణవిధుల్, వేమారు గావించుచున్."

ఇంతేకాక బహువిధ దేవతాస్తోత్రాలు పఠించుట, పొర్లుదండాలు పెట్టుట, చూపిన వేల్పులకంతా మొక్కుకొనుట, చెప్పిన దానాలు చేయుట పరిపాటియై యుండెను.[4]

---

1. విప్రనారాయణ చరిత్ర. ౫-౧౯౯.
2 శుక సప్తతి ఆ ౨.
3. వైజయంతీ విలాసము, ౩-౮౦.
4. మల్హణచరిత్ర, ఆ. ౧ పుట ౧౩.

శ్రీమద్రామానుజులవారి కాలములో శ్రీపతి పండితుల యభిప్రాయ ప్రకారము, తిరుపతి వీరభద్రుడు వెంగళయ్యకాగా ఆతని ప్రభావము తెనుగు దేశముపై బహుశీఘ్రముగా వ్యాపించుకొనిపోయెను. ఈనాటివలెనే క్రీ. శ. ౧౩౦౦ లో కూడా తిరుపతి మాహాత్మ్యము దక్షిణాపథమం దంతటను నిండుకొనిపోయెను. వేంకటశబ్దమునకు (వేం; కటతీతి. వేం అంటే పాపాలట! ఎక్కడిధాతువో యేమో?) ఒక కొత్త అర్థమును ఇటీవలిపండితులు కల్పించినారు. ఇది సంస్కృతశబ్దము కాదు. ఇది వెంగడము అను అరవపదము. తెలుపుగం బొల్లిగట్లు అగుటచేత తెల్లనిగట్లు అనుటకు అరవములో వెంగడము అన్నారు. వెంగళ దాని పర్యాయపదము. తిరుపతికి వెళ్ళు భక్తులు పడినపాట్లు నాకాలపుకవి యిట్లు వర్ణించెను.

"అనశనవ్రతముచే నతుల కార్శ్యంబున
    గనుపట్టు నోరి బీగములవారు
మ్రొక్కు దీర్చుటకునై మూకమూకలు గూడి
    యేతెంచు తలమోపుటిండ్లవారు
ప్రాణముల్ పిడికిట బట్టుక యిట్టట్టు
    దెమలని శిరసుకోడములవారు
దైహికాయాసంబు దలపక దొర్లుచు
    నడతెంచు పొరలుదండములవారు
నామటామట మ్రొక్కు వా రడుగునడుగు
    దండములవారు మిగుల సందడి యొనర్ప
నదరి పన్నగ సార్వభౌమాచలేంద్రు గొలువ
    కోటానుకోట్లు పెన్మూట" మరిగె.

దిగువతిరుపతిలో ఆళ్వారుతీర్థసేవ, గోవిందస్వామిసేవ చేస్తుండిరి. నానావిధభిక్షకులు దారిలో నగపడుతుండిరి.

"త్రోవగూర్చుండి బొంతలు మ్రోలబరచి ముదురుటెండల కోరగా ముసుగుజేర్చి పట్టెదండలు మొరయించి పాడుకొనుచు నలరు దాసయ్య...."

బహుళముగా నుండిరి. తర్వాత భక్తులు "మందలుగూడి" శేషశైలము

నెక్కి, అచ్చట పాపనాశనిని, పుష్కరిణిని, వెంకన్నను, వామన తీర్థమును సేవించెడివారు[1]

ఇంచుమించు క్రీ. శ. ౧౩౦౦ ప్రాంతమువాడగు మంచన, తన కేయూర బాహుచరిత్రలో రథోత్సవమును, జాతరను సూచించినాడు. ముఖ్యస్థలాలలో ప్రతి సంవత్సర మొక నిర్ణయ మయిన దినమున రథోత్సవము చేస్తుండిరి. అదియే తీర్థయాత్రగా నుండెను. ఆ యాత్రయే జాతర యయ్యెను. రథోత్సవ కాలమందు పల్లెజను లెట్లాచరించుకొనిరో కదిరిపతి మహాకవి యిట్లు వర్ణించినాడు.

"ఉత్సవాలోకనాయాతనానాజనవ్రాతంబులో తమ తమ జనంబుల గానక కాందిశీకులైన వారల మీవారిం జూపెదమని తోడుకొనిపోయి విజన స్థలంబుల నొడబడకుండిన (యువతులను) పుడమిం బడవైచి యాలువు గొని విడిచినం గ్రమ్మరి తమ్మన్వేషించు వత్తిమామల గలిసికొని తేలుగుట్టిన దొంగలం బోలె మెలంగు మగ్ధాంగనలును... మరియు కటిఘటితార్ద్ర వసనఖండంబులతో బొర్లుదండంబు లిడువారలకు గడితంపు పచ్చడంబు లుల్లెడల వడువునం బట్టువారును, నిట్టసిగల భాగవతులకు వ్యజన వీజనంబుల వీచువారును, ఆగంతులకు శీతలోదకంబులుం బానకంబులును నీరు మజ్జిగయుదెచ్చి గైకొనుడని ప్రార్థించి యిచ్చువారును" అందుండిరి.[2] (ఉల్లెడ పదము శబ్దరత్నాకరములో లేదు వివాహాలలో గండదీపము మోయునపుడు ఒక దుప్పటిని తీసుకొని నలుగురు నాలుగంచులు పట్టి మధ్యన నొక కఱ్ఱతో ఎత్తి దేరాలవలె పైన పట్టిన దానిని రాయల సీమలో ఉల్లెడ యందురు.)

సంక్రాంతి పండుగ తెనుగువారి ముఖ్యమగు పండుగలలో నొకటి. రాయల సీమలో దానిని పసుల పొంగలి యనిరి.

"ఇంక నాల్గావంబు లిడనైతిగా యంచు
గుమ్మరి నెమ్మది గుందికొనక

1. చంద్రభానుచరిత్రము, ౩-౪౦ నుండి ౮౫ వరకు.
కవి; తరిగొప్పుల మల్లన. ఇతడు క్రీ. శ. ౧౬౦౦ ప్రాంతమువాడు.
2. శుకసప్తతి. ఆ. ౨. కవి: కదిరీపతి. ఈ కవి ఇంచుమించు క్రీ॥ శ॥ ౧౬౩౦ ప్రాంతము వాడు.

కుడుము రూకల కెల్ల గొననైతిగాయంచు
బేర తేరని యూరివేర మొంద
గొరియమందల నించుకొననైతిగా యంచు
గొల్లవా డూరక కుళ్ళుకొనగ
పెనుపసుపే విత్తుకొననైతిగా యంచు
కాపు నిద్దురలేక కళవళింప
మొనసి వెలచూపి చూపకమునుపె
వారిసరకు లమ్ముడువోయె నేజాతివారి
కేని పాటింపవలసి పేరెక్కినట్టి యా
దినంబున నంబురుహాయతాక్షి" 1

ఆనాడు పొంగలి చేసుకొనెడివారు. ఆ పండుగనాడు కొత్తకుండలు కొనుట, గొఱ్ఱెలనుకోసి వాటిమాంసము తినుట, మున్నగునవి చేయుదురని కవి తెలిసినాడు. కుడుము తప్పుపాఠ మనుకొందును. 'గుడము' అంటే సరిపోవును. ఆ పండుగ కాలములో చింతకాయతొక్కుకై పసుపు వాడుదురు.

కాపువారికి ఏరువాకవలెనే 'వింతటిపండుగ' యనునది ముఖ్యమైనది. వింతటి అనుపదము నిఘంటువులలో లేదు. జొన్నలు విత్తునాడు చేయు పండుగ అని దానియర్థము. నేటికిని జొన్నవిత్తనమునకు ముహూర్తముపెట్టి యీ పండుగ చేయుదురు. జొన్నవిత్తనము వేయునప్పుడు చేని వద్దనుండు రెడ్డిని, చేనివద్ద విత్తనముగింజల బిచ్చమును పొందు నిమిత్తమై గ్రామపురోహితుడు పోయెను.

"వచ్చిన పెద్దరెడ్డి సుగవాసివి, మే లిపుడైన నీడకున్
వచ్చితె యంచు బావయను వావిని బ్రస్తరలాడి, దాపడా !
యిచ్చట జల్లు విత్తు ఫలియించునె వేళ గుణం బెరంగి నా
యిచ్చకు మెచ్చుగా వదరు మిప్పు డనన్ విని యాత డుబ్బునన్"2

అతనికి ప్రీతియగు ముచ్చట్లుచెప్పి-యపుడు చేతేత దీసికొనియె పుట్టెడు విత్తులు" (పుట్టెడు=పుటికెడు=గంపెడు.)

---

1 శుకసప్తతి. ఆ ౨.

2 శుకసప్తతి. ఆ ౨,

ఈ కాలములో మరికొన్ని గ్రామ దేవతలు పుట్టుకొని వచ్చెను. 'నయన పోలయ్య' అనున దొకదేవత. 'నయన పోలయ్యకు సంజలిఘటించి' అని యొక కవి తెలిపినాడు[1]. ఇట్టి దేవర్లకు అర్థముండదు. ఎవరయినా హఠాన్మరణ మొందిన లేక అద్భుత మరణమందిన వారిని జనులు దేవర్లనుగా జేసి కొలుచు వారు.

గ్రామగంగ మరొక దేవత. ఆ దేవతకు కాపు పడుచులు పొంగళ్ళుపెట్టి పాలుపోసిరి. దొరలు పొట్టేళ్ళ నరికించిరి. మాంత్రికులు కోళ్ళ నర్పించిరి.[2] తెనాలి రామకృష్ణుడును గ్రామగంగలను గాలిగంగ లనుపేర వర్ణించినాడు. గ్రామాధికారి గంగమ్మజాతర చేయుదినము నిర్ణయించి చాటించెను. జాతర దినము 'పామరజనుల' స్త్రీలు గోరెచ్చ చమురంటుకొని శిరస్స్నానమాడిరి. క్రొత్తబట్టలు కట్టి కంట కాటుక బెట్టి, సింధూర తిలకము పెట్టి, కొప్పులో పూలు పెట్టుకొని, వేపాకు దండలు వేసుకొని, తాంబూలము వేసుకొని బయలుదేరిరి.

"ఎడ్డెతనపు గయిసేతల రడ్డులు నడిచిరి పురస్పురద్భార్యంగా
గుడ్డంబు చక్క గట్టం బడ్డ మహాశక్తి దివ్యభవనంబునకున్."

ఆ యుత్సవమున మేకపోతుల బలి ముఖ్యమైనది జనులు కల్లు బాగా త్రాగి చిందులాడిరి. ఆ జాతరలో పామరస్త్రీలు చేసిన వేడుకలను కవి యిట్లు వర్ణించినాడు.

"సిడి వ్రేలె తెరవయోర్తు. నిప్పుటేట జరించె నెంతయోర్తు,
చొచ్చె నిప్పుల పందిరిగుండ మింతియోర్తు. అనటాకు నర్తించె
నతివ యోర్తు." అంతేకాదు :—

"కాంత యొకర్తు మూపునగండ లిచ్చె
మారుగా లిచ్చె నొక సుధామధురవాణి
లలన యొక్కర్తు నోరితాళంబు లిచ్చె
శక్తి జాతర సద్భక్తి శక్తు లెసగ"[3]

---

1 మల్హణచరిత్ర పెదపాటి యెఱ్ఱనార్యుడు, ఆ. ౨ పుట ౩౭;
ఇతడు క్రీ॥ శ॥ ౧౭ వ శతాబ్ది వాడు.

2 శుకసప్తతి ౨-౭౬.

3 పాండురంగమాహాత్మ్యము. ౩-౭౫ మరియు ౭౭ తెనాలిరామకృష్ణుడు.
క్రీ॥ శ॥ ౧౫౩౦ ప్రాంతమువాడు

"ఎక్కలిదేవికి గ్రామగంగకున్ చప్పిడిదించి మ్రొక్కుకొనుట" యు నాచారమై యుండెను(1) సిడిని గురించి యిదివరలో తెలిపినాము. భక్తి పారవశ్యమున శైవులు నిప్పుల గుండాలపై సుఖముగా నడిచెడిదియు తెలిపినాము. అరటాకు చినుగకుండ దానిపై నాట్యమాడుట యింకొక విశేషము. స్త్రీలు మూపును కోసి కండ లిచ్చుట భయంకరాచారమే. మారుగాలిచ్చుట యననేమో! నోరి తాళము లిచ్చుట యన నోటికి బంధనాలు వేసుకుని లేక దబ్బనాలు కుచ్చుకొని మ్రొక్కులు చెల్లించుట యని యర్థము దేవరకు మ్రొక్కుకొనుటను తీనె లేక తిన్నె పెట్టుట యనిరి. తిన్నె, తీనె అన అరుగని శబ్దరత్నాకరమందు వ్రాసినారు. ఇక్కడ అది సరిపోదు. ఇంట్లో ఒక చిన్నకట్టపై దేవరను బెట్టి నిలుపుకొని మ్రొక్కులు చెల్లించుటకు తీనెబెట్టుట యని యందురు. ఒక రెడ్డి భార్య చనిపోయి పురోహితుని కలలో వచ్చి,

"...... బాపడ! రెడ్డికి దెల్పరాదె. న
న్నెన్నడు తిన్నెవెట్టినుతి
యించుచు గొల్వరటంచు బల్కె...."(2)

దేవర్లకింకా కొదువ లేకుండెను. పుట్టలమ్మ సందిపీరులు, ఎక్కలమ్మ, పోతురాజు, ధర్మరాజు, కంబమయ్య, దేవాదులు కాటిరేడు అనువారును వెలిసిరి.(3) చెం౯ లమ్మ అని మరొక దేవత యుండెను(4). నెల్లూరిలో పూర్వము చెంగలమ్మ అనునామె సహగమనము చేసెను. ఆమె దేవత యయ్యెను. ఆ సీమలో నేటికిని చెంగలయ్య, చెంగలమ్మ పేర్లు బహుళము దేవర్లకు మ్రొక్కుకొని 'సాత్కాలు కోరించుట' మరొక యాచారమై యుండెను(5). సాత్కాలు అననేమో నిఘ.టువులలోలేదు నాకు తెలియదు.

రోగాలువస్తే భూతబలిగా స్త్రీలు దివదీసి నాలుగుబాటలు కలియు చోట బల్యన్నము పోసి పోయెడివారు. "శృంగాటకంబుల కాపు గరితలు అగ్గలంబుగా భగ్గనం దరికొన బలియర్పించు పొంగళ్ళవలనం గొంతకొంత సంతసింతు."

(1) శుకసప్తతి, ౨-౪౪౫.
(2) ,, ౨-౪౪౬.
(3) ,, ౩-౫౦.
(4) ,, ౩-౪౦౩.
(5) శుకసప్తతి ౨-౪౧౬.

అని యొకదయ్య మనెను(1). సివసత్తులకును, తలారులకును, బవనీలకు, ఆట పాటలవారికి తిరిపెపు కల్లు దొరికెడిది(2). సివసత్తు లను పదము నిఘంటువు లలో లేదు అది శివశక్తి తద్భవము. కొందరు స్త్రీలు సాధారణముగా బసివి రాండ్రు శివమెత్తి (పైనిండి—అని తెలంగాణము మాట. అసగా మైనిండి) ఊగుతూ దేవరను నిల్పుటకై ఆర్భాటము చేయుదురు. వారిని సివసత్తులు అని నేటికిని రాయలసీమలోను, తెలంగాణ మందలి బహుప్రాంతాలలోను అందురు.

తెలతెలవారువేళ పూర్వము దేవాలయములందు నగారా మ్రోయించెడి వారు. రాజుల భవనాలముందు మేలుకొలుపుల మంగళవాద్యము లెట్లో అట్లే దేవాలయములందును దేవునికి మేలుకొలుపులుగా నుండెను. "దేవనిలయ ప్రాంచన్మహామర్దల ధ్వనిచే వేగు టెరింగి"(3) జనులు వర్తించుకొంటూ వుండిరి.

> ....రంగశాయి గేహమ్మున బోరున న్మొరసె
> నప్పు డహర్ముఖసూచకంబులై యిమ్ముల శంఖదుందుభి సమా
> హిత మంజుల వాద్యఘోషముల్''
> అని విప్రనారాయణచరిత్ర (౪-౯౮.) లోను వ్రాసినారు.

పూర్వము వైష్ణవాచార్యులకు గ్రామాలపై కొన్ని హక్కులను అప్పటి రాజు లిచ్చియుండిరి. పెమ్మసాని తిమ్మానాయడు అను కమ్మదొర శా. శ. ౧౫౬౬ (క్రీ. శ. ౧౬౪౪) లో ఒక శాసనము ఇట్లు వ్రాయించి యిచ్చెను.

"తాతాచార్యుల ప్రపౌత్రులయిన తిరుమల బుక్కపట్నం కుమార తాతాచార్యులవారికి ముసళ్ళ గోత్ర పెమ్మసాని తిమ్మనాయనింగారు వ్రాయించి యిచ్చిన దేశసమాచారపత్రిక—పూర్వంమీ తిరుమాళిఘెకు కృష్ణదేవరాయలనాటి నుంచి నడిచే దేశసమాచారం దేశం మ్లేచ్ఛాక్రాంతమై పోయినందున మా తిరుమాళిఘెకు నడిచే గ్రామాదులు వర్షాశనములు మాకు నడిపించమని ఆజ్ఞనేమిస్తిరి గనుక తమ సన్నిధిలో మేము పంచ సంస్కారములు అయ్యే సమయమందు మా గోలుకొండ పాదుషావారు మనసబు యిచ్చిన గండికోటతాలూకా ౪ లక్షల ౫౦ వేల సీమకు హరిసేవ, గురుసేవ ముద్రకానికె గుడికట్నం బసివిముద్ర

---

(1) ,, ౩-౫౮౩.
(2) ,, ౩-౧౧౬.
(3) ,, ౨-౩౫౬.

తప్పువొప్పు దండనఖండన పదుపావాదం మొదలయిన దేశసమాచారసహితముకు సమర్పిస్తిమి" (పెమ్మసాని తిమ్మానాయడు-గండికోట ముట్టడి యను లఘుపుస్తకమునుండి).

క్రీ. శ. ౧౬౫౨ లో గోలకొండ మంత్రియగు మీర్ జుమ్లా గండికోటను మోసము చేసి పోర్చుగీసుల సహాయముతో ఆక్రమించుకొని కోటలోని విగ్రహాలను తెప్పించి ౨౦ ఫిరంగిలు చేయుమని మైలే అను బుడతకీచు వానికి చెప్పినాడు. వాడు ౪౮ పౌనులవి ౧౦ ఫిరంగీలు, ౨౪ పౌనులవి ౧౦ ఫిరంగీలు కావలెనన్నాడు. రాగి విగ్రహాలను కరిగించినారు. అన్నీ కరిగినవి మూసలో. మాధవస్వామి మూర్తులు మిగిలియుండెను. వాటిని మూసలోవేసి ఎంత ప్రయత్నించినా కరగలేదు. ఇందులో బ్రాహ్మణులమంత్ర మున్నదని అర్చకులను బాధించిరి. లాభములేకపోయెను. ఫిరంగి యొక్కటికూడా సిద్ధము కాలేదు. టావర్నియర్ అనువాడు తానీ సంఘటనను స్వయముగా చూచి తన (Travels in India) గ్రంథములో నిట్లు వ్రాసెను.

"The Nawab (Mir Jumla) collected a quantity of idols from the Pagodas Among these, there were Six of Copper, there of which were 10 ft high. It was impossible for Maille to melt these six, no matter how much the Nawab expended. In short, Maille never accomplished making a single Cannon."

(గండికోటముట్టడి అను లఘుపుస్తకమునుండి ఉద్ధృతము. కర్త పేరుదులేదు. "ఈ వ్యాసము సమదర్శిని అంగిరస సంచిక కోసము ఉద్దేశింపబడింది" అని అందు కలదు.)

జనుల వేషాలు

జనులకట్టులో, బొట్టులో, అలంకరణములలో వైవిధ్యముండెనన్నారు ఏండ్లక్రిందట మనయాంధ్రులలో వివిధవృత్తులవారు, కులములవారు ఎట్లుండిరో ఇంచుమించు చిత్తరువుపటాలవలె మనకు తనవర్ణనలతో చూపిన ప్రతిభాశాలి పాలవేకరి కదిరీపతి. ఒక్కొక్క జాతి మనిషిని, స్త్రీని, చక్కగా వర్ణించి మనయెదుట నిలబెట్టినాడు. అట్టిపద్యములన్నియు నుదహరింప యోగ్యమైనవి. కాని అటులచేసిన గ్రంథము పెరుగును. కావున ముఖ్యమైనవి కొన్ని యుదహరించి తక్కిన వానిని సూచింతును.

ఎరుకపాళెగాడు :—

అంపపొదికి నెమిలిపురిచుట్టి, సెలసు అను కట్టెతో చేసిన విల్లును బూని, మొలతు పులితోలుచుట్టి, నడుముదట్టీతో కురుచవిడెము దోపి పికిలపూలదండలు వేసుకొని, కుడిచేతిసందిపై గొరిగింజల దండ చుట్టి "జుంజురు సికమీద జుట్టిన తలముళ్ళు దట్టిలోపల నఱపెట్టుచుట్టు" కోర మీసలు, మిడిగ్రుడ్లు, వలుద, ఓరచ్చులు కలిగి, నట్టివాడు.[1] (తలముళ్ళు అన చోర సాధనము, వేటసాధనము అన్నారు నిఘంటుకారులు. ఇదివరలో ఈ పదము రెండుమారులు వచ్చెను. అఱ పెట్టుచట్టు అంటే ఏమిటో నిఘంటువులలో లేదు. ఓరచ్చులనగా అట్టల చెప్పులు.

వేట వేషం :—

రాజులు వేటకు వెళ్ళినప్పుడు ధరించు విధాన మిట్లుండెను. "పట్టుచల్లడము ధరించి, దట్టి గట్టి, "సరిగెక్రొంబని కందుసాలెయంగియ బూని'. చలువ చెంగావి పచ్చడముకప్పి, పచ్చల పోగలు వహించి, కస్తూరీతిలకము తీర్చి, కుడివంక బాకు నుంచుకొని, మెడలో కెంపుల హారము వేసుకుని డాలు పట్టి, తళుకువన్నెతుళాయి నెత్తినబెట్టి బయలుదేరుతూ వుండిరి.[2] కందుసాలె అననేమో? వేపుడు పనిచేయుశాల అని సూ. రా. నిఘంటువులో వ్రాసినారు ఇక్కడ ఆ యర్థము సరిపోదు. ఒక విధమగు సాలెజాతివారు నేసిన జలతారు అందుగల అంగీయని యర్థము చెప్పవలసి యుండును.

కోమటిసెట్టి వేషం :—

"గంధపుబొట్టు, పీడియును, కచ్చల పాగయు, కావిదుప్పటిన్,
సందులపూసలున్, చెవుల చాటున నీలపుదంటపోగులున్,
కండినయట్టి వెండిమొల కట్టును, నీలపుటుంగరంబులున్,
బొందవు కిర్రుచెప్పులును, బొల్పెసగన్ ధనదత్తు చెంతయున్."[3]

---

1 చంద్రభాను. ౨. ౨. (తలముడి బహావచనం తలముళ్ళు. నల్లని నీలిబట్టను తలకు గుర్తుపడకుండా చుట్టిరని అర్థముచేసుకొనవచ్చును.)

౨. చంద్రభాను, ౨-౧౩.

౩. మల్లణ; ఆ. ౨. పుట. ౪౩.

(కచ్చులపాగ=చుంగులరుమాల. దంట=జంట.

వృద్ధవేశ్య :—

అమ్మగారిపుట్టము కట్టి అక్కలదేవి తోలుపాదాల చిహ్నములుకల హారము ధరించి, చిట్టికుంకుమబొట్టు పెట్టి, ముత్తెపుకంటె ధరించియుండెడివారు.[1]

భటులపెద్ద :—

"కొనముక్కుపైనుండి కనుబొమ్మలకు వెళ్ళ
నాభినామము సన్నముగ దీర్చి
చెవిచెంత కొరగవేసిన కోరసిగసందు తెల్లచెంగులబట్ట వెళ్ళ జుట్టి
చెరుగు దిక్కున తోకచెరగు దూలగ నీలి
కాసెచే హనుమంతు కాసె వేసి"

తలవరి మంటపమున (Police Station) దండనాయకుడు (Sub Inspector) అమీన్) ఉండెను.[2] వారి దర్జా కూడా ఇప్పటి అమీన్లకు తక్కువది కాదు.

చలదయః పత్రికోజ్జ్వల దండకాండముల్
ఘల్లు ఘల్లనుచు ముంగల చెలంగ
నునుపారి చికిలి చేసిన విచ్చుకత్తులు
తపనదీప్తుల తళ త్తళ యనంగ
హనుమదాకృతులు వ్రాసిన కంచు
టరిగలు జాళించు రవళిచే డాలు మించ
అదరు క్రోవుల మ్రోత కదరి నల్దిక్కుల
నార్తరావముల వాయసము లరుగ
ముందటను కంచుకొమ్ము మిన్నంది మొరయ
జార చోరుల గుండియల్ ఝల్లనంగ
వెడలి కోలాహలంబుగా వేశ్యవాటి జేరి
యప్పట్టణము తలవారి గాంచె"[8]

1. వై జయంతీవిలాసము ౩-౭౧-౭౨.
2. వై జయంతీవిలాసము ౪-౬౨.
8. ,, ,, ౪-౭౮.

తలార్లు కట్టెకు చిన్నచిన్న ఉక్కు ఇనుము బిళ్ళల గుత్తులను కట్టి చేత బట్టెడివారు. అరిగె లనిన కేడెము అన్నారు నిఘంటుకారులు. డాలులను తోలు తోను, ఇత్తడితోను, కంచుతోను, ఇనుముతోను చేయించెడివారు. ఇచ్చట తెలిపినది కంచుడాలు. దానికి మూడుకాని, నాలుగు కాని గుదుపలుండును. ఆ గుదుపలలో సన్నని ఇనుప గోలీలు వేసెడివారు. అవియే 'రవళి' చేసినవి. ఉక్కుపై విగ్రహాలు వేయించెడివారు. పలువురు సింహాలను, పులులను వేయించెడివారు. ఇచ్చట హనుమంతుని వేయించినారు. ఒకభోగముది శివుని గొలిచి దేవాలయమునుండి వెళ్ళుచు,

క. గుడివెడలి వైష్ణవులు గనుపడతుం
 డగ జెలువ సరిగ పట్టుమటంచున్
 పడతి తనయింటికడకున్ వడి జని
 నిజజనని బిలిచి నగుమొగ మలరన్.[1]

అని మరొక కవి వర్ణించుటచే కేవలము డాలే యని యర్థము చెప్పుటకు వీలులేదు. ఛత్రివంటి సాధన మనవలెను.

దాసరిసాని:— కావి కుప్పసము తొడిగి, కొప్పు బయలుపడకుండ బందళాటి (చీరబట్ట) బిగించి, జమిలి పూసలకంటె పెట్టుకొని హరిహరీ యనుచు నడిచెను.[2]

కరణము.—

"ముదుక తలపాగయును బాహుమూలమందు
కవిలెచర్మపు టొరలోని కత్తిగంట
మలతి నీర్కావిదోవతు లమర గ్రామ
కరణ మేతెంచి రెడ్డిచెంగట వసించెను.[3]

మాదిగజోగురాలు — పసుపుబొట్టి, మెడలో (దేవి) తోలు పాదాలు, నిడుద గవ్వలదండ, దర్శనపుదండ, "ఎడమచే బిళ్ళక నిడిన బంతారన్యపాణి

1. శుకసప్తతి, ౩-౪౭.
2. విప్రనారాయణచరిత్ర, ౩-౭.
3. శుకసప్తతి, ౨-౪౧౭.

బట్టిన నాగపడిగకోల" కాసెకట్టిగా కట్టిన చెంగావిచీర, నీలిరవిక, కాళ్ళకు గజ్జెలు కట్టి పరశురామునిపాట పాడుకొనుచు ఎక్కలోజోగు అని బిచ్చమెత్తునట్టిది[1] (దర్శనపు దండ నిఘంటువులలో లేదు. గవ్వల దండయని యర్థము.)

తురక జవాను :—

మెలిపెట్టి చుట్టిన తెలిపరంగిముడాసుపై
లపేటాదబ్బు పసల జెంగు
బంగారుత్రాతల పట్టుహిజారు కంబరు
చీనినిమతాని పెందు వాసలు
తనుకాంతి గనుపింప దనరు నంగీజోడు
వలిపెంపు కాలువ పల్లెవాటు
వడుదలలోస డాబాకత్తి వదలు పాపో
సులు గోరంట బొలుచుగోళ్ళు

నడుము సీలున్న తోలుడాల్ బెడగుసూప
అభయముగ వెంట నరుదెంచు నభరువాడు

అమరు ముస్తైదు తేజితో నరుగుదెంచె
దారుణాకారుడైన యుద్ధారుడొకడు.
వచ్చియయ్యూరి వెలుపల రచ్చ రావి
త్రేవ దుర్వారుడై "తలారికి బులావు
ధగిడికే" యను మాటకు తలకి రెడ్డి
తోడివారలతో చేనిత్రోవ బట్టె"[2]

(పై పద్యములో కొన్ని పదాలకు నిఘంటువులలో అర్థాలులేవు. చుంగు పాగాను మెలికలు వడచుట్టినాడు. తెలి ఫరంగి ముడాసు అనగా ఫరంగీ(ఫ్రెంచి) వారివద్ద కొన్న తెల్ల టోపి. ఫరంగీవా రమ్మిన తెల్లని నెత్తి టోపి (ముడాసు) పై లపేటా (షమ్లా, చుంగుపాగా) చుట్టినాడు. జరీ అంచులుకల పట్టీలాగు

1. శుకసప్తతి, ౨-౪౨౫.
2. ,, ... ౪. ౨౬-౨౮.

(హిజారు) తొడిగినాడు. చీనీ దేశపు నీంతాన్ బట్టను నెత్తిమీదుగా కట్టినాడు. (కంబరు అంటే యేమో ?) శరీరము కనబడునట్టి సన్నని నూలు అంగీ తొడిగినాడు. సెల్లాను చంకల క్రిందుగా త్రిప్పి బుజముపై వేసినాడు. చంకలో (పడుదల) జందెమువలె తోలుపట్టీ వేసుకొని దానికొక డాబాక త్తిని తగిలించినాడు. పాపోసులు (ముచ్చెలు) తొడిగినాడు. వెంట గుర్రపుసైసు మాదిగ (నఫరు వాడు) వచ్చినాడు. సీలు అంటే తెలియదు. పాపోసు పార్సీపదము. పాయె పోష్ (పాదమును రక్షించునది) అనుదాని నుండి యేర్పడినది. అచ్చులో నఫప వాడు అని ముద్రించినారు. అది అర్థములేనిమాట నఫరు అని యుండవలెను. ఇది నిఘంటువులలో లేదు. తెలంగాణా పల్లెలలోని రెడ్లు సైసువాన్ని "నఫర్ వాడు" అని యందురు. అదే యీ నఫరు పదము. ముస్తయాద్ అను అరబీ పదమే ముస్తైదు (Ready) సిద్ధముగా తయారుగా నుండునట్టిది అని యర్థము. అట్టి 'తురక' బంటు గ్రామ మధ్యనుండు రావిచెట్టుకల రచ్చకట్టువద్ద నిలిచి "తలారికీ బులావ్ ధగిడీకే" అని అరచినాడు. ఈ వేషము, ఈ తిట్టు నేటికిని తెలంగాణాలో ప్రత్యక్షానుభవమే ! చిన్నబంటు వేషము వాని గుర్రము, వాని సైసు, వాని దర్జా, వాని తిట్లు చూచి విని రెడ్డి, కరణాలే పారిపోయిరి ! గోలకొండ సుల్తానులు కొత్తగా ఆంధ్రదేశాన్ని అక్రమించుకొని తమ తురక భటుల కిచ్చిన దర్జాను తెలుపుతున్న దీపద్యము. అనగా ఇంచుమించు క్రీ. శ. ౧౬౫౦-౭౦ ప్రాంతము.

రెడ్డి :—

"మొలకు సగంబును తలకు సగంబుగా
    గట్టిన యయగారి కిరలచీర
పై నల్లకమ్మల పచ్చడంబును తోలు
    పావలు చేతిలో బట్టుకఱ్ఱ
కత్తెర గడ్డంబు, కరకు జుంజురమీ
    సములు రోమశంబైన పలకరొమ్ము
మొలయుంగరము వ్రేల వలముగా దీర్చిన
    నాభినామము బీదవరము లమరు
గడుసుపిక్కలు గలిగిన మడిమ లమర
    వెంట నిరువంక పెంపుడు వేపు లరుగ

కెలనదగు నెడ్లకొట్ట మీక్షించుకొనుచు
నింటివెలుపలి తిన్నియ కేగుదెంచె"[1]

(అయగారి పదము నిఘంటువులలో లేదు) రెడ్ల సంసారములను, జీవనములను చాలా చక్కగా విరివిగా వేంకటనాథకవియు వర్ణించెను. (౪-౪౧౬, ౪౫౫) ఇతడు రెడిసాని అని ప్రయోగించెను.

పురోహితుడు .—

బుజముపై మూడు తరాలనుండి భద్రముగా వస్తూ వచ్చిన ధావళి (మడి పంచె) మరియు ఆసిమి సంచి, ముతక నీర్కావి ధోవతి, తల చుట్టుకొన్న చింపుల బైరవాసము (వస్త్రము), చెమటచే గరగెడు సేసబొట్టు, మారేడు బుర్రలో మంత్రాక్షతలును, ఒక చేత పంచాంగము, పొడుపువ్రేల (చూపుడు వ్రేల) వెండి యుంగరము, మెడలో మురికి జందెములు కలిగి, హరే కృష్ణ! హరే రామ ! అంటూ వెళ్ళినాడు. పొడుపువ్రేలు పదాలు నిఘంటువులలో లేవు. తెల్లని (ధవళ) ఉన్నితో నేసిన మడిపంచెను ధావళి యందురు. ఇది మహారాష్ట్రిలలో నుండు ఆచారము. సూ. రా. నిఘంటువులో ధావళి యన వస్త్ర విశేషమని వ్రాసి వేసినారు.

ఎరుకలి :—

నవరనిపని వన్నెరవిక తొడిగి, ముంజేతులపై ముఖముపై పచ్చబొట్టులు కలిగి, కురుమాపుపైటలో చిన్ని బుడుతని కట్టుకొని, తరతరాలనాటి పుత్తడి పైడిబుట్టి నెత్తిన బెట్టి, కనుబొమలనందున నామము, నొసట భూతిపూత కనులకు కాటుక, కలిగినట్టిది.[2] (పుత్తడి, పైడి రెండును బంగారు కర్థము. ఇచ్చట అది సరిపోదు. ఎరుకలిబుట్టి కర్థము కావలెను. వెదురుబుట్టి అని యర్థముండును.) అది దారికట్టు, మొనకట్టు, స్త్రీవశ్యము కలిగించు బదనిక లమ్ముకొనెడిది. "దీనిని మా సింగడు కొండనుండి తెచ్చినాడు" అన్నది. దానిని కొరవంజీ! అని సంబోధించిరి. సింగడు అను పదము నరసింగడు అనుదాని నుండి యేర్పడినది. చెంచులకు నరసింగడు ముఖ్యదేవత. కొరవంజి, సింగి, సింగడు యక్షగానాలలోని నటీ సూత్రధారులు దీన్నిబట్టి యక్షగానాలు చాలా

1. శుకసప్తతి. ౨-౪౧౩.
2. శుకసప్తతి, ౧-౯౭.

ప్రాచీనమయిన నృత్యగానాలనియు, అవి చెంచువారినుండి స్వీకరించి సంస్కరించినవనియు నూహింపవచ్చును.

రాజులు :

సిగలో తాయెతులు, నెత్తిపై కుళ్లాయి, చెవులలో యొంటులు (పోగులు), మెడలో ముత్యాల హారాలు, బంగరు గట్టికమ్ముల వలిపె దుప్పటి వలెవాటు ధరించెడివారు.[1] పసరు పట్టు హిజారు (లాగు), అంగీ, పచ్చరాళ్ళ పోగులు, జీవదంతపు పావలుకూడా ధరించెడివారు.

భటుడు (జెట్టి) :

గీరునామము, చిన్న కోరమీసలు, వెనుకకట్టు రుమాలు, కమ్మిపంచె, కమ్మి దుప్పటి వల్లెవాటు, కెంగేలిలో వంకవంకి, అపరంజి పరజుతో దగు కత్తి (పరజు నిఘంటువులలో లేదు.) బచ్చెన (రంగువేసిన) పావుకోళ్ళు, చౌకట్లు (నాలుగు ముత్యాలపోగులు) ఇవి అయుధోపజీవుల వేషములు.[2]

బ్రాహ్మణ స్త్రీ

ఒక పంచాంగమయ్య రెడ్డికోడలిని మోహించి తన భార్య అంద చందాలు మెచ్చక యిట్లు పోరుపెట్టెను.

కీలుగంటిది యేల పోలగా నునుగొప్పు
        గీల్కొల్పు కొమ్మంచు గిజుపోరు
పసుపుబొట్టిదియేల నొసట విభూతిరేఖ
        యమర్చు కొమ్మంచు కంటగించు
కాసెకట్టిదియేల కవురుగా మైజారు
        చీర దాల్చు మటంచు చిమ్మరేగు
లత్తుకు లివియేల చొక్కంపుటంచు
        కమ్మలు ధరించుమటంచు నలుకగాంచు
భార్యతో నా యమయు వెర్రిపట్టెనేమొ
        యనుచు నాలాగె కావింప నతడు హలిక

1. శుకసప్తతి, ౧-౧౧౬; ౧-౨౪౯
2. శుకసప్తతి ౨-౨౪౧

లికుచ కుచవేషమేకాన యకట ;
దాని యొరపులేదని యాత్మలో పరితపించు"[1]

రెడ్డి స్త్రీ :

పై పద్యములో కొంత తెలియవచ్చినది, మరికొన్ని విశేషములు గమనింపదగినవి :—

"గొంటుపూసలు రెంఉగుండ్ల ముంగరలు,
మైజారుచీరలు పెన సన్నగొలుసు
పెద్దమట్టెలు మట్టిపిల్లాండ్లు, బొబ్బిల
కాయలొత్తులతోడి కడియములును
కప్పు పల్వరుస లుంగరములు తూలెడు
కొంగులు ఐలు చెంప కొప్పులంచు
కమ్మగవల్ సన్న కాటుక రేఖలు నాభినామంబులు నానుచుట్లు
పసుపుపూతలు.......బిగువు రవికలు......."[2]

కలిగియుండిరి పై పద్యములో బొబ్బిలికాయలు నిఘంటువులలో లేదు. కాలి మూడవ వ్రేలి మట్టెలను బొబ్బిలికాయ లందురు.

జంగమురాలు :—

మ్రరిపాలుపూసిన జడలదిండు. చింతాకంత విభూతిరేఖ, పందిట రుద్రాక్షపూసలు, నాగబెత్తము, తామ్రపు నందిముద్ర యుంగరము, ఉన్నిదపు వాటు, యోగపట్టె కలది.[3]

ముత్తైదువులు :

ఆ కాఁపు ముత్తైదువలు పసుపు పూసుకొనిరి. కాటుక పెట్టిరి. పత్తి బొట్టు పెట్టిరి.[4]

---

1 శుకసప్తతి ౨-౪౩౭.
2 .... ౨-౩౩౨.
3 .... ౨—౩౨,
4 ... ౨ ౧౦౫.

భోగముసాని :—

"హిజారు (లాగు) మీద త్రొటిలువడి నొంటికట్టున ఘటించిన చీర సగంబు మూపుపై నలవడ బోటిదట్టి" గట్టెడివారు. వారికి "తిరుమంజనము" (దేవుని స్నానము) వేళలందు దేవాలయములందు సేవలో నుండుటకై ఏర్పాటుండెను. మరియు దేవునికి కొడుమెత్తునప్పుడు (నిండు కుండను తీసుకొని పోవునప్పుడు) కూడా వెంట నుండవలెను

"కొడుమెత్తుకొరకు గుడికిన్ నడచుఁ
వెలపడుచు, నాభినామమునుం, గ్రొ
మ్మడి పౌరున్ మడిచారున్ వడి
జారుం బైట వింతవగ గన్పింపఁ."[1]

మాస్టీడు (శూరభటుడు) :—

"తలపాగ పొరమీద జెలగెడు నాయుధార్చన నల్పినట్టి దాసనపుపూవు." ఎడమకేల గొలుసును, కుడికేల పెద్దపత్తి, దట్టితో చెక్కునిద్దావంకి (కత్తి) చుప్పటివల్లెవాటు, ముందరి బిరుదడవిణ కలవాడు.[2]

ప్రజా జీవనము

బ్రాహ్మణుల యిండ్లు, వారి జీవన మెట్లుండెనో కొంత తెలియ వస్తున్నది.

"అలికి ముగ్గులు పెట్టినట్టి తిన్నెలు,
కంచు బోరుతల్పులు, పాలుపోసి చాల
యూర్చవచ్చునసంగ నొసర చావడి—
తాళువారంబు, చిన్నగవాక్ష మలరు
వంటకొట్టము, చిలువాన మించిన మిద్దె,
పట్టెమంచముతోడి పడుకటిల్లు
పడసార ముంగిలి నందిరి, పసిగాడి,
కాయధాన్యములున్న కణజములును,

1 శుక. ౩-౧౭.
2 ... ౩౮—౩౯.

పెరటిలో నారికేళ జంబీరముఖ్య
నిఖిలఫలవృక్షములు మంచినీళ్ళబావి,
నమరనయ్యింట నిత్యకల్యాణములును
పచ్చతోరణములు మించబరగునతడు"[1]

(బోరుతల్పులు=పెద్దగవని తలుపులు, కణజములు పాతరలు, తాఖ వారము శ. ర. నిఘంటువులో లేదు. వాచస్పత్యములో స్తంభముల మీదికి దించిన సోఫా అని వ్రాసినారు. చిలువానము శ. ర. లో లేదు. ఆంధ్రవాచస్పత్యములో ధనము అన్నారు, సూ. రా. నిఘంటువులో ఇంటిఖర్చు, చిల్లరఖర్చు అని వ్రాసినారు. ఆ యర్థము లిచ్చట సరిపోవు. బ్రాహ్మణులు కొందరు గొప్ప భూస్వాములై యుండిరి. వారియెడ "బాపల సేద్యం బాలవైద్యం" అనుసామెత చెల్లకుండెను. వారి సేద్యము వారి తోటలు, పంటలు, గరిసెలు ఖుల్లుండెను.

గాదెలగొలుచు ముక్కారు బండెడు మళ్ళు
ఆత్రోపు, నడబావు, లందదొడ్డి
ఆకుతోటలగుంపు, పోకమ్రాకులు, గుత్త
చేలు, గొర్రెలకదు పాలమంద
చెఱకుగానుగ మొదల్లైదక వర్ధిలునేర్పు,
బానిసల్ పదవాళ్లు, బంటు, పైద
పారిగోదలు, గొప్పపడసాల మేల్మచ్చు
గారముంగిలి, వింతగాని పొరుగు
రాగినగలు, సదాచారరతియు, దేవ
పూజ, నిత్యాన్నదానంబు, పూసబొట్టు
చిదురు జల్లిన తులసెమ్మ చిన్నితిన్నె
కలిగి కనుపట్టు నాతని కాపురంబు."[2]

(పైద అన పిల్లకాయ అని శ.ర.లో కలదు. అది తప్పు. వాచస్పత్యము పయద రూపము అన్నారు. అదియు తప్పు. శ. ర. లో పేద అనుదానికి ఖటుడు అని వ్రాసినారు. అది సరి. అదే అర్థము పైదకును కలదు ప్యాదా అను ఫార్సీ పదము పాదచారి అను నర్థము కలదానినుండి పేద, పైద యేర్పడి

1 శుక. ౩—౪౨౨.

2. శుకసప్తతి ౨-౧౪౫.

నవి. అందుచేతనే కవులు బంటు పేద, బంటుపైద అని జంటగా వాడిరి. అత్తోపు, ఆ తోపు అని యర్థమేమో ? పారిగోడ అన మట్టిగోడ కాదు. ప్రహరి గోడ అనియే యర్థము చేయవలెను. అయ్యలరాజు నారాయణకవి "గొప్ప ప్రహరిగోడ" అని శుకసప్తతికారున "గొప్ప పారిగోడ" అన్నదానికి మారుగా వ్రాసెను గాన అన గచ్చు.)

శూద్రబ్రాహ్మణులు కొందరిట్లు జీవించిరి :

సంతలో పత్తి బిచ్చము తెచ్చి జందెములు వడికి, మర్రియాకులు తెచ్చి, విస్తళ్ళు కుట్టి, కూరగాయలు పండించి, అంగళ్ళముందు జారిన మిరియా లేరి, వీటి నన్నింటిని విక్రయించి ధనము సంపాదించెడివారు.[1] అట్టి లుబ్ధుల కుమారులు సాధారణముగా దుష్టు లగుదురు. ఆ లుబ్ధుని కుమారుడు, జోగి జంగాలని చూస్తే మండిపడి లంజమందుల కుదారముగా నిచ్చి "తముకువేసిన వెన్క దాచరించిన బట్టి యుసుపకుంత దలార్లకొసగి యొసగి", "దర్పకాకార దాతలరాయ యని వెంటబడు బట్టువారికి పారవైచి" పీటమర్ద విట చేత విదూషకులకే పస చనము లిచ్చి, "లొల్లగాదయ్యో నవ్వి ప్రవల్లభుండు"[2]. పూర్వము గ్రామాలలో చీకటి పడగానే తప్పెట వేసి ఊరివాకిండ్లు మూసి అచ్చట తలార్లు కావలి యుండెడివారు. తప్పెట వేసిన తరువాత బయట సంచరించువాడు దొంగలో, జారులో యగుదురు. కాన వారిని పట్టి ఠాణాలలో తెల్లవారువర కుంచి తలార్ల పెద్దవద్ద విచారింపజేసి శిక్షించెడివారు.

రెడ్డి సంసారము :

"కొలుచు సమగ్రభంగి నొనగూడ దివాణపువారి చేతి కా
కలు హుసి వోవగా కరవు కాల మెరుంగక, పూనబొట్టులం
బలి కలినీళ్ళు చందనపు మానికె గొల్చిన మాళ్ళు గల్గి శో
భిలుదురు రెడ్డిబిడ్డలు కుబేరుని పిల్ల లనంగ నచ్చటన్."[3]

(దివాణమువారు=రాజు కొలువుకూటమువారు, హుసిపోవుట = అధికమగుట. ఈ పదము నిఘంటువులలో లేదు.) ప్రభుత్వానికి వ్యవసాయకులు ధాన్యరూపముగా పన్నిచ్చిరని యిందు సూచితము. చందనపుమానికె చంద

1. శుకసప్తతి, ౪-౧౦౯.
2. ,, ౪-౧౧౧.
3. ,, ౨-౪౦౬.

నపు కట్టెతో చేసిన కట్టెసోల. కడపజిల్లాలో శ్రీచందనము అను నొక సాధారణ వృక్షము విశేషము. దానితో నేటికిని కట్టెసోలలు, జడిగములు చేయుదురు. మాళ్లు నిఘంటువులలో లేదు. పెసరవంటి కాయధాన్యమని యర్థము.)

దెల్ల యిండ్లిట్లుండెను :—

"అచ్చమై వాకిట రచ్చరాయిమెరుంగు
పంచతిన్నెలు, గొప్ప పారిగోడ
కంప తెట్టులును, రాకట్టు ముంగిలి
మల్లె సాలె, దేవర యిరచవికె యొకటి
కోళ్ళగూండ్లను గొర్రు, గురుగాడి,
యేడికోలలు కాడి పలుపులు గలుగు నటుక
దూడలు, పెనుమూవకోడెలు కురుగాడి
గిత్తలీనిన మెటి గిర్లదొడ్డి
ఇరుకు ద్రిమాను, పెరంటిలో నెక్కుబావి,
మునుగలును, చొప్ప, పెనువామి, జనుముదుబ్బు,
కోలు పిడికెలకుబ్బెల, దాలిగుంత దనర
ంగతంబు వెలయు నాతని గృహంబు [1]

, అన భోజనశాల అని నిఘంటుకారులన్నారు. అది సరికాదు.
'హరణ మిది.

పరదేశులకును । గుళ్లం బంచలును, రచ్చకొట్టంబులు, నం
ాక తలంపగ । చల్లని సున్నంపు మల్లసాలలు గలవే ?
హరిశ్చ. ౪. ఆ. ౧౬౯౪.

శాలలకు చల్లనిసున్నముండుట అరుదు. తెలంగాణమందు మల్
వంతి (Drawing Room) అను నర్థము కొన్ని తావుల వాడు
ట సరిపోవును.

ఒ జొన్నచేలకు మంచెవేసి కావలి కాసెడివారు. ఇప్పపూవు లేరి
ఋ చేసుకొనెడివారు. ఆనాడు లైసెన్సు లేకుండెను. మధ్యాహ్నము

౨-౪౦౮.

రాటము త్రిప్పెడివారు. వారు నొక్కు పూసలపేరు, కుందనపుకమ్మలు, నాను, కడియములు, చుట్టుమెట్టెలజోడు, కెంపురవలయుంగరము, వెండికుప్పె సౌరము ధరించి, కురుమాపు కూనలమ్మ చీర కట్టి, కుడిపైటలోపల సిస్తురవిక తొడిగెడివారు[1]. (కూనలమ్మచీర = ఈ పదము నిఘంటువులలో లేదు. పిల్లలుకోని గౌడ్రాండ్రు కూనలమ్మ (కూనలిచ్చు దేవతకు) ఎర్రఅంచుకల తెల్లనిచీరను నైవేద్య మిచ్చి కొలిచి ఆ చీరను కట్టుకొనెడివారు ఆ చీరను కూనలమ్మచీర యందురు. ఇది రాయలసీమలోని యాచారమై యుండెను. వైజయంతీ విలాసములో "కూనలమ్మపటంబు" అని వర్ణించుటచే తెలంగాణమందు కూడా యీ ఆచార ముండె ననవలెను. (వైజ. ౩-౧౦౦.)

"కుడిపైటలోపలి సిస్తురవిక" అనుటలో చాలా యర్థమున్నది. రెడ్లలో మోటాటిస్త్రీలు కుడిభుజముమీదకి కొంగు వేసుకొందురు. పాకనాటివారు ఎడమ భుజము మీద వేసుకొందురు. ఇప్పుడు మోటాటి వారుకూడా ఎడమపైట వేసుకొందురు. పూర్వము కుడియెడమపైటల పట్టింపు చాలా యుండెను చాలా యేండ్లక్రిందట కుడి యెడమపైటల వారికి పోట్లాటలు జరిగి. మద్రాసు హైకోర్టులో తీర్పు చేయించుకొనిరి. శుకసప్తతిలోని రెడ్డిస్త్రీ మోటాటి దని అర్థమగును.

రాటమును బ్రాహ్మణులు తప్ప తక్కిన వారంద రా కాలములో వడికినవారే. అందు రెడ్లు ప్రత్తిపండించేవారుకాన ప్రధానముగా ఇంటింట తప్పక మధ్యాహ్నములందు వడికేవారు. స్త్రీలు మాత్రమే వడికిరి. (గాంధీయుగమందే పురుషులున్నూ వడికిరి.) పదారింటి తరము (16 Count) దారము వడికిరి.

> "వడి దారము చెవులుం, ద్రొక్కుడుపలకయు,
> దిండు, కదురు, గుంజలునుం, ద్రొ
> క్కుడుబొమ్మయును, ద్రిప్పుడు పుడుకయునుం
> గలుగు రాట్నములు గైకొనుచున్.
> ఎడమదెస దొడ్డుగా వైచి యేకులెల్ల
> గెలిన పలువగ వేపుడుగింజ లునిచి
> చేపపీటలమీద నాసీనలైన వారలై
> వావి వరుసలు వదిటకొనుచు."

1 శుక ౨-౪౦-౪౧౧.

"ప్రాయంపుపడుచులా పని గొంటివే దూది
యనెడు పాటల దేనె చినుకులీన"

"పౌనగ చరణాఖ ద్రొక్కెడు బొమ్మమీద
ఐచ్చెన ఘటింప వడికి రప్పద్మముఖులు"

"ఎన్నికలు పట్టి పుంజంబు లేర్పరించి
పంటక్రలు మరి తోడువడగ లూచ"

"కండె లొనరించి చాలించి కాపుటింతు
లున్న యవ్వేళ నద్భుతం బుట్టిపడగ"[1]

ఈనాటి ఖాదీప్రాముఖ్యమునుబట్టి యీ వివరములు తెలుపనైనవి. రాటము యొక్క అంగములపేర్లు చాలావర కిప్పుడు తెలియనివైనవి.

౧. కదురు ౨ చెవులు—కదురుపెట్టు తావు. ౩. త్రొక్కుడు పలక. ౪. దిండు—కదురుకు చక్రానికి దారము తగిలింతురు. కదురుకు దారము తగిలించుతావును దిండు అందురు. ౫. చక్రము తిరుగుటకై రెండు గుంజ

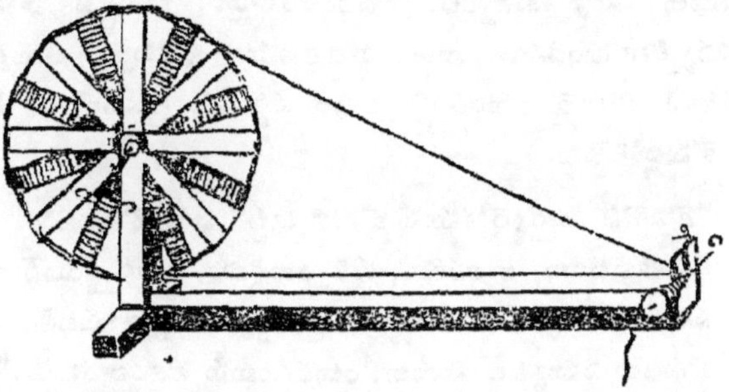

లుండును. వాటిపై చక్రము ఇరుసు తిరుగును. ౬. రాటము చక్రమును వ్రేలు పెట్టి త్రిప్పుదురు. దానిని త్రిప్పుడుపుడ కందురు.

త్రొక్కుడుబొమ్మ, చరణాఖ, ఐచ్చెన అంటే యిచ్చట ఏమర్థమో తెలియరాలేదు. చేపపీట...మూరెడెత్తుది; నాలుగుకాళ్ళు కలది దానికి నులుక

1 శుకసప్తతి ౨-౪౨౦ ౪.

అల్లుదురు. అట్టిపీటకు ఆనుకొనుటకు కుర్చీవలె వీపుపలక అతికి యుండును. దానిని చేవపీట యందురు. ఒరుగుపీట యనియు నందురు.

వంటకూలియిండ్లను స్త్రీలే, అందును వితంతువులే, వారును బ్రాహ్మణ వితంతువులే, ఎక్కువగా నడిపించెడువారు. అచటికి నానాప్రాంతాల క... గాయక పండితులు ఉద్యోగులు పథికులు వెళ్ళి "మినుకులు" ఇచ్చి అన్నము భుజించెడివారు. ఆ పూటకూళ్ళు కాకతీయులకాలము నుండియు బంధకీ జారులకు రాయబారాలు జరిపే స్థానాలు. [1]

కోమట్లు :—

కోమట్లకు 'గౌర' యను పేరుకూడ నుండెనని మూడవప్రకరణములో తెలుపనైనది. శుకసప్తతిలో కొన్ని తావుల నీపదమును ప్రయోగించిరి. 'వసుమంతు దను గౌర చెలువుమీర,' — 'ఆ గౌర మనుచున్న' తన్నగరీరత్నము', 'సరి బేరులైన గౌరలు', 'అని గౌర పలు తెరంగుల' అని మొదటికథలోనే యిన్ని మారులు వాడినారు. కోమట్లలో గౌరయ్య, గౌరమ్మ అను పేరు లెక్కువ. కోమటికొమ్మలు మణులకమ్మలు, సూల చేకట్లు (కంకణాలు) "సిరాజిగను పులగళ్ళ చేకటులు, (పర్షియాలోని షిరాజ్ పట్టణమునుండి వచ్చిన కంకణములు) పొప్పళికుచ్చెలచీర ధరించెడివారు. కోమట్లకు వ్యాపారము ప్రధానవృత్తిగా నుండెను. వారు సాధారణముగా ధనికులు, అయితే వారు బహుళముగా లోభులై యుండిరని కవులు వర్ణించిరి. వేములవాడ భీమకవి యిట్లు కోమట్ల తిట్టెను.

> "గొనకొని మర్త్యలోకమున కోమటి పుట్టగ పుట్టె దోన, బొం
> కును కపటంబు, లాలనయు, కుత్సితబుద్ధియు, రిత్తభక్తియున్,
> ననువరిమాటలున్, బరధనంబును గ్రక్కున మెక్కజూచుటల్,
> కొనుటలు నమ్మటల్ మిగులగొంటుదనంబును మూర్ఖవాదమున్."

> "కోమటి కొక్కటిచ్చి పదిగొన్నను దోసము లేదు; యింటికిన్
> సేమ మెరింగి చిచ్చిడిన పాపము లేదు ...."

అన్న భీమకవియే యీ విషయములో ఉదారుడట. ఇంకొకకవి భీమకవిపై యౌదార్యమును చాలా యాక్షేపించెను.

1 శుకసప్తతి ౧-౧౧౬;౪౯ మరియు "క్రీడాభి".

"వేములవాడ భీమ! భళిరే! కవి శేఖర సార్వభౌమ! నీ
వేమని యానతిచ్చితివి యిమ్ముల గోమటి పక్షపాతివై
కోమటి కొక్కటిచ్చి పది గొన్నను దోషము లేదటంటివా?
కోమటి కొక్కటీక పది గొన్నను ధర్మము ధర్మపద్ధతిన్."[1]

మల్హణకవి ఒక కోమటినోటనే యీమాటలు చెప్పించెను.

"దైవాలకును రిత్తదండాలు గిండాలు గాని యెన్నడు నొకకాసు నీయ,
కవి గాయకులు వచ్చి గణుతించి వేడిన వదలిపోవుటెగాని పైకమియ్య
చుట్టాలకును వట్టిసుద్దులు దుద్దులు గాని యెన్నడును దగ్గరగ నీయ
బైత్రోవ వచ్చిన పరదేసి యొరదేసి మోసపుచ్చుటె గాని గాసమీయ
పట్టుకొని బందికాండ్రను బాధపెట్ట బెంచులే చూప నొక బలుపీసమైన
బ్రహ్మరాక్షసి శాకిని ప్రతిదినంబు కూతలే కాని ముద్దెడుకూడు వెట్ట."

మరియు "బాపలకు గోదాన మియ్యను, వడ్డికాసుఃపల్ల బ్రదుకుదు. ఈగకు, పాముకు బలిపెట్టను. ఎంగిలిచేత కాకి నేయను" అని అన్నాడు.[2] ఈ భావములన్నియు పక్షపాత యుక్తములే. అవచి తిప్పయ వంటి వారెందరో యుండలేదా?

కట్టె లమ్మకము:

ఆ కాలములో అడవి సుంకాలుండెను. కట్టెల నెత్తిమోపు కింత యని తీసుకొనెడివారు. మొదలే సుంకము చెల్లించి అడవిలోనికి పోవలసియుండెను. ఒక బీదవాడు కట్టెలకై పోయిన విధానమిట్టిది:—

"వలనగు పుట్టగోచి బిగు వాఱ్ఱును సుంకపు కాసులున్ విభా
సిలు కరసాన గొడ్డలియు, చిక్కమునన్ సొరకాయ బుర్రలో
చలివియు నుంచి....., నరిగెన్ గహనంబునకై రయంబునన్,[3]

బిగువాఱ్ఱు అనునది నిఘంటువులలో లేదు బిగవగు వార్లుకల చెప్పులని యర్థము.

1. చాటుపద్యమణిమంజరి—పుటలు ౧౧౧-౨.
2. మల్హణ ఆ. ౨. పుట ౩౫—౩౬.
3. శుకసప్తతి ౩—౨౪౫.

భోగస్త్రీలు :—

భోగముయువతులు బుధ శనివారములందు శిరస్స్నానము చేసెడివారు. మినుపపిండి నలుగుగా వాడెడివారు. "తల నిమ్మపండ్ల జొబ్బిలపిండి, సీకాయ బులిమి, తైలపు జిడ్డువోవ దువ్వి" తర్వాత మడుగు వల్వలు ధరించి అలంకరించుకొనెడివారు.[1] బీదవారు నూనెపోవుటకు "అటకలి" రుద్దుకొనెడివారు. (శుక ౨-౩౭౮.) జొన్నపిండిలో కలిపోసి ఉడుకబెట్టిన దానిని అటకలి యందురు. భోగము పడుచులు తొలిసారి దేవతా సన్నిధిలో నాట్యము చేసి తర్వాత నాట్యమును వృత్తిగా సాగించెడువారు

"తొలువినికి సభవుముందట నలికుం
తల పుష్పగంధి యాడెడు ననుచున్
కలయంగ పురములోపలపొం
తుక చాటించె దిశలు భోరున గంగన్.[2]

(తొలువినికి పదము నిఘంటువులలో లేదు. మొదటిసారి సంగీతమును సభలో వినిపించి నాట్యమాడుటకు తొలువినికి యందురు.)

భోగంవారి పడుకటిండ్లు చాలా ఆకర్షణీయములు. బంగారు కాళంజి (తమ్మపడిగె), పూలపాన్పు, నకినెల పట్టెమంచము, కుంకుమ తలగడ, సురటి, నిలువు టద్దము, దంతపు వావలు మున్నగున వందుండెను.[3] తాపితా (పట్టు) పరుపు, పట్టుతలాడము (తలగడ), పడిగము, కంచు దీపపు కంబము, పట్టె మంచము ఇవి 'రతిధామము'లో నుండెడివి.[4]

ఎండకాలమందు బాటసారులు పడిన పాట్లు :—

"చక్కెర చింతపం డొడిని, సందిట నేలకి చద్ది, మౌళిపై
జెక్కిన కానుగాకు, వలచే జలకుండిక, వీజనంబు వే

1. వైజయంతీవిలాసము ౩—౫౧.
2. మల్హణ. పుట ౩౮.
3. ,, పుట ౪౬.
4. శుకసప్తతి ౪-౨౨.

రొక్క కరంబునందు, పద యుగ్మమునం బిగివాళ్ళు గల్గి న
ల్దిక్కుల నధ్వగుల్పడలి త్రిమ్మరి రట్టికడిందియెండలన్."

(బిగువాళ్ళు అన బిగువగు వారులుకల చెప్పులని యిప్పుడే వ్రాసినాను కదా! ఇచ్చట "పదయుగ్మమునన్ బిగివాళ్ళు అనుటచే అది సుస్పష్టమైనది, చక్కెర చింతపండు నోరెండకుండుటకు ఏలకి చద్దియన ఏలకి, మిరియాలు, అల్లము, సొంటి, ఉప్పు, తిరుగవాతకల దధ్యన్నమని యర్థము. నెత్తిన కాను గాకు చలువకై ఎండవడ (Sun-Stroke) తాకకుండుటకై పెట్టుకొందురు. కానుగాకు చాలా చలువ యిచ్చునది. క్షయ, తాపము కలవా రా చెట్టుక్రింద కూర్చునిన తాపము పోవును. తెలంగాణమందు ఎండకాలమందు కూలిపని చేయు వారు తమ గుండు రుమాళ్ళలో తంగెడాకు దట్టముగా పెట్టుకొని రుమాలను నెత్తిన అదిమి ఎంత యెండలోనైనను పని చేయుదురు. తంగెడాకు సులభముగా సర్వత్ర లభ్యమగును. కానుగాకు అరుదు. కానుగాకు తర్వాత తంగెడాకు పనికి వచ్చును. ఈ పద్యము కవియొక్క చక్కని లోకానుభవమును వ్యక్తీకరించి నది.) పుణ్యము కోరువారు బాటలందు చలివేంద్రలు పెట్టి స్త్రీలను నీరుపోయుట కుంచిరి. కవులు స్త్రీలనే ప్రపాపాలికలనుగా జేసి సరసాలాడిరి. మన్మథుడను వేటకాడు నీటిపల్లములను కుండలనుంచి, అందు ప్రపాపాలికలను దీమములుంచి, వారి కటాక్షాలను వలలుంచి, పాంథమృగాలను బోయవలె వేటాడెనని కవి వర్ణించుటయు అతని అనుభవమునకు తార్కాణ.[1] వర్షాకాలమందు బాటసారులు బురదలో దిగబడి బాటతప్పి పొలమర్ల (జాడలు తెలిసినవారి) పిలిచి, నల్ల రేగడిలో జారిపడి, ఎదురువానకు తలయెత్తక, ముందర కానక, జల్లుకు చెట్ల క్రింద చేరి, వాన వెలసినతర్వాత వంగుళ్ళ (ఆకులనుండి జారు తటుకుల) వల్ల తడిసి జమ్ము గూడలపైన వేసుకొని చేతులలో చెప్పులను పట్టుకొని నానావస్థలు పడిరి.[2] ఇది జమ్ము సమృద్ధిగా పెరుగు కృష్ణాజిల్లాను సూచించును.

"శిఖినిండ తాయెతు చేరుచుట్టి"[3] అని కవులు పలుమారు వర్ణించినారు. శుకసప్తతిలోను ఇట్లే కలదు. తాయెతులు చేతికి మొలత్రాటికి మెడకు కట్టు

1. చంద్రభాను. ౧-౧౬౧, ౨.
2. ,, ౩-౩౯.
3. చంద్రభాను ౩-౭౭.

కొందురు. జుట్లకు దండగా పలుతాయెతులు చేర్చి కట్టుకొనుట యనుటచే అదొక యాభరణ విశేష మయ్యేనో యేమో స్పష్టము కాదు. రాజుల వేటసాధనాలు పెక్కు.

"వలలు నురుల్ సిడుల్ పిసులు వంకరదుడ్డులు పదిపోట్లు దీ
ములు గొరకల్ తెరల్ జిగురు మోకులు బోనులు కాలియుర్లు బొం
గులు మిడివిండ్లు బండగులు కొమ్ములు పాదులు వల్లెత్రాళ్ళు చి
వ్వలతడికెల్ ధరించి యిరువంకలు జేరిరి కొంద రుద్ధతిన్."

జింకలకు కొమ్ముటురులు పెట్టి తీసుకొని పోయిరి దేగలను తీసుకొని పోయిరి. పుట్టచెండు, చింబోతులు, తుపాకి, తుటారి, లకోరి మున్నగు పేర్లు గల వేటకుక్కల వెంట నుంచిరి. వేటవేషాలతో ఆయుధాలతో రాజు, పరివారము బయలుదేరెను.[1] (సాంబోపాఖ్యాన మందును ఇట్టి వర్ణనలు కలవు. చూడుడు ఆశ్వాసము ౨, పద్యము ౩ నుండి ౨౫ వరకు,) శుకసప్తతిలో (రెండవ కథలో) వేటను చాలా విపులముగా వర్ణించిరి. అభిలాషులు చూచుకొన గలరు.

"ప్రోసెన్ గడియారమున మహానంకులరవముగాగ యామద్వయ సం
ఖ్యాసూచక ఘంటాధ్వని వాసర మదకేసరి ప్రవరగర్జితమై."[2]

అనుటచే గడియారాల ఆచారము విరివిగా నుండెనని తెలియవచ్చును. వైష్ణవాచారాలకు అరవ పదవాసన, తిరుపదపూర్వకత, యొక విశిష్టత నాటికిని నేటికిని కలదు. భోజనము చేసినప్పుడు అన్న మనక సాదము అని, పరమాన్న మనక తిరుకణామదు అని, భక్ష్యాలు అనక తిరుపణార్యము అని ఈ విధముగా అన్నియు అరవముతోనే అడుగవలెను. లేకున్న వైష్ణవుడు మైలపడి పోవును. ఇది వైష్ణవము తెచ్చి పెట్టిన అరవ దాస్యము!

"తిరుకట్టె సేవ జేసెద తిరుమాశిహ నలికి పూసి తీర్చెద ముగ్గుల్
తిరువంజనంబు దీర్చెద తిరుపుట్టము లుతికి వేగ దెచ్చెద దినమున్."

---

1. ,, ౨.౨౧-౨౪.
2. సాంబోపాఖ్యానము ౨-౪౮.

తిరుకట్టె సేవజేయుట అనగా ఊడ్చుట. తిరుమాళిహ (తిరుమాలె) దేవాలయము కాని, వైష్ణవభక్తుల యిండ్లుకాని యని యర్థము. తిరువంజనము (తిరుమజ్జనము=స్నానము.) తిరువళకు (తిరువెలుగు=దీపము) అని వారందరు.

"కూరలు నన్నము, తిరుపణ్యారము పచ్చళ్ళు తిరుకణామధు మధురా
హారములు నవ్వధూటికి సౌరుచి ముప్పూట లనుప సాపడ బెట్టున్"

"స్వామి యల కంచినుండిట మీ తిరువడిఘళాశ్రయించుట విని" [1]

అనుటలో తిరువడిఘళ్ అన పాదములు అని యర్థము. విప్రనారాయణ చరిత్రలోను తిరువీసము, తిరుసావులు, తిరువందేరములు (భక్ష్యములు) గంధవడములు (తెరలు) మున్నగు అరవపదాలు వాడినారు (౩-౮, ౧౨) శ్రీవైష్ణవులకు గంధవడములు, తిరుమణిపెట్టె, విరులగడి (బుట్ట), కావి వేష్టువ (ధోవతి), జింకతోలు, ఊర్ధ్వచూర్ణకరండము, తులసి పేరు "అధ్వ ఖేదాపహంబైన దవిత్రము," కుశాస్తరణము ముఖ్యసాధనములు. (దవిత్రము తప్పు; ధవిత్రము అనవలెను. అనగా జింక చర్మముతో చేసిన విసనకర్ర అనియర్థము.)

దాసరిసాని వేషములో చీనిపడవ దానిమీద "ముసుగువడ జుట్టిన పైలకముద్ర[2] యొక విశేషము, పైలకముద్ర పదము నిఘంటువులో లేదు. ఈపదము తర్వాత ఇదే వేషమును వర్ణించి కవి యిట్లు వ్రాసినాడు.

"అరచి క్రొమ్ముడి బయల్పడకుండగా ఖండ
శాటి యాొదలను మించగ బిగించి"

అనుటచే చిన్నబట్టతో నెత్తి కొప్పును ఎత్తి బిగించుట అని యర్థమగును. అందుచేత ఇదే పైలక ముద్రయై యుండును.

తాంబూలము వేసుకొనువారు పాన్ దానుల నుంచుకొనిరి. వాటిపై సన్నని తీగెలపని చేసియుండెడివారు. అందుచే వాటిని జాలవల్లిక లనిరి. "జాలివల్లికతోడ బాగాలు తెల్లనాకులు కైరవళ్ళు నెదుట బెట్టెను" [3] (కైర

1 వై జయంతి ౨-౧౩. ౧౨౧ ౧౩౧.

2 విప్రనారాయణ చరిత్ర ౨-౮౭.

3 వై జయంతి ౪-౭

వడి=కాచులో పాలు, మొగలిపూల రసము వేసుకొని గోలీలుగా చేయుదానికి పేరు) (కప్పురపు వీడియంబును కైరవళ్ల నొసగె" [1] అనియు వర్ణించినారు. సంపన్నులు సంపెంగ నూనెతో తలంటుకొని మాష చూర్ణము (మినుప పిండి)తో రుద్దుకొని స్నానము చేసెడివారు. [2] గార చెక్కను దంచి బావులలో చెరువులలో కలిపిన చేపలు వాటిని తిని చచ్చితేలును.[3]

రాజులు భోగమువారికి (సంగీత నృత్యములను మెచ్చుకొని.) అటులే కవులకు, కళావిదులకు ౧౧౬ లేక ౧౧౧౬ లు, మరియు ఇతర బహుమతులిచ్చి యాదరించెడివారు.

"అపు డాచోళవసుంధరాధిపతియున్ నానార్ఘ్య భూషాంబరా
ది పదార్థప్రకరంబు త్యాగమహిగా దీనారము ల్వేయునూ
ట పదార్థుం గృపచేసె... ..."[4]

నూటపదార్ల సంఖ్య ఇంచుమించు ప్రాచీనమగు తెనుగు ఆచారమే!

విందులలోని భక్ష్య భోజ్యాల వివరాలు పూర్వ ప్రకరణాలలో తెలుపనైనది. ఈ కాలమందును అట్టివే యుండెను. బావమరుదులవరుస వారు భోజన సమయాలలో వ్యంగ్యంగా ద్వ్యర్థిగా హాస్యాలాడుకొనికని జుగుప్సాకరముగా సాంబోపాఖ్యాన మందు వ్రాసినారు. (ఆ. ౫-౨౯౯) అది కవితకు న్యూనత. విందులలో మొదట నేయిగలిపి తియ్యగూరలతో అన్నము తినిరి. తర్వాత మధుర వ్యంజనములు తర్వాత అమ్లసారశాకములతో అన్నము తినిరి. తర్వాత రసపక్వపాకముల భుక్తితో, శిఖరిణితో, అటుపై పెరుగన్నముతో ముగించెడివారు. ఇంతేకాదు. చాపట్లు, మాంసము కూరలు, బ్రాహ్మణేతరులలో పలల సారము (మాంసము పులుసు), మండెగలు, కుడుములు, మామిడిపండ్లు లేక ఆ ఋతువున దొరకు పండ్లు ఆరగించెడివారు. [5] శిఖరిణి అన సిగరి అనియు, నది "కొన్ని సంబారువులు చేర్చి పక్వముచేసిన మజ్జిగ యనియు" శబ్దరత్నా

1 మల్హణ, పుట ౪౫
2 వైజయంతి ౪-౫౯
3 వైజయంతి ౨-౧౪౦. (గార ద్రావినమీను)
4 వైజయంతి ౧-౧౩౨.
5 సాంబోపాఖ్యానము. (౨౯౬-౩౦౩)

కరములో వ్రాసినారు. ఇది తప్పు. విక్రమోర్వశీయములో (తృతీయాంకములో) "అహమపి యదా శిఖరిణీ రసాలం చ న లభేతదైతత్ ప్రార్థయమానః సంకీర్తయన్నాశ్వసిమి" (నాకు శిఖరిణియు తియ్యమామిడియు దొరక నప్పుడు వాటిని మెచ్చి కోరిక వెలిబుచ్చి ఆనందింతును.) అని తిండిపోతు విదూషకు డంటాడు. దానిపై రంగనాథుడను పండితు డిట్లు వ్యాఖ్యానించెను. "ఏలాలవంగ కర్పూరాది సురభిద్రవ్య మిశ్రితం దుగ్ధేన సహ గాలితం సితాసంగతం దధిశిఖరిణీత్యుచ్యతే దధ్యతిరిక్త పూర్వోక్త ద్రవ్య మిశ్రితః పక్వకదళీ ఫలాంతస్సారోపి తత్పదవాచ్యః" అనగా ఏలకిపొడి లవంగముపొడి పచ్చకర్పూరము మున్నగు సుగంధ ద్రవ్యములు పాలలో కలిపి వస్త్రగాలితంచేసి తెల్లని చక్కెర కలిపిన పెరుగు కలిపితే అది శిఖరిణి యనబడును. లేక పెరుగుకు మారుగా అరటి పండ్ల ముక్కలు కలిపితే శిఖరిణి యగును. భారత దేశమందు వివిధ ప్రాంతములందు వివిధాచారము లీ శిఖరిణిలో కానవస్తున్నవి. మహారాష్ట్రులు పెరుగును బట్టలోకట్టి నీరేమియు లేకుండా ఒత్తి ఒక పాత్రకు బట్టకట్టి దానిపై ఏలకి, లవంగము, జాజికాయ, జాపత్రి పొడియు, కుంకుమపువ్వును వడియగట్టిన పెరుగును చక్కెరను వేసి కలిపి రుద్దుదురు. ఆ విధముగా వస్త్రగాలితమగు దాన్ని శిఖరిణి యందురు. రాయలసీమ ప్రాంతాలలో ఏలకి లవంగ జాజిపొడిని చక్కెరను మామిడిపండ్ల రసములో కలిపిన దానిని శిఖరిణి యందురు. వాల్మీకి రామాయణములో (అయోధ్య ౯౧-౭౩) 'రసాలస్యదధ్నః' అని భరద్వాజుడు రాముని కిచ్చిన విందుపట్టికలో చేర్చినారు. దానిపై వ్యాఖ్యాతలు "శుంఠి పిప్పలి మిరియాలు ఏలకులు లవంగాలు తక్కోలము శర్కర అల్లము జీలకర్ర వేసి తాళింపుచేసిన పెరుగు" అని వ్రాసినారు. అదియు శిఖరిణియై యుండునా? పాండురంగ మాహాత్మ్యములో ఒలుపు పప్పులు కజాయములు ద్రబ్బెడలు ఒత్రచేపలు సగరులు మున్నగునవి కలవు. అంబళ్ళు అని విందుల పట్టికలో ఆముక్తమాల్యదలో, పాంటోపాఖ్యానములో, పాండురంగ మాహాత్మ్యములో ఇచ్చినారు తైదంబలి, జొన్నంబలి కాదు. పరమాన్నమువంటి చోష్యములని యర్థము.

వైష్ణవాదిస్వాములు చందనపు పావలు ధరించిరి. (విప్రనారాయణ చరిత్ర) రాజులు "పలుచని దంతపుందళుకు పాదుకలు" ధరించిరి.[1] కోమట్లలో

1. శుక ౧-౩, ౭౦.

ఓలియిచ్చు యాచారముండెడిది. ఒక కోమటి తన భార్యకై ౧౦౦ మాడల ఓలి నిచ్చితి ననెను[1] శూద్రులలో సాధారణముగా ౧౦ మాడల ఓలి యుండెను. (శుక. ౩-౧౩౨)

అంగమర్దనము చేసి జీవించెడివారు కొందరుండిరి :—

కూలికి నూనెలంటి కల గూరలకై పొలమెల్ల జుట్టి పా
ల్మాలిక యాత్మ బంధుజనులం దరియం జని ప్రాతబట్టకై
కాళతనంబునన్ ప్రభులకుం దనుమర్దన మాచరించుచున్
ప్రాలుడు ప్రొద్దుతోడ గృహ వాటికి జేరు నతండు నిత్యమున్.''[2]

ధనికులు తివాసీలపై కూర్చొనెడివారు. (శుక. ౧ ౨౬౨) బురునీసు దుప్పటులు కప్పుకొనెడివారు, (శుక. ౨-౨౬౫) (బురునీసు పదము నిఘంటువులలో లేదు. మెత్తని మేలైన ఉన్ని కంబడిని బురునీసు అందురు. తెలంగాణా లోని కొన్ని తావులలో ఈ పదము వాడుదురు.)

వ్యభిచారము, చిన్నజాతులతో భుజించుట, బాంధవ్యము చేయుట, దొంగతనము మున్నగు తప్పులకు కులంతప్పు పెట్టెడివారు.[3] యుద్ధము చాలించుటకు, సంధిచేసుకొనుటకు ఓడినవారు 'ధర్మధార' పట్టెడివారు. అనగా కొమ్మూదువారు. అంత ఉభయవర్గాలు యుద్ధము చాలించెడివి క్రీడాభిరామములో వలెనే శుకసప్తతిలో 'విరహిజన మథనంబు మనసిజుండు పట్టించు ధర్మధారోదయంబును బోలికుక్కుటారవంబున అరుణోదయం బగుట యెరింగె'[4] అని వర్ణించినారు.

అప్పులవారిని పొగడదండలతో శిక్షించిరి. (శుక ౨-౧౬). దీనిని గురించి యిదివరలో చర్చింపనైనది. మరియు అప్పుల పోతుల నిలబెట్టి చుట్టూ గీతగీసి అప్పు చెల్లించువరకు ఆ గీటును దాటరాదని అప్పిచ్చినవారు శాసించెడివారు.

---

1. ,, ౨-౯౧.
2. శుక. ౨-౩౬౩.
3. ,, ౨-౧౩౯.
4. ,, ౨-౩౦౩.

'ఆన మాయప్పు లీకపోతేని యనుచు
ధరణి పంపున తొలుకారు తరువుకాడు
నింగి గుడిద్రాసియాగిన భంగినపుడు
చండకరుడుండె పరివేష మండలమున'![1]

దొంగలను పట్టి "బొండకొయ్య" నుంచెడివారు.[2] రెండు పలకల తొలచి అందు రెండు కాళ్ళను పెట్టించి ప్రక్కలలో కట్టెకొయ్యను దిగగొట్టుదురు. అటులే చేతులకును తగిలింతురు. వాటిని బొండకొయ్య లందురు.

ముత్తైదువగా చనిపోవుటను "కడియంపు చేమీదుగాగ దివము సేరుట" యనిరి.[3] అనగా ముత్తైదువగా చనిపోయెనని యర్థము. నేటికిని రెండవభార్యను చేసుకొన్నప్పుడు ఆమెకు "సవతికడెము" అని యొక సన్నని కడెమునకు రెండు చుక్కలు పెట్టి ఆమె కుడిచేతికి పెట్టుదురు.

నంబులు గుడిపూజారులై జీవించిరి. గుళ్ళలో గన్నేరు పూవులు సమృద్ధిగా పెంచి వాటిని సంపన్నుల యిండ్ల స్త్రీలకిచ్చి ప్రతిఫల మందెడివారు. "ఊరినంబికి చోహ మూరించి తెప్పించి పూను మాపటి వేళ పూవుటెత్తులు"[4], "నగసిన సిగలోన నంబివాడిచ్చిన గన్నేరు పూవులు కొన్ని తురిమి"[5] అనుటచే నంబులవృత్తి కొంత తెలియ వస్తున్నది.

యతుల జీవనము లిట్లుండెను :

'త్రిషవణస్నానములు నిష్టదేవపూజ
గ్రంథపారాయణము పరబ్రహ్మచింత
భైక్షభుక్తి హరీతకీ భక్షణంబు
అజిన శయనంబు గల్గి యయ్యతి వొసగు.'[6]

---

1 వైజయంతి. ౨-౨౪౩.

2 శుకసప్తతి ౩-౨౦౪.

3 శుక. ౩-౩౩౭.

4 శుక. ౨-౪౩౫.

5 శుక. ౨-౪౮౭.

6 శుక. ౩-౫౪౫.

"దశమాతా హరీతకీ" అని వైద్యశాస్త్రము. అది చాలా యుపయోగకారి. చక్కెర పాకులో మురబ్బాగా ఊరవేసిన కరక్కాయ దినమొకటి వంతున ఆరు నెలలు తింటే నరసిన వెంట్రుకలు నల్లనగునందురు. కాని పురుషులకు పుంసత్వమును క్షీణింప జేయుననియు నందురు. ఇచ్చట యతి దాన్ని సేవించుట పుంస్త్వమును తగ్గించుకొనుటకే!

బ్రాహ్మణుల యిండ్లలో 'ద్వారావతిగలంతి' చెంబులు (టూటీదార్ లోటా) లుండెడివి.[1] ఇప్పుడు మట్టిపాత్రలను బ్రాహ్మణు లెక్కువగా వాడరు. వేదకాలమందవే హెచ్చు. 'మృణ్మయం దేవపాత్రం' అన్నారు. నేటికిని శుభాశుభ కార్యాలకు విధిగా మట్టిపాత్రలే వాడవలెను. తెనాలి రామకృష్ణుని కాలములో బ్రాహ్మణుల యిండ్లలో వంటలు మట్టిపాత్రలందే యెక్కువగా చేసిరి. ఒక బాపనమ్మ 'వార్ధారాధౌతము కుండయూడ్చి యొసగెన్ రంభాపలాశంబునన్' అతిథి ఆ కుండెడు మాయంచేసి 'చూడు మీసారి భాండమో శోభనాంగి' అని కొసరెను. అపుడా యిల్లాలు 'నాథుడు పల్లియకేగి భుజింపకున్కి భరితంబయి అట్టుక నట్టుకట్టి యొప్పు నోదనం బొసగె తదాజ్ఞను శ్రాయమూకుటన్' అటుక లోని యన్నమును మట్టి మూకుటి (చిప్ప)లో తెచ్చి వడ్డించెను.[2]

నిగమశర్మ ఆంధ్రుడుగానే నిరూపితుడు. అతని సోదరి పక్కా ఆంధ్రి. వీరి తండ్రి 'కళింగదేశాభరణంబగు పీఠికాపురం బధిష్ఠించి సకల మహీసురవర్గ శ్రేష్ఠుండై వెలిసె'. నిగమశర్మ వ్యభిచారియై ఆస్తినంతయు పోగొట్టుకొన్న విధ మెట్టిదనగా:—

'దినవెచ్చమునకై తన మేనగలం సొమ్ము
    కొదుకక బచ్చింట కుదువవైచు
ఇందు గీసిన రీతి నించుకించుక చేరి
    గిలుబాడు తల్లిపైగల పసిండి
తండ్రికి నిద్దపత్రములు దొంగిలిపోయి
    పోయి నంతకునిచ్చి పొరయు గొంత
మింద వడ్డికి నోర్చి మృత్యురూపములైన
    సాహుంలచే ఋణగ్రాహియగుచు

1. పాండురంగ మాహాత్మ్యము.

2. " " ౪-౧౭౨.

గుడ్డవృత్తులు... కొలుచు, గుత్త చేలు,
    గ్రామాంశములు నాధినేల లెల్ల
చనవరుల కమ్మజూపు నిద్యావిహారవర్తి
    వాడేమి గానున్నవాడొ మీద'

ఆ కాలమందు పలువురి బ్రాహ్మణుల యిండ్లలో గ్రంథాలయము లుండెడివి. హర్షుడు తన నైషధమందు 'మూర్ఖాంధకూప పతనాదివ పుస్తకానాం' అని యుండెను. నిగమశర్మ అక్క 'పుస్తక భాండాగారంబు నిజభర్తృ హస్తాంతరంబున ఆఖుశుష్ణి శిథిల బంధన యాచక ప్రముఖోపద్రవంబులవలనం బాచి ప్రోచుచు' రక్షించెను. తాటియాకుల కట్టలకు అగ్ని శైథిల్యము, పురుగులు, యాచకులు, ముఖ్యశత్రువులు. నిగమశర్మ ఒకనాడు 'చలిది వంటకంబు గడుపం జనుదెంచినప్పుడు' అతని యక్క 'నిజనందనుం జిరుతవాని మేనల్లుని నిందమని చంకకిచ్చి' ఎచటి కేగెదవు మీ బావ బంతి నారగింతువుగాక అని చెప్పి వడ్డించి పిమ్మట,

"ఇంతలు వంతలు నగు తన
సంతానము చంటవెంట సందడి సేయన్
ప్రాంతమున నిలిచి తమ్ముని
కుంతల బంధంబు విడిచి కుశలాశయయై"

ఎలయు సీత్కారములతోడ నీళ్ళుగుక్కి
యంటు పంటులు పరికించి యంట్లబొడిచె
గోరు ముక్కుల దిగదువ్వి తూరుపెత్తి
నెరుల గలిగిన పేల నన్నింటి దిగిచె

"మెడమన్ను నలచి యలకలు
ముడిగొని నిజ పాణిపద్మములు గరగరగా
గడుగుకొని తనకు మరదలు
విడె మొసగుచు పసిమి పసిడి పీవన పీవన్."

"చేటికానీత పీఠికాసన యగుచు
పద్మకర్ణిక కొలువున్న పద్మవోలె

కుడివలన నింత యోరగా కొమరు మెరసి
బిడ్డ చనుద్రావ నిట్లను బిసరుహాక్షి''

ప్రారంభించిన వేదపాఠములకున్ ప్రత్యూహ మౌనంచునో
యేరా! తమ్ముడ! నన్ను జూడ జనుదే వెన్నాళ్ళనో యుండి, చ
క్షూరాజీవయుగంబు వాచె, నిను కన్గోకున్కి, మీబావయున్
నీ రాకల్ మదిగోరు చంద్రుపొడుపున్ సీరాకరంబుం బలెన్.'

అని తదీయ దురాచరణ స్మరణ సంతప్తస్వాంతయై ఇట్లనియె :—

పడబడ బారుచున్ వడకు పట్టిన తల్లిని దండ్రి, నేలలో
వెడలని తమ్మ గుర్రల, నవీన కులాంగన, నోరులేని యీ
తొడుకుల, బంటుపైద, విడద్రోవక ప్రోవగ నెందు, నీక పా
ల్పడినది కర్జ నౌదలనె భారత సంహిత నిల్పు చాడ్పునన్.

అని యింకను కరుణాభరితముగా చక్కని యుపదేశ మిచ్చెను. ఇదం తయు అతి సుందరముగా బ్రాహ్మణ కుటుంబ జీవనమును వర్ణించిన ఘట్టము. ఈ నిగమశర్మోపాఖ్యానము ఉత్తమ రసపూరితమగు గాథ. మన చరిత్రకు చాలా పనికివచ్చునట్టిది [1] పాము కరచిన విష చికిత్సలను నానావిధములుగా చేయుచుండిరి. 'పాము కాటువేసిన తావున కత్తితో కాటుపెట్టి రక్తము స్రవింప జేయుట, ఘట పూర్ణ మంత్ర పుష్కరధార లెత్తించుట, పసరు నడినెత్తిన రుద్దించి బెత్తముతో నిట్టటు మోదుట, బిగించుకొనిపోయిన దౌడలలో కర్రు జొనిపి మందులుపోసి మంత్రాలు చదివించుట యనెడివి కొన్ని యవస్థలై యుండెను (వేంకటనాథుని పంచతంత్రము ౧-౧౧౯, ౧౨౦.

సంస్కృత పంచతంత్రములో లేనివై వేంకటనాథునిచే క్రొత్తగా చేర్చ బడిన విషయాలను మాత్రమే చర్చకు తీసుకొందును. బహు విషయములను బహువర్ణనలను మూలములో లేనివి వేంకటనాథుడు తెనుగులో నెక్కువగా వ్రాసినాడు.

చలికాలములో జనులెట్లు జీవించెడివారో వేంకటనాథుడు చాలా చక్కగా నిరూపించినాడు. తాంబూలము, సొంటి, అగరు ధూపము, గొంగళ్ళు, దొడ్డు

1. పాండురంగ విజయము. 3 వ ఆశ్వాసము.

బట్టలు జనులకు ప్రియమయ్యెను. ఆరికకూడు, పుచ్చవరుగు, ఆవుల వెన్న తిని మజ్జిగ సద్దులతో రెడ్లు దున్నుటకు బోయిరి. (పంచతంత్రము ౧-౬౮౬ నుండి ౬౮౮)

వైదిక బ్రాహ్మణుని లక్షణాలను వేంకటనాథు డిట్లు తెలిపినాడు. నీర్కావి ధోవతి పింజవోసి, ధాతోత్తరీయము వేసికొని గోపి చందనముతో ఫాలము నలంకరించుకొని బిళ్ళ సిగలో పూలు పెట్టి యుండెను. (పంచ. ౩-౨౪౪.)

గొల్లల జీవనము వెంకటనాథుడు చాలా విపులముగా వర్ణించెను. 'ఒక గొల్లకు గొర్లమంద, ఆవులు, దుక్కిటెడ్లు, దొడ్డి, గరిసెలు ఉండెను. ఆ గొల్ల పెద్దకు కులబిరుదు 'బోయడు' అని యుండెను. అతడు అట్టలెత్తిన పాతచెప్పులు దొడిగి, అంబటికుండ మోసికొని, గోచిపెట్టి ములుగత్తి నడుమున కట్టి కొడిది పూసల మొలత్రాడు కలిగి, ఒడిసెల, పాలకావడి పట్టి బుజముపై గొంగడి వేసుకొని, పిల్లనగ్రోవి బట్టి యింటికి వెళ్ళెను. (పంచ. ౧-౩౯౮.)

ఆ కాలమందు లెక్కలు వ్రాయుటకు తాటాకులేకాక కాగిదాలమీద 'కోవలువడ' వ్రాసిరి. (కోవలు నిఘంటువులలో పిల్లలగొంతు జబ్బు అని వ్రాసినారు, ఇక్కడది సరిపోదు. కట్టలు కట్టలుగా వ్రాయుట అని యర్థము. పూర్వము కాగిదాలను ఒకదానికొకటి యతికించి వ్రాసి చుట్టగా చుట్టి యుంచెడివారు. ఆ చుట్ట పదిబారల వరకు కూడా పెరిగిపోయెడిది. మరొక విధము 'కడితము'లో వ్రాయుట. కడితము అన మసిపూసి గట్టన చేసిన చదరపు గోనెపట్టతో జేసిన లెక్కపుస్తకము. అని పాండురంగ విజయ టీకాకారులు వ్రాసినారు. గత ప్రకరణములో ఇట్టి విషయము చర్చించి ఇంచుమించు ౪౦ ఏండ్ల క్రిందట పాలమూరు జిల్లాలో వ్యాపారులు కోపు బలపాలతో నల్లని పూత గల అట్టలపై వ్రాసి తుడిచి మరల వ్రాసుకొనుచుండిరని తెలిపినాము. అదే యీ కడితము; లేక కళితము. కడితము జేనెడు పొడవును ఆరే దంగుళముల వెడల్పును కల ౩-౬ అట్టలు కలిగి అవన్నియు మడుచుకొను నట్లతికించి చేసి నట్టి వ్రాతకు సాధన మగునట్టి ఫలకము. ఇంచుమించు క్రీ॥ శ॥ ౧౯౨౦ వరకు ఇవి హైద్రాబాదు రాష్ట్రములో కోమట్లవద్ద వాడుకలో నుండెను. వృద్ధుల వలన నేను విచారించి తెలుసుకొన్నంత వరకు వాటి నీ క్రింది విధముగా సిద్ధము చేయుచుండిరి.

ఒక బట్టపై లావు కాగిదములను రెండు ప్రక్కల అతికింతురు లేదా లావు అట్టలను తీసుకొందురు. వాటిపై కట్టెబొగ్గును రాయుదురు. దానిపై కుంట గల్జర (భృంగరాజము) ఆకు రసమును పిండి ఆకుతో రాయుదురు. కొందరు ఆ పసరుతో గోందును కలిపి రాయుదురు. కుంటగల్జర లభించని పక్షమున బీర ఆకు రసము, అదియు లభింపని పక్షాన అముదుక అను పొలాలలో సమృద్ధిగా దొరకు ఆకును దానిపై రుద్దుదురు. బొగ్గు, బంక, పసరు మూడును అట్టపై కలిసి నల్లని గట్టి పూత (Paste)గా ఏర్పడును. అది బాగా ఆరిన తర్వాత దానిపై కోపు బలపము అను మెత్తని తెల్లగా వ్రాయు రాతి బలపముతో వ్రాసికొని తుడుచుచు వ్రాయుచుందురు. ఇప్పుడు నష్టకారులగు రాతిపలకలు, బలపాలు వచ్చినవి పూర్వము కట్టె పలకపై వ్రాసుకొనుచుండిరి. విద్యార్థులు తమ కట్టెపలకలపైన పై గోందు, బొగ్గు, కుంట గల్జెర పసరును రుద్దుచుండిరి. ఇప్పుడు అట్టతో చేసిన కడితాలుకాని, కట్టె పలకలు కాని మోటై పూర్తిగా మాయమైనవి. పాండురంగ విజయములో కోప, కడితము, కళితము, కవిలె అను పదాలు కలవు.[1]

అచ్చనగండ్ల యాటలు ఆడువారి యాటగానే యుండెను. నేటికిని అంతే (సాంబో. ౨-౧౨౧). కొన్ని వేశ్యావాటికలలో పందెములతో కూడిన ఆటలు పండుగుల వేళ సాగెడివి.

"కచ్చించి సొగటాలు గణకలతో కుక్కు-
టాండముల్ పణముగా నాడువారు
ద్రవిణముపై పన్నిదము లొడ్డి మాత్సర్య
గతి కోడి పందెముల్ కట్టువారు
వైచిత్రిగాగోల గాచి పన్నిదమాడి
చెరుకుమోపులు లీల నరుకువారు
గురిచూసి యటకేగ పరతెంచునందాక
నొసగిన భక్ష్యముల్ మెసగువారు
ఆఢ్యులై గోత్రకాలల నధివసించి వి
టుల వేశ్యాజనముల చక్కటుల దీర్చు

1 పాండురంగ మాహాత్మ్యము ౩—౭౪—౮౦, ౮౧, ౮౨.

వారలును గల్గి శంబరివైరి సంతపేట
యన నొప్పు నవ్వేశ్యలాటమునను" [2]

(నైచిత్రికి వైచిత్రి యని యుండవలెనేమో ?)

గొల్లపడుచులు పెరుగు, పాలు, వెన్న అమ్ముకొని జీవించెడివారు. అందు కొందరు 'దధి తక్ర విక్రయంబు లుపదేశమాత్రంబులుగా జారాన్వేషణంబులు ప్రధాన కార్యంబులుగా సమీప జనపదంబుల నుంచి వచ్చియున్న యాభీర భీరువులై యుండిరి,' (శుక. ౩-౨౪౦)

వ్యవసాయము - వ్యాపారము

రాజులే కాక మంత్రులు, వారి భార్యలును చెరువులు కట్టించుచుండిరి. గుంటూరు మండలములో వంకాయలపాడు అను గ్రామములో గోపీనాథ సముద్ర మను చెరువును రామయభాస్కరమంత్రి సోదరియగు చిన్నాంబ కట్టించి, శా॥ శ॥ ౧౪౬౨లో శాసనము వ్రాయించెను. [1] అదే విధముగా కడప జిల్లాలోని సిద్ధవటము చెరువును శా॥ శ॥ ౧౫౭౨లో మట్ల అనంత భూపాలుడు కట్టించి శాసనము వ్రాయించెను [2]

ఆ కాలపు వ్యవసాయ వ్యవస్థ ఆయగాండ్ల పద్ధతి, మిరాసీలు, మున్నగు వివరాలు తెలుపునట్టి తామ్రశాసన మొకటి కర్నూలు జిల్లా పెద బెళగళ్ళు గ్రామకరణం ధర్మన్నవద్ద నుండు దానిని శ్రీ మానపల్లి రామకృష్ణ కవిగారించుమించు ౪౦ ఏండ్ల క్రిందట వనపర్తిలో ప్రకటించెను. అందలి ముఖ్య విషయాలను అందున్నట్లుగానే యిచ్చట నుదాహరింతును.

"శా॥ శ॥ ౧౪౧౪ లో శ్రీకృష్ణదేవరాయలు నాయకసమూహాన వచ్చిన ముమ్మడి రెడ్డినాయక మొదలైనవారికి మిరాశి, రెడ్డి మిరాశీలు యిచ్చిన వివరం:- గొల్లలు పాలెగాళ్ళు అయి, దుర్గాలు సాగనీయక చాలా వుపద్రవం చేస్తూవుండగా వారిని మీరు గెల్చినారు కనుక మీకు చెరువు బెళగళ్ళు ఆదిగాను చామలగూడూరు కంభంపాడు తిమ్మనదొడ్డి మొదలైన షోడశస్థలాలకు అయినారు

---

1 వైజయంతి. ౩-౬౯.

2. శాసన పద్యమంజరి. శాసనసంఖ్య ౭౦, పుట ౧౦౩.

3. ,, ,, ,, ౭౪, పుట ౧౦౬.

గనుక ఈ స్థలాలు సురక్షితంగా నడిపించి శ్రీ విరూపాక్షేశ్వరుని రాజ్యం ప్రసిద్ధి చేసేది. గ్రామాలకు పొలిమేరలు యేర్పాటుచేసి రాయసం వీరమరసును అంపించి శిలాశాసనాలు యేర్పరచిన వివరం... యీ ప్రకారం పొలిమేరకు శాసనాలు యేర్పరచిన వివరం. బారా బలవంతులు యెవరంటే.

శ్లోకం॥ కరణం, ముచ్చి, కంసాలి, కుమ్మర. కమ్మర, గణక,
శ్శిల్పక స్వర్ణ మృదయస్కార తక్షకాః । కసారకశ్చ
భకార శ్చండాలప్వితలం । తథా నికృష్ట కార్తి
కాంచిష్ఠో రజకశ్చ యథాక్రమం, ఏతే
ద్వాదశజాతీనాం గ్రామభారస్య వాహకాః॥

కర్నూలుసీమలో అడవు లెక్కువగా నుండినందున విజయనగర చక్రవర్తులు మీరాశీ లిచ్చి కొన్ని సంవత్సరాలపన్ను తీసుకొనక ప్రజలను ఆకర్షించి అనేక గ్రామాలను నెలకొల్పిరి. కర్నూలు జిల్లాలోని అస్వరి గ్రామ కరణంవద్దనుండు తామ్రశాసనమందలి విశేషా లేమనగా :—

"శా॥ శ॥ ౧౪౧౨ లో సాళువ శ్రీ నరసింగరాయల అయ్యగారు ద్రోణాచలంభూమి, అశ్వంపురిభూమి అరణ్యమై యుండగాను ఇందుకు గ్రామాదులు అకారం అయ్యేటందుకు........యేయే స్థలాలనుంచి యవరెవరు వచ్చినా ఆ గ్రామాదులు అకారం చేస్తున్నారో వారిది కాణియాచ్చి మిరాసులని రాసులు చెల్లించగలవారమని కవులు వ్రాయించి యిచ్చి పంపిస్తేను మలకసీమలోను, గోరంటసీమలోను బిల్ల కల్లుబాణాల అమరువాలు శాతనకోట ధ్యావనకొండ... మొదలైన గ్రామాలనుంచి వచ్చిన అష్టాదశవర్ణాలవారు ప్రజలున్నూ బారాబలవంతులున్నూ, పౌరోహిత మఠపతి జంగాలు తమ్మిళవారున్నూ, మేటి గొల్లలున్నూ, బోయవారున్నూ, నేశెగమళ్ళు (నేసేగాండ్లు=సాలెవారు అనియర్థము) మొదలైన ప్రజలున్నూ....వచ్చి చెరువు బెళగల్లు చేరి స్థాయిచేశి శ్రీరాయలయ్యగారి సముఖానకు వచ్చిన రాయలవారు అనిన వివరం......అగ్రామం యెవరు అకృతి చేస్తున్నారో వారివే మిరాసులు........యీ వచ్చిన ప్రజలక్కు గ్రామం చూపించి అష్టదిక్కుల భూమి పొలం యేర్పాటుచేసి, పొలిమేర యేర్పాటు చేసిన నిర్ణయం........

మిరాసిదార్లను యేర్పరచిన వివరం రెడ్ల నిర్ణయం పాకనాటివారు జమలు భాగాలు ౨, మోటాటివారిభాగం ౧, నరవాటివారిభాగం ౧ అంత ౪ భాగాలు...

కరణాలు......కమ్మర, చాకల, మంగళ, కుమ్మర, అగసాల, తలార్లు దేశళ్ళ పెద్ద దెవినడు, చిన్న దెవినడు (వింత పేర్లు గమనించాడు.) మాదిగె నాగపాగా తిమ్మపాగా (ఈ పేర్లనూ గమనించుడు), బేగారి, వీరు బారా బల వంతులు

మాన్యాల నిర్ణయం :-బాలవిశ్వేశ్వరుదు అనాదీయములైన విగ్రహములు గనుక తళిగె దీపారాధనకు మాన్యం యిచ్చినది నల్తుము భైరవేశ్వరునికి తూమెదు నిరస.

శివాలయ లింగానకు తూమెదు నిరస హనుమంతరాయనికి అయిదు తూములు, పోతరాజునకు తూమెదు యిరస దేవమాన్యంలు సరి. రెడ్డి మాన్యం-కరణాలు, తలార్లు, కమ్మర, వడ్ల, చాకల, మంగల, కుమ్మర, జంగం, తమ్మళ, దాసరి, మెరగొళ్ల (ఇదేమి జాతియో)? నేశెగవుళ్ళు ఒక్కొక్కరి కింత అని నిర్ణయం చేసినారు) యీ ప్రకారం మాన్యాలు కాపులకు ౫ యేళ్లు కవులు చెల్లిన తర్వాతను తూము ౧కి అయిదు పరహాలు యేర్పాటు చేసినారము.'

రాయల కాలమునుండి నేటివరకు పన్నిద్ద రాయగాండ్లు స్థిరపడి క్రీ॥శ॥ ౧౬౦౦ నుండి ఈ క్రింది వారు పన్నిద్ద రాయగాండ్లుగా లెక్కింపబడిరి. (౧) కరణము, (౨) రెడ్డి, (౩) తలారి, (౪) చాకలి, (౫) మాదిగ (తనము చేయువాడు), (౬) మంగలి, (౭) వడ్ల (౮) కమసలి, (౯) పురోహితుడు, (౧౦) నేరడి, (చెరువులుండు గ్రామాలలో) (౧౧) కుమ్మరి, (౧౨) కమ్మరి, ఈ లెక్కలో తర్వాత మరికొంత మార్పు కలిగెను. ఇప్పుడు కమసలి, పురో హితుడు ఆయగాండ్లలో చేరరు. రెడ్డి కరణాలకు తలార్లకు జీతాలు, స్కేళ్లు ఏర్పడినవి. కాన వారును ఈ పట్టికనుండి తొలగినారు. ఇప్పుడు నికరముగా మిగిలినవారు చాకలి, మంగలి, వడ్ల, కమ్మరి, చెరువు లుండుచోట నేరడి, మాదిగ, కొన్ని తావులలో కుమ్మరి. పూర్వము నుండియు కరణము లెక్కలు వ్రాసేవాడు.

"గంటము ఖడ్గము తోడుత
నంటున పగ దీర్పవలయు నవసరమైనన్."

అన్న వరుస వారు కరణాలు. కత్తులకు గంటములనే వారెదురొడ్డి పలు మారు గెలిచినవారు. 'రెడ్డధికారియైన గ్రామరైతుల జెరచున్' అన్న సూక్తిని స్థిరపరచినవారు రెడ్లు

ఆ కాలమందు గ్రామాలకు పంచాయతి సభ లుండెను. ఆ పెద్దలే పన్ను వసూలు చేసెడివారు. గ్రామ తలార్లే పోలీసువారు. న్యాయ స్థానాలు పంచాయతీ సభలే!

వ్యవసాయకులు పశుల తలుగులకుగాను మర్రియూడలను గూడ తెచ్చి త్రాళ్ళు వేసెడివారు.

'ఈ రీతి నుండి యొకనా డారెడ్డన పసికి దలుగు లమరించుటకై
నారలు గావలెనని పొరుగూరికినై పోయె మర్రియూడలు దేరన్' [1]

వ్యవసాయకులలో ముఖ్యులు రెడ్లు. సాధారణపు రెడ్లు స్వయముగా 'చేని పాటుపడి' పండించేవారు. మధ్యాహ్నము వరకు శ్రమించి 'యింటి కేగుదెంచిన తరి దాలి తోకపయి చేర్చిన కాగుల నీటితో' స్నానం చేసి 'బొద్దు గిన్నెలో రాగిసంకటి' తినేవారు, [2]. వ్యవసాయకులకు పాడియు బాగా ఉండెడిది. అమావాస్యలందు సేద్యములు చేయకుండిరి. (రుక్మాంగద ౨-౪౩). నేటికిని అనేక ప్రాంతాలలో ఈ ఆచారమున్నది.

వ్యాపారాన్ని ప్రధానముగా కోమట్లే సాగించెడివారు. ఇంతకు పూర్వము అరబ్బులు, ఈరానీలు, చీనావారు, బర్మా, మలయా, పెగూ, కాంబోడియా, ఇండోనీషియా, సింహళము వారు మన దేశముతో వ్యాపారం చేసిరి. కృష్ణరాయల కాలములో పోర్చుగీసువారు దిగిరి. ఈ సమీక్షా కాలములో ఫ్రెంచి (పరాసులు, పరంగీలు), ఇంగిలీషులు కూడా దిగిరి. వారితో మన బేరులు బేరాలు చేసిరి. 'ఇంగిలీషుల ముఖాములు' (వ్యాపారస్థానాలు), 'విచిత్ర వేష భాషాభిరాములగు పరంగుల' ముఖాములును సముద్ర తీరాలలో నుండెనని కదిరీపతి మొదటి కథ తెలిపినాడు. ఏయే దేశాలనుండి యేయే వస్తువులు దిగుమతి యగుచుండెనో మనకు చాలావరకు తెలియవచ్చినవి. తెలిదీవి(?) నుండి పద్మరాగములు, ఈళా దేశమునుండి నీలములు, మక్కానుండి తివాసులు, షీరాజ్ (ఈరాను భాగం) నుండి వచ్చిన సిరాజులు (కత్తులు), 'అల్లనేరేడు వాగు జలములనైన యవి యపరంజి లప్పలు (జంబూ ద్వీపము అనగా కాశ్మీరములోని జమ్మూనుండి వచ్చిన బంగారు), కట్టాణి పూసలు (కట్టాణి శ॥ర॥ నిఘంటువులో

1. శుక సప్తతి ౨-౩౩౮.
2. శుక సప్తతి ౨-౩౩౯.

లేదు. ఆంధ్ర వాచస్పత్యములో ఒక విధమగు బంగారు అని వ్రాసినారు. కట్టాణి అను అయిదు బంగారుగుండ్ల అయిదు వరుసలుకల కంఠాభరణమును ఇప్పటికిని వాడుదురు. అదే విధముగా కంఠహారముగా వాడు ముత్యాలను కట్టాణి ముత్యాలందురు) కాశ్మీరపు కుంకుమపూవు, మలయగిరినుండి శ్రీగంధము, ఓడలపై వచ్చిన పోకలు (అనగా జవా, సుమిత్రాదీవులనుండి వచ్చినవి). గోవ (రేవులో దిగిన) తేజీలు, దిగుమతి యగుచుండెను.

ఇవిగాక రత్నాలు, ముత్యాలు, ఏనుగులు, కస్తూరి, సపరపువెంట్రుకలు, జవ్వాది, గాజుబుడ్లలో పన్నీరు, పంచలోహాలతో చేసిన ఫిరంగులు, వెండి, పట్టుబట్టతో చేసిన విసనకర్రలు, కొల్లారుబండ్లు, పింగాణి విండ్లు, రాతిపిడుల బాకులు, చలువరాతి గిన్నెలు, బానిసలుగా కొన్న యువతులు మున్నగునవికూడా దిగుమతి యయ్యెను.[1] (స్త్రీలను విదేశాల నుండి కొని తెచ్చుటనుగూర్చి ఇతర కవులును తెలిపినారు.) పాదరసము, జాజికాయ, యింగువ, లవంగాలు, పంచ లవణాలు, గంధకము, కొచ్చి వేపులు (కుక్కలు) కూడా దిగుమతియయ్యెను.[2] వ్యాపారులు బేరాలకు వెళ్ళేపుడు బెత్తపు బుట్టలు, ఇతర పరికరాలు, గుడారాలు తీసుకొని వెళ్ళిరి.[3] 'ఈళయు, నిళిందయు, బంగాళయు మొదలైన పేర్లు గల దీవుల' నుండియు సరకులు దిగుతుండెను. (శుక. ౧-౧౩౬) ఈళయు విళింగయు అనియు నొకపాఠము కలదు శుకసప్తతిలో మరొకచోట 'ఈళయు, ముమ్మెంగియు, బంగాళము, పైగోవ మొదలుగా బొదలెడు ద్వీపావళి' (౩-౭) అని వ్రాసినారు. ఈ రెండు పద్యాలలోని పాఠము తప్పుగా కానవస్తున్నది. శుకసప్తతికారుని తర్వాత ౨౦౦ ఏండ్లకు అయ్యలరాజు నారాయణామాత్యుడను కవి హంసవింశతిని రచించెను అందతడు అమాంతముగా శుకసప్తతిలోని పంక్తులు, పద్యాలు. భావాలు, పదానాలు అన్నీ స్వీకరిస్తూ వచ్చినాడు. కావున పై పద్యాలకు సమానమగు పద్యము హంసవింశతిలో దొరికిన మనము సరియగు పాఠమును నిర్ణయించుకోవచ్చును. హంసవింశతి ప్రథమాశ్వాసములో ౧౧౨ వ పద్యమిట్లున్నది :—

1. శుకసప్తతి ౧-౨౨౨ (ఈ రగడలో కొన్నిపదాలు నిఘంటుకారులకు తెలియక నుదాహరించినవారు కారు)
2. శు. ౧-౧౯౨.
3. శు. ౧-౩౮౯.

"ఈడము, వళంద బందర యింగిలీషు కళము, మొదలైన పేటల
గౌరలెల్ల సౌరభ ద్రవ్యములు బేరసారమాడ బిలువనంపిరి తమతమ
పేటలకును"

ఈ పద్యములో మొదటిపంక్తినిబట్టి శుకసప్తతిలోని మొదటి పద్యపాఠమిట్లు దిద్దుకోవలెను. (కళము అన కొల్లం (Kollam) మలబారు తీరముది) ఈళము, వళందయును, బంగారము మొదలైన పేరుగల దీవులలో"—'ళ' 'డ'కు భేదములేదు. ఇచ్చట 'ల'కు ప్రాస కుదురవలెను. కాన ఈడెమునకు మారు ఈళము అని వ్రాసినాడు. కవిత్వము కాన ఈళమును ఈళ కూడా చేసినాడు. అయితే ఈ సవరణలోని విశేషమేమి? మనకు వాటిజాడ కొంతవరకు తెలియవస్తున్నది. ఈడము అనగా ఏడన్ (Aden) అను అరేబియా రేవు. అచ్చటినుండి బహు ప్రాచీనమునుండి దక్షిణాపథ తీరాలలో వ్యాపారము సాగుతుండెను. వళంద అనగా హాలెండు దేశము. ఆ దేశమువారిని డచ్చివారందురు. వారు ఇంగ్లీషువారికంటె ఫ్రెంచివారికంటె ముందు మన తీరాలను తగులుతూ విశేషముగా ఇండొనీషియా దీవులతో వ్యాపారము చేసిరి. అచ్చటి అంబాయినాలో ఇంగ్లీషు వర్తకులను వధింపగా, ఇంగ్లీషువీద మన దేశానికి వచ్చెను. డచ్చివారిని మనవారు వళందులన్నందున వారిదేశము వళంద దేశమని కదిరీపతి అన్నాడు. కదిరీపతికి ఈడము, వళంద అంటే తెలిసియుండును. అతన్ని అనుకరించిన నారాయణ కవికి తెలియకపోవచ్చును. కాని అతనిపాఠము మనకు చాలా సహాయపడినది. శుకసప్తతి తప్పుపాఠాలను సరిచూచువారు హంసవింశతిని బాగా చదివి దృష్టిలో నుంచుకోవలెను. శుకసప్తతి రెండవ పంక్తి అట్లే యుంచవలెను. అందలి పైగోవ అనగా పెగూ దేశము.

కోమట్లే కాక 'గుత్తగొల్లలు' కూడా కొంత వ్యాపారము చేసిరి. (శుక. ౧-౧౭౫) పటలాంశుకములు (శుక. ౩-౭) దిగుమతి యయ్యేను. పటల శబ్దానికి నిఘంటువులలో ఇంటికప్పు, నేత్రరోగము, పరివారము, బొట్టు అని యర్థాలిచ్చినారు. ఇవి సరిపోవు. అంశుకమన వస్త్రములుకాన పటలాంశుకములన ఒకవిధమగు వస్త్రమను నర్థము కావలెను. శబ్దకల్పద్రుమములో పటలమునకు పరిచ్ఛదము (కప్పుకొను వస్త్రము) అని యర్థము వ్రాసినాడు. అదిచ్చట సరిపోవును. తెనుగు నిఘంటుకారులు దానిని ఇంటికప్పునకు మాత్రమే అన్వయించినారు. పన్నీరునకు పర్షియా దేశమే ముఖ్య స్థానము. ఆ దేశమే గులాబీ పూలకు

ఆదిజన్మస్థానము. అచ్చట యివి కొల్లలు పచ్చకర్పూరము, హారతి కర్పూరము తూర్పుదీవులనుండి వచ్చెడివి. పారువాతిన్నెలు కూడ అమ్మిరట ! (శుత. ౩-౭) అంటే యేమో నిఘంటులలో లేదు.

ఎండ్లకు బాటలు యోగ్యముగా లేనందున వ్యాపారము గాడిదలపై, గిత్తలపై, గుఱ్ఱాలపై సాగుచుండెను. గుఱ్ఱాలపై సరకులతో నిండిన పెరిక లెత్తి సంతసంతలకు తిరునాళ్ళకును త్రిప్పుచుండిరి. ఒక గుఱ్ఱ మిట్లు వాపో యెను.

"పెరికయే చాలు నానడ్డి విరుగ జేయ
దానిపై దాను నెక్కు......"[1]

"బరువులెత్తిన యెద్దుపై" కూడా వ్యాపారము చేసిరి (శుక. ౨—౫౪౯)

ఆ కాలములో వ్యవహారములు పలువిధములగు నాణెములలో జరుగు చుండెను. అందు మాడలకే యెక్కువ ప్రాముఖ్య ముండెను. ఓలికి మాడలే ముఖ్యము. మాళ్ళబిందెలను జనులు పూడ్చి దాచుకొనెడివారు. (శుక. ౧-౪౯౫) రూకలు (శుక. ౨-౨౫) కూడా విరివిగా వాడుకలో నుండెను. ఒకరూక విలు వను దాన్ని పోగొట్టుకొన్న గొల్లది యిట్లు తెలిపినది :—

"వెలుపల వడ్డి కిచ్చినను వీసము వచ్చును, నట్టు లాయెనో
బలబల వేగ వచ్చునల బాపని కిచ్చినయట్టు లాయెనో
అలయక నాల్గుచట్ల పెరు గమ్మిన రాని....... రూక, నా
వలె నల సంతలోన బడపై చినవారల గాన నెచ్చటన్.

శుక. ౨—౫౮.

మరియు పుట్టికనిండుగా ఒకరూకకు బియ్యము లభించెడిది. (శుక. ౨-౫౬౬) కల్లుద్రావు స్త్రీలు "తమ మునిచెరగులందు కాసుదుడ్డును బంగారు పూస వెండితునక మొదలింటి చిఱువాడు గొనినదెల్ల గొనుచు" గుట్టుగా వెళ్లెడి వారు. (శుక. ౩-౧౧౭.) (చిఱువాడుపదము నిఘంటువులలో లేదు.) మినుకులు, టంకాలు, దీనారాలుకూడా వాడుకలోనుండెను. పైకమును జాలెలలో నుంచు కొనిరి· (శుక. ౨-౨౧౬). వాటినే వల్లము, పల్లువము అనిరి. (శుక. ౨-౩౬౫). మాసములలో 'చిట్టి' యొకటి "చిట్టెడు నూనె" నెత్తియంటు

1. శుకసప్తతి. ౩-౪౦౩.

కొనుటకు సరిపోయెడిది. (శుక. ౨-౩౮౧,) చిట్టిపావును, చటాకులో సర్ధమును పట్టెడందురు. మానికెలు, తూములు, ఇరుసలు, ఖండి (పుట్టి) అనునవియు వాడుకలో నుండెను. "ఇనుపకట్ల మానిఖుంతలు" ధాన్యంకొలతలకు వాడిరి. (శుక. ౨-౩౭౦)

శుకసప్తతిలో అడిదము, ఖండా, కత్తి, దుసేదారి, బాకు, జముదాడి, దాబా, అను ఖడ్గభేదములను తెలిపినారు. దుసేదారికటారి (శుక. ౨-౩౭౪) అన రెండు దిక్కుల ధారకల (ద్విధారా) ఖడ్గమై యుండును.

పంచాయతి సభలు

తమిళదేశమందు క్రీ॥ శ॥ ౮౦౦ నుండి పంచాయతి సభలు గ్రామగ్రామమందు స్థిరపడి యుండెను కులంవివాదాలు, సంఘసంస్కారపు కట్టుబాట్లు, నేరముల విచారణ, పన్నుల వసూళ్ళు గ్రామముఖ్యులే చేయుచుండిరి. ఏడాదికొకమారు గ్రామస్థు లందరును చేరి పెద్దల నెన్నుకొనుచుండిరి. వారే అన్ని తీర్పులకును ఆధారభూతులు. ఆ పద్ధతులే తెనుగుసీమలోనూ క్రమక్రమముగా బలపడెను. తెనుగు సీమలో ఎన్నికలు మాత్రమున్నట్లు కానరాదు. తలార్లు అపరాధులను పట్టెడివారు. రాత్రి వారు గ్రామమందు కోలదివిటీలతో సంచారము (గస్తు) చేసెడివారు. రాత్రి తప్పెట (తముకు) వేసిన తరువాత జనులు తిరుగాడ కూడదు. అనుమాన మున్నవారిని రాత్రి యంతయు తమ ఠానాలో బందకొయ్య తగిలించి కూర్చోబెట్టి తెల్లవారినతర్వాత వాడు "అచ్చో, ముచ్చో" తేల్చుకొని అపరాధి కాకున్న వదలివేసెడివారు. (శుక. ౩-౨౦౪) వెండి బంగారు దొంగతనమైతే మొట్టమొదట తలార్లు కమసాలివారిని పట్టి విచారించి వారికి దొంగసొత్తులు వచ్చిన తెల్పుడని యొప్పించెడివారు.

'కంచును రాగియు వెండియు
గాంచనమును మౌక్తికాదికములగు పసులున్
పంచాణము వారిండ్లకు
గొంచక కొనవత్తు రమ్ముకొనుటకు చోరుల్.'[1]

అందరికంటే ధనికుడు తీర్థస్థలాలలో నుండు దేవుడు. అతని సొత్తులు పలుమారు దొంగతనమయ్యెడివి అప్పుడు :

1. వై జయంతి. ౪-౭౩.

"బడిపసులవారి గొల్లల గుడినంబుల జంగవరుస గాని చేకొలదిన్
బడిమారు త్రిదండమున నెడమ కుదిన్ నారసింహ మెత్తినరీతిన్.
ఇట్లు కోలాహలంబుగా పెట్లబెట్టి వీక నంపర నపట నాయ్యాకచేసి"[1]

బాధించెడివారు. (బడిపనులవారు, జంగవరుస, బడిమారు అను పదాలకు నిఘంటువులలో అర్థాలు లేవు. బయ్యాకనో, నాయ్యాకనో దీనికిని అర్థము లేదు.

దొంగ దొరికిన తర్వాత సాక్షులతోసహా తలార్లు, వారి అధికారులు దొంగను 'సభ'లో విచారణకు తీసుకొనిపోదురు. సభాసదులు గ్రామముఖ్యులే! వారు సాధారణముగా ధర్మశాస్త్రిలు, వేదాలు తెలిసిన బ్రాహ్మణులుగా నుండ వలెను. వారు తమ పంచాయతి సభను ఊరుమధ్యనో, ఊరిముందో, దేవాల యముముందో ఉండు రచ్చకట్టపై చేయుదురు. గ్రామ జనులున్నూ వచ్చి ప్రక్కను కూర్చుని విచారణను వినెడివారు. పంచాయతి విచారణ యెట్లు జరిగెనో విప్రనారాయణుని విచారణ నుదాహరణముగా తీసికొనిన తెలియ రాగలదు. రంగనాథుని గుడిలో బంగారుగిన్నె దొంగతనమయ్యెను. ఒక కంసాలి అది భోగముదానియింట కలదని జాడ తెలిపెను. కత్తులు కట్టెలు పట్టు కొని తలార్లు దానియింటి కేగి 'పరివారజన సివహంబునం దద్గృహంబు శోధిం పందగు, వారిబనిచినం జని వారుకు' ఇల్లంతయు వెదుకగా ఒకచోట చందనపు పెట్టెలో గుందనపు గిన్నెను తీసి తలవరియెదుట బెట్టగా వారు గిన్నెను, భోగముదానిని తీసుకొనిపోయిరి. అప్పుడు భోగముదానితల్లి 'అయ్యా! మాకు దీనిని విటు డొక డిచ్చెను. వాడు మా యింట నున్నా'డని యనెను. అన విని యత్తలవరి యతనిం దోడితెండని నిజభృత్యులం బనిచినం జని వారలు విప్ర నారాయణునిం గనుంగొని,

దుండడము దండ మి దెవ్వరు తొండరిడిపొప్పెదులు గిన్నె దొంగైనారో!
ఒండిట !! పంచేయుం డిదె దండ మిడన్ వచ్చినాడు తలవరి మీకున్.
అని బహువిపముల నోల్లుంతనముల నాడుచును దొంగనాసామీ! గొ
బ్బున వేంచేయుం డనుచును జని యతనిం జియ్యగారి సమ్ముఖమునకున్.

"తోడ్కొని చని యత్తలవరి వారల నక్కనకపాత్రంబుతో జియ్యం
కొప్పించిన నతండు వేశ్యం గనుంగొని యగ్గిన్నియ మీఁద నేత్రియం జేరె, నెరి

1. వైజయంతి. ౪-౬౫, ౬౬.

నము స్పష్టముగా వెల్లడి యైనది. పంచాయతి విధానమును వేంకటనాథు డను పరాశ కవి తన పంచతంత్రములో నొక కథయందు చక్కగా వర్ణించిన దిచ్చట సంగ్రహముగా తెలుపుట అవసరము.

"ఒక పురములో ధర్మబుద్ధి, దుష్టబుద్ధి యను అన్వర్థనాములగు కోమటి నేస్తగాండ్లుండిరి. ఒకనాడు ధర్మబుద్ధికి నొకచో ౧౦౦౦ దీనారములు భూస్థాపితమైనవి దొరికెను. ఆ సంగతి మిత్రుడగు దుష్టబుద్ధికి తెలుప, వాడు దాని నొక పొగడచెట్టువద్ద పొలిమేరలో దాచిపెట్టించెను. అదేరాత్రి ఒంటిగా దాచినచోటికి దుష్టబుద్ధి వెళ్ళి, బలికూడు చల్లి, ధనమును తీసుకొని కొన్నిదినాల తర్వాత మన నిక్షేపమును చూచివత్తమని ధర్మబుద్ధిని గొంపోయి అందు నిక్షేపమును గానక యిద్దరును వాదులాడి రచ్చకీడ్చుకొని చని 'నగరంబడి ధర్మంబునకొప్పి పిన్న పెద్దల గూడబెట్టిన ధర్మవేదు లుభయవాదుల నాలోకించి తమకింపక, రంతుసేయక, అడ్డంబు సొరక, ఇరువురు గలసిపలుకక, ఒక రొకరి పూర్వోత్తరంబులు తెలియునట్లుగా, మీమీ సుద్దు లుగ్గడింపుడనుటయు నందు ధర్మబుద్ధి కృతాంజలియై సభవారి కిట్లనియె. (ఇప్పటికోర్టుల నియమములు కూడ ఇట్టివే !) 'అయ్యా, నేను ఇతడును ప్రయాణించుతరి నేను ఒక నిష్కభాండమును కనుగొంటిని. స్నేహితుడని యితనికి తెలుపగా నొక చెట్టువద్ద సంకేత మేర్పరచి భూస్థాపితము చేయించెను. ఇతడే కొన్ని దినాలతర్వాత నిక్షేపక్షేమమును చూచి వత్తమని పిలుచుకొనిపోయి చూడగా నది లేకుండెను. నేను దొంగనని నాపై తప్పుపెట్టి యీ సభకు తెచ్చినాడు. ఇంశియయని ధర్మబుద్ధి యూరకుండె, నప్పుడు దుష్టబుద్ధి ధర్మాసనస్థులకు ప్రణామంబు లాచరించి యిట్లనియె. 'చెట్టుసాక్షిగా ఆ ధనమును వీడే తీసుకొన్నాడు.

'నా విని ధర్మాధికృతుల్ వావాదంబేల యేనువారము లెద మీ
రే వివరము సారవనా డావిష్కృత బుద్ధి దెలుపు డడుగును మగుడన్'

అని పేషీ వేసిరి. కాని దుష్టబుద్ధి అంతదూర మెందుకండీ; నేనిప్పుడే సాక్ష్యమిప్పింతుననెను. ఎవ్వరయ్యా నీ సాక్షియన ఏ చెట్టువద్ద ధనము దాచితిమో ఆ చెట్టే నాకు సాక్ష్యమిచ్చునని దుష్టబుద్ధి పలికెను. దానికి పెద్ద లాశ్చర్యపడి మరునాటికి కాలము నిశ్చయించిరి. దుష్టబుద్ధి రాత్రి తన తండ్రివద్ద చేరి చెట్టుతొఱ్ఱలో రాత్రియే దాగి మరునాడు పరిషత్తు పెద్ద లచ్చటికి వచ్చినప్పుడు తన పక్షముగా చెట్టు పలికినట్లు చెప్పుమని నిర్బంధించెను. ముదుసలి కుమారు

నికి అన్యాయము కూడదని నిదర్శనముగా నొక కథను వినిపించెను. కుమారునికి కథలపై మనసుపోలేదు. కల్లలపైననే మనసు నిలిచి యుండెను. పోగాలము వచ్చినందున ముదుసలి కొడుకు నిర్బంధముపై రాత్రియే వెళ్ళి చెట్టు తొర్రలో దాగియుండెను. అంత ప్రొద్దునే 'పిన్న పెద్ద లుభయవాదుల రావించి వృక్ష సమీపంబునకు వచ్చి యర్చించి అయ్యీరువురిలోన వంచకు డెవ్వడు చెప్పుమని ప్రాంజలులై నిలిచిన, ముదుసలి ధర్మబుద్ధియె వంచకుడని తొర్రనుండి పలికెను. అందరును ఆ మాటకు వెరగందిరి. దుష్టబుద్ధి యానందించెను. విన్నవారందరు కరతాళములతో మెచ్చుకొనిరి. చెట్టేమి పలుకుటేమి; ఇందేదో కుత్సిత మున్నదని ధర్మబుద్ధి చెట్టు తొరటవద్ద మంట పెట్టించెను. దానితో ముదుసలి చచ్చి బయట పడెను. అప్పుడు రాజపురుషు లాదుష్టబుద్ధిని వీక్షించి "సెల్లు సెల్లముల కీక్షింప నిచ్చిన సొమ్ము మగుడ నీలేని కోమటి గులామ! చేసేత విశ్వసించిన వారి వెచ్చపచ్చముల గీడ్పరచు వైజాతి తొండ!......చెడగరపు డొక్కా! యారోరి సెట్టికుక్కా!!" అని తిట్టి సొమ్ము ధర్మబుద్ధి కిప్పించి దుష్టబుద్ధిని కొరత బెట్టిరి.' (పంచతంత్రము. ౧-౨౦౧) నుండి ౨౦౪ వరకు.)

పంచాయతీ విధానమును సమగ్రముగా తెలుపు నీ కథ చాలా విలువ కలది.

కళలు

ముత్యాలవలె ముద్దుగా సుందరముగా వ్రాయుట యొక కళగా, ఒక ఘనతగా పరిగణించిరి. ఒక మంత్రియొక్క వివిధలిపి సౌష్ఠవమును శ్రీనాథుడు వర్ణించి యుండెను. "వేంకటోర్వీశు వ్రాయసములు వ్రాయు చాతుర్యమును" చంద్రభాను చరిత్రమందు పొగడినారు[1] గాజుకుప్పెలు, దంతపు బరణులు, శిల్పాలు సిద్ధము చేయుచుండిరి.[2] వైష్ణవులు దశావతారాలు వ్రాసిన బిల్వకరండలలో తిరుచూర్ణ ముంచుకొనెడివారు. (విప్ర. ౨-౨౮) ఆట పాటలకు భోగంవారే ప్రధానాధారములు. వారి సమ్మేళనమునకు మేళ మనిరి.[3] నేడును "భోగం మేళం" అందురు. వృద్ధవేశ్య, పాటపాడు యువతులు, నాట్యమాడు సుందరులు

1. చంద్రభాను. ౧-౩౯.

2. విప్రనారాయణ ౩-౨౮.

3. వైజయంతి ౨ ౨.

మద్దెలవాడు, తాళము వేయువాడు, శ్రుతి మేళవించువాడు, వెనుక తోడందుకొని రాగమును సాగదీయువాడు వీరి సమ్మేళనము మేళమగును. పాతరకత్తెలన నాటకాలలో నాట్యమాడు స్త్రీలు.

''అధికతరమైన తెర తీసినంతలోన
చిత్తరము చూపు పాతరకత్తెవోలె''[1]

అనుటలో నాటక సూచన కలదు.

నృత్యములలో దేశిమార్గ పద్ధతు లుండెను. ఒక వేశ్య నేర్చిన నృత్యము లిట్టివి :—

'మొగవరి' కట్టడ మొనవుకోలాటంబు చొక్కంపు మురువులు చిక్కిణీలు
బరపు బారడు బేసి బహుళరూపుల దగ బంధురగీత ప్రబంధవితతి
వరుస పద్యము దేశి బంగాళ గీతంబు కొరుతికట్టడ బిండుకొటిమికాడు
పరశురాముడు వీరభద్రుఁడు కళ్యాణి చౌకట్ల మెకతాళి శబ్దమాది

దేశిశుద్ధాంగములయందు తీగెబోడి
పటుతరంబుగ నిజపాద కటకయుగళి
కఖిఃప్రాత్రమ్మలును బొమ్మలగుచు
వ్రేలపూన్కి వహియింపబొగడొందె పుష్పగంధి'

పై పద్యములో చాలా పదాలు తెలియవు. కొన్ని అచ్చు తప్పులేమో ? తర్వాతి పద్యములో జక్కిణియని యున్నది. చిక్కిణిలకు మారుగా జక్కిణీలై యుండునేమో ?[2] (మొగవరి=మొగ్గవాలుట యని యర్థమేమో? తక్కినవాటిలో చాలా పదాల కర్థము తెలియదు.)

'చారణ బాగడ చర్చరీ బహురూప
దండసాలాదిక భాండికములు
కందుక కొలాటకా పాట్యతాసఖ
ప్రేరణ కుండలి ప్రేక్షణములు

1. నిరంకుశ. ౨-౯.
2. మల్హణ. పుట ౯.

సూతముల్ పుహుడక శుద్ధపద్ధతి
చిత్ర పద్ధతి ఘనదేశ పద్ధతులును
కైలాట లంటక కరణైక తాళికో
లాసాది గీత హల్లీసకములు
నాదిగాగల్గునృత్యనృత్తైక్య ముఖ్య
నాట్యవిధములుసూచించి నయ మెలర్ప
జనులకెల్లను లోచనోత్సవముగాగ
నాదెనాయిందముఖకొనియాడె జగము[1]

(ఇందును కొన్ని పదాలు తెలియవు.)

తాళాలలో జంపె ధ్రువాద్యాట తాళాలు విశేష ప్రచారమందుండెను. (జంపె, ధ్రువ, అది, అట తాళాలు)[2] గానము, హస్తాభినయములలో అర్థాభినయము, వివిధ వీక్షణ విలాస విచిత్ర నటనలలో భావము, చరణ నూపుర నాదములో తాళమానము చూపుచు లాస్యమాడెడివారు.[3]

"నట్టువకాని యందము గాక వింతగా
కోపులు కల్పించుకొనుచు నాడు" (శుక. ౩-౧౪)

అనియు వర్ణించినాడు. (గాక అనక గాగ అనవలెనేమో!)

యక్షగానాలను గురించి కందుకూరి రుద్రయ్య వ్రాసిన సుగ్రీవ విజయమను యక్షగానానికి శ్రీ వేటూరి ప్రభాకర శాస్త్రిగారు ఉత్తమ పీఠిక వ్రాసినారు. ఈ క్రింది దానినుండి కొంత యుదాహరింతును.

"తొలుత ద్రావిడభాషలో వెలసిన దృశ్యరచనలు కురవంజు లనబడినవి. కురవజాతివారి అంజె (అడుగు) కురవంజె అనబడును. చిందుగొండ్లి, అంజె ఇత్యాదులు నృత్య విశేషములు. పూర్వము మంగళాద్రి సింహాద్రి మొదలగు పర్వతాలమీద జాతరలకాలాలలో అక్కడి యాటవికులు నృత్యములు చేయుచుండువారు. చెంచిక మున్నగునవి కురవంజులుగా వెలసెను. అవి తొలుత

1. మల్హణ. ౪౦.
2. వైజయంతి. ౧.౧౨౩-౨౪.
3. ,, ౧-౧౨౯.

అత్యల్పముగా గేయభాగములును, విశేషముగా నృత్యమును, కలవై యుండెను. అవి సింగి, సింగడు అను పాత్రములు కలవై యుండెను. వీరిద్దరే కథాపాత్రము లగుచుందురు. మూడవవాడు కోణంగి విదూషక స్థానీయుడు. సంస్కృత ధ్రువాగానమే కురువంజులలో దురు వనబడెను. నృత్యదృశ్యములు తర్వాత జక్కులవారు నగరములందు ప్రయోగింప జొచ్చిరి. సింగి సింగడు మారి రామ నల సీతాది పాత్రలు వచ్చినవి. కాని వీనిలో ఆటవికరచనా సంస్కార సూచకముగా ''ఎరుకతసాని'' పాత్రము వెలసినది. జాతరలలో యక్ష గంధర్వాది వేషముల ధరించి వేశ్యలు ప్రదర్శించినవి కావునను నృత్య ధర్మము లధికముగా గలవి కావునను నివి యక్షగానను లనబడెను. కళావంతులలో నొక తెగకు నేడు జక్కులవారను పేరు కలదు అప్పకవి యక్షగాన లక్షణాలు తెలిపినాడు. దానినిబట్టి చూడగా యక్షగానమందలి ప్రధాన గేయరచనములు వగడలో కొంత మార్పు జరిపి త్రిపుట జంపె ఏక ఆట అను తాళముల కనుగుణముగా కల్పింపబడినవి. ఏలలు జోలలు సువ్వాలలు ధవళములు వెన్నెల పదములు విరాళి తుమ్మెద గొబ్బి కోవెలపదములు ద్విపద త్రిపద చౌపద షట్పద మంజరులు మొదలగునవి యక్షగానాలలో చేరినవి. విజయనగర మధుర తంజావూరు రాజ్యాలలో యక్షగానములు మిక్కిలి ప్రబలెను. కృష్ణాతీరమందలి కూచిపూడి గ్రామమున సిద్ధేంద్రుడను యోగి యొకడు భాగవత కథలను, పారిజాతము, గొల్లకలాపము, మొదలగు పేళ్ళతో యక్షగానములుగా రచించి, శాస్త్రీయముగా ఆయూరి బ్రాహ్మణులచేతనే ప్రదర్శనము చేయింప నేర్పాటు చేసెను. ఇంచుమించుగా తెనుగున ౨౦౦ దాక లెక్కింపదగిన యక్షగానములలో సుగ్రీవవిజయ మొక ప్రశస్త కృతి రుద్రకవి క్రీ॥ శ॥ ౧౫౭౦ ప్రాంతమువాడు."

సుగ్రీవవిజయములో త్రిపుట, అర్ధచంద్రికలు, ద్విపద, జంపె, కురుచ జంపె, ఆటతాళము, ధవళములు, ఏలలు అనునవి వాడినారు. నాలుగు తేటగీతలు, రెండు సీసములు, ఒక ఉత్పలమాల, ఒక కందము ఇందలి పద్యాలు. ఇదే ప్రకరణములో శుకసప్తతిలో ఎరుకలదానిని కొరవంజియని రచియు, అది తన మగడు "సింగడు" అని చెప్పుటయు సూచించినాను. యక్ష గంధర్వ శబ్దాలు గానప్రాధాన్యమునకు వాడుదురు. యక్ష గానము గంధర్వగానము అనునవి ప్రసిద్ధమైనవి. ఇప్పుడిప్పుడు పరదాలు సంస్కృతాంగ్ల నాటకపద్ధతులు వచ్చినవిగాని ౪౦ ఏండ్లకు పూర్వమువరకు యక్షగానాలకే ప్రాధాన్యముండెను. నేటికిని తెలుగుదేశపు పల్లెలలో చెంచులక్ష్మి నాటకము బెడుదూరి హరిశ్చంద్ర నాట

కము పారిజాతాపహరణము మున్నగు యక్షగానాలను ప్రదర్శింతురు. సాధారణముగా సవతి పోరుల కథలు యక్షగాన రచయితల కిష్టము. ఈ నాటకాలకు పర్దాలు లేవు. గజమెత్తుగా స్థలమునుచేసి దానిపై పలకలు వేసి వాటిపైదుముకుచు ఆడుచు పాడుచు ప్రేక్షకుల కానందము కలిగించేవారు. రెండు దివటీలు ఆ రంగముమందు వెలుగుచుండును కొంతదూరమందలి యొక ఇంటిలో వేషాలు తీర్చేవారు. వేషాలు రాగానే రేలంపొడి దివిటీలపై భగ్గున మండించేవారు. పాత్రధారులు అర్దళము, నీలి మున్నగు రంగులను బాగా పూసుకొని కిరీటాలు భుజకీర్తులు పెట్టుకొని సిద్ధమయ్యేవారు ప్రతివేషాన్ని తప్పెటతో తీసుకొనివచ్చి రంగమెక్కింతురు. ఆధ్వనితో నిద్రించినవారు మేల్కొందురు. ఎవరయ్యా, స్వామీ, మీరు అని సూత్రధారు డడుగును. ఓరీ నేను ఫలానా, నీవెరుగవా అని పెద్ద పెద్ద బిరుదులతో తన ప్రశస్తిని తానే చెప్పుకొనును. మధ్య మధ్య ఒక హాస్యగాడు ఎంత గంభీర పాత్రమునైనను అల్పహాస్యముతో కొంచెపరచి ప్రేక్షకుల నవ్వించును. పలుమారు ఆ హాస్యములో బూతులుండును. సంగీతము నాగరికులను ఆకర్షించదు. నృత్యము కూడా పలుకలు విరుగు గంతుల సాముగనే యుండును. అయినా ఇవి పూర్తిగా మాయం కాకముందే నాటకాలాడించి పటాలు తీసి వివరాలతో ప్రకటించుట మంచిది. జవాద్వీపములోని జాతీయనృత్యములను పలుమారు ఇంగ్లీషు పత్రికలలో కిరీటాలతో భుజకీర్తులతో నుండు వేషాలను ప్రకటింతురు. వాటిని జూచిన అవి మన యక్షగానాల వేషాలవలెనే యుండును. జవాలో రామాయణ భారతకథలను నాటకములుగా ప్రదర్శింతురు. ఆ దేశానికి మనవారే యీ నాటకాలు తీసుకొనిపోయినారో లేక అక్కడే యక్షు లనే వారుండిరో వారినుండియే మనవారు గ్రహించిరో ఆ దేశ నృత్య చరిత్రను బాగాపరిశోధించిన తెలియగలదు. ఎరుకలు మనదేశమువారే కాని వారి భాష నేటికిని చెడిన అరవము. వారు అరవ దేశమునుండి వచ్చినారు. కొరవంజి అనువారు ఎరుకలసమానులైన కురువలో చెంచువంటి ఆటవికులో యైయుందురు. శుకసప్తతిలోని కురువంజి బదనికలు తన సింగడు అడవినుండి తెచ్చినవాటిని అమ్మెను. అనగా దానికి చెంచులకును సంబంధము కానవస్తున్నది. మొత్తానికి యక్షగానాలు ఆటవికులనుండి నాగరికులకు లభించిన గాన సమాయుక్త నృత్యప్రాధాన్య నాటకాలు. సంస్కృతములో ఉత్తమస్థాయి నొందిన నాటక విధానమును మనకాలమువర కొక్కరును అవలంబించకపోవుటయేకాద

యక్షగానాలముద్రయే గట్టిగా మనవారిపైబడి దానియందే వారి కభిమాన ముండె ననవచ్చును.

యక్షగానాలలోని పాటలకు అప్పకవి లక్షణాలు వ్రాసెను. ఆ పాట లేవనగా:—పెండ్లిపాట, లాలిపాట (రెండు లక్షణాలొకటే) శ్రీధవళము, సువ్వాలే, సువ్వి, అర్ధచంద్రికలు, ద్విపద భేదాలు, రగడలు, మున్నగునవి (ఉదాహరణాలకు అప్పకవీయము చతుర్థాశ్వాసము చూడవలెను.) ఈ పాటలలో పెండ్లిపాట, లాలి, ధవళాలు, సువ్వాలు, మంగళహారతులు, నేటికిని పెండ్లిండ్లలో పాడుదురు.

'ఆ లలనామణికా గయ్యాళి యొకానొక్క వేళ నక్కరతో, సు
వ్వాలున్ శోభనములు, ధవళాలున్ మొదలైనపాట లందగ నేర్పున్'[1]

అనుటచే ఆనాడు పల్లెలలో స్త్రీలీ పాటలం దాసక్తి కలవారై యుండిరని యూహింపవచ్చును. శోభనములే శోబాన పాటలు (శుక. ౩-౩౪౯) గొబ్బిళ్ళ పాటలు కూడ వ్యాప్తిలో నుండెను. గొబ్బి యనునది గర్భితధ్రువమైయుండును. స్త్రీలు వలయాకారముగా చప్పట్లు చరచుచు పాడు పాటల గొబ్బిళ్ళు అందురు. (శుక. ౨-౪౩౪) శిశువుల నిద్రపుచ్చుటకు జోలపాటలు పాడెడివారు. (శుక. ౩-౪౫౦) బాపనమ్మల పాటలకు విశిష్టత యుండెనేమో !

'మన్న పురుష చెడనాడు పగువ మీద
బోయిపులుగాసి పురువయి పుట్టుననుచు
బాపనమ్మలు చెప్పినపాటమేలె యనుచు
నేనుందునిను దూరుకొనగ వెరచి'[2]

అని యొక చాకలిది తన పగనితో ననెను. ఏలపదాలను స్త్రీపురుషులును పాడుకొనిరి. ఇవెక్కువగా బ్రాహ్మణేతరుల పాటలే! (శుకసప్తతి ౨-౧౭౨) ఏలపదవిధానమును సుగ్రీవవిజయమం దిట్లున్నది.

౧ భానువంశమునబుట్టి దానవకామినిగొట్టి
మునిసుఖము నిర్వహింపవా-ఓరామచంద్ర మౌనివరులు సన్నుతింపగాన్.

1. శుకసప్తతి. ౧-౫౨౩.
2. ,, ౩-౧౪౮.

ఆరాతినాతిజేసి పురారాతి చేతి విల్లువిరచి
భూతలేంద్రులెల్ల మెచ్చగా-ఓరామచంద్ర సీతను వివాహమాడవా.

లిపులను గురించి యొకమాట. నన్నయనాటి లిపిని ఈనాడు పట్టుమని పదిమందే చదువగల్గినవారు. కాకతీయకాలమునుండి శ్రీనాథుని కాలమువరకు మనలిపివలె కొద్దిగా కళవచ్చినను తెనుగులిపి పరిణామావస్థలోనే యుండెను. పొక్కిలి శ్రీనాథుని కాలమువరకు కనిపెట్టబడలేదు. క్రీ. శ. ౧౫౦౦ తర్వాతనే అది ఏర్పడినది. అప్పకవి కాలమువరకుకూడ తెనుగులిపి మారుచుండెను. అప్పకవీయము ద్వితీయాశ్వాసములో 'దరశార్ఙ్గపిప్పల' సూత్రమున్నూ దాని తర్వాతి సూత్రమున్నూ హల్లుల స్పర్శరూపాలను స్వరగుణితమును తెలుపునవి. అవేటివో అర్థమగుటలేదు. పూర్వమువారికిని అర్థమైనట్లు తోచదు. అందువలననే వావిళ్ళవారి ముద్రిత ప్రతిలో 'ఈ వ్రాతలిపులు ప్రతిపుస్తకమున వేరువేరుగా నుండుటంజేసి వీరి కుదిరిక చక్కగా తెలియబడదయ్యె' అని వ్రాసినారు. నన్నయకు పూర్వము ౨౦౦ ఏండ్లకు ముందునుండి శాసనాలు దొరుకుతున్నవి, కావున ఇంచుమించు క్రీ. శ. ౮౦౦ నుండి నూరేండ్ల క్రిందటినుండి ముద్రణ ప్రారంభమగువరకు అక్షరాలెట్లు మారుతూ వచ్చెనో వాటి సమగ్ర చరిత్రను నిపుణులు వ్రాయుట చాలా అవసరము. అప్పకవి వ్రాతప్రతులు వీలైనన్ని సేకరించి అతని భావమేమో కనుగొని సరిగా ప్రకటింపవలెను. తెనుగులిపి సంస్కృత లిపినుండి యేర్పడినది. కావున ఆరూప పరిణామ మెట్లయ్యెనో తెలుపవలెను. తమిళమునుండి 'ఱ' యొక్క పూర్వరూపమును తీసుకొని దానిని డ, ళ, ఱ, ధ్వనులనుగా మార్చుకొన్నాము. ఎ, ఒ, చ, జ, లు ప్రాకృతమున కలవు. మహారాష్ట్రమున వాడుకలో నున్నవి. ఈ విషయాలన్నియు సమగ్రముగా చర్చించవలెను. అనగా ఒక ప్రత్యేకోద్గ్రంథ మవసరము.

ఈ ప్రకరణములు ముగించుటకు పూర్వము శుకసప్తతిలోని కొన్నిపదాలను గూర్చి మాసరకై తెలుపుదును కొన్ని యీ ప్రకరణములో నిదివరకే తెలిపినాను. శుకసప్తతిలో కొల్లలుగా నిఘంటువులలో లేని పదాలు కలవు. సీతారామాచార్యులుంగారు దానిని వద్ద నుంచుకొని తమకు తెలిసినవి మాత్ర ముదాహరించి తక్కిన శతాధిక పదాల నుదాహరింపకయే వదలి వేసినారు. వాచస్పత్యమందును అంతే. సూర్యరాయాంధ్ర నిఘంటులో సహితము చాలా

చింతాకు ముడుగుతరి :—(శుక. ౧-౨౩౩) మునిమాపు అని సందర్భార్థము. చింతాకు ముడుగుట అను ప్రయోగము కవి లోకానుభవమును, విశిష్టతను తెలుపును.

బడాపగలజూచి :—(శుక. ౧-౨౧౬) అదేపనిగా చూచి అని యర్థమిచ్చును. బహుశా ఇది బిగాబిగలయ్యె యుండును.

సబ్బిణి :—(తెలియలేని సబ్బిణుల్ మీరు-శుక. ౪-౪౨) ఏమి తెలియని తిక్కవారు అని యర్థము.

ఏనుగుచిన్న వెలగ :—(నిరంకుశోపాఖ్యానం పుట ౩౫) సుమతిశతకమందును ఇదే యుపమానము కలదు. ఇది సరిగా తోచదు. 'గజభుక్త కపిత్థవత్' అని 'గజమంటే ఒక క్రిమిజాతి' అని ఆ శ్లోకాన్ని ఉదాహరించినవారు వ్యాఖ్యానించినారు. ఇచ్చట అదే అర్థము తీసుకోవలెను.

బొమ్మకట్టుట :—

శత్రువులను అవమానించుటను బొమ్మకట్టుట లేక బొమ్మ పెట్టుట యందురు. ఈ యాచారము తెనుగు దేశములో ఎట్లు సృష్టియయ్యెనో చెపజాలము. భారత కవిత్రయమువా రీపదమును ప్రయోగించినట్లు కానరాదు. తిక్కనకు ఎఱ్ఱాప్రెగడకును మధ్యకాలమం దుండిన నాచన సోమన మొదలీ బొమ్మకట్టుటను తెలిపినవాడనుకొందును. 'పంతముతో దొహరమున బట్టుదు; పాసికబొమ్మకట్టుదున్' (ఉ. హ. వంశము. ౩-౧౧౭) బొమ్మకట్టు ఆచారము రెడ్డి వెలమ రాజుల కాలములో విరివియైపోయినట్లు కానవచ్చును.[1] నేటికిని ఈ యాచారము తెనుగువారిలో నిలిచియున్నది. ఈ యాచారమును శ్రీనాథుడు స్పష్టముగా కాశీఖండములో (పీఠికాపద్యాలు ౪౫) తెలిపినాడు.

1 ఈ గ్రంథ ప్రథమ ముద్రణములో దీనిని పేర్కొనియుండలేదు. ముద్రితమైన తర్వాత ఒక గారడివారిగుంపును చూచితిని. వారిలో నొకడు వరిగడ్డి పగ్గమునకు కోడిరక్తమును పూసి దానిని గట్టిగాచేసి దాని కొనను కుడికాలికి ఎంటుగా కట్టి ఆ పగ్గమును మెడపై త్రిప్పివేసుకొని యుండెను. కుడి మోకాలివద్ద ఆ పగ్గాని కొక బొమ్మను కట్టియుండెను. అదేమన అది బోధి బొమ్మ యనియు తమకు కట్టడిమాటమేరకియ్యనియరి అపకీర్తిని ప్రకటించుట కీబొమ్మను కట్టినామనిరి.

'డాకాలిగండ పెండారంబుదాపున
బొమ్మలై వైరి భూభుజులు వ్రేల
నిండుకొలువుండె కన్నుల పండువగుచు
విభవుడల్లాడ భూపతి వీరవిభుడు'

ముసల్మానులు చేసిన చేయుచుండిన బీభత్సములనునైన తలపక రెడ్డి వెలమరాజులు పరస్పరము ద్వేషించుకొని యుద్ధాలు చేయుచుండిరి. ఒకరి నొకరు చంపుకొని వారి యాకారములుకల బొమ్మలు చేయించి తమ్మ పడిగలలో పెట్టించిరి. తమ బిరుదు గండపెండారపు పగ్గాలకు శత్రువుల బొమ్మలను చేయించి కట్టించి అవి తమ మోకాళ్లవద్ద వ్రేలాడునట్లు చేసిరి.

వెలుగోటివారి వంశావళి (నేలటూరి వేంకటరమణయ్యగారి మద్రాసు యూనివర్సిటీ ఎడిషన్) నిండుగా బొమ్మపెట్టుట బొమ్మకట్టుట కాననగును.

"కొమ్మని మచ్చ యొంబళుని గూల్చి శిరంబులు ద్రుంచి గన్నయన్
పిమ్మట ద్రుంచి, తత్సుతుల బేర్చిన బొమ్మలు వెట్టి దారులన్
దమ్మటముల్ వెసంగొనియె దాచయసింగని పట్టి యెట్టిడో
బొమ్మలు వెట్టునిట్టు లనపోతడు వైరము బూనువారికిన్ (ప. ౬౩),

"ఆ కొమార వేదగిరి నేడే యనవేమారెడ్డి తమ్ముని మాచారెడ్డిని గొట్టి తమ్మ పడిగాన బొదిగించిన, నా యనవేమారెడ్డి పిన వేదగిరిని జంపి తమ్మ పడిగాన బొదిగించెను.

"వెక్కసంబగు యుద్ధంబుజేసి యనవేమారెడ్డిని గొట్టి తమ్మపడి గాన బొదిగించి సింహతలాట బిరుదును, దనచేత శ్రీనాథు డడిగికొంచు బోయిన నందికంత పోతరాజు అను కఠారిని బుచ్చుకొనెను." (ప. ౧౦౭)

"కొమర గిరిరెడ్డికి కోరి సింగయమాదు
తనర బెట్టిన బొమ్మ తలపవైతి. (ప.౧౦౮)

ఈ బొమ్మకట్టుట, బొమ్మ పెట్టుట అను నాచారము తెనుగు వారిలోనే విశేషముగా గానవచ్చును. అది క్రీ. శ. ౧౨౦౦ నుండి (శాసన సోపానకు కొంత ముందు కాలమునుండి ఏర్పడినట్లున్నది.)

బలిగాడంటిని. మహారణరాజు రణపోతురాజు ఒకటేయై యుండును. పోతురాజుకు దున్నపోతులు చాలా ఇష్టమన్నమాట. వెలమరాజుల కాలములో విజృంభించిన యీ యాచారములు నేటికిని మన పెద్ద దేవరలో నిలిచి పోయినవి. విష్ణుమాయా నాటకము అను ప్రబంధముయొక్క పీఠికలో నిట్లు వ్రాసినారు. 'శివునికి మోహినికిని పుట్టినవాడు శాస్త అనువాడే పోతరాజు.' శాస్త అను దేవత నేటికిని మళయాళ దేశమందు ప్రజలచే పూజలందుచున్నాడు. మళయాళీలు, అరవలు, శస్తన్ లేక చాత్తన్ దేవతయని ఇతనిని పూజింతురు. శాస్త కథ స్కాందపురాణాని కెక్కినదట !

తాతాచారి ముద్ర :—

ఈ కాలములో శైవవైష్ణవ ద్వేషాలు విశేష మయ్యెను. అద్వైతి యైనను శైవమందే అత్యభిమానము కల అప్పయ దీక్షితులు భరతఖండ మంతటను ప్రఖ్యాతుడై ౧౦౪ గ్రంథాలు రచించి శైవము నుద్ధరించిన వాడని విఖ్యాతుడయ్యెను. అదేకాలములో శ్రీకృష్ణదేవరాయ అళియ రామరాజ చక్రవర్తులకు దీక్షాగురువై వారికిని తన వీరవైష్ణవము కొంత యెక్కించిన తాతాచార్యులు ఆసేతు వింధ్యాచలము వైష్ణవమతవ్యాప్తిని జేసి బలవంతముగాకూడ శైవులను వైష్ణవులనుగా మార్చెను. అట్టివారి నెందరినో మరల అప్పయ దీక్షితులు శైవులనుగా జేసెను. తాతాచారి బలవంతపు దీక్షను పురస్కరించుకొని తెలుగు దేశములో 'తాతాచారివారి ముద్ర యెక్కడ తప్పినా వీపున దప్పదు' అను సూక్తి యేర్పడెను. కొందరు 'మరింగంటి వారి ముద్ర' అని పైవిసూక్తిని చెప్పుదురు. మరింగంటివారు నేటికిని తెలంగాణమున నిండుగా తామర తంపరగా నున్నారు.

అప్పయను అప్పై అనియు, అప్పాదీక్షిత అనియు పేర్కొనిరి. అతడు తమిళుడు కాని తెనుగు చక్రవర్తులను నాయక రాజులను ఆశ్రయించిన వాడగుటచే తెనుగు నేర్చియుండును. అందుచేతనే అత డిట్లనెను.

"ఆంధ్రత్వ మాంధ్రభాషాచ.........
నాల్పస్య తపసఃఫలం"

అతడు క్రీ॥ శ॥ ౧౫౨౦ నుండి ౧౫౯౩ వరకు జీవించెనని వై. మహాలింగ శాస్త్రిగారు నిర్ణయించిరి. అప్పయ దీక్షితుల జన్మస్థానము "అడైయపాళెం."

అందతడు తన వార్ధక్యములో క్రీ. శ. ౧౫౮౨లో కాలకంఠేశ్వరాలయమును కట్టించి దానికి స్వయముగా పూజ చేసెను. అతని తండ్రి ప్రసిద్ధుడగు రంగ రాజ మఖి. అప్పయ వేలూరు (ఆర్కాటులోని Vellore) నాయక రాజగు చిన్న బొమ్మనాయకు నాశ్రయించెను. అతడు శ్రీకంఠ భాష్యమును విస్మృతి నుండి యుద్ధరించి దానిపై శివార్కమణి దీపికయను వ్యాఖ్యను రచించి ఆరెంటిని ౫౦౦ మంది శిష్యులకు బోధించి వారిని దేశమందు శైవ ప్రచారార్థము విస్తరించెను. చిన్న బొమ్మడు అప్పయను 'దీనారటంకాల స్నానమాడించి' కనకాభిషేకము చేసెను.

ఇదే కాలపు మూడవ యుదంతమును గూడ పేర్కొనవలసి యున్నది. ఈ అప్పయకు తాతాచారికిని సమకాలికుడు మాధ్వమత ప్రచారకుడగు 'విజయీంద్ర భిక్షు.' అప్పయకు కనకాభిషేక మైతే ఇతనికి రత్నాభిషేక మయ్యెను.

"విద్వద్వరోఽస్మా ద్విజయీంద్రయోగి
విద్యా సుహృద్యాస్వతుల ప్రభావః
రత్నాభిషేకం కిల రామరాజాత్
ప్రాప్యాగ్ర్యలక్ష్మీ న కృతాగ్రహారాన్"

ఈ విజయీంద్రుడు తన మతమును స్థాపించుకొనువాడై అప్పాదీక్షితుని కత్తిపై కత్తి త్రిప్పి దమ్ము వచ్చువరకు సాధనచేసిన వాడే. తాతాచారికూడ తన జానకిత్రాటి తుపాకితో వాదోద్ధతుడై అప్పా దీక్షితునిపై తుప్పుతుప్పున కాల్చెను కాని గురితప్పి వాదమం దోడి క్రోధఘూర్ణితుడై అప్పయను ఈ జీవ లోకమునుండి తప్పించుటకు కూడ ఒప్పందమువేసెనట ! కాని తాతాచారి మంత్ర తంత్రాలను అప్పయ లెక్కపెట్టక వేంకటపతి రాయలకాలమందుకూడ ఏడేండ్లపాటు జీవించి ౭౩ ఏండ్ల వృద్ధుడై కాలధర్మము నొందెను.

మరొక నాల్గవ విషయ మిచ్చటనే తెలుపవలసినది కలదు. జింజీ నాయక రాజు మంత్రిగా గురువుగా పండితుడుగానుండిన రత్నఖేటదీక్షితు లీ కాలమందే యుండెను. అతడు సామాన్యుడు కాడు.

"విపశ్చితా మపశ్చిమే, వివాద కేళి నిశ్చలే
సపత్నజి త్యయత్న మేవ, రత్నఖేటదీక్షితే
బృహస్పతిః క్వ జల్పతి ప్రసర్పరాట్
అసన్ముఖశ్చ షణ్ముఖ శ్చతుర్ముఖశ్చదుర్ముఖః"

ఆతడిట్టివాడు. అదేకాలమందే మరొక పండిత దిగ్గజము గోవింద దీక్షితుడను నతడు అచ్యుతరాయల కాలమందుండి క్రీ. శ. ౧౬౧౪ లో తంజావూరులో రఘునాథ రాయలను అభిషిక్తుని చేసెను.

ఇట్టికాలములో రామరాజు తాతాచారికి అతని యనంతరము తాతాచారి కుమారునికి అవలంబనమిచ్చి తాతాచారి వైష్ణవ దీక్షాప్రచారమునకు గాఢమగు సహాయముచేసి శైవులకు కష్టములు కలిగించి వారి ద్వేషమును సంపాదించుకొనెను. ఈ కాలమందు మతత్రయము వారు తమతమ మతవ్యాప్తికై పరస్పర హింసాదూషణములతో వివాదపడి హిందూరాజ్యముల దుర్బలతకు తుదకు వినాశనమునకు బాగుగా తోడ్పడిరి. విజయనగర సామ్రాజ్య పతనమునకు తర్వాతి యరాజక స్థితికి, దేశముయొక్క అత్యంతదయనీయస్థితికి ఈ మతత్రయము వారెంత బాధ్యులో ఎంత గొప్ప భాగస్వాములో నిరూపించుటకు ప్రత్యేక గ్రంథమవసరమగును.

ఇట్టి పదాలు మన సాంఘిక చరిత్రకు పనికివచ్చునట్టివే వందల కొలదిగా నిఘంటుకారులు చూచియు తమకు తోచక చల్లగా జారవిడిచినారు. కొన్ని తప్పుగా ప్రకాశకులు ముద్రించినారు. కొన్నింటికి నిఘంటువులలో తప్పు అర్థాలు వ్రాసినారు. అందుచేతనే మాటిమాటికి వ్యావహారిక పదాలను సేకరింపవలెననుట. పైనచూపిన మచ్చుపదపట్టికలోని పదాలు శిష్టసమ్మతమగు గ్రాంథికాలేకదా! అవేల నిఘంటువులలో లేకపోయెను. కావున గ్రాంథిక వ్యావహారికమను భిన్నదృష్టి కలిగియుండుట సారస్వతానికి నష్టము కలిగించుటయే.

ఈ ప్రకరణానికి ముఖ్యాధారములు

౧. శుకసప్తతి :— కదిరీపతి ప్రణీతము. ఇది ఉత్తమశ్రేణిలో చేరిన కవిత. సాంఘిక చరిత్రకు పనికివచ్చు గ్రంథాలలో నిది అగ్రస్థాన మలంకరించును. దీనిని తప్పులతో రెండుమారులు ప్రకటించినారు. వావిళ్ళవారి ప్రతిలో కృత్యాది పద్యాలు కొన్ని లోపించినవి. అవి నావద్ద కలవు. ఈ పుస్తకములోని శతాధిక పదాలు నిఘంటువులలో లేవు. ఇందులో రంకులేని కథలు ఎనిమిదివరకు కలవు. రంకుకథలని ఘోరాభినయము కల శిష్టులు ఈ రంకులేని ఎనిమిదింటినయినను వేరుగా ప్రకటించవచ్చును. ఈ కథలకు రంకను నిందయేకాని శిష్ట కావ్యాలనబడిన

శృంగారనైషధము, హరవిలాసము, వైజయంతీవిలాసము, బిల్హణీయము, కూచిమంచి తిమ్మకవి కృతులు, నన్నెచోడుని కుమారసంభవము మున్నగువాటిలో సంభోగాది వర్ణన లిందు లేవు. కృతిని చక్కని పీఠికతో నిఘంటువులలో లేని పదాల కర్థముతో, తప్పుల సవరణతో లేనిపద్యాల పూరణతో ముద్రించుట యవసరము.

౨. వైజయంతీవిలాసము :—సారంగ తమ్మయ్య, ఇదే కథను చెదలవాడ మల్లయ్య విప్రనారాయణచరిత్ర మను పేరుతో వ్రాసెను. మల్లయ కవిత తమ్మయకవితకంటె చాలా ప్రౌఢముగా నున్నది. కాని మన చరిత్ర కది పనికిరాదు. వైజయంతీవిలాసమే చాలా పనికివచ్చునది.

౩. పాండురంగ మాహాత్మ్యము (లేక పాండురంగ విజయము) :- తెనాలి రామకృష్ణకవి. ఇతడు వేరే తెనాలి రామలింగడు వేరే అని తలతును. తుదకు రామలింగ డను వాడుండెనో లేదో ; పాండురంగ విజయములో మారుమూల పదాలు ఉద్దేశపూర్వకముగా వాడినారు. అయినను సాంఘిక చరిత్ర కిది చాలా పనికివచ్చును. ముఖ్యముగా నిగమశర్మోపాఖ్యానము ఈ గ్రంథానికి మకుటాయమానము.

౪. మల్హణచరిత్ర :—పెదపాటి యెర్రనార్యుడు. సాధారణ కవిత అయినను మనకు కొంత సహాయకారి,

౫. సాంబోపాఖ్యానము :—రామరాజు రంగప్ప.

౬. విప్రనారాయణ చరిత్ర :—చదలవాడ మల్లన.

౭. చంద్రభాను చరిత్ర :—తరిగొప్పుల మల్లన.

౮. నిరంకుశోపాఖ్యానము .—సంకుసాల రుద్రకవి. ఇది మంచి కవిత. మన చరిత్రకు పనికివచ్చునట్టిది.

౯. అప్పకవీయము :—కాకనూరి అప్పకవి. ఇతడు శుద్ధ సనాతనుడు. బ్రాహ్మణుడు తప్ప ఇతరులు కవిత్వము చేయ నర్హులుకారని శాసించెను. అందుచేత బ్రాహ్మణేతరుల నుదాహరింపలేదు. రామరాజభూషణుని ఒకచో ఉదాహరించినది తప్పుపట్టుటకే. ఒకచో రామభద్రునిదే నెత్తిన తన్నించినాడు. చేమకూర వేంకటపతి "లక్ష్మణామాత్యపుత్రుడని" నియోగి అని

(భ్రమపడి భోగంవాడని తెలియక) ఉదాహరించెను. ఈవిధముగా ఇతడు సారస్వతాని కపచారము చేసెను.

౧౦. గండికోట ముట్టడి :—గ్రంథకర్తపేరు తెలియదు. ఇదొక లఘుపుస్తకము. ౧౫ ఏండ్ల క్రిందటనేమో సమదర్శిని కార్యాలయమందేమో ప్రకటించిరి.

౧౧. వేంకటనాథుడు-పంచతంత్రము :—తన వర్ణనల నన్నింటిని ప్రజాజీవనము నుండి గ్రహించి తన లోకానుభవమును, హాస్యప్రియత్వమును, ఉభయ భాషా వైదుష్యమును, ఉత్తమ కవితను ప్రకాశింపజేసిన మహాకవి వేంకటనాథుడు. సంస్కృత మూలములో లేని కథలను, వర్ణనలను చాలా పెంచినాడు. లక్షణ విరుద్ధ ప్రయోగము లతని కవితయందు కల వని శ్రీ వీరేశలింగం పంతులుగా రన్నారు. ఈతని కవి తప్పులని తెలియక కాదు. వాటిని లెక్కపెట్టక భావమునకే ప్రాధాన్య మిచ్చిన వాడు. కవి కృష్ణా గోదావరిజిల్లాలలో నేదేని యొక జిల్లావాడై యుండును. పేము (౧-౧౧౫) అథాటున (౩-౧౬౩) అను పదాల ప్రయోగమును బట్టి అనుమానించుటకు వీలు కలుగుతుంది. రాచవారుకూడా ఆ జిల్లాల వారే. ఈతని కవిత ఉత్తమశ్రేణిలోనిది. సాంఘిక చరిత్రకు చాలా పనికివచ్చునట్టిది.

౧౨. వెలుగోటివారి వంశావళి (మద్రాసు యూనివర్సిటీ ప్రచురము).

౬వ ప్రకరణము

క్రీ. శ. ౧౬౦౦ నుండి ౧౭౫౭ వరకు

విజయనగర పతనముతో అనగా క్రీ. శ. ౧౬౩౦ తో ఆంధ్రుల పతనము పరిపూర్తి యయ్యెను. హిందువుల పతనమునకు ముసల్మానుల విజృంభణ మునకుగల కారణములు ఆయా సందర్భములందు ఇంతకుపూర్వపు ప్రకరణము లందు నిరూపితములయినవి. విన్సెంటు స్మిత్‌గారు తమ ఆక్సుఫర్డ్ ఇండియా చరిత్రలో ఈ విషయమునే చర్చించెను. అతని భావములు నేను నిరూపించిన భావములతో సమానము లగుటచే నీ సందర్భమున వాటిని ఉదహరింతును.

మలిక్ కాఫిర్ దక్షిణమున మధురవరకు ఎత్తిన జండాను దించకుండా రాజ్యాలను జయించుతూ వెళ్లెను. అంతకన్న నాశ్చర్య జనక మగున దేమనగా మహమ్మద్ ఖిల్జీ అను సేనాని ౨౦౦ మంది సవార్లతోనే బిహారును క్రీ. శ. ౧౧౯౭ లో జయించెను. అంతకన్నను ఆశ్చర్యకరమయిన విషయ మేమన ఆ సేనానియే ౧౧౯౯ లో ౧౮ మంది సవార్లతోనే బెంగాలు రాజధానియగు నడియాపై బడగా వంగరాజు తొంగిచూడకయే దిడ్డితలుపునబడి పారిపోయెను. ఆ కాలములో బిహార్, బెంగాల్ రాజులును విశేషముగా బౌద్ధులు అహింసా ధర్మము వారి నీగలికి తెచ్చెను. హిందూ బౌద్ధుల పతన మత్యంత లజ్జాకర మని యొప్పుకొనక తప్పదు. ఖిల్జీ సుల్తానులు, బహమనీ సుల్తానులు లక్షల హిందువులను ఈగలనువలె చంపిరి. ఫిరోజిషా అను బహమనీ సుల్తాను ౨౦,౦౦౦ హిందువులను చంపుట పరిపూర్తియైనప్పుడంతయు మూడుదినములు చంపుడు విందు చేసెడివాడు. ఒకతడవ అయిదు లక్షల హిందువుల ప్రాణాలు తీసిన తర్వాతనే "రోజా" (ఉపవాస వ్రతమును) వదలెను. లక్షల హిందువులు ప్రాణాలు దక్కించుకొన ముసల్మానులైరి. దీని కంతయు కారణమేమి ? స్మిత్ గారిట్లు వ్రాసిరి.

'యుద్ధతంత్రమందు ముస్లిం సుల్తానులు హిందువులకన్న నిస్సందేహముగా నిపుణులై యుండిరి. వారు విషయ లోలురు కానంతవరకు వారిని జయించుటకు హిందువులకు సాధ్యముకాకుండెను. చలికొండల నుండి దిగి వచ్చిన తురకల శారీరక శక్తి చాలా హెచ్చు. వారి మాంస భుక్తి శాకాహారులను నిర్జించు శక్తి నిచ్చెను. వారిలో కులభేదాలు లేవు. అంటు ముట్టు. భోజన నిషేధాలు వారికి లేవు. కాఫిర్లను చంపిన నేరుగా స్వర్గ మబ్బుననియు, యుద్ధాలలో మతానికై చచ్చిన 'షహీదు'లై సూటిగా జన్నత్ లోనికి జొరబడుదురనియు వారికి బోధించి యుండిరి. వారు పరదేశమునుండి వచ్చినవారు. ఓడితే సర్వనాశనమని వారికి తెలియును. కాన జయోవా మృత్యుర్వా అన్న సిద్ధాంతమును గట్టిగా నాశ్రయించిరి. ఘోరకృత్యాలతో హిందువులను బాగుగా బెదరించి యుంచిరి. దేవాలయాలలో, నగళ్లలో, పట్టణాలలో అపారమగు ధనము, రత్నములు, బంగారు దొరకునని వారెరిగినందున తమ సాహసానికి గొప్ప ప్రతిఫలము దొరకునని ఉత్సాహములో యుద్ధము చేసెడివారు. హిందువుల యుద్ధతంత్రము పురాణకాలము నాటిది. ప్రాచీన నీతిశాస్త్రాలపైననే వారింకను ఆధారపడి యుండిరి. కొత్త పరిస్థితులకు తగినట్లు తమ తంత్రాలను మార్చుకొన్నవారు కారు. తమ ప్రతిపక్షుల విధానాలను వారు గమనించినవారు కారైరి. హిందూ సైన్యములో కులభేదా లుండుటయే కాక నానారాజుల కూటమిచే సైన్య మొక నాయకునికి గాక పలువురి నాయకులకు లోబడినదై నానా ముఖాల నడిచెను. విదేశి సైన్యము ఏక నాయక పరిపాలితము. ఆ సేనలు హిందువుల నేరీతిగ కాతరులనుగా జేయవలెనో ఆ కీలకా లెరిగి యుండెను. ముఖ్యముగా తమ అశ్విక దళములతో భయంకరముగా హిందువులపై బడి వారిని చెల్లా చెదరు చేసెడివారు. ప్రాచీన యుద్ధ తంత్ర ప్రకారము హిందువు లేనుగులపై ఎక్కువగా నాధారపడిరి. అది వారి పొరపాటు. ఘోటకముల ధాటి ముందు ఏనుగుల మందగమనము పనికిరానిదయ్యెను. హిందువులు సహితము గుర్రముల సేన కలవారై యున్నను దానిని వారు వృద్ధి చేసుకొన్నవారు కారు." (పుట ౨౩౭)

ఈ చరిత్రకారుని నిర్ణయములో ప్రత్యక్షరము సత్యమే యని చెప్పవలెను.

అది విజయనగర రాజులు బహమనీ సుల్తానుల ధాటకు తట్టుకొన జాలని వారైరి. రెండవ దేవరాయలు (౧౪౨౧-౪౮) ముసల్మాను సవార్ల ఆధిక్యతను

వారి ధానుష్కుల చతురతను గుర్తించుకొని తమ సైన్యములో ముసల్మానులనే భర్తీ చేసుకొనెను. వారి నాకర్షించుటకై వారికి మసీదులు కట్టించి వారు కోరిన వరాలను ఇచ్చెను. 'కాని లాభము లేకపోయెను. తుదకు దేవరాయలు సంధిచేసు కొని బహమనీ సుల్తానులకు కప్పము కట్టెను.' (స్మిత్ Oxford History of India P. 303)

తళ్ళికోట లేక రక్షసతగడీ యుద్ధము క్రీ॥ శ॥ ౧౫౬౫ లో జరిగెను. దాని తర్వాత ఆంధ్రదేశములో రాజకీయ దౌర్బల్య మేర్పడుచు వచ్చెను. కొంత కాలము పెనుగొండలో ఆంధ్రరాజులు నిల ద్రొక్కు కొనిరి. కాని అక్కడి నుండి పీఠము చంద్రగిరికి కదలగానే ఆంధ్రుల రాజకీయౌన్నత్యము పరిసమాప్తి అయ్యె నన్నమాట. క్రీ॥ శ॥ ౧౬౦౦ వరకు ఆంధ్రదేశములో ఒక గోలకొండ సుల్తానులు తప్ప తక్కిన తురక లెవ్వరును రాజ్యము చేయలేదు. గోలకొండ సుల్తానులు షియ్యాలగుట చేతను వారియాధిక్య మిప్పటి తెలంగాణములో వలెనే యుండినందునను వారికి ప్రక్కననే ప్రబల విజయనగర చక్రవర్తి లుండుటచేతను వా రాంధ్రులను దుష్టముగా పాలించినవారు కారు కాని తళ్ళికోట యనంతరము తెనుగుదేశములో తురకల విజృంభణము ఎక్కువయ్యెను. అంత వరకు కాకతీయులు, విజయనగర చక్రవర్తులు, రెడ్డిరాజులు తురకలను నిరో ధించుచు వారిని తెనుగు సీమలోనికి రానీయనందున ఆంధ్రులకు ఉత్తర హిందూస్థాన హిందువులకు కలిగిన కష్టాలెట్టివో కానరాకుండెను. తటాలున క్రీ॥ శ॥ ౧౬౦౦ తర్వాత ౧౫౦ ఏండ్లవరకు తురకల దాడు లెక్కువై కర్నూలు, కడప, గుంటూరు నవాబు లేర్పడి ఉత్తర సర్కారులు వారి వశమై వారి దుష్పరిపాలన మొకదిక్కు సాగుచుండగా, మరొకదిక్కు పిండారీలు, దోపిడిగాండ్లు, తురకల దండులు ఎక్కువై జనుల హింసించి చంపి దోచి చెరచి, గుళ్ళను కూలద్రోసి నానాఘోరాలు చేయగా ఆంధ్రులు హాహాకారాలు చేసి చాలా బాధపడిరి. ఆ బాధలు పద్యాలలోను, కావ్యాలలోను, ప్రబంధాలలోను, చాటువులలోను ప్రతిఫలించినవి. గోగులపాటి కూర్మనాథుడను కవి విశాఖపట్టణ మండలములో తురకలదండు ప్రవేశించి బీభత్సములు చేయగా సింహాద్రి నార సింహస్వామినే నానావిధాల తిట్టుచు సింహాద్రి నారసింహ శతకమును వ్రాసెను. ఆ కవి క్రీ॥ శ॥ ౧౮౦౦-౧౮౫౦ ప్రాంతమువాడు. తురకదండు పొట్నూరు, భీమసింగి, జామి, చోడవరం మున్నగు ప్రాంతాలలో దూరి దోచుకొని దేవాల

యాలను ధ్వంసము చేయుచు వీరవిహారము చేసెను. వారి దుండగాలను కవి యిట్లు వర్ణించెను.

"ఎలమితో సోమయాజుల పెద్దఝారీలు
గుడిగుడీలుగా జేసికొనెడివారు
యజ్ఞవాటికలలో నగ్నిహోత్రంబుల
ధూపపానము చేసి త్రుళ్ళువారు
యాగపాత్రలు తెచ్చిహౌసుగా, వడి,
బుడికి చిప్పలుగ జేసి కేరువారు
స్రుక్స్రువ ప్రముఖ్యదారుమయోపకరణముల్
గాని వంటపొయినిడుకొనెడివారు
నగుచు యవనులు విప్రుల దెగడుచుండ
సవనభోక్తవు నీవిట్లు సైపదగునె
తినదినగ గారెలైనను కనరువేయు
వైరిహరరంహ సింహాద్రి నారసింహ!"

(ఝారీలు=ఝరీవలె ధారపడు నాళముకల చెంబులు ఉర్దూలో టూటీదార్ లోటా అందురు. గుడిగుడీ=హుక్కా.)

ఆ కాలపు తురకల వేషా లెట్లుండెనో పై కవియే వర్ణించినాడు. నరసింహస్వామిని తన హిందూవేషమును మార్చుకొని తురకవేషము వేసుకొమ్మని యిట్లు సంబోధించుచున్నాడు :—

"జడవిప్పి జులుపాలు సవరింపు మిరువంక
బలుకిటికీదారు పాగ జుట్టు
బొట్టునెన్నుదుటిపై బొత్తిగాతుడుచుకో
పోగులూడ్పుము చెవుల్ పూడవిడువు
వడిగ నంగీ యిజార్దొడుగు దట్టీ జుట్టు
కైజారుదోపు డాల్కత్తి బట్టు
బీబినాంచారిని బిలిపింపు వేగమే
తుద కభ్యసింపుమీ తురక భాష

శక్తిలేకున్న నిట్టివేషంబు పూను
మన్న సురలోకవంద్యుడవైన నీవు
నీచులకు సలాంసేయ నే సహింప॥ వైరి"..."

తురకలు చేసిన దౌష్ట్యములకు యిట్లు వర్ణించినాడు :—

'కనిపించు కోవుగా ఖలులు మార్గస్థుల
కొంకక ముక్కులు గోయునపుడు
ఆలకింపవుగదా యయ్యయో ప్రజఘోష
ధూర్తులు వడి నిళ్ళు దోచునపుడు
జాలిగాదాయెగా చటులతురుష్కులు
భామినులను చెరల్ పట్టినపుడు...."

మరియు .—

గ్రామముల్ నిర్ధూమధామమ్ము లయ్యెను
సస్యంబు లెల్ల నాశనము చెందె
దొడ్లలో శాకముల్ దుంపశుద్ధిగ బోయె
దోచిరి సర్వంబు గోచిదక్క

తురకదండు సింహాద్రిపైకి వెళ్ళగా ఆక్కడ తుమ్మెదలదండు వచ్చి వారిని కరచి పారిపోవునట్లు చేసెనని అట్టి తావును తుమ్మెదల మెట్ట అందురని కవి వర్ణించి ఒక పద్యాంతమందు ఇట్లు దేవుని సంబోధించినాడు :—

"(కాక) రోషంబు గలిగిన కఠినయవన
సేన నిర్జించి యీ యాంధ్ర సృష్టి నిలుపు"

(ఇక్కడ సృష్టి అనగా (Culture). సంస్కృతి అనే అర్థమును నేను గ్రహిస్తున్నాను. అదే కవిభావ మనుకొందును.)

కాంచీ నగరవాసియగు వెంకటాధ్వరి క్రీ॥ శ॥ ౧౬౦౦ ప్రాంతమువాడని యందురు. బహుశ ౧౬౩౦ ప్రాంతమువాడై యుండును. అతడు వ్రాసిన విశ్వ గుణాదర్శనము అను సంస్కృత కావ్యములోకూడ తురకలు చేసిన ఘోరాల నిట్లు వర్ణించినాడు. తెనిగించిన భాగాలే యుదహరింతును.

"అయ్యో! ఈ ఆంధ్రదేశములందు నపుందదురితనిరతులై యెల్లప్పుడు బెల్లుగ తురకలే తిరుగుచున్నవారు :

యవను లింద మంద జవనాశ్వముల నెక్కి దేవతాలయాల దీర గూల్చి
సవనధర్మ సమితి సమసిపోవగ జేసి భువనభీకరులుగ భువి జరింత్రు॥

యవనులు ఒక్కొక్కడు కోపముతో సవారియై కత్తి తిప్పుతూ మైదానములో దూకిన ఒకవేయి (ఆంధ్ర) యోధులు కూడా భయపడి పారిపోతున్నారు. మఱియు :—

త్రావగనిమ్ము కల్లు, పర దారల బెల్లు హరింపనిమ్ము, నా
నావరదేశముల్ తిరిగి నాశము సేయగనిమ్ము, నేమముల్
వావిరి ద్రోవనిమ్ము మృధ వాటి దృణమ్మను బోలె మాని మే
నే, విబుధేంద్ర పట్టణ వినిష్ట కవాటము వ్రక్కలింత్రె పో॥"

భద్రాచల ప్రాంతమువాడేమో క్రీ॥ శ॥ ౧౭౫౦ ప్రాంతమువాడయినట్టి భల్లా పేరకవి యనునతడు భద్రగిరి శతకములో పూర్తిగా గోగులపాటి కూర్మనాథునివలెనే తురకలవలన చాలా బాధపడి భద్రాద్రిరాముని చెడ దిట్టినాడు. ఆ పద్యాలన్నియు నుదాహరించిన గ్రంథము పెరుగును కాన తురక సర్దారులు, సేనానులు. స్థానికాధికారులు చేసిన దుండగాలను వర్ణించిన భాగాంశములను కొన్నింటి నుదాహరింతును.

'అచ్ఛిద్రకర్ణుల యాజ్ఞ నుండగలేక
తురకల కెదురుగా నరుగలేక
చేరి ఖానులకు తాజీము లీయగలేక
మును నమాజు ధ్వనుల్ వినగలేక'

'కాడు చేసిరికదా కల్యాణమండపాగార వాహన గృహాంగణము లెల్ల'
'సంస్కృతాంధ్రోక్తుల సారంబు లుడివోయె నపసవ్య భాషలనమరె జగము'
'సత్రశాలాంగణల్ చలువ పందిరులు బబ్బరటభాసుల చప్పరము లయ్యె'
'పారిపోవగనైన పట్టెలు నాకక విడుతురే వైష్ణవ వితతి నెల్ల'

పేరకవి తన శతకములో 'ధంసా'ను పేర్కొన్నాడు. ధంసాయుండినది హైద్రాబాదులోని నిర్మలలో. కావున కవి నిర్మల ప్రాంతమువాడై యుండునేమో?

ఆంధ్రదేశమునకు మూడవ మూలయగు తిరుపతిలోకూడ ముసల్మానుల అత్రికమాలు జరుగగా ఇదేకాలమున 'శత్రుసంహార వేంకటాచల విహార' యని ఒకశతకములో వడ్డికాసుల వెంకన్నను ఒకకవి చీవాట్లు పెట్టెనట! ఈ విషయాలను చూడగా ఈ కాలములో ఆంధ్ర దేశ మెంతటి దిక్కులేని దేశమై, అరాచకమునకు గురియై, ఎంతటి ఆవేదన పడెనో ఊహించుకొనవలెను.

ఉత్తరమునుండి తెనుగుదేశముమీదికి కష్టపరంపరలు ఒకదిక్కు దిగుపతికాగా, దక్షిణ దిక్కులో మరొకమూలనుండి ఇంకొక ఈతిబాధ ప్రారంభ మయ్యేను. అది సముద్రాంతరమునుండి ఎగుమతి చేయబడినట్టిది. అదే క్రైస్తవ మతస్థుల దౌర్జన్యము. తంజావూరును ఆంధ్రరాజులు పాలించెడు కాలము వరకే పోర్చుగీసువారు కాలికట్టులో కొలదిగా ప్రబలులై కాలుసాపి తీరమంతయు వ్యాపించుకొని కత్తితో కాక తుపాకీ గుండ్లతో క్రైస్తవ మత ప్రచారము ప్రారంభించిరి. ఆదిలో తంజావూరు రాజగు చెవ్వప్ప నాయకుడు పోర్చుగీసు వారికి ఆశ్రయ మిచ్చెను. క్రమముగా పోర్చుగీసువారు తమ దౌర్జన్యము సాగించిరి.

వారితోపాటు డచ్చివారు (హాలెండు దేశమువారు) తంజావూరు రాజ్యమునందలి జనులను పట్టుకొనిపోయి విదేశాలలో బానిసలుగా అమ్ముకొనిరి. ఇంతేకాక ముసల్మానులుకూడ తంజావూరు నాక్రమించుకొని దేశమునంతయు బీభత్సము పట్టించి, ప్రజల చంపి దోపిడులు చేసిరి. ఇదంతయు రంగీలా రాజగు విజయరాఘవ నాయకుని (అనగా క్రీ॥ శ॥ ౧౬౩౩—౧౬౭౩)కాలములో జరిగెను. ఈ పిచ్చివిజయరాఘవుడే తురకసైన్యముపై జపించిన తులసితీర్థము చల్లితే వారు భస్మమగుదురని దానిని పంపెనట. కాని అతడే సమూలముగా స్త్రీ శిశు సమేతముగా నాశనమయ్యెను.

అట్టి పిరికి కాలములో ఒక్క రాచవారు మాత్రమే ఆంధ్రుల కీర్తిని నిలువ బెట్టిరి. వారు కత్తులతోనే శత్రువులపై బడి తాము నిశ్శేషముగా హతమగువరకు పోరాడి వీరస్వర్గ మలంకరించిరి. (చూ. తంజావూరాంధ్ర నాయక చరిత్ర. కు॥ సీతారామయ్యగారు.)

అట్టి సన్నివేశములలో అనగా తురక క్రైస్తవుల విజృంభణ కాలములో ఆంధ్రదేశమును రక్షించినది రాజులు కారు; తత్త్వబోధకులే రక్షించినవారు. దేశమంతటా వేదాంతులు బయలుదేరి గేయాలతో మహావేశమును కలిగించుచ

సంఘలోపాలను సంస్కరించుచు వచ్చిరి. అట్టివారిలో ముఖ్యులు వేమనయోగి, పోతులూరి వీరబ్రహ్మముగారు.

పోతులూరి వీరబ్రహ్మము కమసాలివాడు. క్రీ॥ శ॥ ౧౭—వ శతాబ్ద మధ్యమువాడు. కర్నూలులోని పోతులూరను గ్రామవాసి, చిన్నప్పుడు బనగాన పల్లెలోని వెంకట రెడ్డి అనువాని యింట పశుల గాసినవాడు. "ఇతడు విగ్రహా రాధనలు, జాతిభేదములు మున్నగువానిని ఖండించి, ప్రజలకు హితోపదేశము చేసెను. ఇతడు సంసారి. భార్య గోవిందమ్మ. ఇతని కనేక శిష్యులు గలరు. అందు దూదేకుల సిద్దయ్య అను తురక ముఖ్యశిష్యుడు." (రాళ్ళపల్లి అనంత కృష్ణ శర్మగారు—వేమన)

వేమన జగమెరిగిన వేదాంతి. సంఘసంస్కారి. అందరిని తిట్టుచునే నవ్వించి, బుద్ధిచెప్పి చక్కనిబాట చూపినవాడు. వేమనకాలములో లింగాయతులు, వైష్ణవులు తమతమ మతప్రచారాలు చేసుకొన్నవారు. ఆయిరువురిలోని లోపాలను వేమన బయటపెట్టినవాడు

'లింగమతములోన దొంగలుగా బుట్టి
యొకరి నొకరు నింద నొనరజేసి
తురకజాతిచేత దూళియై పోదురు
విశ్వదాభిరామ ; వినుర వేమ ;'

తురకమతవ్యాప్తి నిట్లు వేమన వర్ణించెను.

"పసరపుమాంసము బెట్టియు
మసకల సులతాను ముసలిమానుల జేసెన్".

వైష్ణవుల నిట్లు తూలనాడెను.

"ఎంబెరుమతమందు నెసగ మాంసము దిని"
"మారుపేర్లు పెట్టి మధువు ద్రావి
వావి వరుస దప్పి వలికి పాలౌదురు ॥విశ్వ॥"
"రంగధామమునకు హంగుగా తానేగి
కల్లుకంపు సొంపు కలిగియుండు."

పై నాలుగుపద్యాలు వేమనవి కావని నా అనుమానము. వేమన పేరుపెట్టి పరస్పరము దూషించుకొన్నవారి హస్తలాఘవముగ కనబడుచున్నది. వేమన

క్రీ॥ శ॥ ౧౭—వ లేక ౧౮-వ శతాబ్దములో నుండి యుండును.

ఆకాలములోని ఆంధ్రమందలి బ్రాహ్మణుల స్థితిగతులను గూర్చి వెంకటాధ్వరి తన విశ్వగుణాదర్శమం దిట్లు వ్రాసెను.

"ఈ ఆంధ్రదేశములో ఒక్కొకయూరియందు శూద్రుడు గ్రామాధికారి (యజమానుడు) గాను, వాని ప్రక్కన బ్రాహ్మణుడు భృత్యుడై గణకవృత్తిని (కరణము పనిని) అవలంబించినాడు. నీరు లేనిచోట తటాకమువలె వేదాధ్యాపకు డొక్కడే ఉన్నను ఇక్కడ వాడు మురికి పాత్రలు తోమెడి పనిలో నియమింపబడి యున్నాడు.' ఈ వాక్యముల వల్ల ఆ కాలములో రెడ్డి, కమ్మ మున్నగు జాతులవారు గ్రామాధికారు లని ఆరువేల నియోగులు వారికి లోబడినవారై కరణీకాలు చేయుచుండిరనియు, వైదిక బ్రాహ్మణులు (ఇప్పటి మంధెనలోని పలుపురివలె) వంటలు చేయుచు జీవించుచుండిరనియు కవి అభిప్రాయముగా కనబడుచున్నది.

'ఆంధ్రదేశస్థులగు బ్రాహ్మణులు యజ్ఞాలు చేయరు. వేదాలు చదువరు. అయినా ఈ దేశములో దేవతాభక్తి, బ్రాహ్మణపోషణ బాగా కలదు' అనియు, 'ఇక్కడి బ్రాహ్మణులు గోదావరీ స్నానముచేసి ఇసుక లింగములో శివుని ధ్యానించి తిలాక్షతసుమములతోను, బిల్వపత్రాలతోను పూజలు సేతురు' అనియు, 'గోదావరీతీర బ్రాహ్మణులు శివపూజలు చేసి వేదాధ్యయనముచేసి పరిశుద్ధులైనవా' రనియు, కృష్ణగోదావరీ మధ్య దేశవాసులగు వైదికులు యజ్ఞయాగాలుచేసి ఉత్తమజీవితముల గడుపుచున్నా" రనియు అతడు వర్ణించి యున్నాడు.

వెంకటాధ్వరికాలమువరకే ఇంగ్లీషువారు మద్రాసులో బలపడి తమ వ్యాపారమును బాగుగా వృద్ధిచేసి తమ యధీనములోనున్న మద్రాసులో న్యాయస్థాన మేర్పాటుచేసిన ముచ్చటను అతడు ఇట్లు వర్ణించినాడు.

'తిరువళిక్కేణి ప్రసిద్ధమగు క్షేత్రము. దానిని పార్థసారథిక్షేత్రమనిరి. దానినే కైరవిణి (తెల్లకలువకొలను) అన్నారు. (బహుశః అప్పుడు పార్థసారథి కొలనులో తెల్లకలువ లుండెనేమో ? ఇప్పుడు అందు నాచు, మురికిక్రిములు నిండియున్నవి.) తిరువళిక్కేణిలో ఇంగ్లీషువారి ప్రాబల్య ముండెను'. హూణులలో అనగా ఇంగ్లీషువారిలో చెడ్డగుణా లేవనగా :—

'హూణాః కరుణాహీనాః తృణవ బ్రహ్మణగణం న గణయంతి
తేషాం దోషాః పారేవాచం యే నా చరంతి శౌచమపి'

ఇంగ్లీషువారిలో కరుణయే కానరాదు. బ్రాహ్మణులనైతే వారు గడ్డి పోచలవలె చులకనగా చూతురు. వారిదోషాలు చెప్ప నలవికావు. వారు శౌచము నైనా చేయరు, అని పై శ్లోకభావము. ఇప్పటికినీ ఇంగ్లీషు వారును తక్కిన తెల్లవారును శాలకృత్యముల తీర్చుకొన్న తర్వాత జల ప్రక్షాళనము చేసుకొను వారు కారు.

"శౌచత్యాగిషు హూణకాదిషు
ధనం శ్లిష్టేషు న క్లిష్టతాం"

అని మరొకమారు కవి తెలిపినాడు.

అట్టి శౌచరహితులగు ఇంగ్లీషువారికి సంపన్నత నిచ్చిన హతవిధిని అతడు దూరినాడు.

ఇక ఇంగ్లీషు వారిలోని మంచిగుణాల నిట్లు వర్ణించినాడు.

'ఈ హూణులు పరులసొత్తులను కోరక, అబద్ధములాడక, అద్భుతము లగు వస్తువులను సిద్ధముచేసి అమ్ముకొనువారు. తప్పుచేసిన వారిని విచారించి శిక్షిస్తున్నారు.'

అయితే వెంకటాధ్వరి యీ కాలములో ఉండినట్లయితే తమ సామ్రాజ్య స్థిరతకై ప్రచారముచేయు వీరిని 'పరులసొత్తులను అన్యాయముగా బలాత్కరించి వీరు తీసుకొనరు; అబద్ధాలు ఆడరు" అని వ్రాసియుండడు.

అడిదము సూరకవి క్రీ॥ శ॥ ౧౭౫౦కి లోపలివాడని అందురు. అతని కాలములో ఫ్రెంచివారు, ఇంగ్లీషు వారు, తురకలు దేశమందు అల్లకల్లోలములు చేసిరని కవి యిట్లు చాటువును రచించెను.

"పచ్చిమాంసము కల్లు భక్షించి మత్తెక్కి
రాణించి తిరుగు పరాసులైన
గంజాయి గుండ హుక్కాలుడికెడి నీళ్ళు
త్రాగిమ్రాన్పడెడు తురుష్కులైన

గోవుల పడమొత్తి కోసిముక్కలు మెక్కు
 సమదాంధులగు కొండసవరులైన
తెరవాట్లు కొట్టి క త్తెరదొంగలై
... .
 చాల పాలించి తిరుగు చండాలురైన
 ....
 ఘాతుకత్వంబు సేయు ముష్కరులు గలరె"

ఆ కాలములో గట్టి కేంద్రరాజ్యము లేక తెనుగు దేశము చిల్లర పాలెగాండ్ర వశమయ్యెను. వారును పరరాజుల సామంతులైరి. ఇంగ్లీషు, ఫ్రెంచి, ముస్లిములు రాజ్యాలకై పోట్లాడుచుండిరి. అందుచేత దేశమంతయు అరాచకమై బందిపోటు దొంగతనాలు ఎక్కువయ్యెను. క్రీ. శ. ౧౬౦౦ ప్రాంతాన వాసిరెడ్డి వెంకటాద్రినాయుడు అను ప్రభువు అమరావతిలో చిన్న రాజ్యమేలెను. మహాదాత యనియు, శూరుడనియు ఖ్యాతిగాంచెను 'అటుచుండి కొట్టుకరా' అనే సామెత ఇతని నుండే పుట్టినదట. 'ఆ కాలమందు దారి దోపుడుగాండ్రు మెండుగా ఉండిరట. అనేకుల ప్రాణ, ధనముల గొనుచు ప్రజలకు మిక్కిలి పీడ గలిగించుచున్న యా దొంగలను బహు ప్రయత్నమున వెంకటాద్రినాయుడు నూర్గురను పట్టి తెప్పించి వరుసగా నిలువబెట్టి తలలు నరుక తలారుల కాజ్ఞ యిచ్చెనట. ఒక కొననుండి నరుక ప్రారంభింపబోగా నచ్చుటివాండ్రు అటు నుండి కొట్టుకొనుచు రమ్మని కోరిరట. కొందరిని నరికిన తర్వాతనేని జాలి వొడమక పోదని దలచిరి. కాని నాయుడుగారు అందరిని నరికించి ప్రజలకు చోరభీతి మాన్పిరట.' (చాటుపద్య మణిమంజరి)

మనము సమీక్షించు కాలములో ఆంధ్రులవేషా లెట్లుండెనను విషయము మనకంతగా తెలియకున్నను ఈనాడు మారుమూలలలో నుండే ముసలివారికి 300 ఏండ్ల క్రిందటి వారికి అంతభేదము లేకుండెనని చెప్పవచ్చును. ఇప్పుడు క్రాపులు జుట్లు, అంగీలు, కోట్లు, సెల్లాలు టోపీలు ఎక్కువైనవి. ఆ కాలములో పురుషులు విశేషముగా గుండు రుమాలనో లేక వంకర పాగల (షమ్లావంటి చుంగుకల మెలికల లపేటాల) నో కట్టుకొనుచుండిరి. అంగీలు చాలా తక్కువ. కాని అవి ఆచారములోనికి వచ్చియుండెను. బొందెలముళ్ళు ఉతాఫుల వేసి అంగీలుతొడుగుచుండిరి. వాటినే బారాబందీఅనిరి. అది అపభ్రంశమై బాదరబందీ అయ్యెను

తరువాత నాలుగు తావుల ముక్కు వేయసాగిరి. కాని బారాబందీ పదపట్లే నిలచెను. జనసామాన్యము మోటు దుప్పటి మాత్రమే కప్పుకొనుచుండెను. పురులకు చెవులకు పోగులుండుట సర్వసాధారణము. అందులో ధనికులగువారు చెవుల పై భాగములో కూడ ముత్యాలతో లేక రత్నాలతో కూడిన పోగులను ధరించువారు. చాలామంది దండకండెములను ధరించెడివారు వేమన పలుమారులిట్లు వ్రాసియున్నాడు.

తలను పాగ, పైని తగు పచ్చడము, బొజ్జ,
చెవులపోగు లరసి చేరు నర్థి
శుద్ధ మూర్ఖులనుచు బుద్ధిలో నరయక ॥విశ్వ॥

పాగ, పచ్చడంబు పైకి కూసంబును,
పోగు లుంగరములు బొజ్జకడుపు
కలిగినట్టివాని కందురు చుట్టాలు ॥విశ్వ॥

వేమన కాలములోని కొన్ని సాంఘిక జీవిత విశేషములు అతని పద్యాల వల్ల స్ఫురిస్తున్నవి.

'గజపతింట నెన్న గవ్వలు చెల్లవా' అన్నాడు, గవ్వలుకూడా నాణెముగా నుండెను, 'గవ్వ సేయనివాడు' అని పరమ నీచుని తిట్టుటకే తెనుగులో సామెత యయ్యెను.

"ఆశచేత ధనము నార్జింపగానేల
మట్టి క్రిందబెట్టి మరువనేల"

ఇనుప పెట్టెలు బ్యాంకులు లేని కాలములో భూమిలోనే ధనము పాతి పెట్టెడి ఆచారముండెను.

'ఊసరిల్లి పిచ్చి యుపమున రసమున
చేర్చి నూరి సతులు చెలువముగను
వశ్యమగును మగని వరియించి పెట్టంగ
రోగ మమరి సీల్గు రూఢి వేమ'

నేటికిని "మరులుమందు"ను ఒల్లని భర్తలకు భార్యలు కొందరు పెట్టుటయు, ఆ మందుతో ఆ భర్తలు చచ్చుటయు వింటున్నాము. (కాని పైపద్యము వేమనది కాదని శైలియే తెలుపుచున్నది.)

నేయిలేని కూడు నీయాస కసవది
కూరలేని తిండి కుక్కతిండి ॥

నేయి, కూర ముఖ్యముగా జనుల భోజనములో చేరియుండె ననుట సాధారణ విషయమే.

'నాగుబాముగన్న నంబి బ్రాహ్మణుగన్న
చెవులపిల్లిగన్న చేటువచ్చు
గరుడుని గనుగొన్న గలుగును కోరికల్ ॥విశ్వ॥

ఇప్పటికినీ జనులలో అవే విశ్వాసాలున్నవి. (కాని మూఢ విశ్వాసాలను ఖండించిన వేమన ఈ పద్యము వ్రాసియుండడు.)

'ముండమోపి కేల ముత్యాల పాపట' అనుటచే సంపన్నులగు కొందరు ముత్తైదువలు పాపటలో ముత్యాలసరము నుంచుకొనిచుండి రనవచ్చును.

వేమన, బసివిరాండ్రను పలుమారు పేర్కొ‌నెను. బసవశబ్దము వృషభ శబ్దభవము. ఇంటిలో ఒక యాడుబిడ్డను వివాహము చేయక వదలుట కొందఱి వీరశైవులలో నిప్పటికిని కలదు. వారు వ్యభిచారపు వృత్తిచే జీవింతురు. వారికి బసివియని పేరు కల్గినది. తాతాచార్యులవారి వైష్ణవము రాకమునుపు ఈ యాచార ముండెను. వైష్ణవ గురువులు శిష్యులలో బసివిరాండ్రకు భస్మ రుద్రాక్షలకు తిరుమణి తులసిపూసల నిచ్చి దాసర్లగుంపులో వారిని చేర్చినారు. (అనంత కృష్ణశర్మ-వేమన.)

వేమన కాలములో చిత్రములు వ్రాయుట కొంతయైన నుండినట్లు కాన వచ్చును. "చిత్తరువు ప్రతిమ కైవడి చిత్తమ్మును గల్ప మడచి చిరతర బుద్ధిన్" అని వర్ణించెను. మరియు,

"ఇంగిలీకమహిమ హేమింపనేరక
చిత్రపటము వ్రాసి చెరచినారు."

అనియు వ్రాసినారు. ఇంగిలీకాన్ని చిత్తరువుల రంగులకు వాడినారు. వేమన కాలములోని ఆయుర్వేద దేశీయవైద్య మెట్లు సాగెనో కొంతకొంత జాడ తానవస్తున్నది.

(43)

"కుక్క గఱచెనేని కూయనీయక పట్టి
ప్రక్కవిరుగదన్ని పండబెట్టి
నిమ్మకాయదెచ్చి నెత్తిన రుద్దిన
కుక్క విషము దిగును కుదురు వేమ."

నేడుకూడా పిచ్చిలేచినవారికి నెత్తి గొరిగించి కాట్లు పెట్టించి, ఆ కాట్లలో నిమ్మరసముతో బాగుగా మర్దింతురు.

"కాంతసిందురంబు కడు పిత్తరోగికి
ఒసర మధువుతోడ నొసంగినంతి
తనదు దేహబలము ధన్యుడై గట్టెక్కు ॥విశ్వ॥

ఉక్కుకళ్ళు దిన్న నొగి తేటగా నుండు
ఉక్కుచూర్ణము దిన నుడుగు క్షయము
ఉక్కుకళ్ళకన్న నుర్వి కల్పము లేదు ॥విశ్వ॥

ఉక్కు శుద్ధిచేసి యుంచి తినెడు వాడు
ఉక్కుదిటవువలెనె యుండు జగతి
ఉక్కుచూర్ణము దిను టొప్పగు కల్పంబు ॥విశ్వ॥

ఈ పద్యాల శైలిని చూడగా ఇవి వేమనవని నమ్మను. ఇక పశువైద్య మానా దెట్లుండెనో ఈనాడును అట్లే కలదు.

దొమ్మమాయుకొరకు అమ్మవారికి వేట
లిమ్మటంచ్రిదేమి దొమ్మతెవులొ
అమ్మవారిపేర సెందరు తినుటకా ॥వి॥

వేమన కాలములో గాజు కుప్పెలు (Glass) చేయుచుండిరేమో। 'గాజు కుప్పెలో వెలుగుచు దీపంబు' అనుటచే ధనికులు గాజు గిన్నెలలో దీపాలు వెలిగించుచుండిరని యూహింపవచ్చును. శ్రీనాథుడు తన భీమేశ్వర పురాణములో 'గాజుకుప్పెల గస్తూరికా జలంబు। కర్ణికారాంబ పైనించె గర్ణమోటి' అని వర్ణించెను.

చంద్రశేఖర శతకము రచించిన కవి యెవ్వరోకాని బ్రాహ్మణు దని మాత్రము తోచును. అతడు నెల్లూరివాడని భాషనుబట్టి స్పష్టమగుచున్నది.

అక్కడి బ్రాహ్మణేతరులను వారి యాచారాలను అతడు వెక్కిరించి హేళన చేసినాడు. అతని కాల మేదో తెలియదుకాని ఇంచుమించు క్రీ. శ. ౧౭౦౦ ప్రాంతమువా డని విపులముగా ఊహించుకోవలసినదే.

మన దేశములో పొగాకును ప్రవేశపెట్టి దేశమును నాశనం చేసిన మహనీయులు పోర్చుగీసువారు. అది క్రీ. శ. ౧౬౦౦-౧౬౫౦ ప్రాంతములో ప్రవేశపెట్టబడెను. ఈ శతకములో దాని ముచ్చటవచ్చినందున ఈ కవి ౧౬౫౦ నుండి ౧౭౫౦ లోపలివాడుగా నుండియుండును.

'సీ. దగిడీల బాపల పసిద్ధిసరే, పొగ నిప్పుకంట, పొమాదుగులింటి
కోయి, బతి మాలితి, మూడు నెగళ్ళు మండుతై, లేదనితిట్టె,
పాపపు కలిగ్గము, యింత పరాక' దాట్లొ యీ
రాదట, యంద్రసహ్యాలు దురాత్ములు మూర్ఖులు చంద్రశేఖరా.'

మన చిన్నతనమువరకు పల్లెలలో భాగవత, భారత, రామాయణ పురాణాదులను చదువుట చెప్పుట పల్లెజనులు వినుట ఆచారముగా నుండెను. ఈ శతక కాలములో భాగవతము, రామాయణము గరుడ పురాణము చెప్పువాడుక అతని ప్రాంతమున యుండెననవచ్చును. గ్రామాలలోని జనులకు ధనికులయిన గ్రామ ముఖ్యులు ఉచితముగా వినోదాలను ఏర్పాటు చేస్తుండిరి. గ్రామరెడ్డి ఏర్పాటు చేసిన దొమ్మరాటయే ఆకాలపు 'సర్కసు'.

'మెడ్డుగ దొమ్మరెక్కగన మించిన యిద్దె మరేడ లేదు నా
తెడ్డొకబాప నిద్దెలని తిట్టును మూర్ఖుడు చంద్రశేఖరా !'

బాపల విద్యలేవికూడ దొమ్మరివిద్యతో సరిపోలవట !

తందాన కథలను జంగము కథలనీ, బుర్రకథలనీ అందురు. ఆ కథలు జనుల కత్యంత ప్రీతికరములై యుండెను.

'ఇంటిని తిమ్మరాజుకత, యింటిని యీర్ల కథాప్రసంగముల్
ఇంటిని పాండులాలి, యిబమింటిని నాయకురాలి శౌరెమె
ప్పంటికి నందివాక్యముల పొందు చెరిత్రల నామభాగ్యమె
న్నంటికి గల్గునోయను నవజ్ఞుడు మూర్ఖుడు చంద్రశేఖరా.'

(యీర్లకథ=వీరులకథ, నాయకురాలి శౌర్యము=పల్నాటివీరుల సుద్దుల లోని ఆర్వెల్లి నాయకురాలి. చరిత్ర) పల్లెజనులకు బయలునాటకాలు మరొక

ఆనందకరమగు వినోదము. విశేషముగా భాగవత కథలను ప్రదర్శిస్తూ ఉండి నందున నాటకాలాడువారిని భాగోతులు (భాగవతులు) అని అనుచుండిరి.

రాతిరి సూస్తి యేసములు రమ్మెముగా గురులాన, మొన్న బా
గోతుల సత్తెబామ, యనగూడని తాపములెల్ల సేసె, మా
పాతకురాలు రాద, వలపచ్చము రుక్మిణిసుద్ది కిష్టమం
టీ తెరుగానదంచు వచియించును మూర్ఖుడు చంద్రశేఖరా॥

"దస్తుగ మొన్ననే బురళదాసళచేత గడించి నాట్యమాడిస్తిని"

అనుటచేత దాసర్లే ఎక్కువగా బయలు నాటకాలాడు చుండిరని తోస్తున్నది.

నాటికిని నేటికిని జాతర లన పల్లెజనులకు చాలా వేడుక.

'ఇరిదిగ సూస్తి తీరతము లెన్నెనో, ఆవనగొండ గంగజా
తరసరిరావు, పంబలను తప్పెటులున్ కొముగాండ్ల సిండ్లసం
బరమరి దెల్పు మింకొక పబావము రంకుల రాటమెక్కనే
తిరిగిన సాటిరాదని నుతించును మూర్ఖుడు చంద్రశేఖరా॥

జాతర్లలో నేటికిని పై రెండు వేడుకలు జరుగును.

ఆ కాలములో ఓనమాలు, ఎక్కాలు కా గుణితము ఇసుకలో దిద్దించి చెప్పించుచుండిరి. నేటికిని దాని జాడలు పెక్కు పల్లెలలో కలవు. పేర్లు వ్రాయ డము నేర్పినపిమ్మట పలక పట్టించేవారు. తర్వాత భాగవత భారతాలు చదివించేవారు. ఆ ముచ్చటనే కవి యిట్లు వర్ణించినాడు:

నన్ను పదించె బాబు సిననాడు, తమాసగా భాగతంబు రా
మాన్నము, బారతంబును, తమామున కిందివి ముందెవచ్చె, నే

నిన్ని సదుండగానే బపుయెత్తుము నోరిక బాపనాండ్లు నా
కన్నను లొజ్జటండ్రు, పలుగాకులు మూర్ఖులు చంద్రశేఖరా.

(కిందివి ముందెవచ్చె=నేలపై ఇసుకలో నేర్చుకొను చదువు ముందుగానే వచ్చెను.)

బడికాలము తెల్లవారుజామునుండియే చీకటి యుండగానే ప్రారంభమయ్యేడిది. గురువు వద్ద బరిగయో కొరడాయో ఉండెడిది. మొదట వచ్చిన

వాని వేలిలో శ్రీకారము ఆ యాయుధముతోనే వ్రాసి పంపి రెండవ వానిచేతిలో ఆయుధమును ఊరక తాకించి (చుక్కపెట్టి) పంపి మూడవవాని కొక దెబ్బ, నాల్గవ వానికి రెండు ఈ ప్రకారముగా ఆలస్యముగా వచ్చిన వారికి శిక్ష యిచ్చేవారు.

'చెలియ నఖాంకురాళినెల చేడియ సైకము తాను చుక్కనున్' అని విజయ విలాసములో చేమకూర వేంకటకవి సూచించినాడు. నక్షత్రాలు ఆమె గోళ్ళ తళుకుముందు రెండవ స్థానము నొందినవే అని కవి చమత్కరించినాడు.

వర్షమునకు ఎండకు గొడుగులు పట్టుకొనుట అకాలమందు కానవస్తున్నది. కాని ఇప్పటి బట్ట గొడుగులు కాకపోవచ్చును. నేటికిని తిరువాన్కూరులో, కొచ్చిన్‌లో వెదురుకట్టెకు తాటియాకులను గుండ్రముగా ఛత్రీవలె కట్టి వాడుదురు. వాటిని కొడే అందురు. ఆ పదమే మన గొడుగుపద మనుటలో సందేహము లేదు. అయితే బట్ట ఛత్రీల వాడుక మన పూర్వీకులకు తెలియదని కాదు. దేవతా విగ్రహాలను ఊరేగింపు కాలములోను, రాజుల ఊరేగింపు కాలములోను రెండు గజాల పొడవు కట్టెకు రంగుల పట్టుబట్టలతో ఛత్రీలనుగా కుట్టి వాడుచుండిరి. క్రీ. శ. ౧౭౦౦ ప్రాంతపువాడగు భాస్కర శతకకారుడు ఇట్లు వ్రాసినాడు.

కులమున నక్కడక్కడ నకుంఠిత ధార్మికు డొక్కడొక్కడే
కలిగెడుగాక పెందఱుచు గల్గగనేరరు చెట్టుచెట్టునన్
గలుగగ నేర్చునే గొడుగు కామలు చూడగ, నాడనాడ నిం
పలరగ నొక్కటొక్కటి పయంబున జేకురు గాక భాస్కరా.

ఆ కాలపు జనుల వేడుకలలో తోలుబొమ్మలాట ఒకటి.

ద్విపద ప్రబంధాలు వివిధములగు పాటలు, తోలుబొమ్మలాటలు, మన తెనుగువారిలో ఆదికాలము నుండియు ఉండినట్టిపని యిదివరకే తెలుపనైనది. చాల ప్రాచీనుడగు పాలకురికి సోమనాథుడు తన పండితారాధ్య చరిత్రలో ఇట్లు వ్రాసినాడు.

భ్రమరాలుజాళిముల్ బయనముల్ మెఱసి
రమణ పంచాంగపేరణి యాడువారు

ప్రమథపురాతన పటుచరిత్రములు
క్రమమొందు బహునాటకము లాడువారు

*   *   *   *

అమరాంగనలు దివినాడెడుమాడ్కి నమరంగ గడలపై నాడెడువారు
ఆ వియద్గతి యక్షులాడెడునట్టి భావన మ్రోకులపై నాడువారు
భారతాది కథలు చీరమరుగుల నారంగ బొమ్మల నాడించువారు
నాదట గంధర్వ యక్ష విద్యాధరాదులై పాత్రల నాడించువారు'

భాస్కర శతకకారు డెవ్వడో తెలియదు. అతని కాలములోను తోలు బొమ్మలాట వ్యాప్తిలో ఉండినది.

'ఇంచుక నేర్పు చాలక విహీనత జెందిన నా కవిత్వమున్
మించు వహించె నీకతన మిక్కిలి యెట్లన తోలుబొమ్మలన్
మంచి వివేకి వాని తెరమాటున నుండి ప్రశస్తరీతి నా
డించిన నాడవే జనుల డెందము నింపవె ప్రీతి భాస్కరా'

భాస్కర శతకమును జంటకవులు రచించిరని కొందరు విమర్శకులు వ్రాసినారు. ఈ పద్యములో 'నా కవిత్వము' అన్న మాటతో ఆ కథ యెగిరి పోయినది.

తెనుగు దేశములో మరొక వినోద విశిష్టత కానవస్తున్నది. అది విప్ర వినోదము అనునట్టిది. ఒకజాతి బ్రాహ్మణులు ఏదో క్షుద్రదేవతోపాసనవలననో మంత్ర తంత్రాల వలననో చిత్రమగు గారడీ చేయుదురు. ఇప్పటికినీ ఆ వినో దము చేయు విప్రులున్నారు. గుంటుపల్లి ముత్తరాజు అను సర్దారు గోలకొండ సుల్తానుల తుదికాలములో ఉండెను. అతని గూర్చి యొక చాటు విట్లున్నది.

"సంతత మారగించునెడ సజ్జనకోటుల పూజసేయు శ్రీ
మంతుడు గుంటుపల్లికుల మంత్రి శిఖామణి ముత్తమంత్రి దా
బంతియె బంతిగాక కడుపంద గులాముల బంతులెల్ల నూల్
బంతులు, దుక్కిటెడ్ల మెడ బంతులు, విప్రవినోదిగారడీ
బంతులు, దొంగవాండ్రములు బంతులు సుమ్ము ధరాతలంబునన్"

క్రీ. శ. ౧౭౦౦ తర్వాత తెనుగు దేశములో భూవ్యవహార మంతయు మహారాష్ట్రి పద్ధతిపై సాగినట్లున్నది. ఒక చాటు విట్లున్నది.

గురు యశశ్శాలి యగునట్టి గుంటుపల్లి
మంత్రి నరసింగరాయ సన్మందిరమున
ఒక్కనాటి వ్యయంబగు తక్కినట్టి
దేశపాండ్యాల యొకయేటి ప్రాశనంబు.

దేశముఖు దేశపాండ్యాల నియామకము మహారాష్ట్ర పద్ధతియే

పెమ్మయ సింగరాజు అను నతడు ప్రౌఢ దేవరాయల నాటివాడని యందురు. ఉండవచ్చును. ఎందుకనగా అతని కాలము నాటికి మన హిందూ స్థానములో మిరపకాయలు నెగడలేదు వాటిని క్రీ. శ. ౧౬౦౦ ప్రాంతములో అమెరికానుండి తెచ్చి మన ప్రాంతములో నెగిడించిరి.

పెమ్మయ సింగరాజును గూర్చి ఒక చాటు విట్లున్నది.
'మిరియములేని కూరయును
మెచ్చు నెరుంగనివాని యీవియున్'

ఈ విషయమును బట్టి కూడ క్రీ. శ. ౧౬౦౦ తర్వాత మిరపకాయలు మన దేశములో వ్యాపించెనని తెలియగలదు.

తెనుగు దేశములో కొంత భాగము సముద్రతీరమందుండుటచేత ప్రాచీనమునుండియు గొప్ప వ్యాపారము జరుగుచుండెను. కాని మన సమీక్షాకాలములో దేశము అరాచకమైనందున వ్యాపారమునకు రక్షణ లేకుండెను. గోలకొండ రాజ్యము పడిపోయెను. కర్నూలు కడపలలో అఫ్గన్ నవాబులు రాజ్యము చేసిరి. దక్షిణమున ఆర్కాటు నవాబు లేర్పడిరి. ఉత్తర సర్కారులలో ఇంగ్లీషు, ఫ్రెంచివారు వ్యాపారముతోపాటు యుద్ధాలు కూడ చేయుచుండిరి. తెల్లవారు వ్యాపారము చేసినచోట మన దేశ వ్యాపారము నాటికిని నేటికిని ముందుపడుట లేదుకదా ;

క్రీ.శ. ౧౬౧౧ లో ఇంగ్లీషువారు మచిలీబందరులో ఒక ఫ్యాక్టరీ పెట్టిరి. అప్పుడు మచిలీబందరు బట్టలు చాలా ప్రసిద్ధి కెక్కియుండెను ఇంగ్లీషులోని మస్లిన్ పదము మచిలీనుండియే వచ్చెను. గోలకొండ రాజ్యమున్నపుడు అక్కన్న మాదన్నల నాశ్రయించి వారికి నజరానా లిచ్చి బహుమానా లిచ్చి ఇంగ్లీషువారు మదరాసులో వ్యాపారము సాగించుచుండిరి. గోలకొండ పడిపోగానే ఔరంగజేబునుండి చెన్నపట్టణములో, మసూలాలో, మోటుపల్లిలో,

విశాఖపట్టణములోను నున్న తెనుగు తీరపు మరికొన్ని స్థలములలోను కౌలుపద్ధతిపై వ్యాపారము చేసికొనుటకు సెలవు పొందిరి.

తెనుగుసీమ మొత్తము భారత దేశములో వజ్రాలగని యని ప్రఖ్యాతి పొందెను. గోలకొండరత్నాలు అని యూరోపునందంతటను మార్మ్రోగిపోయెను కాని నిజముగా గోలకొండ పట్టణము చుట్టును ఎక్కడా రత్నాలు లేకుండెను. గోలకొండ నుండి దక్షిణముగా అయిదు దినాలు ప్రయాణము చేసినచో కృష్ణా తీరములో రావుల్కొండ అనేతావున వజ్రాలగని యుండెనని ఆ కాలమందు సంచారము చేసిన టావర్నియర్ అనే తెల్లవాడు వ్రాసినాడు. అప్పుడందు ౬౦౦౦౦ మంది గనిలో పనిచేయుచుండిరనియు వ్రాసినారు. కృష్ణాతీరములో కొల్లూరు అనేతావున రత్నాలగని క్రీ.శ. ౧౫౩౪ లో కనిపెట్టిరి. అక్కడనే కోహినూరు వజ్రము దొరికెను. ఈ కొల్లూరు ప్రఖ్యాతి ఎక్కువై ౧౮ శతాబ్దములోనే అచ్చటి గనులు మూతబడెను. అప్పటి వైభవమును తర్వాత శైథిల్యమును గూర్చి జనులలో ఒక చిత్రమగు కథ బయలుదేరెను 'కొల్లూరు పట్నము వలె వెలిగిపోయింది.' అని సామెతగా అనెదరు. దానిపై పుట్టిన కథ యేమనగా:—

కొల్లూరు పట్టణములో ఒకదేవుడు వెలిసెను. ప్రతి జనుడు ధాన్యమును తన మూత్రములో తడిపి ఆ దేవతా విగ్రహముపై వేసిన అవన్నీ రత్నాలై రవ్వలవుచుండెనట. అందరును ఆ క్రియను చేయుచు మేడలు కట్టిరి. ఆ పట్టణములో ఒక పేద బాప డుండెను. అందరివలె నీవును చేసి సుఖపడరాదా అని అతనిభార్య తొందరపెట్టుచునుండెను. ఏమైననుకాని నేనా తుచ్ఛపుపని చేసి అపచారము చేయనని ఆ శిష్టు డనుచుండెను. ఒకనాటి మధ్యరాత్రి మరొక వృద్ధ బ్రాహ్మణు డా పేదబాపని కుటుంబ సహితముగా పట్టణము బయటకు పిలుచుకొని పోయి అదిగో కొల్లూరుపట్టణ వైభవము చూడు అని ధగద్ధగితముగా మండుచుండే పట్టణమును వారికి చూపి మాయమయ్యెనట. అది కొల్లూరు పట్టణం వలె వెలిగినది అనేకథ. ఆ కథ నిజముగా ఈ వజ్రాలగనికి సంబంధించినదని పైసనే కనబడుచున్నది.

హైదరాబాదునుండి మచిలీబందరుకు పొయ్యేమార్గంలో పరిటాల (Paritala) కలదు. అది బందరునుండి ౫౦ మైళ్ళ దూరములో కలదు. అందునూ ఉస్తిపల్లి జగ్గయ్యపేటలోను రత్నాలగను లుండెను. హైదరాబాదు నగరమునకు ౩౦

మైళ్ళ దూరములో షంషాబాదుకు ౨౦ మైళ్ళ దూరములో ఉన్న నర్కోడాలో 'నిజాంరత్నం' అనునది దొరికెను. అది ౩౭౫ క్యారట్ల తూకముది. దాని వెల ౨ లక్షల ౨౦ వేల పౌనులు. పై ప్రదేశాలలో కాక కర్నూలు జిల్లాలోని రామళ్ళకోటలో రవ్వలు దొరుకుచుండెను. రవ్వలకోటయే రామళ్ళకోటయయ్యెను. రాయలసీమలో వజ్రకరూరు అను గ్రామము కలదు. అందుకూడ వజ్రాలు దొరుకుచుండెను. నేటికిని అచ్చట పలువురు వర్షాలు కురిసినవెంటనే వరద పారిపోయిన తావులందు రత్నాలకై వెదుకుచుందురు. వారి కప్పుడప్పుడు రత్నాలు దొరుకుచునే ఉండును. ఇప్పుడీ ప్రదేశాలలో నెచ్చటను గనులు త్రవ్వుటలేదు. గుత్తివద్ద మునిమడుగుకోను రత్నాల గనులుండెను.

వేణుగోపాల శతకములోని

అవనీశ్వరుడు మందుడయన సర్థుల
కియ్యవద్దని వద్ద దివాను చెప్ప
మునిషి యొకడు చెప్ప బకిషి యొకడు
చెప్ప తరువాత ముజుందారు చెప్ప
తలద్రిప్పుచును శిరస్తా చెప్ప
వెంటనే కేలు మొగిడ్చి వకీలు చెప్ప
దేశపాండ్యాతాను తినవలెనని చెప్ప
ముతసద్ది చెవిలోన మొనసి చెప్ప,

అను పద్యములోని పై పదాలనుబట్టి నవాబుల ప్రభుత్వము బాగా తెనుగు సీమలో పాదుకొన్నదని తెలియరాగలదు. ఈ శతక కారుడు తన కాలపు తెనుగు క్షత్రియులను వర్ణించినాడు. వారు రాజులు రాచవారు అయియుందురు.

'కొండసిగల్ తలగుడ్డలు పాకోళ్ళు
చలువ వస్త్రములు బొజ్జలు కఠార్లు
కాసెకోకలు గంపెడేసి జందెము
లును తలవారు జలతారు డాలువార్లు
సన్నపు తిరుచూర్ణ చిన్నెలు కట్టాలు
జొల్లుపీడెములును వల్లెవాటు
దాడీలు వెదురాకు తరహాసొగసు కోర్లు

సంతకు దొరగార్లటంచు పేర్లు
సమరమును జొచ్చి రొమ్ముగాయ
మున కోర్చి శాత్రవుల ద్రుంచనేరని
క్షత్రియులకు నేలగాల్పన యీవట్టి యెమ్మె లెల్ల ॥మదన॥'

వంకరపాగాలు వంపుముచ్చెలజోళ్ళు
చెవిసందు కలములు చేరుమాళ్ళు
మీగాళ్ళపైపింజె బాగైనదోవతుల్
జిగితరంబుగను పార్సీ మొహర్లు
చేపలవలెను పుస్తీమీసముల్ కలందాన్
పెట్టెయును పెద్ద దస్త్రములును
సొగసుగా దొరవద్ద తగినట్లు కూర్చుండి
రచ్చ గాండ్రకు సిఫారసులు జేసి
కవిభటులకార్యములనువిఘ్నములు చేయు
రాయకాల్పిండములు తినువాయసాలు ॥మ॥

ఆ కాలములోని కొన్ని కులాలను ఆ కులాల నాశ్రయించి బ్రదుకు మరి కొన్ని కులాలను అడిదము సూరకవి తన రామలింగేశ శతకములో ఇట్లు వర్ణించి నాడు.

జంగాలపాలు దేవాంగుల విత్తంబు
కాపువిత్తము పంబకానిపాలు
బలిజీలవిత్తంబు పట్టెదాసరిపాలు
గొల్లవిత్తము పిచ్చుగుంటిపాలు
వ్యాపారి విత్తంబు వారకాంతలపాలు
కల్లువిత్తము రుంజకానిపాలు
పరజాలపాల్ శిష్టకరణాలసొమ్ము
ఘూర్జరుల విత్తంబు తస్కరులపాలు
కవులకిగలజాతి యొక్కటియులేదు
వితరణము వైశ్యులకు పెండ్లి వేళగలదు
కొంగుబరచిరి నృపతులా కూటికొరకు
రామలింగేశ రామచంద్రపురవాస.

(పంబకాడు = కొమ్ముపట్టుమాల, కల్లు, రుంజకాడు = బవనీడు అను మాల, పరజాల అన నేమో తెలియదు.)

ఆడిదము సూరకవి కాలమువరకే పూర్వాచారాలు మాసిపోవుచు వచ్చెనని కవి యిట్లు వాపోయినాడు.

ఆగ్రహారములు నామావశిష్టములయ్యె
మాన్యంబులన్నియు మంటగలిసె
భత్యంబునకు దొంటి పడికట్టుతప్పెను
బుధజనంబుల రాకపోకలుడిగె
వర్షాశనంబులు వరదపాలై పోయె
మలవతీలను ప్రజల్ మాసిచనిరి
నశియించిపోయె వంటరులు తురుష్కులు
గజతురంగములు తాకట్టుపడియె
ధార్మిక స్థానమున కిట్టి లక్షణులెట్టె
కఠిన చిత్తుని రాజ్యాధికారి జేసి
యింత పీడించితివి సత్కవీంద్రకోటి ॥రా॥

క్రీ. శ. ౧౬౦౦ నుండి ఆంధ్రులు రాజకీయ పతన మయ్యెనని చెప్ప వచ్చును. దక్షిణములో రఘునాథ రాయలకాలములో ౧౬౧౪-౧౬౩౩) తంజావూరులో ఆంధ్రులగొప్పదనము నిలిచియుండెను. ఆతని కాలములో తెనుగు వారిపై మహమ్మదీయుల అక్రమములుకాని, యుద్ధాలుకాని సాగనేరక పోయెను. వారిని రఘునాథుడు ఓడించి ఆంధ్రుల సృష్టిని (Culture) మరికొంత కాలము నిలిపెను.

ఆతని కాలములో దక్షిణమున తెనుగు యక్షగానాలు చాల వృద్ధికి వచ్చెను. నాటకాలు, నాట్యకళ, సంగీతకళ ప్రశస్తి కెక్కెను. ఇతర ప్రాంతాలలో తెలుగువారు తమ పూర్వులు నిర్మించిన శిల్పాలను కోలుపోయిరి. కాని తంజావూరులో ప్రాతవి నిలుపుటయేకాక రఘునాథ రాయలు చక్కని శిల్ప సౌందర్యముకల దేవాలయాలను, రాజభవనాలను, కోటలను నిర్మింపజేసెను. అతడు సంగీత విద్యానిధి. అత డొక క్రొత్త వీణను కనిపెట్టెను. దానిపేరు రఘునాథ మేళ. ఆంధ్ర సరస్వతి ముత్యాల శాలలో అచ్చట నాట్యమాడెను. ఈ విధముగా సంగీతాలు, కవిత్వాలు, శిల్పము తంజావూరులో వృద్ధిపొందెను.

కాని అతని కుమారుని రాజ్యకాలము తంజావూరులో స్వాతంత్ర్యము కూడా మట్టిలో కలిసెను.

మన సమీక్షా కాలములో ముసల్మానుల నీడలు తెలుగు వారిపై బాగుగా పారెను. ఆనాటి కవుల కవితలలో ఫార్సీపదా లెక్కువగా మిశ్రిత మయ్యెను. క్రీ. శ. ౧౭౦౦ తర్వాత తెనుగువారి పతనము పూర్తి అయ్యెను. అటు తర్వాత చిల్లర పాలెగార్లే మనకు మిగిలిరి. వారి దర్జా యెంతటిదో అంత మేరకే మన కళలన్నియు నిలిచిపోయెను.

ఈ విధముగా ఆంధ్రదేశ సాంఘిక స్థితి క్రీ. శ. ౧౬౦౦ నుండి ౧౭౫౭ వరకుండెనని స్థూలముగా చెప్పవచ్చును.

ఈ ప్రకరణమునకు ముఖ్యాధారములు

౧. వేమన పద్యములు : వేమన పద్యాలు పెరుగుతూ వచ్చినవి. తమకు సరిపడనివారిని దూషించి వినురవేమ అన్నవారు పలువురు, రసవాదాలు కల్పించి విశ్వదాభిరామ అన్నవారు పలువురును బూతులు వ్రాసి నోటి తీటను వదిలించుకొన్నవారు తమ పేరు తెలుపుకొను ధైర్యములేక వెర్రి వేమన్నకు వాటి నంటగట్టినవారు కొందరును ఉండినట్లూహించవలెను. వేమన ఆటవెలదిలోనే, సరిగా యతిస్థానములో విరుపుచేసి చక్కని కవితను చెప్పినాడని నమ్మెదును. అట్టివానిని మొదలేరి వేరుగా ప్రకటించుట యవసరము.

౨. వెంకటాధ్వరి-విశ్వగుణాదర్శము. మూలము సంస్కృతము, తెనుగు పద్యాలను వ్రాసినవారు మంచి కవిత వ్రాయలేదు.

౩. గోగులపాటి కూర్మనాథుడు-సింహాద్రి నారసింహ శతకము.

౪. భల్లా (ఛల్లా ?) పేరకవి-భద్రాద్రి శతకము. ఈ తుది రెండు శతకాలు పూర్తిగా తురకలు తెనుగు దేశమందు చేసిన ఘోరాలను వర్ణించును. ఆ వివరములను తెలుసుకొనగోరువా రా రెంటిని పూర్తిగా చదువవలెను.

౧. చంద్రశేఖర శతకము, కవి తన పేరు చెప్పుకోలేదు. ఇది హాస్య రసముతో నిండినది. నెల్లూరి గ్రామ్యము ఏస ఇతర ప్రాంతాల వారికి తెలియనందున అట్టి పదాల కర్థము వ్రాసి ప్రకటించుట బాగు.

౨. అడిదము సూరకవి-రామలింగేశ్వర శతకము,

౩. వేణుగోపాల శతకము.

౪. భాస్కర శతకము.

ఈ ప్రకరణానికి అన్నియు శతకాలే (వేమన శతకమందురు కాన అదియు నిందే చేరును.) ఆధారభూతములైనవి.

మంచి కవు లీ కాలములో అరుదైరన్నమాట ; అది యీ సమీక్షా కాల మందలి దుస్థితి కొక తార్కాణ.

౭వ ప్రకరణము

క్రీ. శ. ౧౭౫౭ నుండి ౧౮౫౭ వరకు

ఔరంగజేబు ౧౭౦౭లో చచ్చెను. సిరాజుద్దౌలా ౧౭౫౭లో చచ్చెను. ఈ ౫౦ ఏండ్లలో మొగల్ సామ్రాజ్యము క్రమక్రమముగా క్షీణిస్తూ వచ్చెను. ఈ కాలములో మహారాష్ట్రులదే భారత దేశమందు ప్రప్రథమ శక్తిగా నుండెను. ౧౧౯౯ లో బెంగాలును తురకలు ౧౮ మంది సవార్లతోనే జయించిరి; ప్రపంచ చరిత్రలో ఇంతకన్న చిత్రమగు ఘట్టమింకొకటి కానరాదు !! ౫౫౦ ఏండ్ల తర్వాత ఆ తురక సుల్తానుల సంతతివారే ప్లాసీ యుద్ధములో గొప్పపరాజయము పొందిరి. ఇంగ్లీషువారి విజయం కూడా ౧౧౯౯ నాటి తురకల విజయ మంతటి కారుచౌక విజయమే; (The British Victory at Plassey was gained nearly as that of Md. Khilji. V. Smith) హిందువులపై అంత సులభముగా విజయాలు పొందిన ముసల్మానుల కేల యీ దుర్గతి పట్టెను. హిందువులు నాలుగైదు నూర్లయేండ్ల అనుభవముతోకాని బుద్ధితెచ్చుకోలేదు మహారాష్ట్రులు సహ్యాద్రి పర్వతాలలో గుఱ్ఱపు సవారీలలో, కరకుతనములో, కూట యుద్ధములో, చాకచక్యములో, సాధన పొంది ముసల్మానులకు మంచి జవాబిచ్చిరి. కాని రాజపుత్ర సైన్యమే ఢిల్లీసుల్తానులకు భారతదేశాన్ని గెలిచి యిచ్చెను. అనగా వారికి మతాభిమానము దేశాభిమాన మింకను కలుగ లేదన్నమాట. తురకలు బలహీనులైరి. విషయలోలురైరి. అంతలో ఇంగ్లీషువారు భారతరంగముమీద ప్రత్యక్షమైరి. తురకలు దౌర్జన్యము, మేలైన యుద్ధతంత్రము, మతావేశము, క్రౌర్యము, మోసము, బీభత్సము తమతోపాటు తెచ్చుకొని యుండిరి. ఆ గుణాలు ప్లాసీ యుద్ధము వరకు వారిలో స్థిరముగానే యుండెను. కాని వారికి గురుస్థానమం దుండదగిన ఇంగ్లీషువారున్ను కొన్ని గుణాలతో దేశమందు దిగుమతి అయిరి. వారు మన దేశములో వరహాల చెట్లనూపి రాలిన ద్రవ్యాన్ని మూట కట్టుకొని పోవుటకు ప్రధానముగా వచ్చియుండిరి. యూరోపు దేశములో మేలైన తుపాకులు, ఫిరంగులు కనిపెట్టి యుండిరి అవి వారి వెంట వచ్చెను. హిందూ ముసల్మానులు రంగులను క్రీ. శ. ౧౪౦౧ నుండి వాడుతూ వచ్చినను అవి కొద్దిపాటివి.

ఎ. ౭వ పని చేసినట్టివి కావు. తుపాకులు కూడ కొద్దికొద్దిగా వాడుకలోకి వచ్చి యుండెను. కాని వాటి ప్రసక్తి వాఙ్మయములో శుకసప్తతికారుని నుండియే కాన వస్తున్నది. కదిరీపతి మన్మథుడు ప్రాతకాలపు బాణాలను పారవేసి 'తమ్మి రుమ్మీ ఫిరంగీలను' చేబట్టెను. (తుమ్మిరుమ్మీ ఫిరంగి దొరతురంగీ విలాసముతో అసిగా చిలుక ఎలె) ఒక రెడ్డికోటలు పెడిపెనట !- శుకసప్తతి ౧౫ వ కథ. రూం అను యూరోపు పట్టణములో ఫిరంగీలు ప్రసిద్ధముగా నుండెనేమో ? భార తీయ సైన్యమునకు క్రమవిధానమగు సాముదాయిక యుద్ధ శిక్షణము లేకుండెను. ఇంగ్లీషువారు యూనిఫారమును సిపాయీల కిచ్చి ఉత్తమ యుద్ధశిక్షణ మిచ్చిరి. వారు సంఖ్యాబలముపై ఆధారపడలేదు. శిక్షణములేని సైన్యము లక్షలున్నను దానిని క్రమశిక్షణము, మేలైన మారణ యంత్రాలు, నిపుణతకల సేనానులు కల సైన్యము వేలసంఖ్యలో నున్నను తప్పక జయించినఘట్టాలు చరిత్రలో అడుగడు గునకు కానవస్తున్నవి. ఇంగ్లీషువారు మరొకతంత్రమును వెంటదెచ్చిరి. మోసము వారి ముఖ్యాయుధము. వారు మనదేశద్రోహులను సృష్టించినట్టుగా తురకలుకూడ సృష్టింపజాలిన వారు కారు. భారతదేశమందు బహు రాజుల యునికి, హిందూ ముసల్మానుల సహజవైరము, మొగలాయి రాజ్యపతనము, అన్నియు ఇంగ్లీషు వారి కనుకూలమయ్యెను. ఒకరాజు ని కొకనిపై ఉసికొల్పి సహాయపడి రాజ్యాలు సంపాదించిరి. బెంగాలును మిర్జాఫరు ద్రోహము చేతను, తమ మోసముచేతను, జయించిరి. ఈ విశిష్టతలు గుర్తుంచుకొనిన మన దేశ చరిత్రలోని మార్పులు అవగాహనమగును. ముసల్మానులు బాహాటముగా అతి క్రూరముగా కత్తితో తమ మత ప్రచారము చేసిరి. ఇంగ్లీషువారు ఉపాయముతో క్రైస్తవ మత ప్రచారము చేసిరి. దక్షిణమున మలబారులో క్రీ.శ. ౫౨లో సంత్ తామస్ అను క్రైస్తవ ఫాద్రీ మత ప్రచారము చేసెను. ఆనాటి 'సిరియన్ క్రిస్చియనులు' నేడును అచ్చట నున్నారు. ఈ విధముగా క్రీస్తుశకారంభము నుండియే మనకు క్రైస్తవ వాసన తగిలినది కాని అది అత్యల్పము. క్రీస్తుమత వ్యాప్తిని పోర్చుగీసు వారు తురకలవలెనే మలబారులోను, తమిళములోను, పశ్చిమ తీరములోను చేసి యుండిరి. ఫ్రెంచివారు అదే పనిచేసిరి. అబేదుబాయి (Abbe Dubois) అను ఫ్రెంచి ఫాద్రీ హిందువులవలె రుమాల దోవతి అంగీ ధరించి తమిళములోని 'పరయా'లలో తిరిగి పలువురిని క్రైస్తవులనుగా చేసెను. అత డానాటి హిందూ మతమును పూర్తిగా దూషిస్తూ ఒక పెద్ద గ్రంథమే వ్రాసెను. ఘోర కులా చార భేదాలుకల తమిళ దేశపు హిందూమతము ఆ దూషణమున కర్హత సంపా

డించుకొనియుండె ననవలెను. నేటికిని అచ్చట ఎక్కువగా (ఇతరత్ర తక్కువగా) కులభేదాలు, అంటు ముట్టు బాధ, అంటరానితనము కలదు. ఫ్రెంచి బోర్బను రాజులను గూర్చి వారు క్రొత్తది నేర్వలేదు; పాతది మరువలేదు; అన్న సామెత హిందూ మతమునకు కొంతవరకయినా వర్తించె ననవచ్చును. క్రైస్తవ మతబోధకులు పట్టుదలతో ౯౦౦ మైళ్ళ దూరమునుండి సప్త సముద్రాలు సప్తఖండాలు దాటి ఆరు నెలలు ఓడలలో ప్రయాణము చేసి తల్లి పిల్లల వదలి మన దేశమందు నిలిచి మనభాషలూ ఆటవికుల భాషలూ నేర్చి ప్రచారము చేసి బళ్ళను వైద్యాలయాలను స్థాపించి నానాసేవలు చేసి తమ మతప్రచారము చేసినది నేటికిని భారతీయులు చూస్తూ వారి సేవలో దశాంశమయినను చేయ నొల్లనివారై యున్నారు. మొత్తానికి ప్లాసీ యుద్ధానంతరము నుండి క్రైస్తవ మత వ్యాప్తికి విజృంభణము కలిగెను.

ఆర్థిక స్థితి

ఈ సమీక్షాకాలములోని ఆంధ్రుల ఆర్థికపరిస్థితి యెట్టిదో కనుగొందము. ప్లాసీ యుద్ధముతర్వాత దేశము యింగ్లీషువారి చేతుల లోనికి అతి వేగముగా పోయెను. తురకలు ౧౧౯౦ నుండి ౧౭౦౭ వరకు అనగా ౫౦౦ ఏండ్లలో ఎంతబీభత్సము చేసినను పూర్తిగా దేశమును గెలువలేకపోయిరి. కాని ౧౦౦ ఏండ్లలో యావద్భారతమును పూర్తిగా ఇంగ్లీషువారు గెలుచుకొనిరి. మన సమీక్షాకాలములో ఇంగ్లీషువిజేతలకు ప్రజల సౌకర్యాల సమాలోచనము కించిత్తు కూడా లేకుండెను. వారిది ప్రత్యక్ష పరోక్షాపహరణమే తమ దేశపు సరకులను ఇచ్చట అమ్ముటకై మన పరిశ్రమల నాశనము చేసిరి. మేరలేకుండా జనులు బావకుండానైన చూచుకొనక పన్నులు లాగిరి. వారి పరిపాలనములో క్షామా లెక్కువయ్యెనని వారి సజాతీయుడగు డిగ్బీ ౫౦ ఏండ్లనాడే వ్రాసెను. ముసల్మానులు హిందువులను దోచినదంతయు దేశమందే యుండెను. మరల క్రమముగా అదంతయు జనులకు చెందెను. కాని ఇంగ్లీషువారు వ్యాపారముద్వారా, పన్నులద్వారా, దోపిడీలద్వారా, ఉద్యోగులద్వారా, గ్రహించిన దంతయు ఏడు సముద్రాలు దాటి తిరిగిరాకుండా ఇంగ్లండు చేరెను. ఇది మన ఆర్థిక నాశనమునకు కారణ మయ్యెను.

'ఉత్తర సర్కారులను రాయలసీమ అను కర్నూలు, కడప, బళ్ళారి, అనంతపురము జిల్లాలును (Ceded districts) గుంటూరు జిల్లాయు, క్రీ. శ. ౧౮౦౦ లోపలనే ఇంగ్లీషువారికి వచ్చెను. తర్వాత ౧౮౫౭ వరకు భారత దేశమంతయు వారి వశమగుటచేత తెనుగు దేశమంతయు వారి వశ మయ్యెనని వేరుగా చెప్పనవసరములేదు. తెనుగుదేశములో ఉత్తర సర్కారులకు విశిష్టత యుండెను. అందలి నాలుగు జిల్లాలలో (విశాఖపట్టణము, ఉభయ గోదావరిజిల్లాలు కృష్ణా జిల్లాలలో) భూమి అంతయు జమీందారుల పాలెగారు తెగకు అప్పజెప్పబడి యుండెను. ఈ జమీందార్లు మొగల్ సుల్తానులకు కప్పము కట్టి ఇంచుమించు రాజులై వర్తించిరి. పెద్దాపురము జమీందారు మొగలాయి రాజ్యానికి ౪౭౦౦౦ పౌనులు (౪లక్షల ౭౦ వేల రూపాయలు) కప్పము కట్టుచుండెను. ఈస్టిండియా కంపెనీవారు అతనివద్ద ౫ లక్షల ౬౦ వేల రూపాయిల కప్పము లాగిరి. అదేవిధముగా ఇతర జమీందారుల పన్నులను హెచ్చించిరి. ఉత్తర సర్కారులలో ౭౧ జమీందారీ లుండెను. అప్పటి కాలములో సర్కారు జిల్లాలను చికాకోలు, (శ్రీకాకుళం) రాజమండ్రి, ఎల్లూరు, కొండపల్లి అని పేర్కొనిరి. అవి మొగల్ సుల్తానులనుండి ౧౭౬౫ లో ఇంగ్లీషువారు తీసికొనిరి. కంపెనీ వారు ఉత్తర సర్కారుల స్థితిగతుల నొక కమిటీచే విచారింప జేసిరి. వారు ౧౭౮౮ లో తమ నివేదికను సమర్పించుకొనిరి. దానినిబట్టి కొన్ని వివరాలు తెలియవచ్చెను. కొందరు జమీందారులు ఓఢ్రరాజుల సంతతివారని తెలియవచ్చెను. ఉత్తర సర్కారుల జమీందారులకు హవేలీలు అను సొంత భూము లుండెను. ఈజమీందారీలలో సాముదాయిక వ్యవసాయ పద్ధతి (Village communities) ఉండెను. ప్రతి గ్రామానికి పన్నిద్ద రాయగాండ్లుండిరి. రెడ్డి, కరణము, తలారి, తోటి, నేరడి, పురోహితుడు, బడిపంతులు జోసి, వడ్ల, కమ్మరి, కుమ్మరి, చాకలి, మంగలి, వైద్యుడు, భోగముది అందు చేరియుండిరి. ఈ ప్రాచీన గ్రామ జీవనవిధానమును కంపెనీవారు నాశనము చేసిరి. ఉత్తర సర్కారులలో బెంగాలులో వలె ౧౮౦౨ లోను ౧౮౦౩ లోను శాశ్వత భూమి పన్ను విధానమును (పర్మనెంటు సెటల్మెంటు) ఏర్పాటుచేసిరి. ప్రజల పంటలో మూడింట రెండుపాళ్లు పన్నుగా నిర్ణయించిరి. హవేలీ భూములను జమీందారులకే వేలం వేసి యిచ్చివేసిరి.' (India under early British rule by Romesh Dutt, Chapters VI&VII)

(45)

మద్రాసు సూబాలో ఉత్తర సర్కారులు కాక యితర జిల్లాలలో రయితువారీ పద్ధతిని ప్రవేశపెట్టిరి. దీనికి ముఖ్యకారకులు సర్ తామస్ మన్రోగారు ఆ కాలపు ఇంగ్లీషువారిలో అత డుత్తమోత్తము డనిపించుకొన్నాడు. అతడు మద్రాసు సూబాలో ౨౪ ఏండ్లుండినాడు. తుది సంవత్సరాలలో రాయలసీమకై చాలా పాటుపడినారు. అతడు కలరా తగిలి కర్నూలు జిల్లాలోని పత్తికొండలో ౧౮౨౭లో చనిపోయెను. అతన్ని రాయలసీమ ప్రజలు చాలా ప్రేమించిరి. పలువురు మన్రో అయ్య అని తమ పిల్లలకు పేరుపెట్టుకొనిరి. మన్రో సూచించిన పద్ధతియే యిప్పటి పట్టాదారు పద్ధతి పూర్వము భూముల గుత్తేదారులుండిరి. ప్రభుత్వానికి రైతులతో సంబంధము లేకుండెను. ప్రభుత్వానికి నేరుగా రైతుల సంబంధ ముండునట్లు రైతులకు తమ భూములపై సంపూర్ణ క్రయ విక్రయాది స్వత్వము లుండునట్లును మన్రో రయిత్వారీ పద్ధతి నిర్ణయించెను. మన్రోకు ముందు కంపెనీవారు రైతుల పంటలో సగముకన్న హెచ్చుగా పన్నులుగా గ్రహించుచుండిరి. మన్రో దానిని తగ్గించెను.

తెనుగు జిల్లాలలో రయిత్వారీ పద్ధతి మనకంతగా తెలియదు రొమేశదత్తు ఇట్లు ఒకటి రెండు తెనుగుజిల్లాల ముచ్చట తెలిపినాడు.

"నెల్లూరుజిల్లా కలెక్టర్ కోవూరును రయిత్వారీ విధాన పరీక్షకై నిర్ణయించెను. ౧౮౧౮ లో అచట భూముల కొలిపించి బందోబస్తు చేయించెను. తరీ (మాగాణి) భూములలో వరిఖండికి ౨౦ రూపాయల ధర నిర్ణయించిరి. దాని ప్రకారము బందోబస్తు అయిన భూమి పంట విలువ ౩౪౩౭౪ రూపాయలు. దాని నుండి ఎప్పటివలెనే 'కలవసం నూటికి ఆరుంబావు ప్రకారము తీసివేసిరి. అనగా ౨౨౩౪ రూపాయలు తొలగించిరి. మిగిలిన ౩౨౧౩౯ రూపాయలు సర్కారున్నూ, రైతులున్నూ పంచుకొనవలసి యుండెను. రైతులకు ౨౦ పాళ్ళలో ౯ పాళ్ళు అనగా నూటికి ౪౫ పాళ్ళు ఇచ్చిరి. ఆ లెక్కచొప్పున రైతులకు ౧౪౪౬౨ రూ. సర్కారుకు ౧౭౬౬౭ రూ లు వచ్చెను. మెట్ట పొలాలలో (ఖుష్కి)లో ఖండి ౨౮ రూ.లు బాజారుధర ప్రకారం లెక్కగట్టి పై విధముగా విభజింపగా సర్కారుకు ౭౬౮ రూ. వచ్చెను. మొత్తముపై కోవూరు గ్రామము భూములనుండి ప్రభుత్వానికి ౧౮౬౦౦ రూ. పన్ను వచ్చునని తేల్చిరి. అనగా పంటలలో సగము ప్రభుత్వము తీసుకొనెను. Chapter IX P. 154.

పూర్వము గ్రామాలలో పన్నిద్ద రాయగాండ్ల కెంత భాగమిస్తుండిరో తెనుగు సీమలోని వివరాలు తెలియవు కాని బుకానన్ అనునతడు క్రీ. శ. ౧౮౦౦ లో బెంగుళూరులోని ఒక గ్రామములోని వివరాల నిచ్చినాడు. దాన్నిబట్టి మన తెనుగు దేశములోని విధానము నూహించుకొన వచ్చునని యుదాహరిస్తున్నాను.

గ్రామం మొత్తము సేద్యమువల్ల ౨౪౦౦ సేర్ల ధాన్యముకుప్ప అయ్యేను. దానినుండి ఈ క్రింది ఆయాలిచ్చిరి.

పురోహితుడు	౫ సేర్లు
ధర్మాలు	౫
జోసి	౧
బ్రాహ్మణుడు	౧
మంగలి	౨
కుమ్మరి	౨
కమ్మరి	౨
చాకలి	౨
సరాపు (ధాన్యం కొలుచువాడు)	౪
Beadle	౬
రెడ్డి	౮
కరణం	౧౦
తలారి	౧౦
దేశముఖు	౪౫
దేశాయి	౪౫
నేరడి	౨౦
మొత్తము	౧౬౮ సేర్లు.

అనగా నూటికి అయిదుంబావు భాగముతో గ్రామస్థులకు చాకలి, కుమ్మరి, కమ్మరి, తలారి, మంగలి, వడ్ల మున్నగువారి సేవలు లభించుచుండెను. మిగత ధాన్యములో గుత్తేదారు నూటికి ౧౦ పాళ్ళు తీసుకొనెడివాడు. మిగిలిన దానిలో ప్రభుత్వమునకు సగమిచ్చి తక్కిన సగము రైతులు పంచుకొనెడివారు. (Chapter XII. Romesh Dutt.) తెనుగు దేశమును గురించిన వివరాలు

ఈ గ్రంథమునుండి తెలియ రాలేదు. (మైసూరు, తమిళము, మలబారు జిల్లాల గూర్చివిరివిగా ఇందు వ్రాసినారు).

౧౮౧౩ లో పార్లమెంటులో ఇండియానుగూర్చి విచారణ చేస్తూ మన్రోను ఈ దేశ పరిస్థితులను విచారించగా అతడిట్లు చెప్పెను. 'సగటున ఇండియాలో వ్యవసాయపు కూలీలకు నెలకు ౨ రూపాయిలనుండి ౩ రూపాయిల కూలీ దొరకును ఒక్కొక్క కూలీకి సంవత్సరానికి జీవన భృతికి ౯ నుండి౧౩-౮-౦ రూపాయిల వరకు వ్యయమగును. జనులు గట్టి మోటు కంబళ్ళను నేసి వాడు కొందురు. అవి చాలా చౌక కాన ఇంగ్లీషు ఉన్ని కంబళ్ళు వారు కొనజాలరు. భారతీయులు ఉత్తమ పరిశ్రమ కలవారు. తెలివితేటలు కలవారు. మేలైన ఇంగ్లీషు పరిశ్రమల అనుకరింప గలవారు.' ఆ దేశములో స్త్రీలు బానిసలవంటి వారు కారా?' అన్న ప్రశ్నమునకు మన్రో యిట్లనెను. 'మన స్త్రీల కెంత పెద్ద రికము కుటుంబములో కలదో వారికినీ అంతే కలదు.' 'మన వ్యాపారము వల్ల హిందువుల నాగరికతను వృద్ధిచేయవచ్చుకదా' అన్న ప్రశ్నమునకు మన్రో ప్రసిద్ధమగు ప్రత్యుత్తర మిట్లిచ్చెను. 'హిందూ నాగరికత అంటే యేమిటి? సైన్సులో, రాజ్యతంత్రములో, విద్యలో మనకంటే వారు తక్కువే, కాని ఉత్తమ వ్యవసాయ పద్ధతి, సాటిలేని వస్తు నిర్మాణ నిపుణత, జీవిత సౌఖ్యమునకు కావలసిన వాటిని సమకూర్చుట, ప్రతి గ్రామములో పాఠశాలను స్థాపించుట, దానము ఆతిథ్యము ఇచ్చుటలోని వితరణ, స్త్రీలను గౌరవించి సంభాషించుట, అనునవి నాగరికతా లక్షణాలైతే హిందువులు యూరోపు జాతుల కెవ్వరికినీ తీసి పోరు. ఇంగ్లండు ఇండియాలకు నాగరికతయే వ్యాపార వస్తువైన మన దేశమే దాని దిగుమతి వల్ల లాభము పొందగలదు.' మన్రో ఒక శాలువను ఇండియాలో కొని ఏడేండ్లు వాడుకొన్నను అది కొత్తదాని వలెనే యుండెను. కాన 'నాకు ఇంగ్లండు శాలువలు బహుమతిగా నిచ్చినను వాటిని తీసికొనను.' అని తన దేశ పరిశ్రమల హైన్యమును ప్రకటించెను.

స్ట్రేసీ (Stracey) అనునతడదే విచారణ సమితి యెదుట యిట్లు చెప్పెను. 'మనము హిందూస్తానీ పరిశ్రమల నాశనం చేసినాము. ఇప్పుడు భరతదేశము కేవలము భూమిపైననే ఆధారపడినది. నేటికిని (౧౮౧౩లో) ఇండియా పట్టునూలు బట్టలు ఇంగ్లండులో మన సరకులకంటే నూటికి ౬౦ పాళ్ళు తక్కువధరల కమ్మును. అందుచేత మన ప్రభుత్వము వాటిపై

నూటికి ౭౦ లేక ౮౦ పాళ్ల సుంకము వేసియో లేక అమ్మకుండా నిషేధించియో వారిని నష్టపెట్టుచున్నది. ఇట్లు చేయకుండిన మన మిల్లులు మూతబడి యుండెడివి.'

మన్రో యిట్లనెను. 'మద్రాసు సూబాలో కంపెనీవారు సాలెవాండ్లను పిలిచి బలవంతముగా కారుచౌకగా తమకు బట్టలు నేసి యిచ్చునట్లు బాధించి ఒప్పందములు చేసిరి. వారు బట్టలు నేయుటలో ఆలస్యము చేసిన కంపెనీ నౌకర్లు వారిపై కావలియెక్కి దినము ఒకఅణా జుర్మానాను తీసుకొని పైగా బెత్తాలతో సాలెవారిని కొట్టి బాధించెడి వారు. (Chapter 14.)

ఇంగ్లీషువారు ప్లాసీ యుద్ధముతో బెంగాలును ౧౭౬౦ లో వంది వాష్ యుద్ధముతో మద్రాసు సూబాను ఆక్రమించుకొన్న తర్వాత కూడ హిందూస్థానమునుండి భారతీయులు తమ సరకులను ఇంగ్లండుకు అమ్ముటకై తమ ఓడలలో తీసుకొని పోయిరి. అప్పుడు తేమ్సు నదిలో మన ఓడలను ఇంగ్లీషువారు చూచి తేమ్సుకు నిప్పంటుకొనెనా అన్నట్లు రిచ్చపడి మన యోడలను చూచిరట: భారతీయులే—మన బానిసలే—మన దేశములోనే తమ యోడలలోనే మనకు పోటీగా వ్యాపారం చేస్తారా? అన్న యాగ్రహము కలుగగా కొన్ని యేండ్లలో మన ఓడలు మన పరిశ్రమలు మన సంపద అన్నియు మాయమై పోయెను. జనులకు భూములే మిగిలెను. కాని వాటి ఫలితములో సగము అంతకంటే యెక్కువ పన్నుల పేరుతో కంపెనీవారు లాగుకొనిపోయిరి.

'౧౭౬౪ నుండి ౬౬ వరకు ఇంగ్లీషు సరకుల వ్యాపారము ఏటేట ఇంచుమించు ౨౨ లక్షల ౩౦ వేల రూపాయలదై యుండెను. ౧౭౮౦ లో ౯౫ లక్షల ౫౦ వేల దయ్యెను. ౧౭౮౫ లో ఇంగ్లండులో ఆవిరి యంత్రములు ప్రారంభ మయ్యెను. ఆ సంవత్సరం మన దేశానికి ౮౫ లక్షల ౫౦ రూపాయిల సరకు పంపిరి. ౧౭౯౦ వర కది ౧ కోటి ౨౦ లక్షల వరకు పెరిగెను. ౧౮౦౦ వరకు అంత నాల్గంతలయ్యెను. ౧౮౧౯లో ౧౦కోట్ల ౮౪లక్షల రూపాయిల సరకు మనదేశానికి దిగుమతి యయ్యెను. ౧౭౯౩లో పార్లమెంటు నివేదికలో ఇట్లు వ్రాసిరి. 'హిందూస్థానమందలి ప్రతి దుకాణములో ఇంగ్లీషు మల్లు బట్టలనే అమ్ముచున్నారు. అవి దేశి బట్టల ధరలో నాల్గవ వంతుకే అమ్ముచున్నారు. (History of India-Rush Brook Willims. III. P. 132 - 3.) యంత్రయుగ మేర్పడుట, ఇంగ్లీషు వారు మన దేశమును వశపరచుకొనుట, మన పరిశ్ర

మలు నాశనమగుట, అన్నియు ఈ కాలమందే జరిగెను. ఈ దెబ్బనుండి మనము నిన్న మొన్నటి వరకు కోలుకొన్నవారము కాము. మనలను ఇంగ్లీషువారు కోలు కోనిచ్చినవారు కారు. ఈ సమీక్షా కాలములో మొగలాయి రాజ్యముకన్న కంపెనీ రాజ్యమే ఘోరమైనదయ్యెను.

ఆ చా ర ము లు

క్రీ. శ. ౧౭౫౭ నుండి యింగ్లీషు ప్రభుత్వము స్థిరపడుతూ వచ్చెను. దేశములో తీవ్రమగు మార్పులు ప్రారంభమయ్యెను. ముసల్మానుల ప్రభావము తగ్గినకొలది ఇంగ్లీషువారి ప్రభావము దేశముపై దేశజనుల ఆచారాలపై ఎక్కు వగుతూ వచ్చెను.

కూచిమంచి తిమ్మకవి క్రీ॥ శ॥ ౧౭౩౦ తర్వాతవాడు. అతడు తన కుక్కుటేశ్వరశతకములో ఇట్లు విచారపడెను.

'వేదశాస్త్ర పురాణ విద్యలక్కరగావు పరిహాస విద్యలు పనికివచ్చు
గద్యపద్య విచిత్రకవితలు కొరగావు గొల్లసుద్దులకతల్ పెల్లుమీరు
దేశీయ భాషలతీరు లేమియుగావు పారసీకోక్తులు పరిణతి కెక్కు
శైవవైష్ణవ మతాచారంబు లొప్పవు పాషండమతములు పాళిసలరు.'

గువ్వల చెన్న శతకము "గువ్వల చెన్నడను గొల్లవాడు రచించెనని కొందరు చెప్పుదురు. కవి పదునేడవ శతాబ్దాంతమున ఉండవోపు" అని వావిళ్ళ పీఠికలో కలదు. అనగా కవి క్రీ॥ శ॥ ౧౬౦౦ నుండి ౧౭౦౦ లోపల నుండెనని వారి అభిప్రాయము.

గొల్లింట గోమటింటను తల్లియు దండ్రియు వసింప దాను వకీలై
కీళ్ళ మదమెక్కి నతనికి గుళ్లయినం గానరావు గువ్వలచెన్నా!

అని కవి గొల్లవాడైన వ్రాసియుండడు.

కవి బ్రాహ్మణుడు కాడనియు రాయలసీమవాడు కాడనియు ఈ క్రింది పద్యము తెలుపుచున్నది.

వెల్లుల్లి బెట్టి పొగిచిన పుల్లని గోంగూర రుచిని బొగడగ వశమా
మొల్లముగ నూని వేసుక కొల్లగ భుజియింపవలయు గువ్వలచెన్నా!

రాయలసీమవారు గోంగూర అనరు; పుంటికూర అందురు. ఉల్లిగడ్డ తినిన బ్రాహ్మణులు దానిని బయట పెట్టుకొనరు!

"కలిసి షికారునెపంబున"

అని షికారు పదమును వాడుటచే ఇతడు స్పష్టముగా ఉత్తరసర్కారు వాడని తేలిపోయినది.

"ప్లీడరులమని పకీళ్ళి వాడుక చెడ స్వేచ్ఛ దిరిగి పాడు మొగములన్
గూడనివారిం గూడుచు గూడెముల జరింత్రుముందు గువ్వలచెన్నా!'

'ధనమైనంతట భూముల తనఖలను విక్రయములు తరువాత సతీ
మణిభూషణాంబరమ్ములు గొనుట యవి లక్షణములు గువ్వలచెన్నా!'

అను పద్యములోని ప్లీడరు పదముచేతను భూమి తనఖాలు (మార్టుగేజ్) అను పదముచేతను కవి క్రీ. శ. ౧౮౦౦-౧౮౫౦ ప్రాంతము వాడని స్పష్టము. కావున ఈ కాలములోని ఆంధ్రుల స్థితిని ఈ శతకము కొంతవరకు మనకు తెలుపుచున్నది

అంగీలు పచ్చడంబులు సంగతిగను శాలు జోడు సరిగంచులమేల్
రంగగు దుప్పటులన్నియు గొంగడి సరిపోలవన్న గువ్వలచెన్నా!

అంగీలు బాగా వ్యాప్తిలోనికి వచ్చెను. కాని గొంగడిని మరచిపోవద్దని చెన్నడు బోధిస్తున్నాడు.

అల్పునకు నెన్ని తెల్పిన బొల్పుగ నిల్వవని పేడబొమ్మకు నెన్నో
శిల్పపుబను లొనరించిన గోల్పోక యలారుచున్నె గువ్వలచెన్నా!

పేడబొమ్మల పరిశ్రమ మన వారికి ప్రాతదే. ఇంకా ఇంగ్లీషు బొమ్మలు దిగుమతి కాలేదన్నమాట.

ఆనులలో మొగలాయి వేషాలు పోయినవని కవి విచారపడినాడు.

పాగా లంగరకాలును మీగాళ్ళనలారం బంచె మేలిమికట్టుల్
సాగించు కందువాల్పయి కోగా యిక గానమెన్న గువ్వలచెన్నా!

క్రీ. శ. ౧౭౦౦-౧౭౫౦లో క్రమక్రమాభివృద్ధిగా దేశమందు వ్యాపించి పోయిన పొగాకు ఈ సమీక్షా కాలములో మరింత వృద్ధికి వచ్చెను. కవులు దాని యశోగానము చేసిరి. అనేక చాటువులు బయలుదేరెను.

"దంతలూటీ ఘోరదంతి హర్యక్షంబు
కుష్ఠ రోగాచల కులిశధార.......

మొదలగు పద్యాలను చూచిన విశదమగును.

(చూడుడు చాటుపద్యమణిమంజరి. పుట. ౧౯౦-౧౯౨) భాషీయ దండకమును రచించిన కవి గండ్లూరి నరసింహశాస్త్రి క్రీ. శ. ౧౮౦౦ ప్రాంతములో కిర్నూలు మండలములో ఉండినట్టివాడు. అప్పటి జనుల ఆచార వ్యవహారములను చక్కగా ఈ దండకము విశదీకరించును. నంబి యెదురువస్తే పనిచెడుతుంది అని జనుల విశ్వాసము నాటికి నేటికి కలదు. అదే మాటను ఇతడిట్లు చెప్పినాడు.

'తొల్త పెండ్లిండ్లకున్ తర్లి పొయ్యేటి వారంతరున్
ముందుగా మమ్ము ప్రార్థించు చున్నారు మమ్మెంచు
సేవించి కార్యార్థులై పోయినా వారి కాపొద్దు
వైకుంఠ యాత్రాసమంబైన సౌఖ్యంబు సిద్ధించు'

పొగాకును చుట్టగా త్రాగుటయేకాక పొగాకుకాడ పుల్లలను పొగాకు మొద్దుల చూర్ణాన్ని కర్నూలు కడపలోని పనిపాటలవారు నోట్లో వేసుకొను ఆచార మిప్పటికినీ కలదు. ఈ కవి యిట్లు వర్ణించినాడు.

'ఇంగగొల్లేశ మొస్తుంది నోట్లోకికొంచెం పొగాకుపుల్ల గిల్పెట్టి ...... పోరా
పొగాకుపుల్ల కేయాడ కొట్టించుకొంటావురా బాలకిన్నేశగాదా యటంచున్
వినోదంబుగా
గూడెపుణ దాసరుల్ గుంపుగూడాడగా'

రాయలసీమలో పిల్లలపద్యాలు కొన్ని ప్రసిద్ధిగా నుండి యుండును. వాటి మొదటి పాదము మాత్రము కవి యిట్లు సూచించినాడు:

"చెప్పాలవో చెప్పితే లడ్డులప్పాల్ గాని
త్రావుగా" —'శేతిలో యన్నముద్దొత్తు,'
"శంగల్వ పూదండ" సెప్పేమరి

ఆ పిల్లవాడిట్లన్నాడు "చేతిలో వెన్నముద్ద" అను పద్యము నాకు వచ్చును. "చెంగల్వపూదండ" అనేది నీవు చెప్పుము. "చేతిలో వెన్నముద్ద-చెంగల్వపూదండ" అన్న పద్యమును వృద్ధు లీ విధముగా తెలిపినారు.

'చేతిలో వెన్నముద్ద చెంగల్వపూదండ బంగారు మొలత్రాడు పట్టుదట్టి
సందిటి తాయెతుల్ సరిమువ్వ గజ్జెలు చిన్న కృష్ణమ్మ నిన్ను నే జేరికొలుతు'

పై పద్యములో మొదటి మూడు పంక్తులు సీస పద్య పంక్తులు. తుది గీటు తేటగిత. ఇద్దరు భిన్న ప్రాంత వ్యక్తులు నాకీ పద్య మంతేయని చెప్పిరి. తప్పో ఒప్పో ఈ పద్యమే తెనుగు దేశమందు బహుప్రాంతములలో ప్రచార మం దుండెనన్నమాట.

పల్లెటూళ్ళలో "లేహాలు, బస్పాలు, సూర్నాలు, తైలాలు" దొంగ వైద్యులు అమ్ముకొని జనులను మోసగించేవారు. ఇప్పటికినీ ఈ పని జరుగుతూనే ఉన్నది. నాటు వైద్యుల మోసాలను ఈ కవి చక్కగా వర్ణించినాడు.

హంసవింశతిని రచించిన అయ్యలరాజు నారాయణామాత్యుడు క్రీ. శ. ౧౮౦౦-౧౮౫౦ ప్రాంతమువాడు. అతని గ్రంథ మా కాలములోని జనుల ఆచార వ్యవహారములను తెలుపునట్టి ఒక గని. అతడు కర్నూలు మండలము వాడందురు. గ్రంథాంతములో ఆతడు కందనూలు, గద్వాల, పాలవేకరి, రామళ్ళకోట, నెల్లూరు, కంభము, మార్కాపురము, వినుకొండ మొదలయిన తెనుగు సీమలోని స్థలాలను పేర్కొన్నాడు. ఆ ప్రాంతాలలోని జనుల ఆచారాలను కవి యెక్కువగా గమనించిన ట్లూహింపవచ్చును. హంస వింశతి నుండి మనకు తెలియవచ్చు కొన్ని విషయములను ఇందుదాహరంతును. తెనుగు దేశములో చాలా నాడులు ఏర్పడెను. అందు కొన్నింటిని ఈ కవి యిట్లు తెలిపినాడు.

క. వెలనాడు వేంగినాడును పులుగులనా డ్పాకనాడు పొత్తపినాడున్
కలమురికినాడు రేనా డలయక కనుగొంటి నచటియబలల గంటిన్.

చెన్నపట్టణము, బందరు మంచి వ్యాపార స్థలాలని కవి తెలిపినాడు. గుల్బర్గాలో జంఖాణాలు, బందరులో చీటిబట్టలు, అస్త్రరులు సిద్ధమగు చుండెనని కవి తెలిపినాడు.

నారాయణకవినాటి కాలములో కొన్ని కులాల ఆచారాలు వ్యక్తమగుచున్నవి.

"కాపు గుబ్బెత లెసటికై కుండలరయ" (౧-౧౬౭)

కాపువారిలో వంటలకు కుండలే యెక్కువగా వాడు ఆచారము. ఆనాడు గోల్కొండ వ్యాపారులలో కరణికము చేయువారి వేషాలను కవి యిట్లు వర్ణించెను.

మెలిబెట్టి చుట్టిన తెలిపైఠిణిపాగ చెవిసందిపాగలో జెక్కుకలము
తొడరిన నెరిచల్వవడరు నంగీజోడు జీరాడు నడికట్టు చెరగుకొనలు
పదతలంబుల నెఱ్ఱపారు పాపోసులు చెక్కుగా ఉంక చీటీఖలీతి
నడికట్టులో మొల నిడిన ఖలందాను హస్తాగ్రమున వ్రేలు దస్తరంబు
మించు బాహువుమీద కాశ్మీరశాలు
చెవుల ముత్యాలపోగులు చెలువుదనర
అలతి సిర్గావి దోవతి యమర నటకు
పారుపత్యంబు సేయు వ్యావారి వచ్చె (౨-౩౦)

కాపువారిలోని కొన్ని శాఖలను కవి యిట్లు తెలిపినాడు.

పంట, మోటాటి, పెడగంటి, పాకనాటి,
అరవెలమలాది కొండారె, మొరుసుగోన
కొణిదెకాపులు, మొదలైన క్షోణిదనరు
కాపులకునెల్ల మిన్న యక్షాపుకొాకుకు,
—(౪-౧౩౬)

సెట్టి బలిజల వేష మెట్టిదనగా :

సరిపెణతోడిసజ్జ బలుసందిటి తాయెతు లింగవస్త్రముల్
సరిగె చెరంగుపాగ విలసన్మణి ముద్రిక లంచుకమ్ములున్
మెరుగులు గుల్కు దోవతియు, మిన్నగు నీలపు పోగుజోడు బి
త్తరపు విభూతి రేఖలరుతన్ రుదురాచ్చలు గల్గి భాసిలున్. (౫-౯౯)
సెట్టి బలిజెలు ఎద్దులపై ఎక్కి పోవుచుండెడివారు. (౫-౧౦౦)

తెల్లవారగానే గొల్లవారు మజ్జిగ చిల్కుచుండిరనియు, 'కాపు కూతులు తెలియావ నాళములు ద్రొక్కగ జేయుచుండి' రనియు కవి తెలిపినాడు.

(౧ - ౧౯౫)

గొల్లసుద్దులు చెప్పు గొల్లజాతివారు కొంద రుండిరి. వారు కృష్ణలీలలను, కాటమరాజుకథను ప్రధానముగ చెప్పుచుండెడివారు. (౨-౮౮)

- నారాయణ కవి కాలములోని కొన్ని కులాలవారును కొన్ని వృత్తుల వారును ఇప్పుడు మనకు కానరారు. వారిలో కొందరిని గురించి కవి యిట్లు తెలిపినాడు.

'కోమటి, కమ్మ, వెలమ, వెంకరి, పట్ర, గొల్ల, బలిజ, కుమ్మర వారును; పలగండలు బెస్తలు, చిప్పెవారును; కమ్మరి. వడ్రంగి, కాసె, కంచర, అగసాలవారును; అణికారి, వడసాలె, సాలె, సాతు, సాతీన, సాతాని, కటికవారును; ఘటియకార, చిత్రకార, నిమిత్తకారులును; భట్లు, జెట్లు, జాంద్ర, తొగట, గాండ్లవారును; వందిమాగధ, వైతాళిక, జైన, ఘూర్జర' కర్ణేజి, ఖాయతిలహడి, గౌడమిశ్రులును; బేహరి, భణియ, ఛటిక సృగాలక, ఖత్రిజాతులును; బోయలు. యెరుకులు, చెంచులు, యేనాదులు, జిలగరి, వానె, వన్నెగట్లు, తంబళి, యీడిగె, మేదరవారును; వీరముష్టులు, మాష్టీలు, ఒడ్డె యుప్పరులును, అసిధార కరబ్బాటు మైలారి, మన్నెరి, తలారులును; తురక పింజారి, విప్రవినోదులును; జాతికర్త, దొమ్మరి, డొమిణి, బొమ్మలాటవారును; దాసళ్లు, తెరనాటకపు జంగాలు, బిద్దెమువాండ్రు......ఇంకా ఎన్నెన్నో వృత్తుల వారిని తెలిపియున్నాడు. (౩-౨౮)

నారాయణకవి కాలమునాటికి పాతవేషాచారములు కొన్ని పోయి కొత్తవి పొడసూపినవి. టోపీలు మెల్ల మెల్లగా మనవారి నెత్తికెక్కెను. శ్రీనాథుని కాలము లోని కుల్లాయియే టోపీ అయ్యెనా? లేక ఈనాడు కొందరు ధరించు(Felt Cap) ఫెల్టు టోపీలా ? అని తెలియరాదు. టోపీ అను పదమును, ఈ కవి విరివిగా వాడినాడు. 'ముఖఘర్మముల టోపీ మునుగ జుట్టిన వల్లెకోనలు మరు లౌల్యమున హరింప' (౧-౧౭౨)

అని ఒక బ్రాహ్మణుని వేషమును వర్ణించినాడు.

డుబుడక్కివాని వేషము అనాటినుండి యీనాటివరకు ఏమిన్ని మారి నట్లు కానరాదు.

నొసలుపై చుక్కల మిసిమినామపు రేఖ
లెసవొంద భుజముపై నసిమిసంచి
వాలు వీనుల గాజు నీలాల పోగులు
పైనొప్పు పొప్పళి పచ్చడంబు

మెలిగొన జుట్టిన తలపాగ చెరగుంచి
పై లపేటా చుట్టు పట్టుశాలు
కడిమి మీరగ చంకనిడిన బొట్టియకోల
డాకమ్రోసెడు దుబుడుబుక్క కేల. —(౨-౨౮)

తాటాకులపై గంటములతో వ్రాయుట ౧౦౦ యేండ్ల క్రిందటి వరకు మనదేశమందు విరివిగా ప్రచారమందుండినను శ్రీనాథుని కాలము వరకే కాగితాలపై మసితో వ్రాయు ఆచారము ప్రారంభమై యుండెను.

'దస్త్రాలున్ మసి బుర్రలున్ కలములున్
దార్కొన్న చింతంబళుల్'

అన్న శ్రీనాథుని చాటువునుండి పై విషయము విశదమయినది. హంస వింశతి కాలములో 'దవతి', 'శాయి' మరింత వ్యాప్తిలోనికి వచ్చెను.

రసికుడైనట్టి కాలంపు రక్తవాను
తసర బ్రహ్మాండమును పెద్ద దవతిలోన
శాయినిండార బోసిన చందమునను
కారుతిమిరంపు గుంపు నిండారబర్వె.

(దవతి యనునది దవాత్ అను ఫార్సీ పదము; మసిబుర్ర అని యర్థము శాయి అనునది సియామ్ అను ఫార్సీ పదము. నల్లనిరంగు అని యర్థము. ఈ రెండు పదాలను తెలంగాణా వారు విశేషముగా వాడుచున్నారు.)

హంసవింశతిగ్రంథాదిలోనే నానావిధములగు ఉపాహారములను భక్ష్యములను, పిండివంటలను, చిరుతిండ్లను బేర్కొన్నాడు. అదొక పెద్ద పట్టిక యగుటచే ఉదాహరించుటకు వీలులేదు. (౧-౧౦౩)

ఇంకా గంటలుచూపు పాశ్చాత్య గడియారములు వచ్చి యుండలేదు. హంసవింశతికారుని కాలములో విజ్ఞులు ఎండలో పాదచ్ఛాయను కొలిచి కాలమును గుర్తించుచుండిరి. పెద్దపెద్ద పట్టణములలో గడియలను కొట్టు ఏర్పాటుండెను.

'అస్తమయము కాదటంచు పాదచ్ఛాయ
లొసరించి వ్రేళ్లెంచికొనుచు

యూర గడియార మిడలేదోయని
వీధి వీధి వెంబడి వెదకిచూచు' (౩-౧౫౬)

పైన గడియార మనునది గడియను తెల్పునట్టిదే. గంటలు తెలుపు పాశ్చాత్య గడియారా లింకా దిగుమతియై యుండలేదు.

నారాయణకవినాటి జనుల వినోదములు కొన్ని యిల్లిండెను రంగులు వేసి చిత్రపటములు వ్రాయుచు వా రుండిరి. సంపన్నుల యిండ్ల గోడలమీదను, దేవాలయపు గోడలమీదను చిత్తరువులు వ్రాయుచుండిరి.

హరిత హారిద్ర కృష్ణరక్తావదాత
శబల పాటల ధూమల శ్యామకపిల
వర్ణములగూర్చి చిప్పల వాగెలునిచి
చిత్తరువు వ్రాయు గళ్ళలో చిత్రఘనుడు. (౩-౮)

౧౫౦ ఏండ్ల క్రిందట మన తెనుగువారి ఆటలనుగూర్చి కవి విపులముగా ఒక పెద్ద సీసమాలికలో ఆట లన్నింటిని ఒకపట్టికగా చేర్చి తెలిపినాడు. అందు సగముకంటె ఎక్కువ ఆట లెట్టివో మన కిప్పుడు తెలియరాదు. ఎవరైనా శ్రమచేసి పరిశోధనలు చేసి ఈ ఆట వివరములను అన్నింటిని వర్ణించి వివరించి ఒక చిన్న గ్రంథముగా వ్రాసిన బాగుండును. కవి తెలిపినవి కొన్ని యెట్టివనగా

'దూచియు జాబిల్లి బూచికన్నులకచ్చి
గుడిగుడి కుంచంబు కుందెనగిరి
చీకటి మొటికాయ చింతాకు చులుదులు
పులియాటలును చిట్ల పొట్లకాయ
తూరనతుంకాలు తూనిగ తానిగ
చిడుగుడు మొకమాట చిల్లకట్టె
దాగిలిమూతలు తమబిల్ల యాలంకి
గుప్పట గురిగింజ కొండకోతి
చిక్కణబిల్లయు జెల్లెను గొడుగును
బిల్లదీవులు లక్కిబిక్కిదండ
గద్దెరటోడి యొక్కసి కొక్కరిగాయ
పోటు గిరనగింజ బొంగరములు.' (౩-౧౪౭)

ఇట్టివి చాలా వ్రాసినాడు. అదంతయు ఉదాహరించుటకు వీలులేదు అభిలాషులు ఈ సీసమాలికలు పూర్తిగా చదువుకొనగలరు.

చాలామంది యిండ్లముంగిటి భాగాలలో పులి జూదపు ఆటగీతలను పలకరాళ్ళపై మలిపించి యుంచుచుండిరి.

"ముంగిట పులిజూదములు గీచియుండిన
రచ్చబండలు గొప్ప ప్రహరిగోడ" (౪-౧౨౩)

నేటికిని తెలుగుదేశమం దంతటను పల్లెలలో ఈ ఆచారము మిగిలి యున్నది.

కోడి పందెములు తెనుగువారి వినోదములలో చాలా ప్రాచీనమగు వినోదము. మన సారస్వతములో కేతనకవి కాలము నుండియు నారాయణకవి కాలము వరకు పలువురు కవులు ఈ పందెములను వర్ణించినారు. కోడి పందెపు శాస్త్రము కూడా చాలా ప్రాచీనమైనట్టిదే. నారాయణకవి ఈ విషయములో ఇట్లు వర్ణించినాడు :

"కాచిప్రాతలు దారాలు కట్టుముళ్ళు
ముష్టులను సీళ్ళముంతలు మూలికలను
కత్తులపొదుళ్ళు మంత్రముల్ కట్టుపసరు
లెనయవచ్చిరి పందెగాళ్ళేపురేగి
వేగ నెమిలి పింగళి కోడి డేగ కాకి
వన్నెలై దింటి కిరులందు వెన్నెలందు
రాజ్యభోజనగమన నిద్రామరణ
ములను విచారించి యుపజాతులను వచించి"

ఈ పందెమును గూర్చి ఇంకా నాలుగు పద్యాలిచ్చుటనే కవి విపులముగా వ్రాసెను. (౩-౨౧౩)

శైవభక్తులలో వీరభద్ర పళ్ళెరము లిడుట ఆచారముగా నుండెను. (౩-౧౮౮)

జనులలో తాయెతులపై విశ్వాసము మెండుగా ఉండెను. ఈ తాయతు శబ్దము అప్పకవి నాటికే రూఢియై పోయెను. తాయెతు శబ్దవిచార మిదివరకే చేసినాను.

నారాయణకవి ఒకచో తాయెతు నిట్లు పేర్కొన్నాడు.

"సరిపెణతో సజ్జబలు సందిటి తాయెతు
లంగవస్త్రము.........." (౫-౯౯)

బాలికలు ఆడుకొను ఆటలు ప్రత్యేకముగా ఉండెను.

నాచన సోమన మొదలుగా నారాయణకవి వరకు వాటిని పేర్కొనుచు వచ్చినారు. హంసవింశతిలో ఇట్లు తెలిపినారు.

"బొమ్మల పెండ్లిండ్లు బువ్వంపు బంతులు
పుణికిళ్ళు నిట్టికొ బొమ్మరిండ్లు......" (౫-౧౪౭)

(అభిలాషలు పూర్తి పద్యమును చూచుకొనగలరు. ఈ మాలికలో అతి విపులముగా ఆటలన్నింటిని కూర్చినాడు. కావున నిది చాలా ముఖ్యమైన పద్యము.)

రాటముపై వడకుట ఇంకా విరివిగానే ఉండెను. దాని ముచ్చట పలు తావులలో హంసవింశతిలో కలదు.

ధనాఢ్యులైనవారు చలివేంద్రలు పెట్టి వేసవిలోని బాటసారులకు సేద దీర్చి పుణ్యము కట్టుకొనిరి. ఆ చలిపందిటిలో ఉత్త మజ్జిగ మాత్రమే ఇయ్యకుండిరి.

'లవణశుంఠీజంభీరసాను యుక్తముల్
నీరు మజ్జిగకుండ బారులపర
లఘులయ్యెలాసూన లలిత సౌరభమిశ్ర
శీతలజలకుంభ జాతమమర
జీరకకైడర్య చారుగంధములొల్క
పలుచనియంబళ్ళ పంట్లుదనర
రవయుప్పు నీరుల్లి రసమునించిన కొళ్ళు
గంజికాగులగుంపు కడురహింప
గంధబర్హిష్ఠలామజ్జ కప్రశస్త కా
యమాన ముహుర్ముహుర్జాయమాన
మందపవమాన ఘనసార బృంద వేది
కాలయవితాన పానీయశాలయొప్పె (౨-౧౬౦)

ఆ కాలమందు బ్రాహ్మణులు సంస్కృతాభ్యాసము విరివిగా చేయుచుండిరి. వారి పాఠ్య ప్రణాళిక యేమనగా, మేఘ సందేశము, కువలయానందము, ప్రబోధ చంద్రోదయము, మణిసారము, సిద్ధాంతకౌముది, రసమంజరి, కావ్యప్రకాశిక మొదలగునవి. (౨-౧౪౨)

మనవారు ఇంగ్లీషు విద్యాపద్ధతులలో నిండుగా మునిగినది ఈ ౬౦ ఏండ్లలో, అంతకు పూర్వము మన దేశపు బళ్ళస్థితిని నారాయణకవి ఇట్లు చక్కగా వర్ణించినారు.

నన్నయ్యవార లోనామాలు దిద్దుకొ
మ్మనినచో కడుపునొప్పనుచు నేడ్చి
దండంబునకు గుణింతము పెట్టరమ్మన్న
అంగుళీవ్రణమాయెననుచు జుణిగి
శిష్యులచే గాలుసేతులు బట్టించి తెచ్చి
పద్యముజెప్ప దెమలకుండి
పలక వ్రాయనటంచు బడికెత్తుకొనిపోవ
బలపంబులేదని పలుకకుడి
అలుకచేనుండ బుగ్గలునులిచి తిట్టి
తొడలు వడిపెట్టి కోదండమదరగట్టి
రెట్టలెగబెట్టి బట్టించి రేపుమాపు
కొట్టుబెట్టుగ సజ్జలు కోలదెగను (౩-౧౪౧)

గద్దించి తిట్టిట దిద్దుమంచును వ్రేలు
బట్టించినచటనే బట్టకుందు
పలుమారు లోయని పల్కుమంచునుగొట్టి
చెప్పిన శిలవృత్తి దప్పకుందు
ఒకటికి సెలవియ్యనురికి చీకటిదాక
పసులగాపరుల వెంబడినపోదు
జనని ఆడుకొమ్మని చదువుకోబొమ్మన్న
వినక వేమరు వెక్కివెక్కి యేడ్తు
సారెపద్యపు బలుక పై చమురుపూతు
ఎప్పుడును పెద్దపలక హెక్కెత్తజేతు

బాలరామాయణము పుస్తకాలుదాతు
వేయు సజ్జనకోలలు విరిచివైతు (౩-౧౪౩)

చరికుండ పగులగొట్టుదు పరువడి
సూత్రంబు త్రెంచి పారగవైతున్
మరిమరి బలపములిచ్చిన పొరినమలుదు
బగులగొట్టిపోయెనటందున్. (౩-౧౪౩)

నన్ను బింగీలు పెట్టించునాడె యయ్యవారు
నిద్రింపగా జూచి చేరి యచట
చింతబ్రేల్ కొమ్మ వంచుక సిగకుగట్టి
విడిచి యురికితినయగారు మిడికికూయ (౧-౧౪౪)

పల్లె బళ్ళలో మధ్యాహ్నము అయ్యవారు బడిలో గురిపెట్టి నిద్రించుట వాడుక. ఎండకాలము చింతచెట్లక్రింద బడి సాగెడిది. పెద్ద పలక అన కర్ర పలక; బలప మన మెత్తని కోవు బలపము. పొగాకువాడుక దేశమందు విరివిగా వ్యాపించిపోయెను. బట్టసంచిలో పొగాకు పెట్టుకొని వెంట తీసికొని పోవు చుండిరి. దాసని పొగాకు తిత్తి యనిరి (౨-౭౬). గ్రామ కరణాలు కూడా పొగాకు చుట్టలు త్రాగుటకు జాగా అలవాటుపడిరి. వారి వేషముకూడా గమనింప దగినది.

తెలితలపాగ, చొక్క, మొలతిత్తి, భుజంబున జల్వపచ్చడం,
బలచిటిబ్రేల ముద్రిక, యొయారముమీర పొగాకుచుట్ట సొం
పలరెడు కావిదోవతి, పదాబ్జ యుగంబుగ ముచ్చెలొప్పగా
నలనిభుడంత గ్రామకరణం బటకై చనుదెంచె నంతటన్. (౩-౯౨)

చొక్కా అనునది తెనుగుపదము కాదు. తెనుగు వేషముతో జొరబడిన అరబీ పదము. "చొగా" అని నిలువుటంగీకి అరబీలో పేరు కలదు. అదే చొక్కా అయినది. స్త్రీలు కూడా పొగాకును వక్క తమలపాకులతోపాటు నమలుటకు అలవాటు పడిరి (౪-౧౫౮). శుక సప్తతి కవి కాలమునాటికి (క్రీ శ. ౧౬౦౦) నారాయణకవి నాటికి స్త్రీల భూషణములలో భేదము రాలేదు. నారాయణకవి తెలిపిన కొన్ని భూషణము లేవనగా

కుప్పె, రాగడిబిళ్ళ కుంకుమరేఖ
పాపటబొట్టు కమ్మలు, బావిలీలు,
లలిసూర్య చంద్రవంకలు, సూసకము,
కెంపు రవలపల్లేరుబూవు, రావిరేక,
బుగడలు, నాన్దీగె, సొగసైన మెదనూలు
కుతికంటు, సరపణ, గుండ్లపేరు,
సరిగె, ముక్కర, జన్నసరము, బుత్తం
డాలు కంకణంబులు, తట్లు, కడియములును
సందిదండలు, ఒడ్డాణ మందమైన
ముద్రికలు, హంసకంబులు, మోయుగజ్జె,
లలరు బొబ్బిలకాయలు గిలుకు మెట్టె
లాదియగు సొమ్ముదాల్చి యయ్యబల మెరయు (౨-౩౯౧)

మన పూర్వుల ఆటలవలెనే సొమ్ములున్నూ చాలావరకు మనకు తెలియ రానివై పోతున్నవి. అభిమానులు వాటిని వర్ణించి చిత్రింపజేసి తెలుపుట మంచిది. ముఖ్యముగా నిఘంటుకారులు ఇట్టి పదాల కర్థము వ్రాయునప్పుడు భూషణవిశేషణము అని వ్రాయుచుందురు. అంతమాత్రమందరికిని తెలియును. ఇక నిఘంటుకారు లొనర్చిన ఘనకార్యమేమి?

ఏనుగుల వీరాస్వామయ్య అనువారు మద్రాసులో పెద్దఉద్యోగమందుండినవారు. అతని కాలములో ఇంకా రైళ్లు ఏర్పడి యుండలేదు. అతడు మద్రాసు నుండి కాశికి సకుటుంబ పరివారముగా ప్రయాణము చేసి పల్లకీలో క్రీ॥శ॥ ౧౮౩౦—౩౧ లో ప్రయాణము చేసెను. అతడు కడప, కర్నూలు, జటప్రోలు వనపర్తి, పామూరు, హైద్రాబాదు, నిజామాబాదు మీదుగా కాశీచేరి తిరుగా ఉత్తర సర్కారుల తీరము మీదుగా మద్రాసు చేరుకొనెను. కాన ఇంచుమించు తెనుగు సీమలో ముఖ్య భాగాలన్నింటినీ అతడు చూచి, అందలి జనుల ఆచార వ్యవహారాలను ఉన్నవున్నట్లుగా తన డైరీలో వ్రాసుకొనెను. అందుచేత అతని 'కాశీయాత్ర చరిత్ర' మన సాంఘిక చరిత్రకు క్రీ. శ. ౧౮౦౦—౧౮౫౦ కాలము వరకు చాలా ఉపకరించును.

వీరాస్వామి కాలములో తెనుగుదేశము ఇంగ్లీషువారి పరిపాలన లోనికి వచ్చెను. హైద్రాబాదులోని తెలంగాణా నిజాం పరిపాలనములో ఉండెను.

ఇంగ్లీషు వారు ఇంకా తమ రాజ్యాలను స్థిర పఱచుకునే యత్నములోనే యుండిరి. అందుచేత దేశమందు శాంతి భద్రతలు ఏర్పడలేదు. అయినను బ్రిటిషిండియా లోని భాగాలలో నిజాం రాజ్యములోని భాగాలకంటే శాంతి భద్రత లెక్కువగా ఉండినవని కాశీయాత్ర చరిత్ర నుండి బిల్గామీ వ్రాసిన Hisiorical and descriptive sketches of Hyderabad State గ్రంథము నుండి మనకు తెలియవస్తున్నది.

తెనుగుదేశములోని యిండ్లు ఒక్కొక్క ప్రాంతములో ఒక్కొక్క విధముగా నుండెను. రాయలసీమలోని వ్యవసాయకుల యిండ్లలో పశువులున్నూ మనుష్యులున్నూ నివాసము చేయుదురు. ఇది నేటికిని మారకుండా వచ్చిన దురాచారము. కర్నూలు జిల్లాలోని బండాత్మకూరు చేరి వీరాస్వామి యిట్లు వ్రాసెను. పశువులకు తాము కాపుర ముండే యిండ్లకంటే చక్కగా కొట్టములు కట్టి, బాగా కాపాడుచున్నారు. ఆవులకు పాలు పితుకుటలేదు. ఎనుపపాడి సహజముగా ఉన్నది. (పుట ౧౧)

రాయలసీమలో ఎద్దుల వృద్ధి నాటికీ నేటికీ లేదు. "ఎద్దులు నెల్లూరిసీమ నుంచి వచ్చేవారి వద్ద హమేషా వారికి కొనవలసి యున్నది. తడవకు ౧౦-౨౦ వరహాలు పెట్టి యెద్దులను కొనుచున్నారు. (పుట ౧౪)

కర్నూలు జిల్లాలో బియ్యము చాలా తక్కువ. "పేదలు జొన్నలతో నున్ను, ఆరికె యన్నముతోనున్ను కాలము గడుపుచున్నారు. (౨౩)

కృష్ణాజిల్లాలోని ఎద్దులవంటి యెద్దులు దక్షిణ హిందూస్థానములో మరెందును కానరావు. (౩౫౮)

మచిలీబందరువారిని గూర్చి యిట్లు వ్రాసినాడు.

మనుష్యులు నిండా ఆరోగ్య దృఢగాత్రులుగా లేరు. స్త్రీలు అలంకార పురస్సరముగా శోభాయమానులై వున్నారు. చెవులకు నిడుపు గొలుసులు వేసికొని పాపటకు చేర్చి చెక్కుతారు. స్త్రీ పురుషులు చాయవేసిన వస్త్రప్రియులై యున్నారు. (పుట ౩౫౦)

'ఈ దేశస్థులు(బందరువారు)కచేరీ సహితముగా విందుచేస్తే ఆ వుత్సవాన్ని మేజువానీ లంటారు.' ఇప్పుడును ఉత్తర సర్కారులో బోగపు సానుల పాట

కచ్చేరీని మేజువానీ అంటారు. ఇది ఉర్దూ 'మేజుబానీ' నుండి వచ్చిన పదము. అనగా విందు అని యర్థము. విందులో భోగమాట ముఖ్యము.

'కృష్ణానదికి వుత్తరము తూర్పు సముద్రపర్యంతము దేశస్థులు మాట్లాడే తెనుగు మాటలు రాగ సంయుక్తముగానున్న అక్షరలోపము గల హ్రస్వ శబ్దములుగా వుంటున్నవి. స్త్రీలు వోటిని అవరించే పాటి ముక్కరలు చాలా లావుగా చేసి ధరించుతారు.' (పుట ౩౫౩—౩౫౪)

'నెల్లూరుసీమ పురుషులు స్త్రీలు దేహ పటుత్వము కలవారుగా నున్న, యథోచితమైన కురుచరూపము గలిగి సౌందర్యవతులుగా తోచుచున్నది. కాని దేహవర్ణము నలుపు కలసిన చామనగా తోచుచున్నది. గుణము నిష్కాపట్యమని చెప్పవచ్చును.' (పుట ౩౯౩)

'రాజమహేంద్రవరము ధవళేశ్వరము ప్రాంతములో సప్తగోదావరీ భూమిని కోనసీమ అందురు. అక్కడ బ్రాహ్మణులకు భూవసతులు చాలా ఉన్నవి. (పుట ౩౪౩) 'అచ్చటి బ్రాహ్మణులు చాలా అధ్యయన పరులు, యజ్ఞయాగాది కర్మములయెడం చాలా శ్రద్ధాభక్తి కలిగివున్నారు.' (పు-౩౪౪) 'కళింగాంధ్ర దేశములలో తెలగాలనే వెలమలు కలరు.' (పు-౩౪౪) తెలగాలు వెలమలు ఒకే జాతి వారని వీరాస్వామి వ్రాసినాడు!

'చినగంజాం మొదలుగా సముద్రతీరమందు వుప్పు పయిరుచేయడము విస్తారము కనుక వుప్పరజాతి స్త్రీలు దోటి ముక్కరలు ధరింతురు. ఇప్పట్లో దక్షిణ దేశము పడమటి దేశము పొడవుగా భూమి త్రొవ్వడానకు నెగడి వుండేవారు. ఈ దేశపు వుప్పరవాండ్లున్ను ఓఢ్రదేశపు వొడ్డెవాండ్లుగా తోచినది.' (౩౫౬)

అందుకు సందేహ మక్కరలేదు!

'జగన్నాథ క్షేత్రములో జోగి జంగము మొదలయిన శైవులను తురకల వలెనే నిషిద్ధ పఱచి గుడిలోనికి రానియ్యరు. హిందువులలో చాకలిజాతిని చండాలురను గుడిలోపలికి రానియ్యరు.' (౩౧౦)

ఈ రెండు వాక్యాలు తెనుగుదేశానికి సంబంధించకున్నా ఉత్తరసర్కారు లకు సమీపమునుండు రాయలసీమలో అనాటి యాచారములు తెలియవచ్చును. అందు చాకలివారిని చండాలురవలె చూచినది గమనించదగినది.

'ద్రావిడ దేశములో శూద్రులనున్నూ ముఖ్యముగా చండాలురనున్ను అగౌరవపరుస్తూ శూద్రులదృష్టిని చండాలుర సమీప వర్తిత్వమున్నూ కూడదని నిండా అగౌరవ పరచడముచేత వేల పర్యంతము ప్రజలు క్రీస్తుమతస్థులుగా పెదపాళెము మైలాపూరు క్రీస్తు గుళ్ళ పుత్సవాదులలో చూడబడుచున్నారు. (౧౬౫)

విశాఖ పట్టణం జిల్లా వారిని గూర్చి ఇట్లు వ్రాసినాడు.

'ఈ దేశపు స్త్రీలు మంచి సౌందర్యము కలవారుగానున్న, ముఖలక్షణము కలవారుగానున్న అగుపడుతారు. జావరా వి త్తుల వర్ణము వేసిన బట్టలు వుపవన్నెలు కట్టుతారు. కాళ్ళకు పాదగాలు వెయ్యడం కలిగి వున్నది. (౩౩౫)

బాలకొండ నిజామాబాదు జిల్లాలోని ఆర్మూరుకు ౬ కోసుల దూరములో ఉన్నది. 'హైదరాబాదు వదలినది మొదలుగా పాలు పెరుగు మాత్రము తంబళ జాతివారి గుండా ఊరూరిలో సమృద్ధిగా దొరుకును.... ఈ దేశములో తంబళ జాతివారు పుష్పాలు, పాలు, పెరుగు తెచ్చి యిచ్చి మేళాలు వాయింపుచున్నారు. మంగల జాతివారు మషాల్ వేయుచున్నారు.' (పు ౪౬)

తెలంగాణా చాకలివారు దివిటీలు పట్టుదురు. వీరు మంగళ్ళ కా పని నిచ్చినారు. ఇవి ఆనాటి తెనుగుజనులను గూర్చిన ముచ్చట.

ఇక మన తెనుగు భాషాస్థితి ఒక్కొక్క ప్రాంతమం దెట్లుండెనో కనుగొందము. 'కడప వదలినది మొదలుగా అరవభాష తెలిసి మాట్లాడతగినవారు సకృత్తుగా ఉన్నారు. తెలుగుమాటలు సర్వసాధారణముగా రాగసరళిగా చెప్పుచున్నారు. ప్రశ్నపూర్వకముగా ఉత్తర ప్రత్యుత్తర మిచ్చేటప్పుడు శబ్దముల సంకుచిత పరచి మాట్లాడుచున్నారు. ఎట్లాగంటే యీయూరు ఆయూరికి ఎంత దూరమంటే నాకు యేమి యెరుక అని ప్రత్యుత్తరము పుట్టుచున్నది. పండుకొన్నాడు అనడానికి పండినాడని అనుచున్నారు. హిందూస్థానీ తురకమాటలు తరుచుగా తెనుగు భాషలో కలిపి మాట్లాడుచున్నారు.' (౪౮-౪౯)

ఇవి రాయలసీమను గూర్చి చెప్పినమాటలు. తెనుగు దేశానికి దక్షిణమున కడప జిల్లా ఒక హద్దని ఇతని అభిప్రాయము. ఆదిలాబాదుకు ఉత్తరమున ౧౦ క్రోసుల దూరముపై మేకలగండి అను ఘాటు కలదు తర్వాత వరదానది దాటవలెను. 'హైదరాబాదు సరిహద్దు దానితో తీరిపోయింది' అని వీరాస్వామి

వ్రాసెను. వరదానది ఆవల నాగపూరు రాజ్యమని తెలిపినాడు. 'అక్కడ క్రాయరా అనే యూరు మొదలు తెనుగు సకృత్తుగా ఉన్నది.' (౨౬)

విశాఖపట్టణము జిల్లాలోని తెనుగు భాషను గూర్చి యత డిట్లు వ్రాసెను.

సర్వసాధారణముగా ఈ దేశమందు తెనుగు భాష ప్రచురముగానున్నది. మాటలు దీర్ఘముగానున్న, దేశీయమై రహస్యముగానున్న పలుకుతారు. తెనుగు అక్షరములు గొలుసు మోడిగా వ్రాస్తారు. మనుష్యులు స్వభావముగా దౌష్ట్యములు చేయతలచినా మంచి తియ్యని మాటలు మాత్రము వదలరు.' (౩౩౪)

'గంజాము జిల్లా తెనుగు సీమకు మరొక హద్దు. గంజాం మొదలుగా కళింగదేశము ఆరంభ మవుటచేత ఇండ్లు, మనుష్యుల అలంకారాలు, దృష్టి దోషపు పాటింపులు దక్షిణదేశము వలెనే యావత్తు కలిగి ఉన్నవి. చిన్న యిండ్లకు కూడా వాకిట పంచ తిన్నెలు పెట్టి కట్టినారు. ప్రతి స్త్రీ బులాకులు ముక్కర ధరించి వున్నారు. సమీపమున వుండే మాలుఝూ అన్న పూరిలో యెవరికిరాని తెనుగు భాష యక్కడ అందరికి వచ్చినది.' (౩౧౯)

'నెల్లూరు దక్షిణములో తెనుగు సీమకు మరొక హద్దు. నెల్లూరు మొదలుగా అరవమాటలు వింటూవస్తారు. ఈ దేశములో పడమటినుంచి కన్నడము వచ్చి కలిసినది. దక్షిణమునుండి అరవమువచ్చి కలిసినది. ఉత్తరమునుంచి తెనుగు అదే రీతిగా వచ్చి కలిసినది. కనుక యీ మధ్యదేశపు భాష (ఉత్తర దక్షిణ పినాకినీల మధ్య దేశభాష) యీ మూడు భాషలు మిశ్రమయి యీ మూడు భాషలు యీ దేశస్థులు వచ్చి రాక ఆయా దేశములలోకి వెళ్ళి మాట్లాడ పోతే ఆయా దేశస్థులు హాస్యము చేయసాగుతారు. (౩౬౧)

చెన్నపట్టణమును గూర్చి, అందలి భాషలను గూర్చి వీరాస్వామి గారిట్లు తెలిపినారు.

'౨౦౦ ఏండ్ల క్రిందట (అనగా ౧౮౩౧ కి ౨౦౦ ఏండ్ల పూర్వము) చంద్రగిరిలో బీజానగరపు (విజయనగరపు) సమస్థానాధిపతి యయిన శ్రీరంగ రాయడు దొరతనము చేయుచుండగా 'డే' అనే దొర యీ సముద్రతీరమందు ఒక రేవు బందరు కట్టించవలెనని యత్నముచేసి శ్రీరంగరాయణ్ణి అడిగి వుత్తరువు తీసుకొని యీ ప్రాంతాలకు జమీందారుడైన దామర్ల వెంకటాద్రి నాయడి పేర పన్నదు పుచ్చుకొన్నాడు. ఆ వెంకటాద్రినాయడు డే దొరకు కృత

పరిచయుడు కనుక శ్రీరంగరాయడు తన పేరు పెట్టి శ్రీరంగరాయ పట్టణము అని రేవుబందరు కట్టి మన్నా వెంకటాద్రినాయడు తన తండ్రియైన చెన్నప నాయడి పేరట చెన్నపట్టణమని పేరుపెట్టి కట్టడమేకాక తానే సన్నదానాధిపతి గనుక ఆదే నామకరణము ఆరంభములో చేసినందున చెన్నపట్టణము పేరు కలిగి వది. తత్పూర్వము ఈ రేవును ఇంగ్లీషువారు మదిరాసు అంటూవచ్చిరారు." మద్రాసు రేవులో ఇంగ్లీషువారు గుట్టగా కట్టెలకుప్పను తమ కోట నిర్మాణానికి వేసియుండిరి. అప్పుడు ఆ ప్రాంతమందుండిన డచ్చివారు తమ భాషలో కట్టె కుప్పకు మదారై అందురు. కాన దానిని మదారైస్ అనిరి. అదే మద్రాసు అయ్యేను. (౩౬౯)

"ఇక్కడివారు (చెన్నపట్టణమువారు) ప్రకృతులు ఉపాయ వేత్తలుగాని సాహసులుగారు. ద్రావిడాంధ్ర కర్ణాటదేశాల మధ్య యీ ప్రదేశము వుండుటచేత బాల్యాదారభ్య దేశ్యములైన ఆ మూడు భాషలున్ను ముందు దొరతనము చేసిన వారి తురకభాష యిప్పుడు దొరతనము చేసే యింగ్లీషువారి భాషయున్ను నోట నానడము చేతనున్ను. పదార్థములుగా కొన్ని సంస్కృత వాక్యాలు అభ్య సించుట చేతనున్ను ఇక్కడివారి ఉచ్చారణ స్ఫుటముగా ఉంటూ వచ్చుచున్నది. ఇక్కడి స్త్రీలు గర్విష్టలుగానున్ను, పురుషులపట్ల నిండా దొరవ జేసుకోగల వారుగానున్ను అగుపడుతారు. అయితే వస్త్రాభరణ ప్రియులేకాని నైజగుణమైన సాహసము నిండా కలవారుగా తోచలేదు. (౩౭౩)

తెలంగాణా పరిస్థితి

హైద్రాబాదు రాష్ట్రములో తెలంగాణాను గురించి వీరాస్వామి తాను వెళ్ళిన దారిలో తగిలిన ప్రదేశాలలోని విశేషములను తెలిపినందున దీనిని గూర్చి ప్రత్యేకముగా వ్రాయవలసి యున్నది.

"హైద్రాబాదులోని కొల్లాపుర వనపర్తి సంస్థానాలవారు తరుచుగా తగవు లాడి ఒకరి గ్రామాలను ఒకరు కొల్లపెట్టి రైతులను హింసించి గ్రామాదులు పాడుచేయుచున్నారు ఈలాగున కలహములు పొసగినప్పుడు న్యాయము విచా రించి యొకరికొకరికి సమరస పెట్టకుండా చందూలాలు ప్రభృతులు ద్రవ్య కాంక్షచేత ఉభయులకున్ను కలహములు పెంచి వేడుక చూచుచున్నారు"

(౨౪-౨౫)

'జమీందారులు-వారి ఆధీనములో నుండే భూమిని పూర్ణమైన స్వాతంత్ర్యము కలిగి ఆయా భూములలోని కాపురస్తులను భర్త భార్యమీద చెల్లించే అధికారముకంటే ఎక్కుడయిన అధికారముతోనే యున్నారు." (౩౨) ఈ వాక్యములు వ్రాసి ౧౨౦ సంవత్సరాలు గడిచిపోయినను ఇప్పటికిని హైద్రాబాదు జాగీర్లలో రైతులు సర్వ'రహితులు'గా నున్నారు జాగీర్దారులు ఆ 'రహితుల'పై భర్తల్లు భార్యలపై చెల్లించుకొనే దర్పముకంటే మించిన దర్పాన్ని సాగించుకొంటున్నారు. జాగీర్దార్ల దౌర్జన్యాలను గూర్చి బిల్గ్రామీ ఇట్లు వ్రాసెను.

'ప్రతి గ్రామములో జాగీర్దార్లు వ్యాపారులను బాధించి సరకులపై సుంకాలు లాగుకొనేవారు. అందుచేత క్రీ. శ. ౧౮౦౦ నుండి ౧౮౫౪ వరకు రాష్ట్రములో వ్యాపారము నశించి పోయెను.'

"హైద్రాబాదులో మనుష్యులందరున్ను ఆయుధపాణులై, మెత్తనివారిని కొట్టి నరుకుచున్నారు' (కాశీయాత్ర ౩౪). షహరులో (హైద్రాబాదు నగరంలో) చంపినా అడిగే దిక్కు లేదు. బీదలు ఏ చెట్టు వేసినా వాటిఫలమును క్షేమముగా అయుధాలే ఆభరణాలుగా నుంచుకొని దర్పమే యశస్సుగా భావించుకొని యుండే లోకులు అనుభవింపనీయరు. సాత్వికప్రభుత్వము కల రాజ్యములో మెదిగిన వారికి ఆ షహరులో ఉనికిన్ని, ఆ రాజ్య సంచారమున్ను భయప్రదములుగా ఉంచున్నవి. (కా. ౩౬) తుదిమారుగా రజాకారు లీ పైశాచిక ప్రదర్శనము చేసినది వీరాస్వామి నాటి యవస్థాపరిణామమే! "నాగపూరు నివాసస్థులు కృత్రిములు కాని హైదరాబాదు షహరువారి-లె మాటకు మునుపు ఆయుధములు వాడేవారు కారు." ఉత్తరసర్కారులలో నిజాంగారి జమీందారులు చాలా దౌర్జన్యాలు చేసిరి. (బిల్గ్రామి సంపుటం ౨ పు ౨౨) పిండారీలు మరాటీదండు దేశాన్ని కొల్లగొట్టుతూ ఉండెను. (౨౦-౨-౩౦)

హైద్రాబాదు రాష్ట్రములో ప్రతిదినము బందిపోటు దొంగతనాలు జరుగుచుండెను. రోహిలా గుంపులు, దొంగ గుంపులు గ్రామాలను దోచుకొనుచుండెను. (బిల్గ్రామీ ౨-౧౨౭) బందిపోటు దొంగలలో ఎక్కువ రోహిలాలే యుండిరి. (బి. ౨-౧౬౯)

హైద్రాబాదు రాజ్య మిట్టి దుస్థితిలో నుండుటచేత రాష్ట్రమంతటా వ్యాపారము స్తంభించి వ్యవసాయము నాశనమై, పలుమారు కరువులు వచ్చి,

జనులు ఈగలవలె రాలిపోతూవచ్చిరి. రాష్ట్రములోని కొన్ని కరువుల వృత్తాంతము చాలా ఘోరముగా ఉండెను.

క్రీ. శ. ౧౬౨౯-౩౦ లోని కరువులో రొట్టెయిస్తే కన్నబిడ్డను దానికి మారుగా యిచ్చువారుండిరి. జానేబనానే 'ఒకరొట్టెకు ఒక మనిషి' అని ఫార్సీలో అనిరి. కుక్కల మాంసమును మేకమాంసమని అమ్మినవారుండిరి. చచ్చిన ప్రాణుల యెముకలను పిండిచేసి ధాన్యము పిండిలో కలిపి అమ్మిరి. కొందరు మనుష్యులు ఇతర మనుష్యులను తినిరి మరల ౧౬౫౯లో, ౧౬౮౧ లోను క్షామాలు సంభవించెను. (బిల్ ౨-౧౬-౧౭) ౧౭౦౨లో, ౧౭౧౩లో, ౧౭౪౯లో ౧౭౮౭లో క్షామాలు వచ్చెను. ౧౭౬౯-౯౩ లో తెలంగాణాలో ఘోరక్షామము కలిగెను. హైదరాబాదు నగరములో ౯౦౦౦౦ మంది చచ్చిరి. ఇండ్లలో చచ్చినవారి లెక్క లేనేలేదు. రాయచూరు జిల్లాలో ౨౦౦౦ సాలె వాండ్లలో ౬ మంది మాత్రము క్షామానంతరము మిగిలినవారైరి. దేశమంతా చచ్చినవారి పుర్రెలతో నిండెను. అందుచే దాన్ని పుర్రెల కరువు అనిరి (బిల్ ౨-౨౫). క్రీ. శ. ౧౮౦౪ లో మరల క్షామము కలిగెను. రూపాయికి ౬౦ సేర్లమ్మే రాగులు రెండున్నర సేరు ప్రకారమయ్యెను. కొందరు మనిషిమాంసమును తినిరి (బి. ౨-౨౯). మరల ౧౮౩౧లో క్షామము వచ్చెను. 'పిడికెడు గింజలకు పిల్లలను తండ్రు లమ్ముకొనిరి. జొన్నలు రూపాయికి ౩ లేక ౪ సేర్లమ్మెను. చెట్ల ఆకులను జనులు మేయదొడగిరి (బి. ౨-౨౯-౪౦) మరల ౧౮౫౪లో మరొక క్షామము వచ్చెను. వీధులలో పీనుగలు నిండియుండెను.

క్షామాల ఫలితముగా జనులు అప్పులపాలైరి అప్పులిచ్చేవారిలో మార్వాడీలే ఘనులు. కాని వారికంటె ఘోరులున్నారు. కాని అదేలనో వారినెవ్వరున్నా స్మరించరు అరబ్బులు, రోహిలాలు హైద్రాబాదు రాజ్యములో ౨౫౦ ఏండ్లనుండి జనులకు అప్పులిచ్చి ప్రపంచములో కని విని యెరుంగని వడ్డీని వసూలు చేస్తూ వచ్చినారు. ఈనాడు కూడా వారు నూటికి ౪౦౦ రూపాయిల వడ్డీని వసూలు చేస్తున్నారు. అప్పుల పోతులు బాకీ యియ్యకుంటే జంబియాలతో పొడిచి వసూలు చేసేవారు.

'రైతుల ధాన్యాన్ని మార్వాడీలే కొని కోరాలలో పెట్టి, ధరలు పెంచి అమ్ముచుండిరి. ఆకాలములో మార్వాడీలను గూర్చి యిట్లనుచుండిరి. 'ఒక

లోటాతో, దానికొాక చిన్న త్రాడుతో, ఒకకట్టు ధోవతితో నర్మదాను ఒక మార్వాడీ దాటి హైద్రాబాదు చేరుకొనిన కొన్నేండ్లలోపల వాడు విపరీతపు వడ్డీ వ్యాపారమువల్ల ధనికుడై బండెడు బంగారు భర్తీతో మార్వాడు చేరుచుండెను (బి. ౨-౩౬). 'అరబ్బులు రాజారాం బక్షు అను పూర్వ మంత్రికి బాకీ లిచ్చిరి. అతడు బాకీలు చెల్లించకపోతే అరబ్బులు అతన్ని చాలా ఘోరముగా కష్టపెట్టగా తట్టుకొనలేక అతడు నిజాం దేవిడీలోనే దాగుకొనెను. (బి. ౨-౩౯). అరబ్బుల దౌర్జన్యాలు విపరీతమై పోయెను. వారు అప్పులిచ్చి హింసించి వసూలు చేసుకొనుచుండిరి. అప్పుల పోతులను తమ జమాదార్ల యిండ్లలో మూసివేసి కూడు నీళ్ళియ్యక కష్టపెట్టి బాకీలు వసూలు చేసుకొనుచుండిరి. పఠానులు, అరబ్బులు జాగీర్దారుల కప్పులిచ్చి ౫౦ లక్షల ఆదాయం కల జాగీర్లను తమ వశములో ఉంచుకొనిరి (బి. ౨-౧౧౮) 'పూర్వం కోర్టులు లేకుండెను కోమట్లకు వ్యాపారులకు అప్పులు రాకుంటే వారు రోహిలాలను అరబ్బులను పంపేవారు. వారు జంబియాలతో వసూలు చేసియో లేక సామానులను లాగుకొనియో వచ్చుచుండిరి. రోహిలాలు అరబ్బులు తమ సొంత అప్పులను ఇయ్యనివారిపై బండలు మోపి హాతలు వేయుచుండిరి. బాకీ పడినవాడు పారిపొయ్యేటట్లు కనబడితే వానిపై తమవారి నిద్దరి ముగ్గురిని కాపలా పెట్టి ఆ కావలి కూలీ కూడా వసూలు చేయుచుండిరి. తామిచ్చిన దాని కంటే చాలా యెక్కువ వసూలు చేస్తూ ఉండిరి. (బి. ౨-౧౬౩)

జనులు తమ పిల్లలను అమ్ముకొనుచుండిరి. అట్టి వ్యాపారాన్ని క్రీ॥ శ॥ ౧౮౩౬లో నిషేధించిరి '(బి. ౨-౧౯). హైద్రాబాదు రాజ్యములో క్రీ.శ. ౧౮౪౮లో సహగమనమును ఆపివేయించిరి. (బి. ౨-౩౮)

తెలంగాణములోని భూములన్నీ గుత్త కిచ్చుచుండిరి. గుత్తేదారులు రైతులవద్ద ధాన్యభాగము తీసికొని సర్కారుకు రూపాయలు చెల్లించు చుండిరి. భూములకు నిర్ణయమగు పన్నులు లేకుండెను. దేశముఖులు, దేశ పాండ్యాలు పన్ను వసూలుచేయు అధికారులు. భూమిపన్నే కాక మగ్గం పన్ను, కడప పన్ను, కలాలి, ధన్గర్ పట్టి, దేడ్ పట్టీ, కులాలపన్ను, పెండ్లిపన్ను, తోళ్ళపన్ను, హట్బాజరీ (కూరగాయలు). పీనుగులపట్టి తోకపన్ను ఆదంపట్టి (హిందూ పారిశ్రామికులపై పన్ను) మున్నగు ౨౭ విధాల చిల్లర పన్నులను ప్రజల నుండి లాగుచుండిరి. (బి. ౨-౩౩)

తెలంగాణములో చాలా పరిశ్రమలుండెను. ఇంగ్లీషువారి వ్యాపారము మూలాన దేశమందలి అరాచకమువలన ౧౮౦౦-౧౮౫౦ ప్రాంతమున వాటి క్షీణదశ ప్రారంభమయ్యెను. వరంగల్ జంఖానాలు, తివాసీలు కాకతీయుల పతనమునాటి నుండి ప్రసిద్ధిగాంచినట్టివి. బిదరులో బిదరీ సామానులు బిదరుసుల్తానుల కాలమునుండి వృద్ధికివచ్చినవి. తెలంగాణము ప్రధానముగా నూలుబట్టలకు ప్రపంచ ప్రఖ్యాతి గన్నట్టిది. మార్కోపోలో రుద్రమదేవి కాలములోని సన్నని బట్టలను జూచి అవి సాలెపురుగుల దారాలా అని భ్రమపడెను.

వరంగల్ తివాసీలను, జంఖాణాలను ౧౮౫౧లో ఇంగ్లండుకు ప్రదర్శనార్థ మంపిరి. ఇనుమును కరిగించి ఇనుపవస్తువులను చేయుచుండిరి. వరంగల్, కూన సముద్రము, దిందుర్తి, కొమరపల్లి, నిర్మల్, జగిత్యాల, అనంతగిరి, లింగంపల్లి, నిజామాబాదు మున్నగు స్థలములలో ఈ పనులు జరుగుచుండెను. నిర్మలవద్ద నుండు కూన సముద్రములో శ్రేష్ఠమైన ఉక్కును సిద్ధము చేస్తూవుండిరి. ఎల్గందల్ ఇబ్రహీం పట్టణము, కొనాపూరు, చింతలపేట మున్నగు స్థలాలలోను మంచి ఉక్కు సిద్ధమగుచుండెను. కూన సముద్రము ఉక్కువంటి దానిని పర్షియాలో చేయుటకు చాలా ప్రయత్నము చేసి విఫలులైరి. కత్తులను హైద్రాబాదు, గద్వాల, వనపర్తి, కొల్లాపురములలో ౧౮౯౦ వరకు కూడా విశేషముగా తయారు చేయుచుండిరి. ౫ రూ. మొదలు ౧౫ రూ. వరకు వాటి నమ్ముచుండిరి. బంగారు నీరు పోసిన కత్తులు ఖమ్మములోని జగదేవపూరులో తయారగుచుండెను. గద్వాలలో తుపాకీలు కూడా సిద్ధము చేస్తుండిరి. రోహిలాలు పట్టే పెద్ద తుపాకీలను వనపర్తి, గద్వాల, నిర్మలలో చేసిరి. ౨౦ రూ. నుండి ౬౦ రూ. వర కమ్ముతూవుండిరి. నూలు, పట్టు కలిపి నేసిన మష్రూ అను బట్టలను హైద్రాబాదులో గద్వాలలో నేసిరి. టస్సర్ పట్టుబట్టలను వరంగల్, నారాయణపేట, మట్వాడా, హసన్‌పర్తి, కరీంనగరు జిల్లాలోని మాధాపురంలో నేయుచుండిరి. ఇందూరు(నిజామాబాదు), మెదకు, హైద్రాబాదులోను, మహబూబు నగరుకు ౧౦ మైళ్ళ దూరములోనున్న కోయిల కొండలోను కాగితములు సిద్ధము చేయుచుండిరి. (బిల్గ్రామి సం॥ ౧ పు॥ ౩౯౫-౪౨౫)

కడప జిల్లాలో దువ్వూరు అను గ్రామము కలదు. 'దువ్వూరు' మొదలు కొని ప్రతి గ్రామమందున్న కొండకరమల వాండ్లు ఇనుప రాళ్ళతో ఇనుము చేయుచున్నారు. (కా. యా ౬) గుంటూరు జిల్లాకు చేరిన వేటపాలె

ములో '౧౦౦౦ నేతగాండ్లుండిరి. తోపు శెల్లాలు, రుమాలా తానులు, చీరలు వగైరాలు నేసి అనేక దేశాలకు వుపయోగ మయ్యేటట్టు చేసి జీవింపుచున్నారు.' (కా ౩౫౫) బాలకొండలో (వేములవాడ వద్ద) 'మేనాసవారలు గంజీఫాచీట్లు ఇవి మొదలైనవి చేసి హైదరాబాదుకు తీసుకొనిపోయి అమ్ముచున్నారు. ఈ యూరిలో జీనిగెలవాండ్లు అనేకులు ఉపపన్నులుగా నున్నారు.' (కా. ౪౬) 'నిర్మల పంచపాత్రలు ఈ ప్రాంతములో బహు ప్రసిద్ధిగా నున్నవి. నిండా కంచర యిండ్లున్నవి. (కా. ౫౦)

అప్పటి జనుల ఆచార వ్యవహారాలు కొన్ని వీరాస్వామి యిట్లు తెలిపినాడు. 'హైదరాబాదులో గొప్పవారందరున్నూ పండుటాకులు (తమలపాకులు) వేసుకొనుచున్నారు. బాలకొండలో పండుటాకులు దొరకును. కడప మొదలుగా గోదావరీ తీరమువరకు (నిజామాబాదుకు ఉత్తరములో) అమ్మే వక్కలు ముడి వక్కలు. ఈ దేశములో పేదలు నిండా తాంబూలము వేసుకోవడము లేదు. వక్కలు మాత్రము నములుతారు. శూద్రులచేతి హుక్కాలు ఇతరులు తాగుచున్నారు' (కా. ౪౮) హైదరాబాదులో పండ్లు దొరకును. కాని 'చెన్నపట్టణము కంటే మూడింతల వెల యివ్వవలసినది. కూరగాయలు ఆ ప్రకారమే ప్రియమైనా మహా రుచికరముగా నున్నవి. (కా. ౩౪) 'కూరగాయల రుచికి హైదరాబాదు సమముగా యీవరకు నేనుచూచిన భూమిలో యేదిన్నీ కూడ చెప్పలేదు. (కా. ౨౭౪)

ఆ కాలమున హిందూదేవాలయముల యొక్కయు, హిందూమతము యొక్కయు స్థితి శోచనీయముగా ఉండినది. హిందువులలో కులాల తత్త్వము వెరి రూపాల దాల్చెను. మద్రాసులోని కులకక్షలను గూర్చి యిట్లు కాశీయాత్రలో తెలిపినాడు. 'అప్పట్లో అనేక తెగలు దేశముల నుంచి యక్కడికి వచ్చి చేరినందున యెడమచెయ్యికక్షి అని, కుడీ చెయ్యి కక్షి అని రెండు పక్షలుగా యక్షడివాడు చీలి యింగ్లీషువారికి చాలాశ్రమను కలుగ జేసిరి.' (౩౭౦) దేవాలయాల ఆదాయాన్ని ఇంగ్లీషు వారున్ను నవాబులున్నూ తాము పాలించే ప్రదేశాలలో తీసుకొంటూ ఉండిరి.' వెంకటేశ్వరునికి ప్రార్థనలు చెల్లించే లోకుల వలన కుంఫిణీవారికి సాలుకు సుమారు లక్షరూపాయలు వచ్చుచున్నవి. కొండమీదయే ధర్మకార్యము చేసుకొనుటకున్ను సర్కారుకు రూకలియ్యవలెను.' (కా. ౪) 'అహోబిలములో ఉత్సవకాలమందు ౪౦౦ వరహాలు హాశ్శీలు అగుచున్నవి.

వాడినంతా కందనూరు నవాబు పుచ్చుకొని వెనగ గుళ్ళసంగతినే విచారింపడు. [కా.౧౦] 'శ్రీశైలయాత్రకు తీసే హాశ్శీలు కందనూరు నవాబుకు చేరుచున్నది. (కా.౧౪) 'ఆగుడి హాశ్శీలు మూలకముగా సంవత్సరము ౧ కి ౧౮౦౦౦ కంద నూరు నవాబుకు వచ్చినా గుడి యేగతి పొందేదెన్ని విచారించడు.(కా. ౨౦).

హైదరాబాదు 'షహరు చుట్టున్నూ చిన్న తిప్పలున్నవి. అనేక తిప్పల కొనలయందు మశీదులు కట్టబడియున్నవి. హిందూ దేవాలయములు లేవు. అవి యున్నా వృద్ధికి రానియ్యరు.' (కా. ౩౪)

'ఇందలవాయి అను రామస్థలము చేరినాను. [కామారెడ్డి దాటిన తర్వాత ఇందల్వాయ వచ్చును.] ఈ తురకల రాజ్యమందు ఈ స్థలము కుంపటిలో తామర మొలచినట్లున్నది. తిరుపతి వదలిన వెనక రాజోపచారములతో ఆరాధన నడిచేగుడి యిది యొకటే చూచినాను. నా విచారణలో నున్ను వేరే లేదని తెలిసినది.' (కా. ౪౩)

ఈ విధముగా ఇంగ్లీషువారి యొక్కయు, కర్నూలు నవాబుల యొక్కయు హైద్రాబాదు నవాబుల యొక్కయు పరిపాలనలో ఆంధ్ర దేశమందలి హిందూ మతమునకు క్షీణదశ సంప్రాప్తించి యుండెను. దాని కనుగుణ్యముగా హిందువులలో కులంతప్పులు, ఎచ్చు తచ్చులు, కొత్త కొత్త ఆచారాలు, అంతులు కొల్లలుగా పెరిగిపోయెను. జనులకు మత బోధ చేయు పీఠాధిపతు లేమూల నుండిరో యేమో ? ఆచార్యత్రయము తర్వాత వారి పీఠాలపై విరాజమానులగుచూ వచ్చిన పీఠాధిపతుల స్మరణ యెచ్చటను కానరాదు. అట్టి అంధకారములో తత్త్వాలు బోధించే కొందరు భక్తులు మాత్రము తమకు చేతనైనంత సంస్కారము చేస్తూవచ్చిరి మన సమీపా కాలములో బ్రహ్మానందయోగి, కంబగిరి, ఇంద్రపీరి బ్రహ్మన్న, చిత్తూరు నరసింహదాసు, వరనారాయణదాసు, పరశురామ నరసింహదాసు, ఆదికేశవులు, వీరాస్వామి, శివయోగి, తోటగజేంద్రుడు, అంగప్ప మున్నగువారు పామరజనులలో మతప్రచారము చాలా చేసిరి.

కర్నూలు నవాబులు మతావేశపరులై చాలా దేవాలయాలను మసీదులుగా మార్చిరి కర్నూలులోనే పెద్ద దేవాలయాలు పెద్ద మసీదులయ్యేను. కొందర హిందువులను తురకలనుగా జేసిరి. మహారాష్ట్ర దేశములో శివాజీకాలములో ముసల్మానులైన పలువురి హిందువులను శుద్ధిచేసి మరల హిందువులనుగా

జేసిరి. క్రీ॥ శ॥ ౧౭౫౬ లో కర్నూలు జిల్లాలోని పత్తికొండను బసాలత్ జంగు అను నవాబు చిన్న తిమ్మన్న అమునతనికి జాగీరుగా నిచ్చెను. అతడు పైకము చెల్లించలేక తన భార్యను పిల్లలను జామీనులుగా బసాలత్‌జంగువద్ద వదిలెను. బసాలత్ జంగు ఆ స్త్రీని పిల్లలను బలవంతముగా ముసల్మానులచేత వండించిన అన్నమును తినిపించెను. ఆ సంగతిని పీష్వాతో చెప్పుకొనగా వారిని విడిపించి శుద్ధి చేయించెను. కాని వాసప్పఅను పిల్లవాన్ని మాత్రము బసాలత్ జంగు భార్య వదలక తురకనుచేసి రహ్మతలీఖా అను పేరు పెట్టి తనకొడుకుకు దివానుగా చేసెను (క.ర్నూల్ మాన్యుయల్).

ఇస్లాం మతవ్యాప్తి తగ్గుతూవచ్చెను. క్రైస్తవ మతవ్యాప్తి హెచ్చుతూ వచ్చెను. క్రైస్తవులు ముసల్మానులవలె కత్తితోకాని తుదకు తుపాకీతో కాని మతప్రచారము చేయలేదు. కాని వారు బహువిధోపాయముల నవలంబించిరి. క్రైస్తవమిషనుల నేర్పాటుచేసి "ఫాదిరీలను [Fathers] నియమించి మత ప్రచారము చేసిరి. ఆ ఫాదిరీలు భారతదేశమం దన్ని ప్రాంతాలలో వ్యాపించు కొని తాముందు ప్రాంతీయభాషను నేర్చుకొని తమ బైబిలును అన్ని దేశీ భాషల లోనికి అనువదించి ముద్రించి ఉచితముగా పంచి పెట్టిరి. వారు భిల్లు, సంతాల్, ముండా, గోండు, కోయ, సవర, తోడ, నాగ, చెంచు, మున్నగు ఆటవికు లందును నివసించి వారి భాషలు నేర్చుకొని ప్రచారముచేసిరి. ఆటవికభాషలకు వ్యాకరణాలు, వాచకాలు వారు వ్రాసి ఆ భాషల నుద్ధరించిరి.

మిషినరీలు మొదటినుండియు హిందువులను వారి మతాన్ని, వారి ఆచారాలను దూషించి దుష్ప్రచారముచేసి అపకీర్తిపాలు చేస్తూవచ్చినారు. హిందువుల కులాలనుండి ముఖ్యముగా అంటరానితనమునుండి వారు చాలా లాభము పొందిరి. లక్షలకొలది అస్పృశ్యవర్గాలను తమమతములో కలుపు కొనిరి. అందేతప్పును కానరాదు. హిందువులు అంటరాని తనమును నెలకొల్పి తమకాళ్ళను తామే నరుకుకొన్నవారు. ఆ పాప ఫలితము నింకా అనుభవిస్తు న్నారు. కాని క్రైస్తవ మత ప్రచారకులు హిందువులలో నాగరికతలేదని, వారు దయ్యాలను మంత్రాలను ఆశ్రయించిరని, వారి స్త్రీలు బానిసలని, శిశుహంత కులని, మూర్ఖ విశ్వాసాలతో నిండినారని, వారి మతమంతయు నిస్సారమైనదని వ్రాసి ప్రచారముచేసి అపచారము చేసిరి. మెకాలేవంటి మహా మేధావి హిందూ వేదాలు ఈసప్ కథలకు సరిరావనెను. ఇట్టి వాతావరణములో రాజా రామ

మోహన రాయలు బయలుదేరి బ్రహ్మసమాజస్థాపనముచేసి హిందూ సాంప్రదాయములలో జొరబడిన దురాచారాలను సంస్కరింప బూనెను. అంతకుముందే రామదాసు, కబీరు గురుగోవిందు, మున్నగు వారు సంస్కరణలు ప్రవేశపెట్టియుండిరి. వేమన, వీరబ్రహ్మము, యాగంటయ్య, మున్నగు యోగులు తెనుగు దేశమందు దురాచారాలను కులాలను, విభేదాలను, తీవ్రముగా ఖండించిరి. కాని పీఠాధిపతులుమాత్ర మెన్నడును సంస్కరణవిధాన మవలంబించినట్లు క్రీ. శ. ౧౫౦౦ నుండి నేటివరకు ఈ ౫౦౦ ఏండ్లలో మనకు చరిత్రలో నిదర్శనాలు కానవచ్చుటలేదు.

అ రా చ క ము

మొగలాయి సామ్రాజ్యము తటాలున కూలిపోయెను. నామకార్థపు చక్రవర్తిని మాహాదజీ సింధియను ఆ కాలపు పీరాధివీరుడు ఇంచుమించు తన బందీగా నుంచుకొని హిందూ సామ్రాజ్యమును ఢిల్లీలో ప్రతిష్ఠాపించెను. అది కొలదికాలమువరకే! కాని స్థాపించినాడు! అంతలో ఇంగ్లీషువారి విజృంభణము శరవేగముగా పైకి వచ్చెను. బెంగాలు, బీహారు, మద్రాసు, ఒరిస్సాభాగాల నాక్రమించుకొని మరాటీలను కూడా ఓడించిరి మహారాష్ట్రాగ్రనాయకుడగు మాహాదజీ సింధియా ఇంగ్లీషువారి యుద్ధతంత్రమును బాగుగా గుర్తించి పూర్వపు మొగలాయి విధానాన్ని తన సేనమండి తొలగించి పూర్తిగా యూరోపు విధానాన్నే డీబాయిన్ అను ఫ్రెంచి సేనాని శిక్షణములోనే స్థాపించి ప్రబలుడయ్యెను. కాని అంతలోనే ౧౭౯౪ లో సింధియా మరణించెను. మహారాష్ట్రములో కక్షలు, కలహాలు, కలతలు హెచ్చెను. వారిది దోపిడిరాజ్యమే కాని సురాజ్య మెన్నడునూ కాదు. అందుచేత ప్రజావలంబనము లేకుండెను. వారు రాజపుత్రులతో సఖ్యముచేయుటకుమారు వారిని బాధించి ఓడించి తాముకు దుర్బలులయిరి. ఈ పొరపాట్లచే వారు రంగమునుండి ౧౮౧౩ తర్వాత మాయమైరి. మహారాష్ట్ర సేనలోని వారు పలువురు తమ పూర్వమర్యాదను మరువజాలక పిండారీలుగా మారి దేశమును దోచిరి. పిండారీలఘాటు తెలంగాణము పైనను రాయలసీమ పైనను, ఉత్తర సర్కారుల పైనను సమానముగా పడెను. వారు ౨౦౦ నుండి ౫౦౦౦ వరకు గుంపుగా బయలుదేరి, గ్రామాలు ధ్వంసము చేసి దోచుతూ పోయెడివారు. వారు గుర్రాలమీద సవారి చేసి అతివేగముగా గ్రామాలమీద పడేవరకు జనులకు వారిరాక తెలియకుండె

డిది. వారికి ముల్లెమూటల చీదార ముండకుండెను. సులభముగా తీసుకొని పోగలిగిన విలువగల వస్తువుల నన్నిందిని లాగికొనెడివారు. వానకాలపు కార్తులందలి వానలవలె వారు తప్పకుండా ఏటేట గ్రామాలకు దర్శనమిచ్చి పొయ్యేవారు. పంటలు కోతల కెప్పుడు సిద్ధమయ్యేది రైతులకంటే ముందుగా పిండారీలకే గుర్తు. కాన వారు తీరా కోతసమయానికి ప్రత్యక్షమై ధాన్యము నున్నగా ఊడ్చుకొని పోయెడివారు.

ఇంగ్లీషువారు బెంగాలు బీహారులను దోచుకొనుటలో నిమగ్నులై యుండిరి. తమ భాగాలలోనికి పిండారీలు రానంతవరకు వారికి చీమకుట్టినట్లు కాలేదు. అందుచేత పిండారీలు ఇంచుమించు ౩౦ ఏండ్లవరకు నిరాఘాటముగా తమ ఉద్యమమును సాగించిరి. అప్పుడు ప్రజలే తమకు తోచినట్లు ఆత్మరక్షణము చేసికొనిరి. తెనుగు దేశములోని చాలా గ్రామాలలో గ్రామస్వరూపము మారి పోయెను. గ్రామాలకు నాలుగు దిక్కులా బురుజులను కట్టి వాటికి మధ్య పెద్ద గోడలను నిర్మించి ఊరవాకిలి పెద్దగవని తలుపులతో గడెప్రమానితో నిర్మించిరి. చీకటి పడీ పడకముందే తలుపువేసి ఊరవాకిండ్లు బంధించేవారు. అచ్చట తలార్లు బేగారీలు సేత్సందీలు కావలి కాసేవారు. కాని పిండారీలు పగలే వచ్చేవారు. అందుచేత బురుజులపై మచ్చెలువేసి కావలికాసి దూరాన దుమ్మురేగుట కానరాగానే నగారా వాయించి పొలాలలోనుండు జనులను గ్రామాలలోనికి రప్పించి ఊరవాకిలి బంధించి జనులు బురుజులపై గోడలపై నెక్కి యుద్ధానికి సిద్ధపడేవారు.

"పిండారీల సైన్యము ౧౮౧౪లో ౨౦౦౦౦ గుర్రపుదళము, ౧౩౦౦౦ కాల్బలము, ౧౮ తోపులు కలదయ్యెను. ౧౮౧౬లో వారు ఉత్తర సర్కారులలో సగము భాగములో పదకొండున్నర దినాలపాటు ౩౩౯ గ్రామాలు దోచిరి. ఆ రేడు వేలమందిని చచ్చుదెబ్బలుకొట్టి, దాచిన ధనము జాడలు తెలుసుకొనిరి. వారిదెబ్బ ఎక్కువగా గుంటూరు జిల్లాపై బడెను. వారి ఘోరాలకు తాళలేక నూర్లకొలది జనులు తమ ఆలుపిల్లలతోసహా తమగుడిసెల నంటుబెట్టి అగ్నిలో పడి చచ్చిరి. అందు తప్పించుకొన్న కొందరి బాలురవల్ల ఈ వార్తలు ఇంగ్లీషు కంపెనీ సర్కారుకు తెలియవచ్చెను. నూర్లకొలది స్త్రీలను పిండారీలు చెరచగా వారు అవమానాన్ని భరింపలేక బావులలో పడి చచ్చిరి.

యువతులను ముగ్గురి నల్గురి కలగట్టి మూటలవలె తమ గుర్రాలపై వేసి బానిస లుగా అమ్మకొనుటకు తీసికొని పోయిరి." (R. Williams P. 141-43)

పిండారీలు స్త్రీలను వారి భర్తలయెదుటనే చెరిచెడివారు తాము తీసుకొని పోజాలని వస్తువులనైన వదలక వాటిని ధ్వంసముచేసి పోయెడివారు. ధనము దాచిన తావులు చూపనివారిముఖానికి ఉడుకుడుకు బూడిదను సంచులలో నింపి కట్టి వీపున గ్రుద్ది ఆ బూడిద వారినోళ్ళలో ముక్కులలోపోసి ఊపిరి తిరుగకుండు నట్లు చేసెడివారు. తర్వాత వారు చాలాకాలము బ్రదుక కుండిరి. జనులను వెల కిల పండబెట్టి ఎదలపై పెద్దపలకలబెట్టి వాటిపై జనులచే త్రొక్కించెడివారు. ఇట్టి అమానుషకృత్యాలెన్నో చేసిరి. పిండారీలలో మరాటీలెక్కువైనను వారితో బాటు మొగల్ రాజ్య సేనాభ్రష్టులును, దోపిడీల రుచి గొన్నవారును నగు ముసల్మానులు పెక్కుండిరి. వారి స్త్రీలు వారివెంట నుండిరి. హిందూ స్త్రీలవలె వేషాలు వేసుకొని హిందూ దేవతలనే కొలిచెడివారు. [బహుశా వారు పూర్వము హిందువులై బలవంతముగా ఇస్లాం మతము పుచ్చుకొన్న వారి సంతతియై యుందురు]. వారు సవారిచేసి బయళ్ళలో సంచరించి కర్కశకాయలై మగంగులై మగవారి నెత్తి దన్నినవారైన లంకిణీలు మగవారికంటే వారే రాకాసి పనులు చేసి కరుణ అన్న దే కోశమందును కానంతయు లేనివారై ప్రజల హింసించు చుండినందున జనులు వారిని చూస్తే నిలువున నీరయ్యేవారు. ఈ ఘోరాలు ఎక్కువగా కంపెనీ ఇలాఖాలలో కావడము చేత తుదకు హేస్టింగ్సు గవర్నరు జనరల్ ౧ ౨౦,౦౦౦ సైన్యమును సమీకరించి వారిని ధ్వంసము చేసెను.

పిండారీపీడ దేశానికి తప్పెను కాని మరొక ఈతిబాధ దేశానికి తగు ల్కొనెను. అది ఠగ్గుల బాధ. తెనుగులో టక్కు, టక్కరి అన్న పదము కలదు. "పట్టుకొని చాగర గొన్న బలే యెరుంగు, టక్కరి, బలుమోపు మోచు నయగారితనం బది యుట్టి గట్టినన్" అని ౧౩౦౦ ప్రాంతమందుండిన నాచన సోమన వాడెను. ఠగ్, లేక మరాటీరక్ అను పదాలకు మన టక్కుకు టక్కరికి యేమైన సంబంధముండునా! ఠగ్గు వృత్తిచర్చ క్రీస్తుశకము ౧౩వ శతాబ్దము లోని ఫీరోజు ఖిల్జీ ఢిల్లీ సుల్తానుల కాలమందు కలదు. అతడొకమారు ౧౦౦౦ మంది ఠగ్గుల శిక్షించెను. అనగా అంతకంటే పూర్వము నుండియే యీ విధాన ముండినది. అది మన సమీక్ష కాలపు అరాచక స్థితిలో విజృంభించెను. అందు తురకలునూ ఉండిరి. అందరును కాళీ పూజకులే. సంఘములో చేరు వారికి దీక్ష

యిచ్చెడివారు. వారిలో సంకేతము లుండెను. వారు నానా వేషాలతో బాటసారులలో కలిసి వెళ్ళి వారిని చంపి దోచేవారు. వారి ఆయుధము రెండు మూరల దస్తీబట్టయే. దాని నొక మూల ముడివేసి మనిషి గొంతులో వేసి లాగి ఊపి రాదకుండా గుటుక్కు మనునట్లు చంపేవారు. ఆ క్రియయంతయు రెండు క్షణాలలోనే ముగిసేది. వారిలో నిజాముద్దీన్ ఔలియా అనే ప్రసిద్ధ భక్త ఫకీరు కూడా ౧౮౦౦ ప్రాంతములో చేరి యుండెను. వారికి ధనికులు జమీందారులు ఆశ్రయమిచ్చి వారు తెచ్చినదానిలో భాగము పొందిరి. అట్టి ఠగ్గులు ఉత్తర హిందూస్థానములో అధికముగా నుండినను వారి బాధ రాయల సీమలో కొంతవరకు, హైద్రాబాదు రాజ్యములో చాలావర కుండెను. హైద్రాబాదు నగరములోని కారవాన్ సరే, చెన్నరాయని గుట్ట, షాలీబండా ప్రాంతాలలో వారు నివసించి ప్రయాణీకుల వెంటనంటి చంపేవారు. నిజామాబాదు, అదిలాబాదు ప్రాంతాలలో వారు మరీ హెచ్చుగా నుండిరి. వారి చరిత వివరాలను మెడోస్ టెయిలర్ [Canfessions of a Thug] వ్రాసెను. అమీరలీ అను వాడు ౭౧౯ మందిని చంపి యుండెననియు వాడు ఠగ్గులలో అగ్రనాయకుడనీ అతడు వ్రాసెను. తుదకు 'ఠగ్గీ' స్లీమన్ అను బిరుదము పొందిన స్లీమన్ అను ఇంగ్లీషు అధికారి ౧౮౩౧ నుండి ౧౮౩౭ వరకు ప్రత్యేక ఠగ్గు విచారణ కర్తయై ౩౨౬౬ ఠగ్గులను పట్టి వారిలో చాలామందిని ఉరికంబ మెక్కించి దేశాన్ని వారి నుండి రక్షించెను.

బందిపోటు దొంగతనా లెక్కువగా పెరిగిపోయెను. తెలంగాణములో అరబ్బులు, రోహిలాలు నిరంతర మీ పనిలోనే యుండిరి. [ఆ వివరాలకై బిల్గ్రామీ గ్రంథము చూడదగినది]

పంచాయతీల విధ్వంసము

రాజ్యాలు నాశనం కానీ, సామ్రాజ్యాలు మారనీ, రాజవంశాలు ధ్వంసము కానీ, క్రొత్తవంశాలు రాజ్యానికి రానీ లేశమాత్రమైన వాటిముచ్చట గ్రామాలకు కొట్టకుండెను. తమ పంచాయతీ రాజ్యము చల్లగానుంటే అదే మనపూర్వులకు పదివేలు. అదే వారికి శ్రీరామ రక్ష. అదే వారి రామరాజ్యం. పంచాయతీ తీర్పులలో కొన్ని మార్పుల న్యాయాలుండెను. అట్లు లేకుండిన పంచాయతీ రాజ్యమునకు వైకుంఠానికి భేదముండదు గదా! లోపములేని మానవసృష్టి యుండునా?

కాని అవి ఇంగ్లీషు వారి కోర్టులకంటే అక్షరాలా వేయింతలు మేలైనవి. దక్షిణములో కపిశ రాజ్యములోను ఏటేట పంచాయతీ పెద్దల యెన్నికలు జరిగెను. ఆ పెద్దలు సివిల్ క్రిమినల్ [ధనోద్భవ, హింసోద్భవ] అభియోగాలను విచారించిరి. పన్నుల వసూలు, గ్రామపారిశుద్ధ్యము, విద్య, ఆరోగ్యము, దేవతా నిలయములను సత్రాలను సాగించుట మున్నగునవన్నియు వారి అధీనమే. ఇంగ్లీషువారు మనదేశమును గెలిచి మనము అనాగరికులమని మనకు సభ్యతయే లేదని, మన మతము ఆటవిక మతమనీ, మన విద్యలు చెత్తవనీ భావించిరి. పైగా తమ ఆచారాల, తమ విధానాలు, తమ విద్యలు, తమ అధికృత మనపై మోపుటకు నిశ్చయించిరి. అందుచేత మన పంచాయతీలను తొలగించి తమ అదాలతులను, సదరదాలతులను, దీవానీలను, తర్వాత కోర్టులను స్థాపించిరి. స్టాంపు, ఫీసు, ముడుపులు, సాక్షులభత్యాలు, కోర్టులకు ప్రయాణాల, అప్రమాణాలు, వకీళ్ళ తర్కాలు, కుతర్కాలు, వితండవాదాలు, ఖానూనుల పేచీలు బారీకులు, అన్నియు ప్రబలెను. పంచాయతీలతోనే మన పూర్వధర్మాలుకూడా మాయమయ్యెను. పూర్వము హింసలు అపరాధములు చేసిన గ్రామమందే విచారణ జరిగెను. కాన అబద్ధాలకు కూటసాక్ష్యాలకు వీలు తక్కువగా నుండెను. అప్రమాణము చేయుట వంశనాశన హేతువని జనులు భయపడెడివారు. పంచాయతీ పెద్దలును ధర్మాసనమందు కూర్చుని ధర్మముగా తీర్పులు చెప్పిరి. అవన్నియు కోర్టులద్వారా ధ్వంసమయ్యెను. ఇప్పుడు మరల పంచాయితీలను అడ్డాదిడ్డిగా ఉద్ధరింప జూస్తున్నారు. కాని జాతిలోనే సంపూర్ణమగు మార్పు వచ్చినందున వాటికి జయము కలుగునన్న ఆశ తక్కువే.

అదే విధముగా జమీందారీ విధానమువల్ల, రైతువారీ విధానము వల్ల గ్రామసాముదాయిక వ్యవసాయ సంఘాలు [Village Communities] నాశనమయ్యెను. ఈ విషయములను మెయిన్ అను ఇంగ్లీషు గ్రంథకర్త [Village Communities in Ancient India] అను గ్రంథమందు చాలా విరివిగా వ్రాసెను.

తెలంగాణములోను మరాట్వాడాలోను ప్రభుత్వము గ్రామాలను పట్టీలుగా కూర్చి వాటి భూమి పన్నును గుత్తేదారులకు వేలం వేసిరి. అట్టి గుత్తాలలోనే వనపర్తివంటి సంస్థానా లేర్పడెను. తర్వాత సర్ సాలార్జంగు కాలములో [ఇంచుమించు ౧౮౬౦ ప్రాంతములో] జిల్లా బందీ యేర్పడెను.

ఈ కాలములో ఆంధ్ర చిత్రకళ తన ప్రత్యేకతను గోల్పోయెను. మనకు ప్రాచీనుల చిత్రాలు లభించలేదు. లేపాక్షిలోని కుడ్యచిత్రాలు కొన్ని మాత్రము శిథిలావస్థలో ఇటీవల బయలుపడినవి. అవి చాలా సుందరమైనవి. వాటిలో విశిష్టతయు ప్రత్యేకతయు కలదు. విజయనగర కాకతీయ చిత్రాలు ముసల్మానుల విధ్వంసన క్రియవల్ల మనకు లభ్యము కాకపోయెను. వేమన కాలములో చిత్రకారులు "ఇంగిలీక మహిమ హేమింపనేరక" ఇంగిలికాన్ని రంగులకు వాడిరి. ప్రాచీన చిత్రకారుల పేర్లు కాని శిల్పాచార్యుల పేర్లుకాని మనకు తెలియవు. చిత్రకారుల వంశములు క్షీణిస్తూ ఈ సమీక్షాకాలములో మిగిలిన జమీందారుల నాశ్రయించెను. మొగల్ చిత్రకళా విధానమే భారతదేశ మంతటను వ్యాపించెను. తెనుగు చిత్రకారులును దానినే అనుసరించిరి. రెండవ నిజాం దర్బారును బంగారు నీరుతో నానావర్ణములతో అతిసుందరముగా "వేంకటయ్య" అను చిత్రకారు డీ కాలమందే చిత్రించెను. దాని మూలప్రతి నవాబ్ సాలార్జంగు బహద్దరుగారివద్ద కలదు. దానినే పిక్టోరియల్ హైదరాబాదు అను దానిలో ముద్రించిరి. ఆ పటము మీద వెంకటప్పయ్య రచన అని మాత్రమున్నది. పేరునుబట్టి అతడు స్పష్టముగా ఆంధ్రుడే. ఇదే సమీక్షాకాల మందు కర్నూలు నవాబుల నాశ్రయించిన కొందరాంధ్ర చిత్రకారుల వంశాలుండెను. వారి చిత్రాలను జూచి ఆ కళకు కర్నూలు కళ (Kurnool School of Painting) అని కొంద రాధునిక నిపుణులు పేరుపెట్టిరి. కర్నూలు నవాబుల పతనం ౧౮౩౮ తో పూర్తి అయ్యెను. దానితో ఆ చిత్రకారుల పతనమున్నూ జరిగెను గద్వాలలో సోమనాద్రి అను మహావీరుడు ౧౭౬౦ ప్రాంతములో నుండెను. అతని చిత్తరువులు అతని తర్వాతివారి చిత్రములు ౫౦ ఏండ్ల క్రిందటి వరకు గద్వాలలోని చిత్రకారుల వంశమువారు రచించిరి. వారు గద్దయీకల మూలములలో ఉడుత తోక వెంట్రుకలను కుచ్చుగా కట్టి, సన్నని చిత్రరేఖలను వాటితో తీర్చెడివారు. ౨౦౦ ఏండ్ల క్రిందట గద్వాలలో కట్టిన కేశవాలయములోని ఒక గోడపై గచ్చు చేసి దానిపై పురాణ చిత్రములను వ్రాసినారు. కాని ఎర్రమన్ను సున్నమే తమ ముఖ్య వర్ణములుగాగల తర్వాతి దేవాలయాధికారులు వాటిలో కొంత భాగాన్ని సున్నముపూసి చెరిచినారు. చాలా ప్రాంతాలలో పూర్వపు చిత్తరువులపై శిల్పములపై గచ్చుమెత్తి ఎర్రమన్ను సున్నము పట్టెలు పెట్టుట కానవస్తున్నది. గద్వాల సంస్థానము వారు ౨౫౦ ఏండ్ల క్రిందట సంస్కృతలిపిలో భారతోద్యోగ పర్వాన్ని వ్రాయించి, ఆగ్రంథము నిండుగా చిత్తరువులు వ్రాయించినారు.

ఆ ప్రతి యిప్పుడు రెడ్డిహాస్టలులో కలదు) అవి సుందరముగానేయున్నవి. కాని భీష్ముడు ఔరంగజేబువలె, ధర్మరాజు అక్బరువలె, భీముడు మాహాదజీ సింధియావలె, ద్రౌపది ముంతాజ్ బేగంవలె, గాంధారి అహల్యాబాయివలె ఉన్నారు. అనగా అంతా మొగలాయిలే! పెద్దాపురము సంస్థానములోని కొన్ని చిత్తరువుల నిటీవల భారతిలో ప్రకటించినారు. వాటిని చూచినను అదే భావన కలుగును. బొబ్బిలి ప్రసిద్ధికల సంస్థానము కదా అందు చిత్తరువు లుండినచో ప్రకటించుట చాలా యవసరము ఆంధ్ర పాషాణాయని చిత్తరు వుండినచో దాని కెంతైన విలువ యుండును. ఉత్తర సర్కారు జమీందారీలలోని చిత్తరువులు గ్రంథాలయ విశేషాలు, ప్రాచీనాయుధాలు, ఉడుపులు, మున్నగున వెట్టివో తెలిపిన బాగుండును హైదరాబాదులోని రాజా శివరాజ బహద్దను సంస్థానములో సాలార్జంగు ఎస్టేటులో, పలువురాంధ్రుల చాలా సుందరమగు చిత్తరువులను చిత్రించినట్లు ప్రతీతి. ౩౦౦ ఏండ్లనుండి చిత్రించిన చిత్రాలు వేల కొలదిగా విదేశాలకు పోయెను. దేవిడీలనుండి దొంగిలించిన చిత్రాలు హైదరాబాదు జుమేరాత్ (దొంగ) బజారులో ప్రతివారం అల్పక్రయాలకే అమ్మేవారు. నేటికిని ద్రవ్యమున్నవారు హైద్రాబాదులో ౨౦౦ ఏండ్లనాటి, ౧౦౦ ఏండ్లనాటి చిత్తరువులను విచిత్రశిల్ప వస్తువులను సేకరింపగలరు. వీటి సమృద్ధిని బట్టి హైద్రాబాదులో కళ లత్యంతముగా పోషితమై యుండెననుట న్యాయము. తంజావూరిలోని చిత్తరువులు కొన్ని ముద్రితమైనవి. అవి మనకు చాలా ఉపకరించినవి. వాటివల్లనే మనము త్యాగరాజును, వేమనను, తంజావూరి కొందరి రాజులను చూడగలిగినాము.

కలంకారీ అద్దకపు సూచన పూర్వ ప్రకరణాలలో చేయనైనది. ఈ యద్దకము తెలుగుదేశ మంతటనూ నుండెను. కాని ఉత్తర సర్కారులలో కృష్ణాజిల్లాలోను అందునూ బందరులోను వాటికి ప్రసిద్ధి కలిగెను. కలంకారీ అద్దకానికి దేశీరంగులనే గట్టిరంగులనే వాడిరి. 'పెట్టె' రంగులు జర్మనీనుండి కారుచౌకగా దిగుమతియైన యీ ౫౦ ఏండ్లలో మన దేశీ రంగులు తక్కిన పరిశ్రమలతో పాటు మాయమయ్యెను. ౧౯౨౦ ప్రాంతములో సర్ ప్రఫుల్ల చంద్రరాయిగారు దేశీరంగ్ అను పుస్తకమును వ్రాసిరి అదిప్పు డెంవరివద్ద కలదు? మన అద్దకమువారు దాని నెరుగరు. అద్దకమువారిని ఉర్దూలో రంగేజీ (రంగు వేయువాడు అని యర్థము. ఇది ఫార్సీ పదము) అనిరి. అదొక కులమై, అదే పేరుతో నిలిచినది. కర్నూలులో వారి దొక వీధియే కలదు. వారినే జీనగర్ అనిరి-

అదియు ఉర్దూ పదమే. కొన్ని ప్రాంతాలలో వారిని ఉనుపులవారు అనిరి. తెలంగాణములో రంగ్రేజీ వారు కొల్లలుగా కలరు. వారు పూర్వము నీలి, ఎరుపు, లత్తుక, మున్నగు రంగుల వాడిరి. పైగా మైకావంటి తళుకులను వాడిరి ఈ తళుకులను ముసల్మాను లెక్కువగా పసందు చేసేవారు. ధనికులు బంగారు వెండి రేకులను రంగులతోపాటు చీరల కద్దించువారు. ఉతికినను పోనట్టుగా నిపుణతతో వాటి నద్దువారు. ఆధునిక కాలములో పూర్వపు కట్టెదిమ్మెలతోపాటు రాగిసీసము, జింకు పోతదిమ్మెలనుకూడా అధికముగా వారు వాడుతున్నారు. వారి రంగు లన్నియు నిప్పుడు విదేశీ రంగులే.

ఈ సమీక్షాకాలములో ఒక్క హంసవింశతి తప్ప మన సాంఘిక చరిత్రకు పనికివచ్చు ప్రబంధములేదు. ఉత్తమ కవిత సన్నగిల్లెను. తంజావూరుకు తెనుగుసీమ కవులు కళావిదులు వలసపోయిరి. కాని ఇంగ్లీషువారు తంజావూరును గూడా దిగ్రమింగిరి. కవితలో ఉత్తమరచన లీకాలమందు లేకున్నను ఒక్క త్యాగ రాజు మాత్రము ఈ కాలమందు సంగీతమున కఖండ జ్యోతిగా దక్షిణా పథ మందు వెలిగెను. త్యాగరాజు క్రీ. శ. ౧౭౬౭ నుండి ౧౮౪౭ వరకు ఇంచు మించు ౮౦ ఏండ్లు జీవించినవాడు. అతడు తంజావూరు జిల్లాలోనివాడు. చిన్న తనమందు సొంటి వెంకటరమణయ్య అను ప్రసిద్ధాంధ్రగాయకునివద్ద సంగీత మభ్యసించెను. త్యాగరాజు రామభక్తుడు నిజమగు త్యాగి. మాధుకరముచే జీవించెనేగాని రాజుల ప్రార్థనల నంగీకరించి వారి నాశ్రయించినవాడు కాడు. అతన్ని తంజావూరి మరాటారాజగు శరభోజియు, తిరువాన్కూరు రాజున్ను తమ ఆస్థానాలకు రమ్మనికోరిరి. కాని "పదవి సద్భక్తి" అనే పాట పాడి రాముని పాదాలే తన యాస్థానమని వారి ప్రార్థనల నిరాకరించెను.

ఈ సమీక్షాకాలమందే కృష్ణాజిల్లాలో నారాయణ తీర్థులను ఆశ్రమ స్వీకారము చేసిన ఆంధ్రుడుండెను. అతడు కృష్ణలీలాతరంగిణిని సంస్కృత ములో రచించెను. ఆ తరంగాలు తెనుగుదేశమందే కొంత వ్యాప్తిగన్నవి. అతని పుస్తకమును తెనుగు లిపిలోనే (వావిళ్ళలో దొరకును) ముద్రించిరి. నాగర లిపిలో లేనందున దేశాంతరఖ్యాతి రాకపోయెను. అది జయదేవుని గీతగోవింద మున కేమాత్రమున్ను తీసిపోదు. దాని కెక్కువ ప్రచారము కావించుట ఆంధ్రుని విధి.

ఇదే కాలమందే క్షేత్రయ్య తన పదములను వ్రాసెను. అవి జావళీలు శృంగార భూయిష్ఠములు. దేశమందు వ్యాప్తిలో నుండినట్టివి క్షేత్రయ్యపదాలు

ముద్రితమేకాని శృంగారమంటే భయపడే అధికారుల భయానికేమో దానికి వ్యాప్తి కానరాదు

సారంగపాణి పదాలు అనునవి కలవు. సారంగపాణి రచనలను రెండు మూడు తావులలో ప్రచురించినారు. అందుచేత పాఠ్యభేదాలు వచ్చినవి (నావద్ద నున్న ౩౦-౪౦ ఏండ్లనాటి ప్రతి వేరుచో ముద్రితమగు ప్రతితో కొంత భిన్నిస్తున్నది) ఈ పదాలుకూడా చాలా చక్కనివి. దక్షిణమున తంజావూరులోను మధురలోను పాటల నెక్కువగా రచించిరి. అవంత ప్రశస్తమైనవి కాకున్నను సమకూర్చదగినవి. ముద్దుపళని అను నామె రాధికాసాంత్వన మను ప్రబంధము వ్రాసెను. అందు చాలా పచ్చి శృంగారమున్నదని శ్రీ వీరేశలింగముగారు నిరసించిరి. పచ్చిది గర్హింపదగినది. శ్రీనాథాదులలో లేని దిందు హెచ్చుగా లేదనుకొందును. ఆమె అష్టపదులు అను పాటల రచించెను. అందు కొన్ని శృంగార గ్రంథమండలివారు రచించిరి. కాని అన్నియు సేకరించి ముద్రించుట అవసరము.

అచ్చు

అచ్చును మొదట కనిపెట్టినవారు చీనావారని యందురు. కాని చారిత్రకముగా క్రీ. శ. ౧౫ వ శతాబ్దిలో ఇంగ్లండులో కాక్‌స్టన్ (Caxton) అనువాడు కనిపెట్టినదే ప్రసిద్ధము. అచ్చుతో నూతన సారస్వత యుగ మారంభమాయెను. మనదేశములో ఉత్తరమున భూర్జ పత్రాలలోను, దక్షిణమున తాటాకులలోను వ్రాసిరి. గంటముతో తాటాకులపై అక్షరాలు పొంకముగా చెక్కుట ఒక కళ యయ్యెను. అందుచేత అదే వృత్తిగా వ్రాయసకాం డ్రేర్పడిరి. ఒక్క మహాభారతమును పూర్తిగా వ్రాయవలెనంటే ఆరుమాసాలయినా పట్టేది అందులకుగాను ౫ తూముల జొన్నలయినా ఖర్చయ్యేవి. ఒక్కొక్క గ్రంథానికీ విధముగా వ్యయము చేయవలెనంటే ధనికులయినా కావలెను, లేక పండితులై యావజ్జీవము వ్రాసుకొనువారైనా కావలెను. వ్రాయువారి యవస్థను గురించిన యొక శ్లోకమును పూర్వము చాలా గ్రంథాలతుదిలో యిట్లు వ్రాసేవారు.

భగ్నపృష్ఠః కటిగ్రీవః స్తబ్ధదృష్టి రధోముఖం
కష్టేన లిఖితం గ్రంథం యత్నేన పరిపాలయేత్.

ఈ నష్టకష్టాల నన్నిటిని అచ్చువచ్చి పోగొట్టి జనులను రక్షించినది. మనదేశములోనికి అచ్చు వచ్చుట క్రీ శ. ౧౫౭౭ లో. ఆ సంవత్సర మందు

జెసూయిట్ క్రైస్తవులు మలబారులో తమ బైబిల్ గ్రంథమును మళయాళీ లిపిలో అచ్చువేసిరి ౧౬౭౯ లో కొచిన్‌లో తమిళ నిఘంటువు నచ్చువేసిరి. తెనుగుభాషలో మొదటి అచ్చుపుస్తకముకూడా బైబిలే అయియుండును కాని మనకు తెలియదు. క్రీ.శ. ౧౮౦౭లో తెనుగు వ్యాకరణ మచ్చుపడెను ౧౮౫౬ లో కాల్డ్వెల్ అను ఇంగ్లీషు పండితుడు తమిళమును అభ్యసించి "ద్రావిడ భాషల వ్యాకరణము" అను భాషా తత్త్వశాస్త్రమును వ్రాసెను. ఈనాడు దానిని తప్పులు పట్టువారు బహుళము. కాని ఒక విదేశిపండితుడు మన భాషల నేర్చుకొని వాటిని చక్కగా గ్రహించి పరిశోధించి ఒక భాషాశాస్త్రమును ౯౦ ఏండ్ల క్రిందట వ్రాసెనని అతని ప్రజ్ఞ అతనియుపజ్ఞ శతథా ప్రశంసింపతగి నవి. ఇదే కాలములో బ్రౌన్ అను ఇంగ్లీషువాడు మన తెనుగులో చాలా గొప్ప పాండిత్యమును సంపాదించి ఆంధ్ర నిఘంటువును, వ్యావహారిక కోశమును వ్రాసెను. ప్రాచ్య లిఖిత పుస్తకాగారానికి అతడే జనక స్థానీయుడు, అతని పుణ్యమా అన్నట్లు ఎన్నో ఉత్తమ గ్రంథాలు సేకరింపబడి రక్షింపబడెను. అతడు మెచ్చుకొన్న గ్రంథము వేమన పద్యాలు. వాటిని ఇంగ్లీషులోనికి అను వదించి ప్రకటించెను. ఇదే కాలములో మెకంజీ అను ఇంగ్లీషువాడు లోకల్ రికార్డులను (స్థానిక కైఫీయత్తులను) ఆంధ్రప్రాంతాలనుండి సమకూర్చి తెప్పించియుంచెను. అచ్చుయంత్రాలకు మద్రాసు ముఖ్యస్థానమయ్యెను. నేటికినీ తెనుగచ్చునకు మద్రాసే ప్రసిద్ధికాంచినది. ఇదేకాలమందు గద్వాలలో, వన పర్తిలో తెనుగచ్చు యంత్రాలు స్థాపితమై గ్రంథాలు ముద్రిత మయ్యెను. ఈ రెండు సంస్థానములలోని అచ్చు యంత్రాలు యించుమించు ౮౦ ఏండ్ల క్రింద టివి. ఈ రెండు సంస్థానాలున్నూ తెనుగు భాషకు చాలా గొప్ప సేవజేసినవి.

ముద్రణ విధానము మన సారస్వతాని కొక నూతన యుగము. దానితో మన భాషాభివృద్ధి విరివిగా అవుతూ వచ్చినది. కాని మన తాతల తరమువారు అచ్చుయొక్క గొప్పతనాన్ని ఏలనో గుర్తించి స్తుతించినవారు కారు. నస్యముపై, పొగాకుపై, నల్లిపై పద్యాలు వ్రాసినవారు అచ్చుపై కొన్ని అల్లియుండరాదా? ఈ విషయాలను గురించి శ్రీ మారేపల్లి రామచంద్రశాస్త్రిగారి 'తెనుగు తోబుట్టువులు' అను గ్రంధమును, కాల్ డ్వెల్ గారి Grammar of Dravidian languages అను గ్రంథమును చదువవలెను.

గొప్ప మార్పులు

ముసల్మానుల కాలములో హిందువులందు మార్పు ఎక్కువగా కానరాలేదు. ముసల్మాను ప్రభువులు ఇస్లామ్ వ్యాప్తికి, హిందూవినాశనానికి అందరున్నూ (అక్బరుతోసహా) పరిశ్రమించినవారే. పైగా హిందువుల అభివృద్ధికి కావలసినన్ని నిరోధాలు శాసించిరి. జహంగీరు, షాజహాన్, ఔరంగజేబు దేవాలయ నిర్మాణాలకు సెల వియ్యలేదు ముసల్మానులయినవారు తిరిగి హిందువులయితే ఘోర శిక్షల నిచ్చుచు, నిరోధక శాసనాలు చేసిరి. ఔరంగజేబు బళ్ళను కూడా పెట్టుకొన నియ్యలేదు. హిందువులకు కొన్నితప్ప ఏ యుద్యోగాలున్నూ ఇయ్యలేదు. కావున హిందువులలో మార్పు కానరాలేదు.

ఇంగ్లీషువారు తా మధికులమని వచ్చిరి. ఈ సమీక్షాకాలములో దేశీయులకుద్యోగా లియ్యకపోయిరి. తమ ఆచార వ్యవహారాలను మోపిరి. ఇంగ్లీషు విద్యనే చెప్పించవలెనని మెకాలే పెద్ద నివేదిక సమర్పించెను. బెంటిక్ గవర్నరు జనరల్ దాని నంగీకరించెను. ఈ సమీక్షాకాలములో విద్యకై ఇంగ్లీషువా రేమియు వ్యయము చేయలేదు. తుదకు ౧౮౫౭ లో మద్రాసు, కలకత్తా, బొంబాయి విద్యాపీఠాలను నెలకొల్పిరి. జనులు ఫార్సీకి వీడ్కోలు సలాము కొట్టి ఇంగ్లీషుకు (వెల్కం) స్వాగతం చేసిరి. కంపెనీ కాలములో మన విద్యల నెట్లు నాశనము చేసిరో ఆ వివరాలను చాలా విపులముగా మేజర్ బాసూగారు (Education under the E. I Co. అను పుస్తకములో) వ్రాసిరి. అభిలాషులు దానిని చూడగలరు.

ఇంగ్లండులో స్టీం యంత్రాలు విరివియయ్యెను. రైల్వేలు, స్టీం నావ వాడుకలోకి వచ్చెను. టప్పాతంతీ ఏర్పాట్లు జరిగెను. కాని వాటిని వారు వెంటహిందూస్థానములో ప్రవేశపెట్టలేదు. చాలాకాలము తర్వాత ప్రారంభించిర ప్రారంభించినను తమ మిలిటరీకి, తమ వ్యాపారాని కవసర మగునంత వర చూచుకొనిరి. "అనంశౌ క్లీబపతితౌ" అని కుల మత భ్రష్టులకు హిందువుల తండ్రి ఆస్తిలో భాగము లేదనిరి. అది క్రైస్తవ మతవ్యాప్తి కాటంకమ ౧౮౫౦ లో ఆ యాటంకమును తొలగించి భాగ మిప్పించు శాసనము చేసిర కొన్ని రోడ్లు, కొన్ని కెనాలులు నిర్మించిరి. ౧౮౫౩ లో తంతీ (టెలిగ్రాం స్థాపించిరి. అంతకు కొద్ది ముందుగా టప్పా ఏర్పాటు చేసిరి రైల్వే నిర్మాణము

కూడా డల్‌హౌసీ కాలములో ప్రారంభించిరి. ౧౮౫౬ వరకు ౨౦౦ మైళ్ళ రైల్వే లైను వేయబడెను.

సతీ-సహగమనము అను భయంకర దురాచారము హిందువులలో ప్రబలి యుండెను. అది బెంగాలు, బీహారు, రాజపుత్ర స్థానములలో హెచ్చుకాని తెనుగు సీమలో అరుదై యుండెను. రాజా రామమోహనరాయల ప్రోద్బలముతో ౧౮౨౯లో దానిని నిషేధించిరి. దేశమును జిల్లాలుగా విభజించి లేక పూర్వము వాటినే జిల్లాలుగా పరిగణించి ఇంగ్లీషు కలెక్టర్ల నేర్పాటు చేసిరి. ఈ విధమగు చిల్లర మార్పులు మరికొన్ని జరిగెను. ఇట్లు తిన్నగా మనము అధునిక యుగములో పడినవార మయితిమి. ౧౮౫౬ లో వితంతూద్వాహ శాసనము చేసిరి.

డల్‌హౌసీ ౧౮౫౬ లో వెళ్ళిపోయెను. హిందూ ముసల్మానులు— అందెక్కువగా ముసల్మానులే—తమ అధికృత పోయెననియు అందరును పరాధీనులయిరనియు, తమ మతాలకు, ఆచారాలకు అఘాతము కలుగజొచ్చెననియు గ్రహించిరి. దాని ఫలితమే ౧౮౫౭ నాటి సుప్రసిద్ధ విప్లవము. అది జాతీయ వికాసమునకు మొదటి ప్రయత్నము. ఈ సమీక్షా కాలములో ఆంధ్రుల పతనము సంపూర్ణమయ్యెను. వాఙ్మయము, కళలు, పరిశ్రమలు అన్నియు ఇంచుమించు శూన్యస్థితికి వచ్చెను. ౧౮౫౭ భారత చరిత్రలో ముఖ్యాతి ముఖ్యఘట్టము. దానితో మనము అధునిక యుగములోనికి వచ్చినాము.

ఈ ప్రకరణానికి ముఖ్యాధారములు

౧. అయ్యలరాజు నారాయణకవి.—హంసవింశతి, ఇతడు అడుగడుగున మొదటినుండి తుదివరకు శుకసప్తతి ననుకరించినాడు. అయినను కొన్ని కొత్తవిషయాలు తెలిపినాడు. ఇతడు ౧౮౦౦ ప్రాంతమువాడు. ఇతడు నెల్లూరివాడని వావిళ్ళవారు, కర్నూలు వాడని శృంగార గ్రంథమండలి రాజమంద్రివారు పీఠికలలో వ్రాసినారు ఉభయులు ఆధారాలు చూపలేదు. శృంగార గ్రంథమండలివారి పీఠిక ఉత్తమమైనది. వావిళ్ళవారి పీఠిక మంచిదికాదు.

౨. భాషీయ దండకము :—గండూరు నరసింహకవి. ఇతడు కర్నూలువాడు. ౧౮౦౦ ప్రాంతమువాడు. భాష కర్నూలు గ్రామ్యము. ఇందు కొంత హాస్యము, అపహాస్యము, బూతులు కలవు. దీనిని రామా అందుకోవారు

ముద్రించినారు. నావద్ద ౫౦ ఏండ్లక్రిందటి ముద్రిత ప్రతి కలదు. నా ప్రతిలో ఎక్కువభాగాలు, భిన్నపాఠాలు కలవు. రెంటిని కలిపి సమన్వయించి పీఠికతో కర్నూలు వ్యవహారికమున కర్థాలతో ముద్రించుట అవసరము.

౩. India under Early British Rule R. C. Dutt

౪. V· Smith-Oxford History of India

౫. కూచిమంచి తిమ్మకవి :—కుక్కుటేశ్వర శతకము. ఇతడు బహు గ్రంథాలు వ్రాసినాడు. కాని అన్నియు పిచ్చిపిచ్చి పాతకాలపు అష్టాదశ వర్ణనలే. ఇదొక శతకమే మనకు కాస్త పనికివచ్చేది.

౬ గువ్వల చెన్నశతకము :—ఇది చాలా పనికివచ్చునట్టిది.

౭. ఏనుగుల వీరాస్వామి :—కాశీయాత్ర చరిత్ర. ఇతడు నవీన పాశ్చాత్య పద్ధతిని ఇంగ్లీషు మిత్రుల ప్రోత్సాహముతో ప్రవేశ పెట్టెను. ఇది అతని యాత్రకు సంబంధించిన డైరీ (దినచర్య). ౧౦౦ ఏండ్లకిందటి మద్రాసు తెనుగున అతడు వ్రాసినాడు. ఇది మన చరిత్ర కత్యంతముగా ఉపకరించును.

౮. Historical and Descriptive Sketch of the Nizam's Dominions Bilgrami 2 vols. ఈ గ్రంథము చాల విలువకలది.

★

౮ వ ప్రకరణము

క్రీ. శ. ౧౮౫౭ నుండి ౧౯౦౭ వరకు

భారతీయుల కత్తి ౧౭౫౭ లో ప్లాసీయుద్ధములో లొంగిపోయెను. ౧౮౫౭ విప్లవములో విరిగిపోయెను. మరల ౧౯౪౭ లో మనకత్తి మనచేతికి వచ్చెను. ౧౮౫౭ లో ఇంగ్లీషురాజ్యము దేశమంతటను స్థిరపడిపోయెను. ఇది మనదేశచరిత్రలో ముఖ్యమగు ఘట్టము. మన మానాటినుండి ఆధునిక యంత్ర యుగములోనికి ప్రవేశించినాము. ఈ ౯౦ ఏండ్ల చరిత్ర విద్యావంతుల కందరి కినీ బాగా పరిచితమైనదే. అందుచేత ఈ భాగమును ౧౯౦౭ వరకు ముగించుట బాగని తలపనయినది. అనగా విప్లవము తరువాత ౫౦ ఏండ్ల సాంఘిక చరిత్ర సంగ్రహముగా నీ ప్రకరణమున వ్రాయబడును.

౧౮౫౭ కు పూర్వముండిన ముస్లిం మతవ్యాప్తి ఆనాటితో ఆగిపోయెను. ఇంగ్లీషువారు క్రైస్తవులు. కాన క్రైస్తవ మతవ్యాపక సంఘములు (మిషనులు) అనువయిన స్థలములందంతటను స్థాపితమయ్యెను. మిషనరీలు నానావిధములగు సేవలద్వారా జనులను తమ మతములోని కాకర్షించిరి. వారు విద్యాలయముల స్థాపించిరి. వైద్యాలయముల నెలకొల్పి ఉచితముగా మందు లిచ్చిరి. తమ బైబిల్ మత గ్రంథమును భారతీయ భాష లన్నింటిలోనికి పరివర్తనము చేసి ముద్రించి ఉచితముగా పంచిపెట్టిరి. వారి మతములోనికి విశేషముగా అంటరాని తెగలవారు చేరిపోయిరి. తెనుగు దేశమందు ౨౦౦ ఏండ్లనుండి క్రైస్తవ మత ప్రచారము సాగుతూ వచ్చినది. క్రైస్తవ మతములో చేరిన పై జాతులవారు తమ కులాలను మరచిపోజాలరయిరి. గుంటూరుజిల్లాలో వేలకొలది రెడ్డి కుటుంబాలు క్రైస్తవమతం పుచ్చుకొనెను. కాని వారు అదే మత మవలంబించిన మాల మాదిగ మంగలి మున్నగు తక్కువ జాతులతో బాంధవ్యము నేటివరకు చేయుట లేదు. అందింకొక చిత్రమేమన హిందువులగు రెడ్లు తమకన్యల ఆ రెడ్డిక్రైస్తవులకిచ్చి పెండ్లిచేయుదురు. కాని క్రైస్తవ రెడ్లు మాత్రము తమ పిల్లల హిందూ రెడ్ల కీయరు.

మిషనరీలు, పాద్రీలు, తమ మతము గొప్పదనియు ప్రచారము చేసుకొనుటలో తృప్తినొందక హిందువుల కులాచార లోపములను మూర్ఖ విశ్వాసములను సంఘములోని కుళ్ళును బయట పెట్టి దుష్ప్రచారము చేసి జనులలో హిందూ మతముపై విశ్వాసమును భక్తిని ఆదరమును పోగొట్టుతూ వచ్చిరి. అందుచేత ఇంగ్లీషు విద్య నేర్చినవారిలో తమ మతముపై అభిమానము తగ్గిపోయి తమ కొంచెపుతనమునకు తాము లజ్జింప మొదలిడిరి. అట్టి సన్నివేశములో భారత రంగముపై ఒక మహావ్యక్తి ఆవిర్భవించెను. ఆతడే మహర్షి శ్రీమద్దయానంద సరస్వతీ భగవత్పాదులు. వారి కింగ్లీషేమియు రాకుండెను. సంస్కృతమందు పారమందినవారు. వేదశాస్త్రములను సంపూర్ణముగా స్వాధీన పరచుకొనిరి. ఆతడాధునిక కాలపు ద్రష్ట. ఆతడార్యసమాజమును స్థాపించి హిందువులలోని ఆచార లోపాలు మధ్య వచ్చినవే కాని వేదమూలకములు కావని నిరూపించి ఇస్లాం క్రైస్తవమతాలలో కల ఆధ్యాత్మికాధిభౌతిక లోపాలను సవితర్కముగా నిరూపించి హిందువులకు ధైర్యము, సంస్కారావకాశము, ఆత్మగౌరవము కలిగించెను. తెనుగు దేశమందు నిన్న మొన్నటి వరకు ఆర్యసమాజ ప్రచారము సాగినదికాదు.

ఆర్యసమాజానికి ముందే రాజా రామమోహనరాయల బ్రహ్మసమాజ శాఖలు కృష్ణా గోదావరి జిల్లాలలో కొన్ని స్థాపిత మయ్యెను కాని, వానికి వ్యాప్తి లేక ఆగిపోయెను. అయినను ఆర్య బ్రహ్మ సమాజముల భావములు జనులలో బాగా వ్యాపించిపోయెను. బ్రహ్మ సమాజములో చేరినట్టి కందుకూరి వీరేశలింగం పంతులుగారు ఒక అసాధారణ వ్యక్తి. మహానుభావుడు. 'పీరాః పండిత కవయః' అన్న సూక్తికి లక్ష్యభూతుడు అతడు కులముల తారతమ్యములమీద మూఢ విశ్వాసాలమీద, అవైదికమగు మూర్తిపూజలమీద దెబ్బతీసెను. స్త్రీలపై జరుగు హత్యాచారముల ముఖ్యముగా వితంతువులకు పునర్వివాహము చేయక నిరోధించుటను ప్రతిఘటించి వితంతూద్వాహములను చేయించి, వితంతు శరణాలయమును నెలకొల్పెను. ఆయన ప్రచారము వలన తెనుగుదేశమందపూర్వ సంచలనము కలిగెను. పూర్వాచారపరులు ఆంక్షలుపెట్టి, అల్లరులుచేసి, దౌర్జన్యాలు చేసి, బీభత్సము చేసినను అతడు మరింత విజృంభించి తనదీక్షను సాగించెనే కాని విరమించుకొన్నవాడు కాదు.

హిందువులలో ఇంచుమించు ౧౦౦౦ ఏండ్లనుండి అనగా ముస్లిములు దేశమందు ప్రవేశించిన కాలమునుండి అనేక దురాచారాలు ప్రబలిపోయెను.

బాల్యవివాహాలు, వితంతూద్వాహ నిషేధము, సహగమనము, బహువిధ మూర్తుల పూజ, అనేక శక్తుల పూజలు, దేవర్ల కొలువులు, మంత్రతంత్ర విశ్వాసములు, సముద్రయాన నిషేధము, కుల బహిష్కార దౌర్జన్యాలు, గ్రహచార విశ్వాసము, గ్రిహశాంతులు శుభాశుభ శకునాల పాటింపులు, అంటరానితనము, దృష్టిలోపాలు తాంత్రిక వామాచారాలు, మున్నగు ననంత లోపాలు సంఘమందు స్థిరపడియుండెను. ఈలోపాలవల్ల మనలో ఐకమత్యము,నాగరికతాభివృద్ధి,నిర్మాణ కౌశలము నశించి, రాజకీయ పతనము సంభవించెనని విద్యావంతులు తలచిరి. అందుచేత పారతంత్ర్య విముక్తికి ముఖ్యసాధనము సంఘలోపముల సంస్కారమని తలచిరి. దానికై సంఘ సంస్కార మహాసభలు విరివిగా కావించిరి.

ఇది యిట్లుండ క్రీ॥ శ॥ ౧౮౮౫ లో అఖిలభారత జాతీయ మహాసభ (నేషనల్ కాంగ్రెసు) స్థాపితమయ్యెను. ౧౮౫౭ తర్వాత అతిముఖ్యమగు ఘట్టమీ కాంగ్రెసు సంస్థాపన. భారత జాతీయత (Nationalism) ఆనాటి నుండి ప్రారంభమైనదన్నమాట. భారత దేశమును సృష్టికర్త తన పరిశీలన గృహము (లేబరేటరీ) గా బహుశా నిర్ణయించుకొన్నాడేమో. వివిధ జాతులు, కులాలు, మతాలు,భాషలు-ఇచ్చటనే సమకూడినవి.వేదకాలమునుండి భారతీయులలో అఖండ జాతీయత యెన్నడును కలిగి యుండలేదు. కావున కాంగ్రెసు అవతరణ యీ జాతీయతకు పునాదివేసెను. యూరోపులోని జర్మనీలో ఫ్రెడరిక్ (The Great) తోను, ఇటలీగారి బాల్డీ, మాజ్జినీలతోను, ఫ్రాన్సులో ౧౭౮౯ నాటి విప్లవముతోను సంయుక్తామెరికాలో ౧౭౭౬ తోను జాతీయత ఏర్పడెను. మన కాంగ్రెసు మొదట సంఘ సంస్కారమునకు పూనుకొనలేదు. దాని వార్షిక సభలతోపాటు వేరుగా సంఘ సంస్కార సభలు జరుగుచుండెను.

ఇంగ్లీషు పరిపాలనము ఆర్థికముగా దేశానికి గొప్పనష్టము కలిగించెను. మన దేశములోని పరిశ్రమలు నాశనమయ్యెను. క్రొత్త పరిశ్రమలను ఇంగ్లీషువారణగ ద్రొక్కిరి. అందుచేత జనులు అత్యధికముగా భూమిపై వ్యవసాయముపై ఆధారపడిరి. దేశమందు క్షామములు అభివృద్ధియై జననష్ట మపారమయ్యెను. విలియం డిగ్బీఅను ఆంగ్లేయుడు ౧౮౯౧ లో పార్లమెంటు సభ్యుల పేర ఒక విజ్ఞప్తి ప్రకటించెను. అందిట్లు వ్రాసెను. '౧౮౦౦ నుండి ౧౮౨౫ వరకు ౧౩ క్షామాలు సంభవించి ౫౦ లక్షలమంది చచ్చిరి. ౧౮౭౦ నుండి ౧౮౯౯ వరకు ౧౮ క్షామాలు సంభవించి ౧ కోటి ౨౦ లక్షల మంది చచ్చిరి. ౧౮౭౮ లో

దాదాబాయి నౌరోజీ లెక్కించి పరిశోధించగా మద్రాసు రాజధానిలో మనిషికి సగటున సంవత్సరాదాయము ౧౮ రూపాయలే అని తేల్చెను. ఉత్తరార్కాటు జిల్లా కలెక్టరు తన జిల్లాలో అపారమైన దారిద్ర్యము జనులలో నిండినదని వ్రాసెను నెల్లూరు జిల్లాలో అపరాధులు జెయిళ్ళలో పడిన తర్వాత బాగా బలిసిరనియు జనులకు తిండికొరత విపరీతముగా నుండెననియు జిల్లాడాక్టరు అభిప్రాయ మిచ్చెను.'

ధాన్యాల యొక్కయు తిండి పదార్థాల యొక్కయు ధరలు చాలా తక్కువగా నుండెను. కృష్ణాజిల్లావారగు పెద్దిభొట్ల వీరయ్య అను వకీలుగారు ఇంచుమించు ౨౭ ఏండ్లక్రిందట ఆంధ్రపత్రికలో ఇట్లు ప్రకటించెను.

'ఇప్పటికి ౬౦ సంవత్సరములకు పూర్వము (౧౮౬౦ లో) మచిలీపట్టణములోనుండి ధరలు తెలియగల కాగితమొకటి నేను చూడ తటస్థించినది. ....౧౮౬౦ లో బందరులో జరిగిన ఒక వివాహమప్పు డుంచబడిన జాబితా సంగతు లిందు తెలియజేయుచున్నాను.

వస్తువు	ధర రూ. అ. పై.	పరిమాణము
బియ్యము	౧– ౦– ౦	౩౨ సేర్లు
కందులు	౧– ౦– ౦	౩౧ ,,
పెసలు	౧– ౦–౦	౨౨ ,,
మినుములు	౧– ౦– ౦	౧౯ ,,
మిరప	౧– ౬– ౦	మణుగు
నెయ్యి	౪– ౨– ౦	,,
ఆముదం	౧– ౦– ౦	౪ వీసెలు
నూనె	౧– ౦– ౦	,,
చింతపండు	౦–౧౩– ౬	మణుగు
బెల్లం	౦–౧౧– ౮	,,
పసుపు	౧– ౦– ౦	౫ వీసెలు
మెంతులు	౧– ౦– ౦	౪౦ సేర్లు
జీలకర్ర	౧– ౦– ౦	౬ ,,
కొబ్బరికాయలు	౦– ౩– ౦	౧౦ కాయలు
సొరకాయలు	౦–౨–౦	౩ ,,

కట్టెలు	౮- ౩- ౦	౧౫౦ మదకర్రలు
విస్తళ్ళు	౦- ౧- ౪	౧౦౦
తమలపాకులు	౦- ౧- ౯	౧౦౦౦
దోసకాయలు	౦- ౨- ౦	మణుగు
వంకాయలు	౦- ౨- ౦	మణుగు
ఇంగువ	౦- ౦- ౧౦	తులం
అటుకులు	౧- ౦- ౦	౧౬ సేర్లు
చేటలు	౦- ౧- ౬	౪
తాటి ఆకు బుట్టలు	౦- ౦- ౩	౬

పై యంశములు అనాటి ప్రజల యార్థికస్థితి తెనుగు దేశమం దెట్లుండెనో తెలుసుకొనుటకు సహాయపడును. ౧౮౭౬ లోను ౧౮౭౮ లోను బొంబాయి మద్రాసు రాష్ట్రిలలో అనగా దక్కనులో నంతటను మహాక్షామ మేర్పడెను. ఆ క్షామము దెబ్బ తెనుగుసీమపై విశేషముగా పడెను. నేటికిని ౮౦ ఏండ్ల వృద్ధులా 'ధాత కరువు'ను గురించి ముచ్చటిస్తూ వుందురు. ఆ సంవత్సరమే "పగటి చుక్కలు రాలె"ను అని చెప్పుదురు. అనగా సంపూర్ణ గ్రహణము తెనుగు సీమలో అయ్యెనన్నమాట. అదే సంవత్సరము "ఎర్రగాలి" వీచెనందురు. ఆకాశమంతయు ఎర్రని ధూళితో నిండి దేశమంతటను నిండిపోయెనట. ధాత కరువులో జనులు లక్షల కొలదిగా తెనుగు సీమలో చనిపోయిరి. కర్నూలు జిల్లా లోని కోయిలకుంట్ల తాలూకాలోని ఉయ్యాలవాడ అను గ్రామమందు బుడ్డా వెంగళరెడ్డి అను అపరకర్ణు డప్పుడు వెలసెను. అతడు తన సర్వస్వము కోల్పోయి అప్పులు చేసి చందాలెత్తి తన ధాన్యమునంతయు ఇచ్చివేసి వేనవేల క్షామబాధితులకు అన్నము పెట్టి రక్షించెను. నేటికిని కర్నూలు జిల్లావారా దాతను మరువలేదు.

బుడ్డా వెంగళరెడ్డి
ఉండేదే ఉయ్యాలావాడా

అని పాటలుకట్టి బిచ్చగాండ్లు పాడుతూ వుందురు. ఇట్టి దాత లింకెంద రుండిరో ఆయా ప్రాంతాలవారు తెలిపితే బాగుండును. ధాత కరువులో దక్కనులో ౫౦ లక్షలకన్న హెచ్చు మంది చచ్చిరని ఇంగ్లీషు చరిత్రకారులే వ్రాసినారు.

ఈ సమీక్షా కాలములో జనుల ఆచార వ్యవహార విశ్వాసాలలో చాలా గొప్ప మార్పులు జరిగెను ముసల్మానులు హింసామార్గముచే తో హిందువుల నాకర్షింప జాలినవారు కారు. హిందువులు ముసల్మానులను మరింత దూరముగా పరిహరించిన వారైరి. కాని ఇంగ్లీషువారు తమ నూతన భావాలతో హిందువుల లోనే కాక ముసల్మానులలోను మార్పులను గావించిరి కాని ముసల్మానులకన్న హెచ్చుగా హిందువులలో మార్పులు కలిగెను జుట్లు ఎగిరిపోతూ వచ్చెను. క్రాపులు బహుళమయ్యెను. బొందెల అంగీలు పోయెను. ఇంగ్లీషు అంగీతో పాటు కోట్లుకూడా వచ్చెను. టోపీలు విరివియయ్యెను. మొదట మొదట సముద్ర ప్రయాణము చేసిన వారిని బహిష్కరించిరి. తర్వాత ప్రాయశ్చిత్తముతో స్వీకరించిరి. తర్వాత ఏ యాటంకమున్నూ లేకపోయెను. వివిధ కులాల వారు కలసి భుజించుటకు మొదలు పెట్టిరి. దీనికి హోటళ్లు దోహదమిచ్చెను. రైళ్ళు కూడా కులం కట్టుబాట్లను సడలించెను. అంతశ్శాఖా వివాహాలు, వితంతూద్వాహాలు ప్రబలెను. బాల్యవివాహాలు క్రమక్రమముగా తగ్గెను. ఇంగ్లీషు విద్యావంతులలో కొందరు ఇంగ్లీషు వేషములను సూటుబూటు కాలర్లై ధరించుట గౌరవ హేతువని భావించిరి.

ఇంగ్లీషు ప్రభుత్వము ప్రజల యొత్తిడియైనప్పుడే ప్రజాభీష్టము నెరవేర్చునట్టిది. సంఘ సంస్కర్తల కోరికలను అప్పుడప్పుడు మన్నిస్తూ బాల్య వివాహములకు సరిహద్దులు మార్చుచూ వచ్చెను. మొదట ౧౦ ఏండ్లలోపల బాలబాలికలకు వివాహము చేయరాదని శాసించిరి. ౧౮౯౦ ప్రాంతములో ౧౪ ఏండ్ల లోపల బాల్యవివాహములు చేయరాదని శాసించిరి. ౧౮౫౦ ప్రాంతమందే పోస్టు (టప్పా) ఏర్పాటయ్యెను. ౧౮౫౩లో తంతీలేర్పాటయ్యెను. క్రమక్రమముగా ఈ రెండు చాలా విరివిగా స్థాపింపబడెను. ౧౮౮౨లో రిపన్ గవర్నరు జనరల్ మునిసిపాలిటీలను స్థానిక స్వపరిపాలనమును ప్రారంభించెను.

టప్పా రైల్వేతంతీ సౌకర్యాలు వృద్ధియగుకొలది పత్రికలు కూడా వృద్ధియయ్యెను. కాని తెనుగు దేశములో పత్రికలవ్యాప్తి చాలా తక్కువగా నుండెను. ౧౯వ శతాబ్ది మధ్యకాలమందు బళ్ళారిలో 'శ్రీ యక్షిణి' అను వార పత్రిక ప్రారంభమయ్యెను. అదే తెనుగువారి మొట్టమొదటి పత్రిక. ఆంధ్ర పత్రిక వారపత్రికగా మహారాష్ట్రలందు బొంబాయి నుండి వెలువడుట చాలా చిత్రము. కాని తర్వాత అది మద్రాసుకు మారెను. దిన పత్రికను కూడా కాశీ

నాధుని నాగేశ్వరరావుగారు ప్రారంభించిరి. అది నిత్యాభివృద్ధిగా ఆంధ్రుల సేవ నేటికిని చేయుచున్నది. ౧౯౦౨లో కృష్ణా పత్రిక ప్రారంభమయ్యెను. అదియు అవిచ్ఛిన్నముగా సాగుచున్నది.

ఇంగ్లీషువారి ప్రభావము భాషపై చాలాపడెను. అదేమి చిత్రమో తెనుగులో యక్షగానాలు తప్పితే వేరు నాటకాలు లేకుండెను. ౧౮౦౦ తర్వాత తెనుగు కవిత కూడా నీరసమై అప్పకవీయ శాసనబద్ధమై, అష్టాదశ వర్ణనలను వెఱ్ఱిమొఱ్ఱి రోకటి పాటలతో కూడినవై, జుగుప్సాకరమైనదయ్యెను. అందు శబ్దాడంబరమే యుండెను. వచన గ్రంథాలు ఏకామ్రనాథుని ప్రతాపచరిత్ర, కైఫీయత్తులు స్థానాపతి విజయనగర కైఫీయత్తు, తంజాపురీ కవుల వచన భారతాదులు నున్నగునవి కొన్ని తప్ప మరేవియు లేకుండెను. ఇంగ్లీషు చదివిన విద్వాంసులగు కందుకూరు వీరేశలింగముగారు, కొమర్రాజు లక్ష్మణరావుగారు, గాడిచర్ల హరి సర్వోత్తమరావుగారు కట్టమంచి రామలింగారెడ్డిగారు, గిడుగు రామమూర్తిగారు ఆంధ్రవాఙ్మయ పంథను త్రిప్పివేసిరి. కట్టమంచివారి కవిత్వ తత్త్వవిచారము సనాతనపు కోటలో గుండుపడినట్లయ్యెను. అది పెద్దసంచలనము కలిగించెను. వారు ౧౯౦౦లో ముసలమ్మ మరణము అను ఉత్తమ బలిదాన కథను కొత్తరీతుల వ్రాసిరి. నిజముగా భావకవితకు అతడే మార్గదర్శి యనవలెను. వీరేశలింగ ప్రతిభ సర్వతోముఖవ్యాప్తి యయ్యెను. ఆతడు నాటకాలను, ఉత్తమ వచన గ్రంథాలచు, నవలలను, హాస్యములను, కవుల చరిత్రను, స్వీయచరిత్రను, ఆంగ్లగీర్వాణ భాషలందలి యుత్తమ విషయాల అనుకరణములను రచించి అపారమగు సేవచు చేసెచు. కొమర్రాజు లక్ష్మణరావుగారి వ్యక్తిత్వము అసాధారణమైనట్టిది. అతని పట్టుదల, నిర్వహణము, విధానము విషయ విజ్ఞానము, దానిని పిల్లలకును అర్థమగునట్లు రచించు నేర్పు, ఇతరులందు కానవచ్చుట అరుదు. వారును గాడిచర్లవారును, హైదరాబాదు రావిచెట్టు రంగారావుగారును (అనగా ఉత్తర సర్కారు, రాయలసీమ, తెలంగాణా ప్రతినిధులు.) కలిసి ౧౯౦౬లో విజ్ఞాన చంద్రికా గ్రంథమాలను హైదరాబాదులో స్థాపించిరి. ఈ గ్రంథమాల మొట్టమొదటి ప్రచురణము గాడిచర్లవారి అబ్రహాం లింకన్ చరిత్ర, దానికి కొమర్రాజు వారు పీఠిక వ్రాసిరి. అది చరిత్రాత్మకమైనది. మనలో లేనివి కావలసినవి బంగాలీలు మరాటీలు ముందుకు చాలా దూరము సాగిపోయిన విధానము వారు చాలా చక్కగా నిరూపించిరి. వారిట్లింకను వ్రాసిరి.

"భాషాభివృద్ధికి గద్య గ్రంథము లత్యంతావశ్యకంబులని మొట్టమొదట కనిపెట్టినది చిన్నయసూరి; అతడు గద్యనన్నయ. రెండవవారు కం. వీరేశలింగము; వారు గద్యతిక్కన. పూర్వ మొకప్పుడుండిన పురుషార్థ ప్రదాయిని, ఆంధ్ర భాషాసంజీవని, మందార మంజరి, చింతామణి, శ్రీ వైజయంతి, మొదలైన మాసపత్రికలును, ప్రస్తుత మున్న సరస్వతి, మంజువాణి, మనోరమ, సువర్ణలేఖ, సావిత్రి, హిందూ సుందరి, జనానా పత్రిక మొదలగు మాసపత్రికలు, ఆంధ్రప్రకాశిక, శశిలేఖ, కృష్ణా పత్రిక, ఆర్యమతబోధిని, సత్యవాది, మొదలగు వార్తాపత్రికలును తెనుగునం దొకవిధమైన యుపయోగకరమగు వాఙ్మయము పుట్టించినవి. కాని తెలుగుబాస యొక నాగరికభాష యనిపించుకొనుటకు ఇపుడు జరిగిన ప్రయత్న మొక సహాయకారమైనను కాదు" మన భాషలో చరిత్రలు, కథలు, శాస్త్ర (సైన్సు) గ్రంథాలు ఏవియు లేవని వాపోయిరి. ఆ యుత్తమ పీఠిక అత్యంతముగా విలువయైనట్టిది. వారెత్తిచూపిన లోపాలను తొలగించుటకై విజ్ఞాన చంద్రికా గ్రంథమాల ద్వారా చాలా కృషి చేసి, సిద్ధ సంకల్పులైరి. మన దురదృష్టము చేత వారు ౧౯౨౨ లోనే మరణించిరి. వారి యనంతరము గ్రంథమాల నానాటికి తీసికట్టుగా సన్నగిలి మాయమైపోయెను.

౧౯౦౦ నుండి తెనుగలో ఇంగ్లీషు సంస్కృత పద్ధతులపై నాటకాలు, నవలలు, వచన గ్రంథాలు, చరిత్రలు, విమర్శలు, ఖండకావ్యాలు, విరివిగా రచింపబడుతూవచ్చెను.

బెంగాలును కర్జన్ వైస్రాయి రెండు భాగాలుగా విభజించెను. హిందూ ముస్లిములను భిన్నించుటకై అత డట్లు చేసెను. అందుపై బెంగాలులో జాతీయోద్యమము తీవ్రరుపము దాల్చెను. వందేమాతరం జాతీయ గీతమయ్యెను. హింసాత్మక చర్యలతో బెంగాలీలు ప్రతిఘటించిరి. ఆ జాతీయోద్యమపు గాలి తూర్పుతీర మందలి ఉత్తర సర్కారులను తెనుగు జిల్లాలపై వీచెను. ఆ సందర్భములో "స్వదేశీ" విధానోద్యమము బయలుదేరెను. ఆదే సందర్భములో బందరులో జాతీయ కళాశాల స్థాపితమయ్యెను. అదొక ముఖ్యఘట్టము. మన పూర్వ సంస్కృతి యంతయు గర్వింపదగినది కాదనియు ఇంగ్లీషువారి దంతయు ఉత్తమమనియు భావించిన వారిలో కొంత పరివర్తనము కలిగెను. మన సంస్కృతిని కాపాడుకొనుచు కాలానుసరణమగు మార్పులు చేసుకొనుటయే సరి

యని యీ జాతీయ కళాశాల నిరూపించెను పూర్వకాలపు చిత్రలేఖన పద్ధతి మారెను. రంగులు మారెను భావాలు మారెను. తెనుగుదేశమందు నూతన చిత్రలేఖన పద్ధతి కీ కళాశాలయే దోహద మిచ్చినట్టిది.

ముసల్మాను ప్రభువులలో గోలకొండ సుల్తానులలో ఒక్క ఇబ్రహీం ఖుతుబ్షాయు, అతని యుద్యోగియగు అమీను ఖానున్నూ తెనుగు భాషను పోషించిరి. ఆసఫ్‌జా వంశమువారు తెనుగు నాదరించకపోగా దానికి విఘాతములే కల్పించిన వారయిరి. తెనుగు దేశాన్ని పాలించిన యీ ఖుతుబ్షా అసఫ్‌జా వంశాలవల్ల తెనుగుభాష కేమిన్ని సహాయము కలుగలేదు. ఇంగ్లీషు పరిపాలనలో ఇంగ్లీషు ప్రభుత్వము దేశములోని తాటాకు గ్రంథాలను సేకరించి మద్రాసులో ప్రాచ్యలిఖిత పుస్తకాలయమును స్థాపించి, అందు వాటినుంచి అంతరించిపోనున్న బహు గ్రంథాలను రక్షించిరి. పలువురు ఇంగ్లీషు వారు మన భాషను నేర్చుకొనిరి. అందు బ్రౌన్ ముఖ్యుడు. ఖుతుబ్షాలు, అసఫ్‌జాలు అందరినీ ఒక్క ప్రక్కపెట్టి బ్రౌనుదొర నొక్కదిక్కుపెట్టి తూచిన బ్రౌను దిక్కే త్రాసు మల్లు సూపును. ఆతడు తాటాకు గ్రంథాలు సేకరించియుంచెను. వేమన పద్యాలను మెచ్చుకొని వాటిని ఇంగ్లీషులోని కనువదించెను. తెనుగు నిఘంటువులు రెండు రచించెను. అందొకటి వ్యావహారిక పదకోశము. నేటికిని ఇవి చాలా యుపయోగపడుచున్నవి. మెకంజీ అను నింకొకడు కైఫీయత్తులను వ్రాయించి తెప్పించియుంచెను. కాల్డ్వెల్ అను మరొకడు ద్రావిడ భాషాశాస్త్రమును వ్రాసెను. మొత్తముపై ఇంగ్లీషు భాషాప్రభావము తెనుగుభాషపై సంపూర్ణముగా పడెను. తెనుగులో బహుముఖ వికాసము కలిగెను. ఇంగ్లీషు వారు భాషతోపాటు ప్రాచీన శిల్పములను కాపాడిరి. తురకలు విధ్వంసము చేసిరి. ఇంగ్లీషువా రుద్ధరించిరి. హంపీ శిథిలాలను, అమరావతీ స్తూపాలను, ఇతర ప్రాచీన దేవాలయాలను కోటలను మరమ్మతుచేసి, దిబ్బలు త్రవ్వి, శిల్పశకలాలను బయటికితీసి, మిగిలినవాటిని విధ్వంసము కాకుండా రక్షించిరి. బ్రిటిషిండియాలోని యీవిధానమును హైదరాబాదులో అవలంబించక తప్పినదికాదు. అందుచేత తెనుగుసీమ హద్దు వరకు ఓరుగల్లు శిథిలాలు, రామప్పగుళ్లు, పిల్లలమర్రి, పానుగల్లు (నల్లగొండ) మున్నగు తావులలోని తెనుగు శిల్పాలను రక్షింపవలసినవారయిరి.

౧౮౫౭ విప్లవానంతరము తెనుగుసీమలో ఉత్తర సర్కారులలోనే యెక్కువగా పురోభివృద్ధి కలిగినది. వారికంటే రాయలసీమవారు వెనుకబడిన

వారు. ఆ రాయలసీమ కన్నను మరీ చాలా వెనుకబడినవారు తెలంగాణావారు. వారి పాలిట బడిన ప్రభుత్వమే వారి పురోభివృద్ధికి ముఖ్యకారణ మనవలెను.

ఆంధ్రుల ౯౦౦ సంవత్సరాల సాంఘిక చరిత్ర సంగ్రహముగానే తెలుపనయినది. వ్రాయదగిన విషయము లింకను కలవు. అందుకు తగిన పండితులు కృషిచేసి మన సాంఘిక చరిత్రలు వ్రాసిన మనలో సాంఘిక చరిత్రలు లేని లోపము తొలగిపోవును.

సీ. పరిపూర్ణ పావనాంభస్తరంగోద్వేగ
గౌతమీ గంభీర గమనమునకు
ఆలంపురీ నందనారామ విభ్రాజి
మల్గోబఫలరాజమధురరుచికి
ఆంధ్రీకుమారీ సమాయుక్త పరిపూత
తుంగా పయస్సు మాధుర్యమునకు
ఖండశర్కరజాతి, ఖర్జూర, గోక్షీర,
ద్రాక్షాదియుత రామరసమునకును
అమృత నిష్యంది వల్లకీ హ్లాదమునకు
రాగిణీదివ్య సమ్మోహరాగమునకు
తేనెతేటల నవకంపు సోనలకును
సాటియగును మా తెనుగు భాషాతల్లి,

(మదీయము)

(ఆంధ్రీనది=తుంగభద్ర కుపనది, రామరసము=మహారాష్ట్రుల మధుర రసము. జాజికాయ. జాపత్రి, ఏలకులు, బాదాము, ద్రాక్ష, పాలు, దోస, సొర, కరెపుచ్చ మున్నగువాటి పిత్తులు, సొంఠి, చక్కెర, కుంకుమ పువ్వు ఇంకా చాలావస్తువులు నూరి కలిపిన దాన్ని రామరస మందురు. ఆలంపూరు బనగానపల్లె రెండును మల్గోబ, దిల్ పసందు అను శ్రేష్ఠమగు మామిడి పండ్లకు సుప్రసిద్ధ స్థలాలు.)

★

అనుబంధము ౧

ఆంధ్రప్రభ సంపాదకీయము

1945 నవంబర్ 22, మంగళవారం

మన తాత ముత్తాతలు

ఏరాజు ఎప్పుడు పాలించాడు? ఎక్కడ? ఏవిధంగా? అతడు ఎన్ని యుద్ధాలను చేశాడు? ఎవరెవరిని గెలిచాడు? లేదా, ఎవరిచేతిలో ఓడిపోయాడు? అతడెందరిని వివాహ మాడాడు? మరెందరిని ఉంపుడు కత్తెలను చేసుకున్నాడు? బహుభార్యాత్వపు సాధక బాధకాలను ఏవిధంగా ఎదుర్కొన్నాడు—ఇదే ఇప్పటి వరకు మన చరిత్ర.

"నా విష్ణుః పృథ్వీపతిః" అని విశ్వసించబడినంత వరకు రాజుల రాజాస్థానాల కథలే, రాణుల, రాణీ వాసాల గాథలే చరిత్ర కావడం ఎవ్వరికీ ఎబ్బెట్టుగా తోచలేదు కూడా.

కాని, రాజు దైవాంశసంభూతుడన్న గుడ్డినమ్మకం రోజులు పోయాయి. చివరకి జపానులో కూడా (మొన్నటి యుద్ధము తర్వాత) హిరోహిటో సయితం సాక్షాత్తు అపరబ్రహ్మ స్వరూపుడన్న మూఢ విశ్వాస ప్రాబల్యం సడలింది.

రాజుల రోజులు పోయినందున, ప్రజలే రాజులౌతున్నందున, ఇక చరిత్ర స్వరూపమే మారిపోవాలి. ఇక మీదట చరిత్రకారులు మనకు చెప్పవలసింది ముసలిమగడు రాజరాజ నరేంద్రుని పడుచు పెండ్లాం చిత్రాంగి సవతికుమారునిపై కన్ను వేసిందో, లేదో—ఈ సంగతి కాదు. ప్రతాప రుద్రుని ఉంపుడుకత్తె (ప్రతాపరుద్రుని ఉంపుడుకత్తె చరిత్రను "ఆడుదురు నాటకంబుగ నవనిలోన" అన్నాడు క్రీడాభిరామకర్త) విషయమై కాదు. కృష్ణదేవరాయల దేవేరుల విషయమై కాదు; ఆ దేవేరుల మధ్య వివాదాలను గురించి అంతకంటె కాదు.

ఈ ప్రజాయుగంలో వెలువడవలసినవి ప్రజాచరిత్రలు. వీటికే మరొక పేరు—"సాంఘిక చరిత్రలు".

నామమాత్రానికి మన దేశంపై ప్రస్తుతం బ్రిటిష్ రాజుకు మిగిలివున్న పెద్దరికంకూడ తొలగిపోనున్న ఈ సమయంలో, కొన్ని శతాబ్దాల తర్వాత ఆంధ్రులకు తిరిగి ఒక ప్రత్యేక ప్రభుత్వం ఏర్పడనున్న ఈ సమయంలో ఇట్టి ఒక చరిత్ర గ్రంథం వెలువడ్డం ఎంతైనా సముయోచితం.

దాదాపు వెయ్యి సంవత్సరాలపాటు (క్రీస్తుశకం 1050 నుంచి 1907 వరకు) తెలుగుజాతి ఏ విధంగా బ్రతికిందో ఈ చరిత్ర కళ్ళకు కట్టినట్లు చిత్రిస్తున్నది. మన తాత, ముత్తాత లెట్టివారై యుండిరో; మన అవ్వలు ఎట్టి సొమ్ములు దాల్చిరో, యెట్టి అలంకరణములతో నుండిరో మన పూర్వులే దేవరలను గొలిచిరో, ఏ విశ్వాసాలు కలిగి యుండిరో, ఏ యాటపాటలతో వినోదించిరో, దొంగలు, దొరలు దోపిడీలు చేసినప్పుడు క్షామ దీతిబాధలు కలిగినప్పు డెటుల రక్షణము చేసుకొనిరో; జాడ్యాల కే చికిత్సలు పొందిరో, ఎట్టి కళలందు ప్రీతి కలవారై యుండిరో, ఏయే దేశాలతో వ్యాపారాలు చేసిరో" —ఇట్టి అనేక విషయాలు ఈ చరిత్రలో వర్ణితం.

తప్పెట్లు, కాహళములు, కాలి కొమ్ములు, డమాయీలు, బూరలు శంఖములు, సన్నాయీలు, డోళ్లు, రుంజలు, చేగంటలు–ఇవి చేరగా ఏర్పడినదే మన పూర్వికుల మిలిటరీ బ్యాండ్.

తుమ్మెదపదాలు, పర్వతపదాలు, శంకరపదాలు, నివాళిపదాలు, వాలేశు పదాలు, వెన్నెల పదాలు, రోకటి పాటలు, బొమ్మలాటలు, కోలాటం, గొండ్లి, చిందు, జక్కిణి, పేరణి, ప్రేంఖణము, ఉయ్యెల పట్టెలాట, బొంగరాలాట, కోళ్ళపందెము, పులిజూదం, పచ్చీసు, సిడి—ఇవి మన పూర్వికుల గాన నృత్య క్రీడావినోదాలు.

ముక్కర, నెత్తిబిళ్ళలు, దండెకడెములు వంకీలు, జోమాల దండలు, తాటంకములు, ముత్యాల కమ్మలు, కాంచీ నూపురకంకణములు, త్రిసరములు, మొరవంక కడియములు, వడ్డాణము, ముక్కు నత్తు – ఇవి మన అవ్వలు పెట్టుకొన్న నగలలో కొన్నిమాత్రం.

వెంజావళి, జయరంజి, మంచు పుంజము, మణికట్టు, భూతిలకము, శ్రీవన్నిమ, చీని, మహాచీని, పట్టు పొంబట్టు, నేరపట్టు, వెలిపట్టు, పచ్చని పట్టు, నేత్రంపుపట్టు, సంకుపట్టు, భావజతిలకము, రాయశేఖరం రాయవల్లభం, వాయుమేఘం, గజవాళం, గండవరం, వీణావళి—ఇట్టి వన్నీ ఒకనాడు మన తెలుగునాట వేయబడిన వస్త్రవిశేషాలు.

ఒకనాడు మన తెనుగుసీమలో ప్రతి బ్రాహ్మణ గృహంలో ఒక గ్రంథాలయం వుండేది. ధనికులు తివాసీ-పై కూర్చునేవారు. "బురునీసు దుప్పటులు కప్పుకొనేవారు, అప్పులవారిని "పొగడ దండల"తో శిక్షించేవారు. దొంగలను పట్టి "బొండకొయ్యలో" వుంచేవారు; రెండవ భార్యను చేసుకొంటే, ఆమెకు "సవతి కడెము" తొడిగేవారు: యుద్ధంలో ఓడినవారు "ధర్మధార" పట్టేవారు; తాంబూలం వేసుకోడానికి "పాన్ దానులు ఉపయోగించేవారు; రైతులు ఏరువాకను, "వింతటి పండుగను" చేసుకొనేవారు; కరణాలు "వహి" అనే పుస్తకాలలో లెక్కలను వ్రాస్తుండేవారు; పీనుగులను కాల్చిన బూడిద మచ్చు మందుగా పనిచేస్తుందని దొంగలు నమ్ముతుండేవారు- ఈ రీతిగా శ్రీ ప్రతాపరెడ్డిగారు వ్రాసిన "సాంఘిక చరిత్ర" మన పూర్వీకుల జీవిత విధానాన్ని గురించి చెప్పే విశేషాలకు అంతేలేదు.

ఈ చరిత్ర దాదాపు ఒక జీవిత కాలపు పరిశోధనా ముక్తాఫలం. సాంఘిక చరిత్రకు పనికివచ్చే గ్రంథాల సంఖ్య పరిమితమైనా, ఇందుకు శాసనాల ఉపయోగం నామమాత్రమైనా, ఆచార వ్యవహారాలకు, క్రీడా వినోదాలకు సంబంధించిన అనేక ప్రాంతీయ పదాల విషయంలోను, పారిభాషిక పదాల విషయంలోను నిఘంటుకారులు "ఒక భక్ష్యవిశేషం" "ఒక క్రీడావిశేషం" అని అర్థం చెప్పి, నిరర్థకులవలె వ్యవహరించినా, ఇట్టి ప్రతిబంధకా లన్నింటిని అధిగమించి, ఆంధ్రజాతి చరిత్రను ప్రతిభా పూర్వకంగా చిత్రించిన శ్రీ రెడ్డిగారు సంస్తవనీయులు.

ఆంధ్రజాతి గత చరిత్రను తెలుసుకొనడానికి ఉపకరించడమే కాక, ఏయే కారణాలు దాని అభ్యుదయానికి తోడ్పడినవో, మరేవేవి దాని పతనానికి దోహదమిచ్చినవో సందర్భానుసారంగా వివరిస్తున్న ఈ మహద్గ్రంథం ఆంధ్రులకు భావికర్తవ్య పథాన్ని నిర్దేశిస్తున్నది కూడా.

"నాకే యీ గ్రంథము తృప్తి నొసగలేదు" అనే విచారం శ్రీ రెడ్డిగారికి కూడదు. సకలాంధ్రావనికి వారి రచన అపారతృప్తి నివ్వగలదు.

అనుబంధము ౨

1135, కృష్ణమూర్తిపురం
మైసూరు 30—10—49

మహారాజశ్రీ మాన్యులు సురవరం ప్రతాపరెడ్డిగారి సన్నిధికి,
మిత్రుఁడు రాళ్ళపల్లి అనంతకృష్ణశర్మ చేయు మనవి :—

తాము దయతో పంపిన 'ఆంధ్రుల సాంఘిక చరిత్ర' కృతజ్ఞతతో అందుకొన్నాను. విడిచే బుద్ధి పుట్టక పూర్తిగా చదివితిని. ఇట్లు ఏకదారగా నన్ను చదివించిన గ్రంథము ఈ మధ్యలో ఇదొక్కటే.

చాలా గొప్పపని చేసితిరి. ఇందు సేకరించి మీరు జతపఱచిన విషయాలు చాలా అమూల్యములు. ఎన్నోవత్సరాలుగా ఏకాగ్రతతో చదివి సంగ్రహింపనిది ఈ పని నిర్వహింపగల్లుట కాదు. స్వాతంత్ర్యము సిద్ధించిన తరువాత ఆంధ్ర సాహిత్యంలో వెలువడిన అనర్ఘగ్రంథాలు కొన్నింటిలో ఈ గ్రంథము అగ్రగణ్యమని నమ్మతాను.

చదివినప్పుడు నాకు స్ఫురించిన కొన్ని భావాలను తమ పునరాలోచనకోసము ఇందు సంగ్రహముగా మనవి చేయుదును. ఇది సూచన మాత్రమే; విమర్శ కాదని గ్రహింప వేడితిని.

(౧) 'పులి జూదములు, దొమ్మరి ఆటలు తెలుఁగు వారివే' (పీఠిక 7) కాని, కన్నడ దేశమందును ఇవి అంతే వ్యాప్తి గల్గియున్నవి. మొదటిది 'హులికల్లు' అను పేరుతో నున్నది. మరి 'దొమ్మరి' వారిని, డొంబ, దొంబ - అని కన్నడు లంటారు. 'రి' అనునది, ద్రావిడ బహువచన ప్రత్యయము. తెనుగు ప్రకృతికి చేరిన దేమో అమర వ్యాఖ్యాత క్షీరస్వామి (11 వ శతకం) శ్వపచ జాతులలో 'డోంబ' జాతిని చేర్చినాఁడు. డోంబర్ అనేదే దొంబర-దొమ్మర-దొమ్మరి-అయి యుండును.

(౨) 'వైష్ణవము కన్న శైవమే ఆరవదేశమందు ప్రాచీన తరము' అన్నారు. ఈ సిద్ధాంతము ఇంకా విమర్శనీయము. పరమ ప్రాచీన ద్రావిడ వాఙ్మయములో శివకేశవు లిరువురును గలరు. మరి ఆళ్వార్ల కాల మింకను నిస్సంశయముగా నిశ్చితం కాలేదు. పరస్పర స్పర్థతోను, సమరసంగానూ ఈ రెండు మతాలూ ప్రవహించినట్లే ఆదినుండి కాన వచ్చుచున్నవి. పు. 20.

అట్లే శ్రీ రామానుజుల కాలమునకు చాలా ముందే వేంకటేశ్వరులను విష్ణుమూర్తిగా ఆరాధించి పాడిన ఆళ్వార్ల సాక్ష్యం సులభముగా త్రోసి వేయరానిది. శ్రీపతి పండితుల భాష్యం పలు సందేహాల కాస్పద మయినది. మరియు చాలా ఆధునికము. రామానుజాచార్యులు చేసినదెల్ల అన్యాక్రాంతమైన మూర్తిని పునస్సాధించడమేనని వారి చరిత్ర. వేంకటేశ మూర్తిలో శైవ, వీరభద్ర, స్కంధ, శక్తి చిహ్నాలు కొన్ని కలవనుట సత్యము. దాని నిశ్చిత స్వరూప మిదియని ప్రకృతం నిర్ణయించడం కొంత తొందరపనేమో.

(౩) మాహురమ్మకు నగ్నత్వం జైన సంప్రదాయమునుండి వచ్చిందేమో అని శంకించినారు. జైనులలో నగ్న పురుషులున్నారు కాని స్త్రీ దేవతలు అట్టివారొక్కరూ లేరు. ఇదిగాక మన దేశమందలి నగ్నపూజ తాంత్రికము దక్షిణాచారము కన్న ప్రాచీనమైన ఈ వామాచార తంత్ర పంథ బౌద్ధుల మూలాన పరదేశములనుండి మనలో వచ్చి చేరుకున్నదని శోధకులు భావిస్తారు. పు. 28.

(౪) 'కర్ణాట కిరాట కీచకులు' అని నా పాఠము. కిరాటులు కోమట్లు, లోభు లన్నమాట. బోయజాతికి - అందును పల్లకీ మోసేవారికి - ప్రసక్తి లేదనుకొందును. పు. 30.

(౫) 'పాలెము' పు. 33. దాక్షిణాత్య పదమను తమ మాటకు ఉత్తరదేశమందు వ్యవహారంలో లేనిదని అర్థమనుకొంటాను. ఇది ద్రావిడపదం కాదు. పాల్య-పాలింపదగిన-శబ్దము. 'కావలి' అనే అర్థం లామే వ్రాసినారు. పు 33.

(౬) 'యథార్థముగా బ్రాహ్మణులయందే అన్ని విద్యలు కేంద్రీకృతములై యుండెను'. ఇది తమవంటివారు చెప్పవలసిన అతిశయోక్తి కాదని

మనవి; ఇట్టి వాక్యములను అక్షరశః గ్రహించే అల్పబుద్ధు లెందరో యుందురు కాన, సంస్కృతి, తత్త్వము - వీరికి సంబంధించిన విద్యలు తప్ప తక్కిన వ్యావహారిక విద్యలన్నీ అందరికీ అందుబాటులో నుండి నవే, కనుక రాజులు అపవాదభూతులు కావలసిన దెప్పుడూ లేదని తలంతును. పుట 92.

(౭) 'అంతరాశిక యతి గ్రామాభిరామంబుగా' అన్నచోట యతుల నము దాయమనే అర్థము చెప్పుట మేలు. గురులఘుక్రమతాది తాళాంగము లను ఒక అందమైన రీతిలో కూర్చుట యతి ఇది తాళదశ ప్రాణము లలో నొకటి. పలువిధములు గలది అంతేకాని 'జతిగ్రామ విధాన' మను విశిష్టపద్ధతి నా దృష్టికి రాలేదు. పుట 122.

(౮) పేరంటాలు శబ్దమునకు మీ వ్యాఖ్యయే న్యాయము. సోమశేఖర శర్మ గారి అర్థం 'సతి' శబ్దమునకు వలె తాత్పర్యం కావచ్చును. పర్యంత శబ్దం ప్రాకృతంలో 'పేరంతం' అయి తెలుగులో పేరంటము-పేరట ముగా మారింది. పేరంటాలు అనగా ఇరుగు పొరుగు స్త్రీ. క్రమంగా శుభాహ్వానానికి తగిన ముత్తైదువ అని భాయార్థం కలిగిండి. చేసే శుభానికి 'పేరంటము' పేరైనది. పుట 133.

(౯) యక్షకిన్నరాదులు అనార్యులన్నారు. జక్కులు అనునది యక్ష శబ్ద భవమని ప్రాకృతవాఙ్మయం తెలుపుతుంది. కన్నడంలోగూడా 'జక్క' అనే రూపం. అమరసింహుడు - 4 వ శతాబ్దంలో యక్షులు దేవయోను లన్నాడు. పరమ ప్రాచీన జైన బౌద్ధవాఙ్మయంనిండా యక్షయక్షిణుల ప్రచారం ఎక్కువగా ఉన్నది. కనుక జక్కులు తెలుగు దేశంవారే అనుట విచారక్షమం కాదేమో. మరియు ఆర్యానార్య శబ్దాలు మన యిప్పటి విజ్ఞానంలో చాలా జాగ్రత్తగా వాడవలసిన వనుకుంటాను. టిబెటులో 'జాక్' అనబడు అడవిజాతుల వారున్నారందును. యక్షులదీ ఉత్తర దిగ్భాగమే. ఏమో! పుట 157.

(౧౦) కృష్ణదేవరాయలు హేళనము చేసిన 'రెడ్లు' సామాన్యపు పల్లెకాపు లనుకొంటాను. రెడ్డిజాతిని ఆయన పరిహసించెనని తలపనక్కరలేదు. సోమశర్మవంటి కొందరు బ్రాహ్మణబ్రువులను గూడ నితడు పరిహ సించెను. కాని అతని బ్రాహ్మణ భక్తి ప్రసిద్ధము. పుట 210.

౧౧. 'పడవాళ్లు' సరియైనరూపము. 'పడతాలు' అచ్చుతప్పని తలంతును. భటుడు అనియే యర్థము. పుట 215.

౧౨. సాత్తిన-సాత్తని అనునవి అర్చకుల శాఖలుగావు. వైష్ణవులలో ద్విజ-ద్విజేతర భేద సూచకములు. శాత్తిన-శాత్తాద అను అరవ పలుకుబడి కిది తెలిగింపు ధరించిన-ధరింపని- అని యర్థము. జందెమని శేష మూహ్యము. కనుక సాత్తిన వారు బ్రాహ్మణులు, సాత్తని వారు ఇతరులు కాబట్టే విష్ణుచిత్తునివెంట సరకులను మోసికొనివచ్చిన ఆ వైష్ణవులు 'విధినిషేధంబు లెరింగితే' నన్నాడు రాయలు. సాత్తని వారే ఇప్పటి సాతానులు. ఈ యిద్దరికిని తామిచ్చిన లక్షణ మెక్కడిదో యెఱుగను. పుట 221.

(౧౩) శంఖఫలకము అరవములో 'చంగప్పలకై' అను దాని పరివర్తనము. మధురలోని ప్రాచీన ద్రావిడ 'సంఘ' సంప్రదాయములకు చేరినది. అరవప్రాత 'చంక' అనే యుండునుగదా. తెలుగులో అది సంస్కృత వాసనతో 'శంఖ'గా మారిందేమో. ఈ మార్పు ధూర్జటి కాలానికే వచ్చిందేమో. ధూర్జటే స్వతంత్రంగా చేసిన ప్రయోగాలో. అచ్చువేసిన వారు అవివేచనగా చేసిన రూపాలో కాళహస్తి మాహాత్మ్యంలో ఎన్నో యున్నవికదా. పుట 224.

(౧౪) ఇడుమ కట్టు=చేతులు కాళ్లు ఆడించ వీలులేకుండా కట్టిన బంధన మన వచ్చును. 'ఇంటి ముందట' అను నర్థము సుగ్రహం కాదు. పుట 231.

(౧౫) 'గర్భమంటపీ'త్యాది పద్యము ఇంకొకమారు తాము చూడ వేడినాను మాలదాసరికి అభిషేక తీర్థనూ౯త లేదు; అతని కిచ్చు తీర్థము నేల కడిగిన నీళ్ళే. దానినిగూడ ఇచ్చువాడు 'త్రివర్ణేతర జాతి'వాడే 'గుడి వెడలి వచ్చు' ఆ మురికి నీటినిగూడా తాకుటకు అతని కర్హతలేదు ఇంతేకాని ఆ ఘట్టములో మీరు సూచించిన వైష్ణవసంస్కార పియత్వ మునకును శూద్రార్చకత్వమునకును అవకాశము జాసరాదు. పుట 234.

(౧౬) "కూచి మారమనోజ...కామ సిద్ధాంతములు" 'నాట్యము'లా? పు. 247.

(౧౭) 'రఘునాథమేళ' అనునది వీణ. రాగముగాదు. పుట. 250.

(౧౮) 'హుసివోవగా' అంటే అసత్యముకాఁగా-వ్యర్థముకాఁగా - అని యర్థము. కన్నడంలో ఇదే అర్థం 'పుసి' అని ప్రాచీనరూపం తెలుగులో 'ముసి' అని మారింది. శ-ర-చూడుడు. 'అధికముకాగా' అనే అర్థము పొంత మగును పుట 277.

(౧౯) 'త్రొక్కుడు బొమ్మ' ఏదో నాకూ తెలియదు. కాని చరణాభ=కాళ్ళ కాంతి, దానిమీఁద, ఐచ్చెన=వన్నె-ఘటింప వడికిరని అర్థము సరసంగా లభిస్తుంది. చరణాభ ఐచ్చెన-రాట్నపు సామానులు కావు. పుట 282.

(౨౦) 'పొప్పళి' అన్న పదము మా ప్రక్క 'చౌకపు ఇండ్లు' అనే అర్థంలో వాడుదురు. పొప్పళి చీరలు నేటికిని ఈ దేశం కోమటి స్త్రీలకు చాలా ప్రియం. పొప్పాయికాయతో దీనికి సంబంధం మృగ్యం. ఈ పదం కన్నడ-లోనూ కలదు. కదరీపతి కన్నడదేశానికి సమీపంలోనివాడు. పుట 328.

(౨౧) 'జక్కిణి' సరియైన రూపమే దక్షిణ నాట్యపద్ధతులలో నొకదు గాబోలు. పుట 310.

(౨౨) వేణుగోపాల శతకం పదాల సారంగపాణి వ్రాసినదని విన్నాను. అతడు తిరుపతికి దగ్గరివాడు. పుట 316.

తమ గ్రంథం నిజంగా నా కెన్నో నూతన విషయాలను తెలిపినది. మరల ఎన్నోమారులు పఠింపవలసి యున్నాను. ఆ గౌరవమే పై విన్నాలి ప్రాయములను మీ పునర్విమర్శకొఱకు నన్ను ఇట్లు వ్రాయ ప్రేరించినది. మీ రన్యథా భావింపరని నే నెఱుగుదును.

మీ గ్రంథం చేతికందిననాడే మా అన్నగారు గోపాల కృష్ణమాచార్యులు ఇక్కడనుండి కొంత పఠించి నావలెనే చాలా సంతోషించిరి. ఆనాడే వారు వెళ్ళవలసియుండి పూర్తిగా చూడలేరైరి. ఇంతలోనే వారు హైదరాబాదుకు వత్తురు. తమ దర్శనము చేయదలచినారు. జ్యోతిషమందు వారెక్కువ పరిశ్రమించినవారని తాము వినియుందురని నమ్మెదము. మరియు విజయనగర చరిత్ర వారి కభిమానపాత్రము. సాహిత్యమందు చక్కని పాండిత్యము.

చిత్తగింపుఁడు, మీవాఁడు
రా. అనంత కృష్ణశర్మ

పై వాటిలో కొన్నింటికి కొంత సమాధాన మవసరమైనది సంఖ్య (౪) తెలంగాణములో బోయీలు అను జాతివారు నేటికిని కలరు. వారిప్పటికి పల్లకీలు మోయుదురు. రాయలసీమలో రాయచూరు గుల్బర్గా జిల్లాలో (బేండర్) బోయ జాతి కలదు. అది విజయనగర సైన్యాలలో ముఖ్యమైనదిగా నుండెను. క్రీ. శ. ౧౬౦౦ ప్రాంతములందు కాక మానమూర్తి తన రాజవాహన విజయమందు యుద్ధసైనికులలో బేండర్ బోయలను వర్ణించినాడు.

కర్ణాట కిరాటకీచకులు అను శబ్దములను వాడినందున ఈ అపోహకు తావు కలిగినందున ఈ తడవ కర్ణాటకిరాతులు అని వివరించినాను. భోయి, బోయ అను భిన్నజాతులను నేను వివరించినాను : అంతే.

సంఖ్య (౬) - బ్రాహ్మణులలో అన్ని విద్యలు కేంద్రీకరించి యుండెను. అనుటలో విద్యలనగా వేదవేదాంగములను సర్థములలో వాడితిని. మెలకువ తక్కువగుటచే అతివ్యాప్తదోషము చుట్టుకొని ప్రేమస్వరూపులగు మిత్రుల సుకుమారపు మందలింపునకు గురి అయినాను.

సంఖ్య (౯) జక్కులు-యక్షులు తెలుగు దేశమువారు కారేమో అని నాకును స్ఫురించియుండెను. క్రీస్తుశకారంభములో అంతకు పూర్వమందు మంగోలియా ప్రాంతమందు యచీ (*Yuchi*) అను జాతి ప్రబలమై యుండెను వారే యక్షులేమో అని తలచినాను. టిబెటులో "జాక్" అనునది జడలబర్రెకు పేరు. కాన అది కాదనుకొందును. యక్షులు ఆక్సస్ లేక జక్సార్టీసు నదీ ప్రాంతీయులైనను అయి యుందురు.

సంఖ్య (౧౦) కృష్ణరాయలు రెడ్లను హేళనము చేసెననుట తప్పు పట్టుటకు కాదు. అయినను ఆ మాటను గ్రంథమునుండి తొలగించినాను.

సంఖ్య (౧౩) శంఖ శబ్దార్థము ఉత్తమసూచన.

సంఖ్య (౧౬) నాట్యమనుట నా స్ఖాలిత్యమే. సవరించుకొన్నాను.

సంఖ్య (౧౮) రఘునాథమేళ అనునది రాగమని పిలుతురు. వ్రాసినదే వ్రాసితిని. ఇప్పుడు శ్రీ శర్మగారినే ప్రమాణముగా తీసుకొన్నాను.

సంఖ్య (౨౦) పొప్పడికాయ మనదేశానిది కాదు. దక్షిణ అమెరికా నుండి క్రీ. శ. ౧౮ శతాబ్దాంతమందు మనదేశానికి వచ్చెను. కాన కదిరీపతి